ಮಿಸಳ್ ಭಾಜಿ

ಲಲಿತ ಪ್ರಬಂಧಗಳು

ಕರ್ನಾಟಕ ಸಾಹಿತ್ಯ ಅಕಾಡೆಮಿ ಪುಸ್ತಕ ಬಹುಮಾನ ಪಡೆದ ಕೃತಿ

ಭಾರತಿ ಬಿ ವಿ

ಛಂದ ಪುಸ್ತಕ

ಓದಿ ಓದಿ ಮರುಳಾಗಿ!

MISAL BHAAJI
-Collection of Essays in Kannada
by Bharathi B V,
Published by Chanda Pustaka,
I-004, Mantri Paradise,
Bannerughatta Road, Bangalore-560 076
ISBN: 978-81-975991-9-4

ಮೊದಲ ಮುದ್ರಣ: 2016

ಚಿತ್ರಗಳು: ಕೃಷ್ಣ ಗಿಳಿಯಾರ್
ಮುಖಪುಟ ವಿನ್ಯಾಸ: ಅರುಣ್ ಕುಮಾರ್ ಜಿ
ಕರಡು ತಿದ್ದುವಿಕೆ: ಜ್ಯೋತಿ ಮಹಾದೇವ್, ರೇಣುಕಾ ನಿಡಗುಂದಿ
ಪುಟಗಳು: 164 ಬೆಲೆ: ₹ 190
ಕಾಗದ: ಎನ್‌ಎಸ್ ಮ್ಯಾಪ್ಲಿತೊ 70 ಜಿಎಸ್‌ಎಂ, 1/8 ಡೆಮಿ

ಪ್ರತಿಗಳಿಗಾಗಿ ಸಂಪರ್ಕಿಸಿ:

ಛಂದ ಪುಸ್ತಕ
ಐ–004, ಮಂತ್ರಿ ಪ್ಯಾರಡೈಸ್
ಬನ್ನೇರುಘಟ್ಟ ರಸ್ತೆ
ಬೆಂಗಳೂರು–560 076
ಸೆಲ್: 98444 22782
me@vasudhendra.com

ಮುದ್ರಣ:

ಟ್ರಿನಿಟಿ ಅಕಾಡೆಮಿ, ಕುಡ್ಲು ಗೇಟ್, ಹೊಸೂರು ರಸ್ತೆ, ಬೆಂಗಳೂರು

ಭಾರತಿ ಬಿ ವಿ

ಹುಟ್ಟಿದ್ದು ಕೊಳ್ಳೇಗಾಲದಲ್ಲಿ, ಬೆಂಗಳೂರಿನಲ್ಲಿ ವಾಸ. ಬಿ.ಕಾಂ ಪದವೀಧರೆ.

ಸಾಸಿವೆ ತಂದವಳು, ಮಿಸಳ್ ಭಾಜಿ, ಕಿಚನ್ ಕವಿತೆಗಳು, ಆನು ನಿನ್ನ ಹಾಡಿದಲ್ಲದೆ ಸೈರಿಸಲಾರೆನಯ್ಯಾ, ಜಸ್ಟ್ ಮಾತ್ ಮಾತಲ್ಲಿ, ನಕ್ಷತ್ರಗಳ ಸುಟ್ಟ ನಾಡಿನಲ್ಲಿ, ಎಲ್ಲಿಂದಲೋ ಬಂದವರು, ಯಕ್...!!, ಈ ಪ್ರೀತಿ ಒಂಥರಾ, ಲವ್ ಟುಡೇ, ಅಅಅಅಮೆರಿಕಾ, ಇಷ್ಟಕ್ಕೂ ಎಲ್ಲರೂ ಮನುಷ್ಯರೇ – ಇವೆಲ್ಲಾ ಇವರ ಕೃತಿಗಳು.

'ಸಾಸಿವೆ ತಂದವಳು' ಕೃತಿಗೆ ಶಿವಮೊಗ್ಗ ಕರ್ನಾಟಕ ಸಂಘದ ಎಂ ಕೆ ಇಂದಿರಾ ಬಹುಮಾನ ದೊರಕಿದೆ. 'ಮಿಸಳ್ ಭಾಜಿ' ಕೃತಿಗೆ 2016ರ ಕರ್ನಾಟಕ ಸಾಹಿತ್ಯ ಅಕಾಡೆಮಿ ಪುಸ್ತಕ ಬಹುಮಾನ ಮತ್ತು ಕನ್ನಡ ಸಾಹಿತ್ಯ ಪರಿಷತ್ತಿನ ದಿ. ಡಿ. ಮಾಣಿಕರಾವ ಸ್ಮರಣಾರ್ಥ ದತ್ತಿ ಪ್ರಶಸ್ತಿ ದೊರೆತಿದೆ. 'ನಕ್ಷತ್ರಗಳ ಸುಟ್ಟ ನಾಡಿನಲ್ಲಿ' ಕೃತಿಗೆ 2020ರ ಕರ್ನಾಟಕ ಸಾಹಿತ್ಯ ಅಕಾಡೆಮಿ ಪುಸ್ತಕ ಬಹುಮಾನ, ಅಮ್ಮ ಪ್ರಶಸ್ತಿ, ಅವ್ವ ಸೃಜನಶೀಲ ಸಾಹಿತ್ಯ ಪ್ರಶಸ್ತಿ ದೊರೆತಿದೆ.

bvbkoll@gmail.com | 97420 03323

ಎರಡನೆಯ ಅಮ್ಮನಾದ ಅಪ್ಪನಿಗೆ
ಸಹನೆಯಿಂದ ನನ್ನನ್ನು ತಾಳಿಕೊಂಡ ಅಮ್ಮನಿಗೆ

'ಮಿಸಳ್ ಭಾಜಿ'!

ಇದು ನನ್ನ ಎರಡನೆಯ ಪುಸ್ತಕ. ಇದನ್ನು ಲಲಿತ ಪ್ರಬಂಧಗಳೆನ್ನುತ್ತೀರೋ, ಹಾಸ್ಯ ಬರಹಗಳೆನ್ನುತ್ತೀರೋ ನನಗೆ ಗೊತ್ತಿಲ್ಲ. ನನ್ನ ಮಟ್ಟಿಗೆ ಹೇಳುವುದಾದರೆ ಇವು ನನ್ನ ಬದುಕಿನ ವಿವಿಧ ಹಂತಗಳಲ್ಲಿ ಅನುಭವಿಸಿದ ಸುಂದರ ನೆನಪುಗಳ ಸಂಗ್ರಹ. ಪುಸ್ತಕದಲ್ಲಿರುವುದನ್ನು ನೀವೇ ಓದುತ್ತೀರಾದ್ದರಿಂದ, ಅದರ ಬಗ್ಗೆ ಹೆಚ್ಚು ಹೇಳದೇ ಈ ಪುಸ್ತಕದವರೆಗಿನ ನನ್ನ ಪಯಣದ ಬಗ್ಗೆ ಒಂದೆರಡು ಮಾತುಗಳನ್ನು ನಿಮ್ಮಲ್ಲಿ ಹೇಳಿಕೊಳ್ಳಬೇಕೆನ್ನುವುದು ನನ್ನ ಆಸೆ...

ಸಣ್ಣ ವಯಸ್ಸಿನಿಂದ ನನಗೆ ಪಾಠವೊಂದನ್ನುಳಿದು ಇನ್ನೆಲ್ಲ ವಿಷಯದಲ್ಲೂ ಅಗಾಧ ನೆನಪಿನ ಶಕ್ತಿ! ಬೇಡದ್ದು, ಬೇಕಾದ್ದು ಎಲ್ಲವೂ ನಿನ್ನೆ ತಾನೇ ನಡೆಯಿತೇನೋ ಅನ್ನುವಷ್ಟು ಸ್ಫುಟವಾಗಿ ಮನಸ್ಸಿನಲ್ಲಿ ಉಳಿದುಬಿಡುತ್ತವೆ. ಇದೇನು ವರವೋ, ಶಾಪವೋ ಅಂತ ನನ್ನನ್ನು ನಾನೇ ಪ್ರಶ್ನಿಸಿಕೊಂಡಿದ್ದೂ ಇದೆ. ಶಿಶುವಿಹಾರದಲ್ಲಿರುವಾಗ ಕೈಗೆ ಸೂಜಿಯಿಂದ ಚುಚ್ಚುತ್ತಿದ್ದ ಯಾವುದೋ ಇನ್ಯಾಕುಲೇಷನ್‌ನಿಂದ ತಪ್ಪಿಸಿಕೊಳ್ಳಲು ಎದುರು ಮನೆಯಲ್ಲಿ ಅಡಗಿ ಕೂತಿದ್ದು, ಮೂರು ವರ್ಷದವಳಿರುವಾಗ ಒಂದು ಮೂಲೆಯಲ್ಲಿ ಕುಳಿತು ಸೇರು ಲೋಟದಲ್ಲಿ ಬೋರ್ನ್‌ವಿಟಾ ಕುಡಿಯುತ್ತಿದ್ದಿದ್ದು, ಪಕ್ಕದ ಮನೆಯ ವಿಜಿಯ ಅಪ್ಪ-ಅಮ್ಮ ಸರಸವಾಡುವಾಗ ನಾನು ನಾಚಿ 'ಥು ಆ ಗಂ-ಹೆಂ... ಶೀಈಈಈ... ಏನೇನೋ ಮಾಡ್ತಾರೆ' ಅನ್ನುತ್ತ ಮನೆಗೆ ಓಡಿ ಬರುತ್ತಿದ್ದುದು... ಎಲ್ಲವೂ ಈಗ ತಾನೇ ನಡೆಯಿತೇನೋ ಅನ್ನುವಷ್ಟು ಚೆಂದವಾಗಿ ಮನಸ್ಸಿನಲ್ಲಿ ಉಳಿದುಬಿಟ್ಟಿದೆ. ಎಲ್ಲರ ಮನೆಯಲ್ಲೂ ಹಳೆಯ ಕಥೆ ಹೇಳಿರೆಂದು ವಯಸ್ಸಾದವರನ್ನು ಕೇಳಿದರೆ, ನನ್ನ ಮನೆಯಲ್ಲಿ ಅಪ್ಪ ಎಂದಾದರೂ ಫ್ಲ್ಯಾಷ್‌ಬ್ಯಾಕಿಗೆ ಹೋಗಬೇಕು ಅನ್ನಿಸಿದಾಗ ನನ್ನನ್ನು ಕರೆಯುತ್ತಾರೆ!

ಇದೊಂದು ಮಾತ್ರವಲ್ಲದೇ, ಯಾವುದಾದರೂ ಹಾಸ್ಯಮಯವಾದ ಘಟನೆಯೇನಾದರೂ ನಡೆದಿದ್ದರಂತೂ ಅದನ್ನು ಮತ್ತೆ ಮತ್ತೆ ನೆನಪಿಸಿಕೊಳ್ಳುತ್ತ, ಅವರಿವರಲ್ಲಿ ಹೇಳುತ್ತಾ ನಗುವುದು ನನಗೆ ಬಹಳ ಇಷ್ಟವಾದ ಸಂಗತಿ. ತುಂಬ ಉತ್ಕಟವಾಗಿ ಅವುಗಳನ್ನು ನಾನು ಅನುಭವಿಸುತ್ತಿದ್ದೆನಾದ್ದರಿಂದ ಎಲ್ಲ ಘಟನೆಗಳೂ ಮಾಸದ ಹಾಗೆ ಮನಸ್ಸಿನಲ್ಲಿ ಉಳಿದು ಬಿಡುತ್ತಿದ್ದವು. ಎಷ್ಟೋ ಸಂದರ್ಭಗಳಲ್ಲಿ ನನ್ನ ದಡ್ಡತನ ಅನಾವರಣಗೊಂಡಿರುತ್ತಿತ್ತು, ಅವಮಾನವಾಗಿರುತ್ತಿತ್ತು, ನಾಚಿಕೆಯೂ ಆಗಿರುತ್ತಿತ್ತು. ಆದರೆ ಅವುಗಳನ್ನು ಯಾವುದೇ ಕೀಳರಿಮೆಯಿಲ್ಲದೇ ಹಾಸ್ಯದ ಲೇಪನದಲ್ಲಿ ಹೇಳಿಕೊಂಡೂ ಬಿಡುತ್ತಿದ್ದೆ. ಆದರೆ ಅವುಗಳನ್ನು ಲೇಖನದ ರೂಪಕ್ಕಿಳಿಸುವ ಆಸಕ್ತಿ ಮೂಡಿರಲೇ ಇಲ್ಲ. ಕವಿತೆ ಬರೆಯುವುದನ್ನು ಹೆಚ್ಚು ಇಷ್ಟ ಪಡುತ್ತಿದ್ದ ನನಗೆ ಗದ್ಯ ಬರೆಯುವುದರಲ್ಲಿ ತುಂಬ ಆಸ್ಥೆ ಇರಲಿಲ್ಲ. ಆಸ್ಥೆ ಇರಲಿಲ್ಲ ಅನ್ನುವುದಕ್ಕಿಂತ ಸೋಮಾರಿತನ ಅಂದರೂ ಸೂಕ್ತವೇನೋ! ಕವಿತೆಗಳ ರಾಶಿ ಬರೆದು ತುಂಬಿಕೊಂಡಿದ್ದೆನಾದರೂ, ಆಗೀಗ ಒಂದಿಷ್ಟು ಸಣ್ಣ ಕತೆಗಳನ್ನು ತುಷಾರ, ಮಲ್ಲಿಗೆ ಮುಂತಾದ ಪತ್ರಿಕೆಗಳಿಗೆ ಬರೆದು ಕಳಿಸಿದ್ದೆ ಅನ್ನುವುದಷ್ಟು ಬಿಟ್ಟರೆ, ಗದ್ಯವೆನ್ನುವುದು ತೀರಾ ಆಸಕ್ತಿ ಮೂಡಿಸುತ್ತಿರಲಿಲ್ಲ.

ಮಧ್ಯದಲ್ಲಿ ಅದೆಷ್ಟೋ ವರ್ಷ ಬರೆಯುವುದನ್ನೇ ನಿಲ್ಲಿಸಿದ್ದ ನಾನು, ಮತ್ತೆ ಬರೆಯಲು ಶುರು ಮಾಡಿದ್ದು ತುಂಬ ತಡವಾಗಿ. ತುಷಾರ ಮಾಸಪತ್ರಿಕೆ, ಹಾಯ್ ಬೆಂಗಳೂರು ಪತ್ರಿಕೆ ಮುಂತಾದವುಗಳಿಗೆ ಕವನ ಬರೆದುಕೊಂಡು ಸುಖವಾಗಿದ್ದೆ. ಹಾಗಿರುವಾಗ ಒಮ್ಮೆ 'ಕೆಂಡಸಂಪಿಗೆ' ಅಂತರ್ಜಾಲ ಪತ್ರಿಕೆಯ ಸಂಪಾದಕರಾಗಿದ್ದ ಬರಹಗಾರ ಅಬ್ದುಲ್ ರಶೀದ್ ಅವರು 'ಕೆಂಡಸಂಪಿಗೆ'ಗಾಗಿ ಲೇಖನವೊಂದನ್ನು ಬರೆಯಲು ಹೇಳಿದರು. ನಾನು, 'ನನಗೆ ಗದ್ಯ ಬರೆಯಲು ಬರುವುದಿಲ್ಲ. ಕವನವಾದರೆ ಬರೆದೇನು' ಅಂತ ಕೈಚೆಲ್ಲಿ ಸುಮ್ಮನಾಗಿದ್ದೆ. ಅಷ್ಟಕ್ಕೇ ಸುಮ್ಮನಾಗದ ಅವರು ಆಗೀಗ ಒತ್ತಾಯಿಸುತ್ತಲೇ ಇದ್ದರು. 2010ರಲ್ಲಿ ಒಂದು ಸಲ ಧೈರ್ಯ ಮಾಡಿ ಲೇಖನವೊಂದನ್ನು ಬರೆದೇಬಿಟ್ಟೆ. ಹೆತ್ತವಳಿಗೆ ಮುದ್ದಾಗಿ ಕಾಣುವ ಹೆಗ್ಗಣದಂತೆ ನನ್ನ ಲೇಖನವೂ ಸಿಕ್ಕಾಪಟ್ಟೆ ಚೆನ್ನಾಗಿದೆ ಅನ್ನುವ ಭ್ರಮೆಯಲ್ಲಿ ಬಹಳ ಉತ್ಸಾಹದಿಂದ ಅದನ್ನು ಅವರಿಗೆ ಮೇಲ್ ಮಾಡಿದೆ. ಹಾಡಿ ಹೊಗಳಿ ಬೆನ್ನು ತಟ್ಟುತ್ತಾರೆ ಅಂತ ಕಾಯುತ್ತಿದ್ದರೆ ಅವರು 'ಅದ್ಯಾಕೆ ನಿಮ್ಮ ಲೇಖನದಲ್ಲಿ ಆ ಪರಿಯ ವಿಷಾದ!' ಅಂತ ಕೇಳಿದರು. ಬಹಳ ಚೆಂದಕ್ಕೆ ಭಾವುಕವಾಗಿ ಬರೆದಿದ್ದೇನೆ ಅಂತ ಭ್ರಮಿಸಿದ್ದ ನನಗೆ ಸ್ವಲ್ಪ ನಿರಾಸೆಯಾಯಿತು. ಜೊತೆಗೆ, ಹಾಗಲ್ಲದೇ ಮತ್ತೆ ಹೇಗೆ ಬರೆಯಬೇಕೆನ್ನುವುದು ಗೊತ್ತಿಲ್ಲ ಕೂಡಾ. ಹಾಗಂತ ಅವರಿಗೆ ಹೇಳಿದಾಗ ಅವರು,

'ತುಂಬ ವಿಷಾದದಲ್ಲಿ ಹೇಳುವುದನ್ನೇ ಸ್ವಲ್ಪ ಹಾಸ್ಯದಲ್ಲಿ ಹೇಳಿರಿ. ಅದು ಹೆಚ್ಚು ಪರಿಣಾಮಕಾರಿ' ಅಂತ ಸಲಹೆ ಕೊಟ್ಟರು. ಒಮ್ಮೆ ಬರೆಯಲೇ ಅಷ್ಟು ತಿಣುಕಾಡಿದ್ದ ನನಗೆ ತಿದ್ದಿ ಬರೆಯಲು ಮೈ ಬಗ್ಗದೇ, 'ಅಯ್ಯೋ, ಯಾರಿಗೆ ಬೇಕು ಈ ಗದ್ಯದ ಸಹವಾಸ! ನನಗೆ ಬರುವುದಿಲ್ಲ' ಅಂತ ಹೇಳಿ ಸುಮ್ಮನಾಗಲೇ ಅಂದುಕೊಂಡೆ. ಆದರೆ ಅವರು ಅಷ್ಟು ಸುಲಭಕ್ಕೆ ನನ್ನನ್ನು ತಪ್ಪಿಸಿಕೊಳ್ಳಲು ಬಿಡಲಿಲ್ಲ. ಮತ್ತೆರಡು ಮೂರು ಬಾರಿ ತಿದ್ದಿದೆ. ಪ್ರತೀ ಬಾರಿಯೂ ಮತ್ತಿಷ್ಟು ಸಲಹೆ ಕೊಟ್ಟು ತಿದ್ದಲು ಹೇಳುತ್ತಲೇ ಹೋದಾಗ 'ಇದು ನನ್ನ ಕ್ಷೇತ್ರವಲ್ಲ ಬಿಡು' ಅಂತ ಹಿಂದೆಗೆಯಬೇಕೆನ್ನುವಾಗಲೇ ನಾಲ್ಕನೆಯ ಸಲ ತಿದ್ದಿ ಬರೆದಿದ್ದನ್ನು ಅವರು 'ಚೆನ್ನಾಗಿದೆ' ಅಂದುಬಿಟ್ಟರು! ಅದು ನಾನು ಜೀವನದಲ್ಲಿ ಬರೆದ ಮೊದಲ ಪ್ರಬಂಧ.

ಆ ನಂತರ 'ಹಾಡ್ತಾ ಹಾಡ್ತಾ ರಾಗ...' ಅನ್ನುವ ಹಾಗೆ ಆಯಿತು. 'ಕೆಂಡಸಂಪಿಗೆಗೆ' ಹೆಚ್ಚು ಕಡಿಮೆ 50 ಲೇಖನಗಳನ್ನು ಬರೆದೆ. ಕಾಂಬೋಡಿಯಾ ಪ್ರವಾಸ ಕಥನ ಬರೆದೆ. 'ವಿಜಯ ಕರ್ನಾಟಕ' ದಿನ ಪತ್ರಿಕೆಗೆ ಆಗೀಗ ಬೆರಳೆಣಿಕೆಯಷ್ಟು ಲೇಖನಗಳನ್ನು ಬರೆದೆ. 'ಉದಯವಾಣಿ' ದಿನಪತ್ರಿಕೆಗೆ 'ಮರುಜನ್ಮ' ಅನ್ನುವ ಆತ್ಮವೃತ್ತಾಂತದ ತುಣುಕು ಎನ್ನಬಹುದಾದಂಥ ಲೇಖನ ಸರಣಿಯೊಂದನ್ನು ಬರೆದೆ. ನಂತರದ ದಿನಗಳಲ್ಲಿ ಅದನ್ನು 'ಸಾಸಿವೆ ತಂದವಳು' ಅನ್ನುವ ಪುಸ್ತಕವಾಗಿಸಿದರು ಅಹರ್ನಿಶಿ ಪ್ರಕಾಶನದ ಅಕ್ಷತಾ ಹುಂಚದಕಟ್ಟೆ. ಆ ಸಮಯದಲ್ಲೇ 'ಸಖಿ' ಪಾಕ್ಷಿಕಕ್ಕೆ ಬ್ಯಾಂಕಾಕ್ ಪ್ರವಾಸ ಕಥನವನ್ನು ಬರೆದೆ. ಎಲ್ಲಕ್ಕಿಂತ ಹೆಚ್ಚಿನ ಲೇಖನಗಳನ್ನು 'ಅವಧಿ' ಅಂತರ್ಜಾಲ ಪತ್ರಿಕೆಯ ಸಂಪಾದಕರಾಗಿದ್ದ ಜಿ.ಎನ್.ಮೋಹನ್ ಅವರ ಒತ್ತಾಸೆ ಮತ್ತು ಉಪಸಂಪಾದಕಿಯಾಗಿದ್ದ ಪ್ರೀತಿಯ ಗೆಳತಿ ಸಂಧ್ಯಾರಾಣಿಯ ಒತ್ತಾಯ ಸೇರಿ ಸುಮಾರು ಒಂದು ವರ್ಷ ಕಾಲ ಅವಧಿಯಲ್ಲಿ 'ಅಹವಿ ಹಾಡು' ಅನ್ನುವ ಕಾಲಮ್‌ನಲ್ಲಿ ಬರೆದೆ. ಅದರಲ್ಲಿ ಬರೆದ ಲೇಖನವೊಂದನ್ನು ಓದಿದ ಛಂದ ವಸುಧೇಂದ್ರರು 'ಮತ್ತಿಷ್ಟು ಇಂಥ ಲೇಖನಗಳನ್ನು ಕಲೆ ಹಾಕಿ, ಒಂದು ಪುಸ್ತಕ ಮಾಡೋಣ' ಎಂದು ಹೇಳಿ ಹೊಸ ಕನಸೊಂದನ್ನು ಕಾಣಲು ಹುರಿದುಂಬಿಸಿದರು.

ಅವುಗಳಿಂದ ಆಯ್ದ ಕೆಲವು ಬರಹಗಳೇ ಈ 'ಮಿಸಳ್ ಭಾಜಿ'. ಬದುಕಿನ ಪ್ರತೀ ಹೆಜ್ಜೆಯಲ್ಲೂ ಎದುರಾದ ಕಷ್ಟ-ಸಂತೋಷದ ಸಂದರ್ಭಗಳನ್ನು ತಿಳಿಹಾಸ್ಯದಲ್ಲಿಯೇ ಬರೆದಿದ್ದೇನೆ. ಇದರಲ್ಲಿರುವ ಲೇಖನಗಳಲ್ಲಿ ಸಣ್ಣ ಮಟ್ಟದ ಉತ್ಪ್ರೇಕ್ಷೆ ಇರುವುದು ಹೌದಾದರೂ ಯಾವುದೂ ಕಾಲ್ಪನಿಕವಲ್ಲ. 'ನಿಜಕ್ಕೂ ನಿನ್ನ ಜೀವನದಲ್ಲಿ ಆದ ಘಟನೆಗಳೇ ಇವು! ನಂಬಲಿಕ್ಕಾಗುವುದಿಲ್ಲ. ಯಾರ ಬದುಕಿನಲ್ಲೂ ಆಗದಷ್ಟು ಎಲ್ಲವೂ ನಿನ್ನ ಬದುಕಿನಲ್ಲೇ ಹೇಗೆ ಘಟಿಸಿತು' ಎಂದು ಕೇಳಿದ್ದಾರೆ ಸಾಕಷ್ಟು ಜನ.

ಎಷ್ಟೋ ಜನರ ಬದುಕಿನಲ್ಲಿ ಇಂಥ ಘಟನೆಗಳು ನಡೆದಿರುತ್ತವೆ. ಆದರೆ ಅದನ್ನು ಉತ್ಕಟವಾಗಿ ಅನುಭವಿಸುವ ಮನಸ್ಸು ಹಾಗೂ ನೆನಪಿನ ಶಕ್ತಿ ಇಲ್ಲದೇ ಎಲ್ಲವೂ ಮರೆತು ಹೋಗಿರುವ ಸಾಧ್ಯತೆ ಇರುತ್ತದೆ ಅನ್ನುವುದು ನನ್ನ ನಿಲುವು. ಅಥವಾ ಇಂಥ ಘಟನೆಗಳು ನನ್ನ ಬದುಕಿನಲ್ಲಿ ಮಾತ್ರ ನಡೆದವು ಎನ್ನುವುದಾದರೆ ನನಗಿಂತ ಭಾಗ್ಯಶಾಲಿ ಇನ್ನೊಬ್ಬರಿಲ್ಲ ಎಂದು ಭಾವಿಸುತ್ತೇನೆ!

ಪುಸ್ತಕ ಓದಿ, ನೀವೆಲ್ಲ ಮೆಚ್ಚಿದರೆ ನನಗೆ ಖುಷಿ...

ಪ್ರೀತಿಯಿಂದ,
ಭಾರತಿ ಬಿ ವಿ

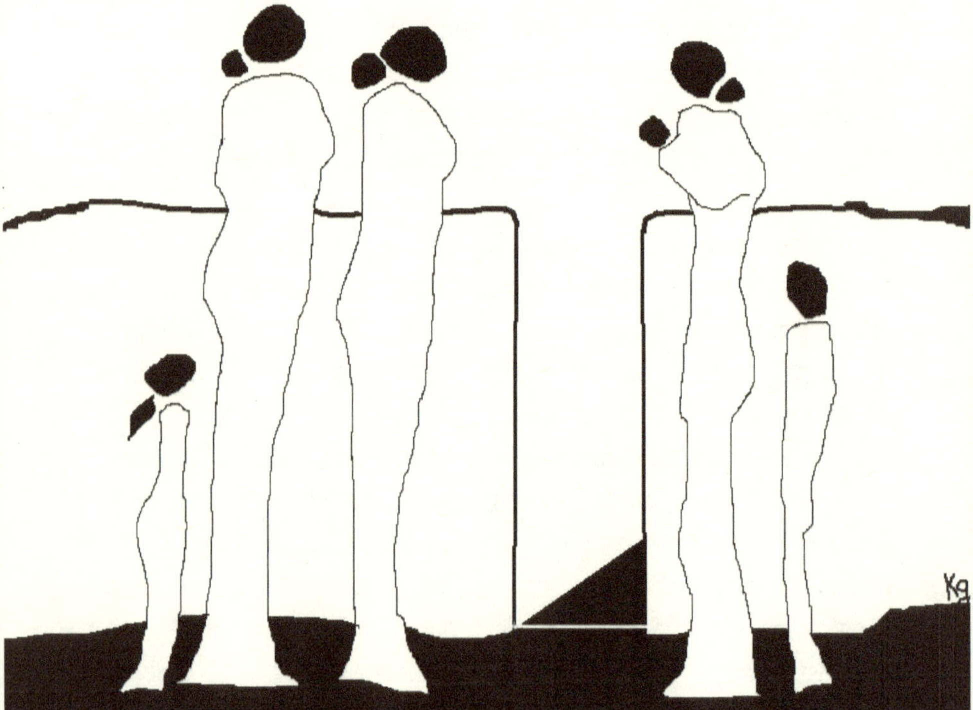

ನೀವಿಲ್ಲದೇ ಈ ಪುಸ್ತಕ–ಬರಹ–ಬದುಕು ಯಾವುದೂ ಆಗುತ್ತಿರಲಿಲ್ಲ...

» ಬರೆಯದೇ ಉಳಿಯಲು ಏನೆಲ್ಲ ನೆಪ ಹುಡುಕುವ ನನ್ನನ್ನು ಪ್ರೀತಿಯಿಂದ ಒತ್ತಾಯಿಸಿ, ಅದಕ್ಕೆ ಬಗ್ಗದೇ ಹೋದಾಗ ಬಯ್ದು, ಚುಚ್ಚು ಮಾತಾಡಿ, ವ್ಯಂಗ್ಯವಾಡಿ, ಕೆರಳಿಸಿ, ಅಂತೂ ಕೊನೆಗೆ ಈ ಪುಸ್ತಕ ಹೊರಬರಲು ಮುಖ್ಯ ಕಾರಣರಾದ ನನ್ನ ಪ್ರೀತಿಯ ಅಪ್ಪ ಮತ್ತು ಜೀವದ ಗೆಳತಿ ಸಂಧ್ಯಾರಾಣಿ

» ಸದಾ ನನ್ನ ಜೊತೆಗಿದ್ದು ನನ್ನನ್ನು ತಾಳಿಕೊಳ್ಳುವ ನನ್ನ ಅಮ್ಮ, ಮಾಲತೇಶ್, ಅಕ್ಕ ರೇವತಿ ಮತ್ತು ಸದಾ ಕಾಲ ಬರೆಯುವುದನ್ನು ಮುಂದೂಡುತ್ತಲೇ ಇರುವ ತನ್ನಮ್ಮನನ್ನು ತರಾಟೆಗೆ ತೆಗೆದುಕೊಳ್ಳುವ ಮಗ ಸಂದೀಪ್

» ಪ್ರೀತಿಯಿಂದ ಪುಸ್ತಕ ಪ್ರಕಟಿಸುತ್ತಿರುವ ಛಂದ ವಸುಧೇಂದ್ರ

» ಗದ್ಯದ ಹಾದಿಗೆ ನನ್ನನ್ನು ಹಚ್ಚಿದ, ಇಲ್ಲಿನ ಕೆಲವು ಬರಹಗಳನ್ನು 'ಕೆಂಡಸಂಪಿಗೆ'ಯಲ್ಲಿ ಪ್ರಕಟಿಸಿದ ಶ್ರೀ ಅಬ್ದುಲ್ ರಶೀದ್

» ಈ ಬರಹಗಳನ್ನು ಪ್ರಕಟಿಸಿದ 'ವಿಜಯ ಕರ್ನಾಟಕ' ದಿನಪತ್ರಿಕೆ, 'ಅವಧಿ' ಅಂತರ್ಜಾಲ ಪತ್ರಿಕೆಯ ಸಂಪಾದಕರಾದ ಶ್ರೀ ಜಿ.ಎನ್.ಮೋಹನ್

» ಕಳಿಸಿದ ನಾಲ್ಕು ದಿನದಲ್ಲೇ ಪ್ರೂಫ್ ತಿದ್ದಿಕೊಟ್ಟ ಪ್ರೀತಿಯ ರೇಣು (ರೇಣುಕಾ ನಿಡಗುಂದಿ) ಮತ್ತು ಕೊನೆಯಲ್ಲಿ ಇನ್ನೊಮ್ಮೆ ಕರಡು ತಿದ್ದಿದ ಜ್ಯೋತಿ ಮಹಾದೇವ್

» ಪುಸ್ತಕಕ್ಕೆ ಹೆಸರು ಕೊಡುವುದು ಅತ್ಯಂತ ಕಷ್ಟದ ಕೆಲಸ. ಯೋಚಿಸಿ ಯೋಚಿಸಿ ಸುಸ್ತಾದ ನನಗೆ 'ಮಿಸಳ್ ಭಾಜಿ' ಅನ್ನುವ ಅವರಿಗಾಗಿ ಇಟ್ಟುಕೊಂಡಿದ್ದ ಅವರ ಇಷ್ಟದ ಹೆಸರನ್ನು ಬಿಟ್ಟುಕೊಟ್ಟ ಗೆಳೆಯ ರಾಘವೇಂದ್ರ ಜೋಷಿ

» ಸುಂದರವಾಗಿ ಮುಖಪುಟ ಮಾಡಿಕೊಟ್ಟ ಅರುಣ್ ಕುಮಾರ್

» ಸೊಗಸಾದ ರೇಖಾಚಿತ್ರಗಳನ್ನು ರಚಿಸಿಕೊಟ್ಟ ಕೃಷ್ಣ ಗಿಳಿಯಾರ್

» ಸದಾ ನನ್ನ ಜೊತೆಗಿರುವ ಜ್ಯೋತಿ, ಸಂಯುಕ್ತಾ ಪುಳಿಗಲ್, ಶಿವ ಶಂಕರ್, ಸುನೀತಾ ಮಂಜುನಾಥ್, ಎಂ ಎಸ್ ಪ್ರಸಾದ್, ಅನುಮಾ, ಮತ್ತೂ ನೂರಾರು ಪ್ರೀತಿಸುವ ಜೀವಗಳು

» ಈ "ಮಿಸಳ್ ಭಾಜಿ"ಯ ಈರುಳ್ಳಿ, ಮಡಿಕೆಕಾಳು, ಕೊತ್ತಂಬರಿ ಸೊಪ್ಪು, ಶೇಂಗಾ, ಚೂಡಾ, ಸಾಸಿವೆ, ಕಡಲೆಗಳಾದ ಅಪ್ಪ-ಅಮ್ಮ-ಅಕ್ಕ-ಮಗ-ಗಂಡ-ಗೆಳತಿಯರು...

» ಸದಾ ನನ್ನ ಬೆನ್ನ ಹಿಂದೆ ಇರುವ ಅಣ್ಣ ಡಾ. ಜಗದೀಶ್ ಕೊಪ್ಪ, ಚೆಂದವಾಗಿ ಬರೆದಾಗ ಚೆಂದವಿದೆ ಎಂದು ಹೇಳುವ ಟಿ ಎನ್ ಸೀತಾರಾಮ್ ಸರ್, ಶ್ರೀ ವಿವೇಕ್ ಶಾನ್‌ಭಾಗ್, ಶ್ರೀ ನಾಗರಾಜ್ ವಸ್ತಾರೆ

ಪರಿವಿಡಿ

ಅಪ್ಪನ ಶಿಸ್ತು! /1
ಅಮ್ಮನ ಸಾವಿನ ಭವಿಷ್ಯ /12
ಮಕ್ಕಳೆನ್ನುವ ಪುಟ್ಟ ಪಿಶಾಚಿಗಳು! /23
ಕಲ್ಚರಲ್ ಶಾಕ್ /31
ಬ್ರಾಹ್ಮಣರ ಕೇರಿಯಲ್ಲಿ ಭಾರತಿಯರು ಮುಟ್ಟಾದ ಕಥೆ... /42
ಬಿಲೀವ್ ಇಟ್ ಆರ್ ನಾಟ್! /54
ಮಕ್ಕಳೇಕೆ ಮಾನ ತೆಗೆಯುತ್ತವೆ? /64
ಮೈನಸ್ ಇದ್ದಿದ್ದು ಈಗ ಪ್ಲಸ್ ಆಗೋಯ್ತಲ್ಲಾ! /75
ವಶೀಕರಣ! /86
ವಾಸ್ತು, ವಿಜ್ಞಾನ ಇತ್ಯಾದಿ... /95
ಸುಮ್ಮನೊಂದು ಸಿಗರೇಟ್ ಪುರಾಣ... /105
ಹಳೆಯ ಪ್ರೇಮ ಹುಡುಕಿ ಬಂದಾಗ /113
ಒಳ್ಳೆಯ ಮನೆಯಲ್ಲಿ ಹುಟ್ಟುವುದು ಒಂದು ಭಾಗ್ಯವಾ? /120
ಸೇಲಮ್ಮಿನ ಗಂಡುಗಲಿ /129
ನನ್ನನ್ನೂ, ಮಕ್ಕಳನ್ನೂ ನೆಮ್ಮದಿಯಾಗಿ ಬದುಕಲು ಬಿಡಿ /136

Kg

ಅಪ್ಪನ ಶಿಸ್ತು!

ಇದುವರೆಗೆ ಅಪ್ಪನ ಪ್ರೀತಿಯ ಬಗ್ಗೆ ಸಾಕಷ್ಟು ಸಲ ಬರೆದಿದ್ದೇನೆ. ಅಪ್ಪನ ಸಿಟ್ಟು ಮತ್ತು ಶಿಸ್ತಿನ ಬಗ್ಗೆ ಬರೆಯಬೇಕಾದ್ದು ತುಂಬ ಇದ್ದರೂ ಅದರಿಂದ ಅವರಿಗೆ ಬೇಸರವಾಗಬಹುದೇನೋ ಅನ್ನಿಸಿ ಬರೆಯದೇ ಸುಮ್ಮನುಳಿದಿದ್ದೆ. ಮೊನ್ನೆ ಮೊನ್ನೆ ಅಪ್ಪನೊಡನೆ ಮಾತಾಡುವಾಗ ಯಾತಕ್ಕೋ ಈ ವಿಷಯ ಬಂದು ಹಾಗಂತ ಹೇಳಿ ಅವರ ಪ್ರತಿಕ್ರಿಯೆ ಏನು ಅಂತ ಅವರನ್ನು ಸೂಕ್ಷ್ಮವಾಗಿ ಗಮನಿಸುತ್ತ ಕೂತೆ. ನನಗೇ ಆಶ್ಚರ್ಯವಾಗುವಂತೆ ಅಪ್ಪ ನಗುತ್ತ 'ಬರಿ, ಅದಕ್ಕೇನು' ಅಂದುಬಿಟ್ಟರು. ಈ ಮಾತನ್ನು ಕೇಳಿದ ಕೂಡಲೇ ಖುಷಿಯಾಗಿ ಹೋಯಿತು. ಪ್ರೀತಿಯೆನ್ನುವುದು ಹೇಗೆ ನಾನಾ ಸಂದರ್ಭಗಳಲ್ಲಿ ನಾನಾ ಪರಿಯಾಗಿ ಖುಷಿ ಕೊಡುತ್ತದೋ, ಹಾಗೆಯೇ ಶಿಸ್ತು–ಸಿಟ್ಟಿನ ಘಟನೆಗಳು ಕೂಡ ಅವು ನಡೆದ ಕಾಲಕ್ಕೆ ಸಂಕಟ ತಂದಿದ್ದರೂ, ವರುಷಗಳು ಕಳೆದ ನಂತರ ನೆನೆಸಿಕೊಂಡಾಗೆಲ್ಲ ನಗುವನ್ನೇ ತರಿಸುತ್ತವೆ. ಇಂಥ ಘಟನೆಗಳನ್ನು ನನ್ನೊಳಗೆ ಅದುಮಿಟ್ಟುಕೊಂಡು ಕುಳಿತಿದ್ದ ನನಗೆ ಅಪ್ಪನ ಮಾತಿನಿಂದ ಬಿಡುಗಡೆಯ ಭಾವ! ಇಂಥ ಒಂದೆರಡು ಘಟನೆಗಳ ಬಗ್ಗೆ ತುರ್ತಾಗಿ ಹೇಳಬೇಕಿದೆ...

ನನ್ನ ಅಪ್ಪ ಹಣಕಾಸಿನ ವಿಚಾರದಲ್ಲಿ ತುಂಬ ಕಟ್ಟುನಿಟ್ಟು. ಅವರು ಹಾಗೆ ಇರಲೇಬೇಕಾದ ಅನಿವಾರ್ಯವೂ ಇತ್ತು ಅಂತಿಟ್ಟುಕೊಳ್ಳಿ. ತುಂಬ ದುಡ್ಡು ಕೈಯ್ಯಲ್ಲಿರದ ಕಾರಣ ಖರ್ಚಿನಲ್ಲಿ ಕೈಹಿಡಿತ ಮಾಡಲೇಬೇಕಾದ ಪರಿಸ್ಥಿತಿ ಇತ್ತು. ಆಗ ಎಲ್ಲರ ಮನೆಗಳ ಪರಿಸ್ಥಿತಿಯೂ ಹೆಚ್ಚುಕಡಿಮೆ ಹಾಗೇ ಇರುತ್ತಿದ್ದರಿಂದ ನಮಗೆ ಆಗ ಅದೆಲ್ಲ ವಿಚಿತ್ರ ಅಂತಲಾಗಲೀ ಅಥವಾ ಅತಿರೇಕ ಅಂತಲಾಗಲೀ ಅನ್ನಿಸುತ್ತಲೇ ಇರಲಿಲ್ಲ. ಬದುಕು ಇರಬೇಕಾದ್ದೇ ಹಾಗೆ ಮತ್ತು ಇರುವುದೂ ಹಾಗೆಯೇ ಅನ್ನುವ ರೀತಿ ಬದುಕಿಬಿಡುತ್ತಿದ್ದೆವು. ದುಂದುವೆಚ್ಚ ಅನ್ನಿಸುವಂಥ ಒಂದೇ ಒಂದು ಖರ್ಚನ್ನೂ ನಾವು ಮಾಡುತ್ತಿರಲಿಲ್ಲ. ಆದರೆ ಕೆಲವೊಂದು ಖರ್ಚಿನ ಬಗ್ಗೆ ಅಪ್ಪನಿಗೆ ಅದೆಂಥ obsession ಇತ್ತು ಎಂದರೆ, ತಾನು ಕಂಟ್ರೋಲ್ ಮಾಡದೇ ಹೋದರೆ ನಾವು ಎರ್ರಾಬಿರ್ರಿ ಖರ್ಚು ಮಾಡಿ ಅವರ ಕುತ್ತಿಗೆಗೆ ತಂದಿಟ್ಟು ಬಿಡುತ್ತೀವೇನೋ ಎನ್ನುವ ಭಯ ಅವರನ್ನು ಕಾಡುತ್ತಿತ್ತು. ಹಾಗಾಗಿ ಅಂಥ ಕೆಲವು ವಿಷಯಗಳ ಬಗ್ಗೆ ಅಪ್ಪ ಸಿಟ್ಟಿಗೆದ್ದು ಪದೇ ಪದೇ ತರಾವರಿಯಾಗಿ ಬಯ್ಯುತ್ತಿದ್ದರು. ಅಂಥ ಒಂದು ವಿಷಯವೆಂದರೆ ನಮ್ಮ ಪೆನ್ನಿನ ಇಂಕಿನ ವಿಷಯ! ಅದಕ್ಕೂ ಯಾರಾದರೂ ಬಯ್ಯುವಂಥ ದಿನಗಳಿದ್ದವಾ ಅಂದುಕೊಳ್ಳುತ್ತಾರೇನೋ ಈಗಿನ ಮಕ್ಕಳು, ಆದರೆ ಅದು ನಿಜ! ನಾವು ಶಾಲೆಯಲ್ಲಿ ಕಲಿಯುತ್ತಿದ್ದ ಕಾಲದಲ್ಲಿ ಏಳನೆಯ ಕ್ಲಾಸಿನವರೆಗೂ ನಾವೆಲ್ಲ ಉಪಯೋಗಿಸುತ್ತಿದ್ದುದು ಇಂಕ್ ಪೆನ್ ಮಾತ್ರ. ಅಂಥ ಸುಲಲಿತವಾಗಿ ಬರೆಸಿಕೊಂಡು ಹೋಗುವ ಬಾಲ್ ಪೆನ್ನನ್ನು ಕಂಡು ಹಿಡಿದು ಒಂದು ಶತಮಾನ ಕಳೆದು ಹೋಗಿದ್ದರೂ, ಸದಾ ಕಾರಿಕೊಳ್ಳುತ್ತ ಕಾಟ ಕೊಡುವ ಇಂಕ್ ಪೆನ್ನನ್ನೇ ಉಪಯೋಗಿಸಬೇಕೆಂಬ ರೂಲ್ ಶಾಲೆಯಲ್ಲಿ ಜಾರಿಯಲ್ಲಿದ್ದಿದ್ದು ಯಾಕೋ ಗೊತ್ತಿಲ್ಲ. ಒಟ್ಟಿನಲ್ಲಿ ಈ ರೂಲ್‌ನಿಂದಾಗಿ ನಾವು ಇಂಕ್ ಪೆನ್ನನ್ನೇ ಉಪಯೋಗಿಸಬೇಕಾಗಿ ಬಂದು, ಆ ಕಾರಣಕ್ಕಾಗಿ ಅನುಭವಿಸಿದ್ದು ಅಷ್ಟಿಷ್ಟಲ್ಲ!

ನನ್ನಪ್ಪ ವರ್ಷದ ಆರಂಭದಲ್ಲೇ ತಿಂಗಳ ರೇಷನ್ ತರಹ ಒಂದೆರಡು, ಮೂರು ಇಂಕಿನ ಬಾಟಲ್ ತಂದಿಟ್ಟು ಬಿಡುತ್ತಿದ್ದರು. ಅವರ ಲೆಕ್ಕಾಚಾರದ ಪ್ರಕಾರ ಆ ಬಾಟಲಿನ ಇಂಕು ಅದೆಷ್ಟೋ ತಿಂಗಳಿಗೆ ಪೂರ್ತಿ ಸಾಲಬೇಕು. ಆ ರೀತಿ ಲೆಕ್ಕ ಹಾಕಲು ಅದ್ಯಾವ economic theory ಅವರಿಗೆ ಪ್ರೇರಣೆಯಾಗಿತ್ತೋ ನನಗಂತೂ ಗೊತ್ತಿಲ್ಲ. ಒಟ್ಟಿನಲ್ಲಿ ಅವರು ಲೆಕ್ಕಾಚಾರ ಹಾಕಿಯಾಗಿತ್ತು ಮತ್ತು ಆ ಲೆಕ್ಕಾಚಾರ ತಪ್ಪುವಂತಿಲ್ಲ, ಅಷ್ಟೇ! ನಾವು ಕೂಡಾ ಪೆನ್ನು ಮತ್ತು ಇಂಕಿನ ವಿಷಯವಾಗಿ ಭಯಂಕರ obsessed ವ್ಯಕ್ತಿಗಳಾಗಿದ್ದೆವು. ಪೆನ್ನನ್ನು ಅದೆಷ್ಟು ಭಯಭಕ್ತಿಗಳಿಂದ ನೋಡಿಕೊಳ್ಳುತ್ತಿದ್ದೆವು ಗೊತ್ತೇ? ಪ್ರತಿವಾರದ ಭಾನುವಾರದಂದೂ ಪೆನ್ ತೊಳೆದು, ನಿಬ್ ಒರೆಸಿ, ಕ್ಲೀನ್ ಮಾಡಿ, ಇಂಕ್ ತುಂಬುವ ಕಾರ್ಯಕ್ರಮವನ್ನು ಸತ್ಯನಾರಾಯಣ ಪೂಜೆಗಿಂತಲೂ

ಶ್ರದ್ಧೆಯಿಂದ ಮಾಡುತ್ತಿದ್ದೆವು (ಸತ್ಯನಾರಾಯಣ ಪೂಜೆ ಇಡೀ ಜನ್ಮದಲ್ಲಿ ಒಂದೇ ದಿನ ಮಾಡಿದ್ದು ಅನ್ನುವುದು ಬೇರೆಯದೇ ಮಾತು!). ಕ್ಲೀನಿಂಗ್‌ನಂಥ ಕೆಲಸವನ್ನು ನಮ್ಮ ಪಾಡಿಗೆ ನಾವು ಮಾಡಿಕೊಂಡರೂ, ಇಂಕು ತುಂಬಿಸುವ ಮಹತ್ಕಾರ್ಯ ಮಾತ್ರ ಹೆಚ್ಚೂಕಡಿಮೆ ಅಪ್ಪನ ಮೇಲ್ವಿಚಾರಣೆಯಲ್ಲೇ ನಡೆಯುತ್ತಿತ್ತು. ಇಂಕ್ ಫಿಲ್ಲರ್ ಅನ್ನುವ ಮಂತ್ರದಂಡವೊಂದು ಇನ್ನೂ ಸೃಷ್ಟಿಯಾಗಿಲ್ಲದ ಕಾಲದಲ್ಲಿ ಒಂದು ತೊಟ್ಟೂ ಕೆಳಕ್ಕೆ ಬೀಳದಂತೆ ಇಂಕು ತುಂಬಿಸುವುದು ಸಾಮಾನ್ಯದ ಸಂಗತಿಯೇನೂ ಆಗಿರಲಿಲ್ಲ. ಅಪ್ಪ ಅಲ್ಲೇ ಕೂತು ನಮ್ಮನ್ನು ನೋಡುತ್ತಿದ್ದಾರೆ ಅನ್ನುವ ಕಾರಣಕ್ಕೆ ತುಂಬ ಹುಷಾರಿನಲ್ಲಿ ಇಂಕು ತುಂಬಿಸಲು ಹೋಗಿ, ಕೈ ನಡುಗಿ ಒಂದೆರಡು ತೊಟ್ಟು ಇಂಕು ಕೆಳಗೆ ಹರಡಿದ್ದ ಬಟ್ಟೆಯ ಪಾಲಾಗಿ ಮುಂದಿನ ಒಂದಿಷ್ಟು ಹೊತ್ತು ನಮ್ಮ ದುಂದುಗಾರಿಕೆಗಾಗಿ ಬಯ್ಯುವುದು ಮತ್ತು ಬಯ್ಯುತ್ತಲೇ ಫ್ಲ್ಯಾಷ್‌ಬ್ಯಾಕಿಗೆ ಹೋಗುವುದು ಮಾಮೂಲಾಗಿತ್ತು.

ಹಾಗೆ ಬಯ್ಯುವಾಗ ಅವರ ಅಪ್ಪ, ಅಂದರೆ ನನ್ನ ತಾತನ ಕಾಲದ ಕಥೆ ಶುರುವಾಗುತ್ತಿತ್ತು. ತಮ್ಮ ಕಾಲದಲ್ಲಿ ತಾವು ಹೇಗೆ ಕಷ್ಟಪಡುತ್ತಿದ್ದೆವು ಮತ್ತು ನಮ್ಮ ಈ ಕಾಲದಲ್ಲಿ ನಾವು ಈ ರೀತಿ ದಂಧರಾಳಿತನ ಮಾಡುತ್ತಿದ್ದೇವೆ ಅನ್ನುವುದಕ್ಕೆ ಪೂರಕವಾದ ಕಥೆಗಳನ್ನು ಹೇಳಲು ಶುರು ಮಾಡುತ್ತಿದ್ದರು. ಅದರಲ್ಲಿ ತುಂಬ ಪಾಪ್ಯುಲರ್ ಆಗಿದ್ದು ತಾತನ ಕಡಲೆಕಾಯಿ ಕಥೆ...

ಕಡಲೆಕಾಯಿ ಭಕ್ತರಾಗಿದ್ದ ತಾತನಿಗೆ ದಿನಾ ರಾತ್ರಿ ಮಲಗುವ ಮುಂಚೆ ಒಂದು ಹಿಡಿ ಕಡಲೆಕಾಯಿ ತಿನ್ನುವ ಅಭ್ಯಾಸವಿತ್ತಂತೆ. ಮನೆಯಲ್ಲಿರುವ ಮಕ್ಕಳಿಗೆಲ್ಲ ಕೊಟ್ಟರೆ ಇಡೀ ಒಂದು ಮೂಟೆ ಕಡಲೆಕಾಯಿ ಖಾಲಿ ಮಾಡುವಂಥ ಹೊಟ್ಟೆಬಾಕರು! ತಾತನ ಆದಾಯ ಅದಕ್ಕೆಲ್ಲ permit ಮಾಡುತ್ತಿರಲಿಲ್ಲ. ಹಾಗಾಗಿ 'ದುಡಿಯುವ ಗಂಡಸಾದ' ತಾತನಿಗೆ ಮಾತ್ರ ಆ ಪುಣ್ಯ. ಕಡಲೆಕಾಯಿ ಬಿಡಿಸಿಕೊಡಲು ಈ ಮಕ್ಕಳಲ್ಲಿ ಪೈಪೋಟಿಯಂತೆ. ಅದೇನೂ ತಂದೆಯ ಮೇಲಿನ ಪ್ರೀತಿಯಿಂದ ಅಂದುಕೊಳ್ಳಬೇಡಿ! ಅದಕ್ಕೊಂದು ಕಾರಣವಿದೆ. ಸಣ್ಣ ಮಕ್ಕಳಾದ ಇವರಿಗೆ ಕಡಲೆಕಾಯಿ ಸಿಗುತ್ತಿರಲಿಲ್ಲವಲ್ಲ, ಹಾಗಾಗಿ ಅದಕ್ಕೊಂದು ಪ್ಲ್ಯಾನ್ ಇವರದ್ದು. ತಾತನಿಗೆ ಕಾಯಿ ಬಿಡಿಸಿಕೊಡುವಾಗ ಬೇಕೆಂತಲೇ ಒಂದಿಷ್ಟು ಕಾಳುಗಳನ್ನು ಸಿಪ್ಪೆಯ ಜೊತೆ ಜಾರಿಸಿಬಿಡುತ್ತಿದ್ದರಂತೆ. ಕೊನೆಯಲ್ಲಿ ತಾತನ ಕೋಟಾ ಮುಗಿದ ನಂತರ ಸಿಪ್ಪೆ ಬಾಚುವಾಗ ಮಕ್ಕಳು ಕೆಳಗೆ ಬಿದ್ದಿದ್ದ ಕಡಲೆಕಾಯಿಯನ್ನೆಲ್ಲ ಆರಿಸಿ ತಿನ್ನುತ್ತಿದ್ದರಂತೆ. ಅಂಥ ಕಷ್ಟದಲ್ಲೆಲ್ಲ ಬದುಕಿದ ಈ ಕಥೆ ಮತ್ತು ಇಂಥದ್ದೇ ಇನ್ನೊಂದಿಷ್ಟು ಕಥೆಗಳನ್ನು ಉದಾಹರಿಸುತ್ತ ಅಪ್ಪ ತಮ್ಮ ಬೈಗುಳದ ಸೆಷನ್ ಶುರು ಮಾಡುತ್ತಿದ್ದರು. ನಾವು ಇಂಕು ಚೆಲ್ಲಿದ ತಪ್ಪಿಗೆ ಇದನ್ನೆಲ್ಲ ಕೇಳಿಸಿಕೊಳ್ಳುತ್ತ ಇಂಕು ತುಂಬಿಸುವ ಮಹಾಯಜ್ಞ ಮುಗಿಸುತ್ತಿದ್ದೆವು. ಅದಾದ

ನಂತರ ಇನ್ನು ಮುಂದಿನ ವಾರದವರೆಗೂ ಆ ಇಂಕು 'ಬಾಳಿಕೆ' ಬರಬೇಕು, ಅಷ್ಟೇ! ಅದು ಅಪ್ಪನ ನಿರ್ಧಾರ! ಆದರೆ ಆ ಇಂಕು ಅಷ್ಟು ಕಾಲ ಬಾಳಿಕೆ ಬರುವುದಿಲ್ಲ ಅನ್ನುವುದು ನಮಗೆ ಮೊದಲೇ ಗೊತ್ತಿರುತ್ತಿತ್ತು. ಯಾಕೆಂದರೆ ಅಪ್ಪನ ಲೆಕ್ಕದಲ್ಲಿ ಇಂಕು ಅನ್ನುವುದು ಬರೆಯಲು ಮಾತ್ರ ಇರುವ ಸಾಧನವಾಗಿತ್ತು. ನಮಗೆ ಅದು ದೇವರಂತೆ... ನಾನಾ ಉಪಯೋಗ, ನಾನಾ ಸ್ವರೂಪ ಅದಕ್ಕೆ!

ಅರ್ಥವಾಗಲಿಲ್ಲ ಅಲ್ಲವೇ? ಬಿಡಿಸಿ ಹೇಳುತ್ತೇನೆ ಕೇಳಿ!

ನಾವು ಶಾಲೆಯ ದಾರಿಯಾಗಿ ಹೋಗುವಾಗ ರಸ್ತೆ ಬದಿಯಲ್ಲೊಂದು ಗೂಡಂಗಡಿ ಇತ್ತು. ಅಲ್ಲಿ ಸಣ್ಣಸಣ್ಣ ಗಾಜಿನ ಜಾಡಿಗಳಲ್ಲಿ ಅಂಟಿನುಂಡೆ, ಎಳ್ಳುಂಡೆ, ಬೆಲ್ಲದ ಕೊಬ್ಬರಿ ಮಿಠಾಯಿ ತುಂಬಿಸಿಟ್ಟಿರುತ್ತಿದ್ದರು. ನನಗೆ ಈ ಜಗತ್ತಿನ ಯಾವುದನ್ನೇ ಆಗಲಿ, ಹೇಗೋ ನಿಗ್ರಹಿಸುವ ಶಕ್ತಿಯಿದೆ. ಆದರೆ ಬೆಲ್ಲದಿಂದ ಮಾಡಿದ ಸಿಹಿತಿಂಡಿ ನನ್ನ ಬದುಕಿನ ಬಹು ದೊಡ್ಡ ವೀಕ್‌ನೆಸ್... ಅದರಲ್ಲೂ ಬೆಲ್ಲದ ಕೊಬ್ಬರಿ ಮಿಠಾಯಿ! ಇಡೀ ಜಾಡಿಯಲ್ಲಿರುವ ಮಿಠಾಯಿಯನ್ನೆಲ್ಲ ಗಬಗಬ ತಿನ್ನಬೇಕು ಅನ್ನಿಸುತ್ತಿತ್ತು. ಆಗೆಲ್ಲ ಪಾಕೆಟ್ ಮನಿ ಅನ್ನುವುದರ ಹೆಸರು ಕೂಡ ಕೇಳಿರಲಿಲ್ಲ ನಾವು. ನಮ್ಮ ಕೈಯಲ್ಲಿ ಒಂದೇ ಒಂದು ನಯಾಪೈಸೆ ಓಡಾಡದ ಕಾಲ. ಮತ್ತೆ ಆ ಕೊಬ್ಬರಿ ಮಿಠಾಯಿ ತಿನ್ನುವುದು ಹೇಗೆ! ಆಗಲೇ ಈ barter system ಅನ್ನುವುದು ನಮ್ಮ ಬದುಕಿನಲ್ಲಿ ಕಾಲಿಟ್ಟದ್ದು ಮತ್ತು ನಮ್ಮ ಬದುಕಿನ ಭಾಗವಾಗಿದ್ದು! ವಾರದ ಲೆಕ್ಕದಲ್ಲಿ ಅಪ್ಪ ಕೊಡುತ್ತಿದ್ದ ಇಂಕಿನಲ್ಲಿನ ಕೆಲವು ತೊಟ್ಟುಗಳನ್ನು ನಾವು ಕಾಳಸಂತೆಯಲ್ಲಿ ಮಾರಾಟ ಮಾಡಿಕೊಳ್ಳುತ್ತಿದ್ದೆವು! ಅಂದರೆ ಗೆಳತಿಯರ ಪೆನ್ನಿನ ಇಂಕು ಖಾಲಿಯಾದಾಗ ನಾವು ಇಂಕನ್ನು ತೊಟ್ಟಿನ ಲೆಕ್ಕದಲ್ಲಿ ಸಾಲ ಕೊಡುತ್ತಿದ್ದೆವು. ಆ ತೊಟ್ಟುಗಳ ಲೆಕ್ಕ ಕರಾರುವಾಕ್ಕಾಗಿ ನೆನಪಿನಲ್ಲಿ ಇಟ್ಟುಕೊಂಡಿರುತ್ತಿದ್ದೆವು. ಸಾಲದ ಗಡಿ 5 ತೊಟ್ಟು ಮುಟ್ಟಿದಾಗ ಅವರು ನಮಗೊಂದು ಬೆಲ್ಲದ ಕೊಬ್ಬರಿ ಮಿಠಾಯಿ ಕೊಡಿಸುತ್ತಿದ್ದರು. ಅಲ್ಲಿಗೆ ನಮ್ಮ ವ್ಯವಹಾರ ಚುಕ್ತಾ! ಈ ರೀತಿಯಾಗಿ ಬೇಕಾದಷ್ಟು ಸಲ ಕೊಡು-ಕೊಳ್ಳುವ ವ್ಯವಹಾರ ಮಾಡುತ್ತಿದ್ದೆವು. ಈ ಕಾರಣಕ್ಕಾಗಿ ನಮಗೆ ಒಂದಿಷ್ಟು ಇಂಕು ಪ್ರಾವಿಷನ್ ಬೇಕಾಗುತ್ತಿತ್ತು.

ಇನ್ನೊಂದು ಕಾರಣವೆಂದರೆ, ನಮ್ಮ ಕ್ಲಾಸಿನಲ್ಲಿ ತುಂಬ ಬಡತನದಲ್ಲಿ ಬದುಕುತ್ತಿದ್ದ ಒಂದಿಬ್ಬರು ಗೆಳತಿಯರಿದ್ದರು. ಅವರ ಮನೆಯಲ್ಲಿ ಶಾಲೆಗೆ ಕಳಿಸುತ್ತಿದ್ದುದೇ ಕಷ್ಟವಾಗಿರುವಾಗ, ಇನ್ನು ಇಂಕು-ಪೆನ್ನು-ಪುಸ್ತಕ ಅಂತೆಲ್ಲ ಪೀಡಿಸಿದರೆ ಕೆಲಸ ಬಿಡಿಸಿ, ಮನೆಗೆಲಸಕ್ಕೆ ಹಾಕುತ್ತಿದ್ದರು. ಹಾಗಾಗಿ ನಾವೆಲ್ಲ ಸೇರಿ ಆಗೀಗ ಅವರಲ್ಲಿ ಯಾರಾದರೊಬ್ಬರಿಗೆ non returnable ಲೆಕ್ಕದಲ್ಲಿ ಒಂದೆರಡು ತೊಟ್ಟು ಇಂಕು ಕೊಡುತ್ತಿದ್ದೆವು. ಅದು ಒಂಥರಾ ಸಮುದಾಯ ಪ್ರಜ್ಞೆಯ ಹಾಗೆ... ಅವರ ಕಷ್ಟವನ್ನು

ಯಾರೂ ಆಜ್ಞೆ ಮಾಡದೇ, ಯಾರೂ ಒತ್ತಾಯಿಸದೇ ನಾವೆಲ್ಲ ಸ್ವಂತ ಇಚ್ಛೆಯಿಂದ ಹಂಚಿಕೊಂಡು ಬಿಟ್ಟಿದ್ದೆವು. ಇದನ್ನೆಲ್ಲ ಅಪ್ಪನ ಬಳಿಯಾಗಲೀ, ಮತ್ಯಾರ ಬಳಿಯಾಗಲೀ ನಾವು ಹೇಳುತ್ತಿರಲಿಲ್ಲ. ಹಾಗಾಗಿ ಅಪ್ಪ ಕೊಡುತ್ತಿದ್ದ ಇಂಕಿನ ರೇಷನ್‌ನಲ್ಲಿ ಇದಕ್ಕೂ ಪ್ರಾವಿಷನ್ ಮಾಡಬೇಕಾದ ಅನಿವಾರ್ಯತೆ ಕೂಡ ಸೇರಿಕೊಳ್ಳುತ್ತಿತ್ತು.

ಇನ್ನು ಬಹೂಪಯೋಗಿ ಇಂಕಿನ ಮತ್ತೊಂದು ಉಪಯೋಗವೇನೆಂದರೆ, ಅದರಿಂದ ನಡೆಯುತ್ತಿದ್ದ ನಮ್ಮ ಆರ್ಟ್ ವರ್ಕ್! ಆಗಿನ ಬಹುತೇಕ ಮಕ್ಕಳಲ್ಲಿ ಒಂದು ತಲೆಹರಟೆ ವಿದ್ಯೆಯಿತ್ತು. ಅದೇನೆಂದರೆ, ಒಂದು ಹಾಳೆಯ ನಡುವೆ ಒಂದೆರಡು ತೊಟ್ಟು ಇಂಕನ್ನು ಒದರಿ, ನಂತರ ಆ ಹಾಳೆಯನ್ನು ಮಧ್ಯದಲ್ಲಿ ಮಡಚಿ ನಂತರ ಬಿಡಿಸಿದರೆ ನಮ್ಮ ಕಲ್ಪನಾ ಶಕ್ತ್ಯಾನುಸಾರ ನವಿಲು, ಆನೆಯ ಸೊಂಡಿಲು, ಗಾಂಧಿತಾತನ ಕೋಲು-ಕನ್ನಡಕ, ಮರ-ಗಿಡ ಎಲ್ಲವೂ ಮೂಡುವ ಅದ್ಭುತ ಘಳಿಗೆಯೊಂದು ನಮ್ಮೆದುರು ಬಿಚ್ಚಿಕೊಳ್ಳುತ್ತಿತ್ತು. ಇಂಥ ಚಮತ್ಕಾರದ ಘಳಿಗೆಗೆ ನಾವೆಷ್ಟು ಅಡಿಕ್ಟ್ ಆಗಿದ್ದೆವೆಂದರೆ ಅಪ್ಪನ ಆಜ್ಞೆಯಾಗಲೀ, ಭಯವಾಗಲೀ ನಮ್ಮನ್ನು ತಡೆಯುತ್ತಿರಲಿಲ್ಲ. ಇರುವ ಇಂಕಿನಲ್ಲಿ ಈ ಕೆಲಸಕ್ಕೂ ಒಂದಿಷ್ಟು ಪ್ರಾವಿಷನ್ ಇಟ್ಟುಕೊಳ್ಳಬೇಕಾಗಿತ್ತು!

ಇವೆಲ್ಲ multipurposeಗಳು ಗೊತ್ತಿಲ್ಲದ ಅಪ್ಪ ಪೆನ್ನೆಂದರೆ ಬರೀ ಬರೆಯುವ ಸಾಧನ ಎಂದುಕೊಂಡಿದ್ದು ನಮ್ಮ ತಪ್ಪಾ? ಈ extra curricular activityಗಳಿಂದಾಗಿ ನಿರೀಕ್ಷಿಸಿದ ಹಾಗೇ ಇಂಕು ಡ್ಯೂ ಡೇಟಿಗೆ ಮುಂಚಿತವಾಗೇ ಮುಗಿದುಹೋಗುತ್ತಿತ್ತು. ಆಗ ಈ 'ಎಚ್ಚೆತ್ತ ಭಾರತಿ'ಗೆ ವಾಸ್ತವದ ನೆನಪಾಗುತ್ತಿತ್ತು. ಶಾಲೆ ಶುರುವಾದ ಮೊದಲಲ್ಲಿ ಒಂದೆರಡು ಸಲ ಪೆನ್ನಿಲ್ಲದೇ ಶಾಲೆಗೆ ಹೋಗಲಾಗದ ಕಾರಣಕ್ಕೆ ಹೊಟ್ಟೆನೋವು, ತಲೆನೋವು ಅಂತೆಲ್ಲ ನೋವು ಬರಿಸಿಕೊಳ್ಳುತ್ತಿದ್ದೆವು. ಆದರೆ ಎಷ್ಟಂತ ಅದೇ ಅದೇ ಸುಳ್ಳು ಹೇಳಿ ತಪ್ಪಿಸಿಕೊಳ್ಳಲು ಸಾಧ್ಯ? ಕೊನೆಗೆ ವಿಧಿಯಿಲ್ಲದಾಗ ಅಪ್ಪನೆದುರು ಜೋಲು ಮುಖ ಮಾಡಿ ನಿಲ್ಲುತ್ತಿದ್ದೆವು. ಸು ಅಂದ್ರೆ ನಮ್ಮ ಸುಪ್ಪಿ ರಾಗ ಅಪ್ಪನಿಗೆ ಗೊತ್ತಿಲ್ಲದ್ದಾ? 'ಏನಾಯಿತು?' ಅನ್ನುತ್ತಿದ್ದರು ಸಿಟ್ಟಿನಲ್ಲಿ. ನಾವು ಬೆದರುತ್ತ 'ಇಂಕು ಖಾ... ಖಾಲಿ... ಆ... ಗೋಯ್ತು' ಅಂತ ತೊದಲುತ್ತಿದ್ದೆವು ಇದ್ದಬದ್ದ ಧೈರ್ಯವನ್ನೆಲ್ಲ ಒಗ್ಗೂಡಿಸಿಕೊಳ್ಳುತ್ತ. ಅಪ್ಪ ಅದನ್ನು ಕೇಳಿದ ಕೂಡಲೇ ಅನಾಹುತವಾದಂತೆ 'ಆಆಆ! ಇವತ್ತಿನ್ನೂ ಶುಕ್ರವಾರ! ಎರಡು ದಿನ ಮುಂಚಿತವಾಗಿ ಇಂಕು ಮುಗಿದು ಹೋಯಿತಾ!' ಅಂತ ಕೇಳುತ್ತಿದ್ದ ಧಾಟಿಗೆ ನಿಂತಲ್ಲೇ ಒಂದ, ಎರಡ ಎಲ್ಲ ಬರುವಂತಾಗುತ್ತಿತ್ತು! ಆದರೂ ಅಲ್ಲಿಂದ ಕದಲುವಂತಿಲ್ಲ. ಯಾಕೆಂದರೆ ಬಯ್ಗುಳದ ಸ್ಟಾಕೆಲ್ಲ ಖಾಲಿಯಾದ ನಂತರವೇ ಅಪ್ಪ ಇಂಕನ್ನು ದಯಪಾಲಿಸುತ್ತಿದ್ದುದು. ಆ ಕಾರಣಕ್ಕಾಗಿ ನಾವು ಅಲ್ಲಿ ನಿಲ್ಲಲೇ ಬೇಕಾಗುತ್ತಿತ್ತು ಅಪ್ಪನ ಬಯ್ಗುಳಕ್ಕೆ ಕಿವಿ ಕೊಟ್ಟು...

'ನಿಮ್ಮಪ್ಪ ದೊರೆ ಮೊಮ್ಮಗ ಅಂದ್ಕೊಂಡ್ರಾ'

'ದುಡ್ಡೇನು ನಿಮ್ಮಮ್ಮ ಹಾಕಿರೋ ಹತ್ತಿ ಮರದಲ್ಲಿ ಬಿಡುತ್ತಾ ಕಿತ್ಕೊಂಡು ಬರಕ್ಕೆ'

'ನಮ್ಮ ಕಾಲದಲ್ಲಿ ಹುಟ್ಬೇಕಿತ್ತು ನೀವೆಲ್ಲಾ... ಚಪ್ಪಲಿ... **ಒಂದು ಚಪ್ಪಲಿಗೆ ಗತಿಯಿರಲಿಲ್ಲ'**

'ದಾನ ಮಾಡಿ ಬಂದುಬಿಡಿ, ನಾನಿದೀನಲ್ಲ ಇಲ್ಲಿ ದುಡಿಯೋದಿಕ್ಕೆ'

ಒಂದು ಜುಜುಬಿ ಇಂಕಿಗಾಗಿ ಈ ರೀತಿಯಾಗಿ ಸಾಕಷ್ಟು ಮಾತು. ಕದಲದೇ ನಿಂತು ಎಲ್ಲ ಕೇಳಿದ ನಂತರ ಬಯ್ದು ಸುಸ್ತಾದ ಅಪ್ಪ 'ಇನ್ನೆಂದಾದರೂ ಹೀಗೆ ಮಾಡಿದರೆ ನಾನು ಸುಮ್ಮನಿರುವುದಿಲ್ಲ' ಅನ್ನುವ ಫೈನಲ್ ವಾರ್ನಿಂಗ್‌ನೊಡನೆ ಸುಮ್ಮನಾಗುತ್ತಿದ್ದರು. ನಾವು ಆ ವಾರ್ನಿಂಗ್‌ಗೆ ಹೆದರಿ ಸುಮ್ಮನಾಗಿಬಿಡುತ್ತಿದ್ದೆವು ಅಂದುಕೊಂಡಿರಾ? ಖಂಡಿತಕ್ಕೂ ಅಂಥ ಬ್ಲ್ಯಾಕ್ ಅಂಡ್ ವೈಟ್ ವ್ಯಕ್ತಿಗಳಲ್ಲದ ನಾವು ಎಂದಿನಂತೆ ಕೊಬ್ಬರಿಮಿಠಾಯಿಗಾಗಿ ಜೀವವನ್ನೇ ಪಣಕ್ಕಿಟ್ಟು ಇಂಕಿನ ಕಳ್ಳ ವ್ಯವಹಾರದಲ್ಲಿ ಮುಳುಗುತ್ತಿದ್ದೆವು!

ಇದು ನನ್ನೊಬ್ಬಳ ಕಥೆಯೋ... ನಿಮ್ಮದೂ ಹೌದೋ ಅನ್ನುವುದನ್ನು ಈಗ ನೀವೇ ಹೇಳಬೇಕು!

ಇನ್ನು ಅಪ್ಪನ ಶಿಸ್ತಿನ ಮತ್ತೊಂದು ಘಟನೆ ಹೇಳುತ್ತೇನೆ...

ಸರಗೂರೆಂಬ ಹಳ್ಳಿಯಲ್ಲಿ ವಾಚ್ ಕಟ್ಟುತ್ತಿದ್ದ ಕೆಲವೇ ಪುಣ್ಯವಂತರಲ್ಲಿ ನಾನು ಮತ್ತು ಅಕ್ಕ ಕೂಡ ಇಬ್ಬರು. ಸಣ್ಣ ವಯಸ್ಸಿನಿಂದ ಸದಾಕಾಲ ಟೈಮೆಷ್ಟು, ಟೈಮೆಷ್ಟು ಅಂತ ಕೇಳುತ್ತಲೇ ಇರುವುದು ನನ್ನ ಚಾಳಿ. ಅದಕ್ಕೆ ರೋಸಿದ್ದಕ್ಕೋ ಏನೋ ಅಪ್ಪ ನಾನು ಐದನೆಯ ಕ್ಲಾಸಿನಲ್ಲಿರುವಾಗಲೋ, ಆರನೆಯ ಕ್ಲಾಸಿನಲ್ಲಿರುವಾಗಲೋ HMT ಪ್ರಿಯಾ ವಾಚ್ ಕೊಡಿಸಿಬಿಟ್ಟರು. ಗೋಲ್ಡ್ ಫ್ರೇಮಿನ ಜೊತೆ ಬಿಳಿಯ ಡಯಲ್ ಇದ್ದ ಪ್ರಿಯಾ ನನಗೆ ಪ್ರಾಣಕ್ಕಿಂತ ಹೆಚ್ಚು ಪ್ರಿಯಳಾಗಿಬಿಟ್ಟಳು. ನನಗೆ ಸಮಯದ ಬಗ್ಗೆ ಎಂಥ ವಿಚಿತ್ರವಾದ obsession ಎಂದರೆ ರಾತ್ರಿ ನಿದ್ರೆ ಮಾಡುವಾಗಲೂ ಆಗಾಗ ಎದ್ದು ಸಮಯ ನೋಡಿಕೊಳ್ಳುತ್ತಿರುತ್ತಿದ್ದೆ! ಹಾಗಾಗಿ ಕೊಡಿಸಿದ ಘಳಿಗೆಯಿಂದ ಸ್ನಾನ ಮಾಡುವಾಗ ಬಿಟ್ಟು, ಮತ್ತ್ಯಾವುದೇ ಘಳಿಗೆಯಲ್ಲೂ ಬಿಚ್ಚದೇ ಕೈಯ್ಯಲ್ಲಿ ಕಟ್ಟಿಯೇ ಇರುತ್ತಿದ್ದೆ. ಅದರ ಬಗೆಗೆ ವಿಪರೀತದ ಮೋಹ ನನ್ನದು. ಅದಕ್ಕೆ ಸಣ್ಣ ಗೆರೆಯೇನಾದರೂ ಬಿದ್ದರೆ ಮೂರು ದಿನ ದುಃಖಿಸುತ್ತಿದ್ದೆ.

ಹೀಗಿರುವಾಗ ಒಂದು ಸಲ ನಮ್ಮ ಸ್ಕೂಲಿನಲ್ಲಿ 'ಸ್ಕೂಲ್ ಡೇ' ತಯಾರಿ ಶುರುವಾಯ್ತು. ಸರಿ, ನಮ್ಮಂಥ ಬಾಲಪ್ರತಿಭೆಗಳನ್ನೆಲ್ಲ ಕಲೆ ಹಾಕಿ ನಮ್ಮಿಂದ

ಅಭಿನಯ 'ತೆಗೆಸಬೇಕಾದ' ಕರ್ಮ ಟೀಚರುಗಳದ್ದು. ಯಾವುದೋ ನಾಟಕ ಮಾಡಿಸುವುದು ಅಂತ ತೀರ್ಮಾನವಾಯ್ತು. ಪಾತ್ರಗಳ ಹಂಚಿಕೆಯೂ ಆಯ್ತು. ನಮ್ಮದು ಬರೀ ಹೆಣ್ಣುಮಕ್ಕಳಿದ್ದ ಶಾಲೆ. ಹಾಗಾಗಿ ಗಂಡುಗಳ ಪಾತ್ರವನ್ನೂ ಹೆಣ್ಣುಮಕ್ಕಳೇ ಮಾಡಬೇಕು. ತಯಾರಿ ಭರದಿಂದ ಸಾಗಿತು...

ಸ್ಕೂಲ್ ಡೇ ಬಂದೇಬಿಟ್ಟಿತು. ಸರಕಾರಿ ಶಾಲೆಯಲ್ಲಿ ನಾವೆಲ್ಲರೂ ಆಲ್-ಇನ್-ಒನ್! ಟೀಚರ್‌ಗಳು ಮತ್ತು ಮಕ್ಕಳು ಸೇರಿ ಕಸ ಗುಡಿಸುವುದರಿಂದ ಸ್ಟೇಜ್ ಸೆಟ್ ಮಾಡುವವರೆಗೆ ಎಲ್ಲವನ್ನೂ ಮಾಡಬೇಕಾಗುತ್ತಿತ್ತು. ಹೀಗೆ ಗಡಿಬಿಡಿಯಲ್ಲಿ ಏನೋ ಮಾಡುತ್ತ ಓಡಾಡುತ್ತಿದ್ದಾಗಲೇ ನಮ್ಮ ರಮಾ ಟೀಚರ್‌ಗೆ ಗಂಡು ಪಾತ್ರಧಾರಿ ರಾಣಿ ವಾಚ್ ಕಟ್ಟಲೇಬೇಕು ಅನ್ನುವುದು ನೆನಪಾದದ್ದು! ಗಂಡಸರು ಮಾತ್ರ ಯಾಕೆ ವಾಚ್ ಕಟ್ಟಬೇಕಿತ್ತು ಅನ್ನುವ ಪ್ರಶ್ನೆ ಆಗ ಮೂಡಿರಲಿಲ್ಲ ಮತ್ತು ಮೂಡಿದ ನಂತರ ಈವರೆಗೂ ಅದಕ್ಕೆ ಉತ್ತರ ಹೊಳೆದಿಲ್ಲ ಅನ್ನುವುದು ಬೇರೆಯದೇ ಮಾತು. ಒಟ್ಟಿನಲ್ಲಿ ವಾಚಿನ ನೆನಪಾದ ಕೂಡಲೇ ರಮಾ ಟೀಚರ್ ಅಲ್ಲೇ ಇದ್ದ ನನ್ನನ್ನು ಕರೆದು 'ನಿನ್ನ ವಾಚ್ ಕೊಟ್ಟಿರು ರಾಣಿಗೆ' ಅಂದರು. ನನ್ನ ಎದೆ ಧಸಕ್ಕೆಂದಿತು! ವಾಚ್ ಕೊಡುವುದೆಂದರೆ ನನ್ನ ಹೃದಯವನ್ನೇ ಕಿತ್ತುಕೊಟ್ಟಂತೆ ಲೆಕ್ಕ. ಆದರೆ ಟೀಚರ್ ಕೇಳುವಾಗ ಇಲ್ಲವೆನ್ನುವುದು ಹೇಗೆ? ಆದರೆ... ಆದರೆ... ಅಪ್ಪ? ಅಯ್ಯೋ! ಅಪ್ಪ ನನ್ನ ರುಂಡವನ್ನು ಚೆಂಡಾಡಿಬಿಡುತ್ತಾರೆ. ಕೊಡಲ್ಲ ಅಂದುಬಿಡಲಾ? ಅಂದುಬಿಡಲಾ... 'ನಮ್ಮಪ್ಪ...' ಅನ್ನುವ ಪದ ಗಂಟಲಿನಿಂದ ಆಚೆ ಬೀಳುವ ಮುಂಚೆಯೇ ನಮ್ಮಪ್ಪನ ಮಹಾನ್ ಭಕ್ತೆಯಾದ ರಮಾ ಟೀಚರ್ 'ನಿಮ್ಮಪ್ಪ ನಮ್ಮ ಸ್ಕೂಲಿಗೆ ನಾಕು ಛೇರ್ ಕೊಡಿಸಿದಂಥ ಮನುಷ್ಯ. ನೀನು ಅದೇನು ಅಂತ ಅವರ ಮಗಳಾಗಿ ಹುಟ್ಟಿದೆಯೋ' ಅಂತ 'ಫ್ಲಾದರ್ ಸೆಂಟಿಮೆಂಟ್' ಶುರುವಿಟ್ಟುಕೊಂಡು ಕೊನೆಗೆ 'ನಾನು ನಿಮ್ಮಪ್ಪನಿಗೆ ಹೇಳ್ತೀನಿ. ಏನಾಗಲ್ಲ ಬೇಗ ಕೊಡು' ಅಂತ ಆಜ್ಞಾಪಿಸಿದ ನಂತರ ನನಗೆ ಹೇಳಲು ಇನ್ನೇನೂ ಉಳಿಯದೇ, ವಾಚ್ ಬಿಚ್ಚಿ ಕೊಟ್ಟೇಬಿಟ್ಟೆ, ನನ್ನ ಮುದ್ದಿನ 'ಪ್ರಿಯಾ' ಎರಡೇ ನಿಮಿಷದಲ್ಲಿ ರಾಣಿಯ ಕೈ ಸೇರಿದಳು. ಅಲ್ಲಿಂದ ಮುಂದೆ ನನಗೆ ಕೆಲಸದಲ್ಲಿ ಯಾವ ಆಸಕ್ತಿಯೂ ಉಳಿಯಲಿಲ್ಲ. ಒಂದು ರೀತಿಯ ನಿರಾಸಕ್ತಿಯಿಂದ ಕಾಟಾಚಾರಕ್ಕೆ ಅಲ್ಲಿಯೇ ತಾರಾಡುತ್ತಿದ್ದೆ. ಆದರೆ ಮನಸ್ಸೆಲ್ಲ ವಾಚಿನ ಮೇಲೆಯೇ.

ಕಾರ್ಯಕ್ರಮಗಳು ಶುರುವಾದವು. ಒಂದೊಂದಾಗಿ ನಡೆಯುತ್ತ ಹೋದವು. ನಾನು ಮಾತ್ರ ಗ್ರೀನ್ ರೂಮ್ ಬಿಟ್ಟು ಕದಲದೆ ತನ್ನ ಪ್ರಿಯತಮೆಯನ್ನು ಪಟಾಯಿಸಿದ ಸೆಕೆಂಡ್ ಹೀರೋನನ್ನು ಫಸ್ಟ್ ಹೀರೋ ವಿಷಾದದಿಂದ ನೋಡುತ್ತ ಪಿಯಾನೋ ಮೇಲೆ ರಪ್ಪರಪ್ಪ ಕೈಯಾಡಿಸುತ್ತ ಹಾಡುವ ಹಾಗೆ, ನಾನೂ ರಾಣಿಯ ಕೈಯನ್ನೇ ನೋಡುತ್ತಾ ಕೂತುಬಿಟ್ಟಿದ್ದೆ. ಕೊನೆಯದಾಗಿ ರಾಣಿ ಅಭಿನಯಿಸಿದ್ದ

ನಾಟಕ ಶುರುವಾಗುವ ಘಳಿಗೆ ಬಂದೇ ಬಿಟ್ಟಿತು ಮತ್ತು ನಾನು ವಿಷಾದದಿಂದ ನೋಡುತ್ತಿರುವಂತೆಯೇ ರಾಣಿ ನನ್ನ ವಾಚಿನೊಡನೆ ಸ್ಟೇಜಿಗೆ ಹೋಗಿಬಿಟ್ಟಳು. ನಾನು ಹೃದಯವೇ ಒಡೆದುಹೋದಂತೆ ಒಂದಿಷ್ಟು ಹೊತ್ತು ಟ್ರ್ಯಾಜಿಕ್ ಲುಕ್ಕಿನಲ್ಲಿ ಕೂತಿದ್ದವಳು ನಂತರ ಕಾಲೆಳೆಯುತ್ತ ಸ್ಟೇಜಿನ ಮುಂದೆ ಬಂದು ಕುಕ್ಕರಿಸಿದೆ. ಅದೊಂದು ಹಾಸ್ಯ ನಾಟಕ ಅಂತ ನೆನಪು. ಸುತ್ತಲಿದ್ದವರೆಲ್ಲ ನಗುತ್ತಿದ್ದಾರೆ... ನನಗೆ ಮಾತ್ರ ನಾಟಕದ ಒಂದಂಶವೂ ಅರ್ಥವಾಗುತ್ತಿಲ್ಲ. ನನ್ನ ಗಮನವೆಲ್ಲ ರಾಣಿಯ ಕೈಲಿದ್ದ ವಾಚಿನ ಮೇಲೆಯೇ. ಯಾವಾಗ ನಾಟಕ ಮುಗಿಯುತ್ತದೋ ಅನ್ನುವ ಟೆನ್ಷನ್ನಿನಲ್ಲೇ ಕೂತಿದ್ದೆ. ಆದರೆ ಬರಬರುತ್ತಾ ವಾಚಿನ ಟೆನ್ಷನ್ ಕಡಿಮೆಯಾಗಿ, ನಾನೂ ನಗುತ್ತಾ ಆ ನಾಟಕದಲ್ಲಿ ಮುಳುಗಿಹೋದೆ! ನಾಟಕ ನಾನು ಅಂದುಕೊಂಡಿದ್ದಕ್ಕಿಂತ ದೀರ್ಘವಾಗಿತ್ತು. ಮುಗಿಯುವಷ್ಟರಲ್ಲಿ ಒಂಭತ್ತು ಮೀರಿತ್ತು. ನಮ್ಮ ಮನೆ ಸ್ಕೂಲಿನಿಂದ ಸುಮಾರು ಒಂದೂವರೆ ಕಿಲೋಮೀಟರ್ ದೂರದಲ್ಲಿತ್ತು. ಕತ್ತಲಾದ್ದರಿಂದ ಕಾಲೋನಿಯ ಮಕ್ಕಳೆಲ್ಲ ಒಟ್ಟಾಗಿಯೇ ಹೋಗಬೇಕಿತ್ತು. ನಾಟಕ ಮುಗಿಯುವ ವೇಳೆಗೆ ಹೇಮಾ, ವಿಜಿ ಎಲ್ಲರೂ ಗಡಿಬಿಡಿ ಮಾಡತೊಡಗಿದರು. ನನಗೆ ವಾಚ್ ವಿಷಯ ಮರೆತೇ ಹೋಯಿತು! ಬೇಗನೇ ಮನೆ ಸೇರಿಕೊಳ್ಳುವ ಆತುರದಲ್ಲಿ ಅವರ ಜೊತೆ ಹೊರಟೇಬಿಟ್ಟೆ. ಮನೆಯೊಳಕ್ಕೆ ಕಾಲಿಟ್ಟ ಕೂಡಲೇ ಬಾಗಿಲು ತೆರೆದ ಅಪ್ಪನ ಕಣ್ಣಿಗೆ ಇಷ್ಟು ದೊಡ್ಡ ಆಕಾರದ ನನ್ನ ಇನ್ಯಾವ ಭಾಗವೂ ಕಣ್ಣಿಗೆ ಬೀಳದೇ ವಾಚಿಲ್ಲದ ಕೈ ಮಾತ್ರವೇ ಬೀಳಬೇಕೇ? ಅಪ್ಪ ಆಘಾತವಾದಂತೆ ಜೋರಾಗಿ 'ವಾಚ್ ಎಲ್ಲಿ!' ಅಂತ ಕೂಗಿದರು. ಆಗಲೇ ವಾಚಿನ ನೆನಪಾಗಿದ್ದು!

'ವಾಚು... ರಾಣಿ... ಸ್ಕೂಲ್ ಡೇ... ರಮಾ ಮಿಸ್...' ಅಂತ ತೊದಲುವಷ್ಟರಲ್ಲಿ ಅಪ್ಪ ಉಗ್ರಾವತಾರ ತಾಳಿ ಕಿರುಚಾಡಲು ಶುರುವಿಟ್ಟುಕೊಂಡರು. ಒಂದೇ ಸಮನೆ ಧಾರಾಕಾರ ಮಳೆಯಂಥ ಬಯ್ಗುಳದ ಮಧ್ಯೆ ನನ್ನ ಮಾತನ್ನು ಆಡಲು ಅವಕಾಶವೇ ಸಿಗುತ್ತಿಲ್ಲ. ಅಂಥ ಸ್ಥಿತಿಯಲ್ಲೂ ಅಪ್ಪ ಬಯ್ಗುಳದ ನಡುವೆ ಒಂದು ಕಾಮಾ ಹಾಕಿದ ಕೂಡಲೇ ಛಕ್ಕನೇ ಸಾವರಿಸಿಕೊಂಡು 'ರಮಾ ಮಿಸ್ ಬಲವಂತ ಮಾಡಿದರು ಅಣ್ಣಾ...' ಅಂದೆ ಧೈರ್ಯ ಮಾಡಿ. ಟೀಚರ್ ಹೆಸರೆತ್ತಿದರೆ ಅಪ್ಪ ಶಾಂತವಾಗುತ್ತಾರೆ ಅನ್ನುವುದು ನನ್ನ ಊಹೆಯಾಗಿತ್ತು. ಆದರೆ ಅಪ್ಪನಿಗೆ ಆ ಕಾರಣವೆಲ್ಲ ಒಪ್ಪಿಗೆಯಾಗುವಂಥದ್ದಾಗಿರಲಿಲ್ಲ. ದನಿಯನ್ನು ಮತ್ತಿಷ್ಟು ಕರ್ಕಶವಾಗಿಸಿಕೊಳ್ಳುತ್ತಾ 'ಆಂ! ಬಲವಂತ ಮಾಡಿದರಾ? ಮಾಡದೇ ಏನು ಮಾಡ್ತಾರೆ! ಯಾಕೆ ನಿಮ್ಮ ರಮಾ ಮಿಸ್ ಕೈಯಲ್ಲೇ ವಾಚ್ ಇರತ್ತಲ್ಲ, ಅದನ್ನೇ ಬಿಚ್ಚಿಕೊಡಬೋದಿತ್ತಲ್ಲ' ಎಂದರು! ಆಗಲೇ ನನಗೂ ಹೊಳೆದಿದ್ದು ನಮ್ಮ ಶಾಲೆಯ ಎಲ್ಲ ಟೀಚರ್‌ಗಳ ಕೈಲೂ ವಾಚ್ ಇತ್ತು ಅನ್ನುವುದು. ಅಪ್ಪ ತಮ್ಮ ವಾಗ್ಧಾರೆಯನ್ನು ಹರಿಸುತ್ತಾ

'ಈ ಜಗತ್ತೆಲ್ಲಾ ಜಾಣತನದಿಂದ ಬದುಕತ್ತೆ. ನನ್ನ ಮಕ್ಕಳಿಗೆ ಮಾತ್ರ ಊರಲ್ಲಿರೋ ಪೆದ್ದುತನವೆಲ್ಲ ಸುತ್ತಿಕೊಂಡಿದೆ. ನಿಮ್ಮ ಮುಖದಲ್ಲೇ ಇರೋ ದಡ್ಡ ಕಳೆ ನೋಡೀನೇ ಜನ ನಿಮ್ಮನ್ನ ಮೂರ್ಖರನ್ನಾಗಿ ಮಾಡ್ತಾರೆ!' ಎಂದು ಒಂದೇ ಸಮನೆ ಬಯ್ಯಲು ಶುರು ಮಾಡಿದರು. ಕೇಳಿ ಕೇಳಿ ಸಾಕಾದ ನಾನು 'ನಾಳೆ ಇಸ್ಕೊಂಡು ಬರ್ತೀನಿ ಅಣ್ಣಾ' ಅಂದೆ ಮೆಲ್ಲನೆ ಅಳು ದನಿಯಲ್ಲಿ... ಅಪ್ಪ ಇನ್ನಿಷ್ಟು ಸಿಟ್ಟಿಗೆದ್ದರು!

'ಹುಂ, ನಾಳೆ ಇಸ್ಕೊಂಡು ಬರ್ತೀಯಾ? ಅದು ಇನ್ನೂ ಉಳಿದಿದ್ದರೆ ಇಸ್ಕೊಂಡು ಬರುತ್ತೀಯ. ಇಲ್ಲದೇನೇ ಹೋದರೆ ಏನನ್ನ ಇಸ್ಕೊಂಡು ಬರುತ್ತಿ?'

'ಇಲ್ಲ ರಾಣಿ ನನ್ ಫ್ರೆಂಡು... ಅವಳು...' ಮೋಸ ಮಾಡುವುದಿಲ್ಲ ಅನ್ನುವ ಮಾತು ಮುಗಿಯಲು ಬಿಡಲೇ ಇಲ್ಲ!

'ಯಾರಿಲ್ಲ ಅಂದ್ರು? ಅವಳೇನು ಬೇಕಂತ ವಾಪಸ್ ಕೊಡಲ್ಲ ಅಂದೆನಾ ನಾನು? ಸ್ಕೂಲಿಂದ ವಾಪಸ್ ಬರುವಾಗ ವಾಚ್ ಬೀಳಿಸಿಕೊಂಡುಬಿಟ್ಟರೆ ಆಮೇಲೆ ವಾಪಸ್ ಹೇಗೆ ಕೊಡ್ತಾಳೆ? ಮನೆಗೆ ಬಂದು ಕೈಲಿ ವಾಚಿರೋದು ಮರೆತುಹೋಗಿ ಕೈ ತೊಳೆಯುವಾಗ ನೀರು ಬೀಳಿಸಿ ವಾಚ್ ಕೆಡಿಸಿಟ್ಟರೆ ಆಮೇಲೇನು ವಾಪಸ್ ಕೊಡ್ತಾಳೆ? ಎಲ್ಲಿಗಾದರೂ ಗೋಡೆಗೆ ತಗುಲಿಸಿ, ವಾಚ್ ಚೂರು ಚೂರಾದ ಮೇಲೆ ಇನ್ನೇನು ವಾಪಸ್ ಕೊಡ್ತಾಳೆ...' ಹೇಳುತ್ತಾ ಹೋದರು...

ಜಗತ್ತಿನಲ್ಲಿ ಒಂದು ವಸ್ತು ನಾಶವಾಗುವುದಕ್ಕೆ ಯಾವ ಯಾವ ಕಾರಣ ಇರಬಹುದೋ ಅದೆಲ್ಲವನ್ನೂ ಸಾಲು ಸಾಲಾಗಿ ಅಪ್ಪ ಹೇಳುತ್ತ ಹೋದ ಹಾಗೆ ನಾನು ಅಗ್ನಿಪರ್ವತ ಸಿಡಿದ ಹಾಗೆ ದಿಗ್ಭ್ರಾಂತಳಾಗಿ ನಿಂತಿದ್ದೆ.

ಮುಗಿಯಿತು... ಮುಗಿಯಿತು... ಇನ್ನು ಪ್ರಿಯಾ ಯಾವತ್ತೂ ನನ್ನ ಕೈ ಸೇರಲ್ಲ ಅನ್ನುವ ಸ್ಥಿತಿ ತರಿಸಿಟ್ಟುಬಿಟ್ಟರು ಅಪ್ಪ!

'ಈಗಲೇ ಹೋಗಿ ತರ್ತೀನಿ' ಅಂದೆ ಕೊನೆಗೊಮ್ಮೆ ಅಚಲ ನಿರ್ಧಾರದಲ್ಲಿ.

ಅಪ್ಪ 'ತೆಪ್ಪಗೆ ಬಿದ್ಕೋ ಹೋಗು. ವಾಚ್ ಅಂತೂ ಹೋಯ್ತು. ಇನ್ನು ನಿಂಗೂ ಏನಾದ್ರೂ ಆಗ್ಲಿ ಅಂತಾನಾ' ಅಂತ ನಿರಾಕರಿಸಿದರು.

ಒಟ್ಟಿನಲ್ಲಿ ವಾಚ್ ಹೋಯ್ತು ಅಂತ ತೀರ್ಮಾನವಾಗೇ ಬಿಟ್ಟಿತು ಆ ಕ್ಷಣದಲ್ಲಿ...

ಆ ರಾತ್ರಿ ಕಳೆದುಕೊಂಡ ವಾಚಿನ ನೆನಪಲ್ಲಿ ಊಟ ಕೂಡ ಸೇರಲಿಲ್ಲ. ಇಡೀ ರಾತ್ರಿ ನಿದ್ರೆಯಲ್ಲೆಲ್ಲ ವಾಚಿನ ಬಗ್ಗೆಯೇ ಏನೇನೋ ಕೆಟ್ಟ ಕನಸು. ಹಾಸಿಗೆಯ ತುಂಬ ಅರೆನಿದ್ರೆಯಲ್ಲಿ ಹೊರಳಾಡುತ್ತಲೇ ರಾತ್ರಿ ಕಳೆಯಿತು. ಇದ್ದಕ್ಕಿದ್ದ ಹಾಗೆ ಧಡಕ್ಕೆಂದು ಎಚ್ಚರ! ಸಮಯ ಎಷ್ಟಾಯಿತೋ ಅಂತ ಎಡಗೈ ಬೆಳಕಿಗೆ ಹಿಡಿದೆ. ಅಲ್ಲಿ ವಾಚ್ ಇರಲಿಲ್ಲ! "ಅಯ್ಯೋ ನನ್ನ ವಾಚೂಊಊಊ..." ನಿದ್ದೆ ಹಾರಿಹೋಗಿ ಹಾಸಿಗೆಯ ಮೇಲೆ ಎದ್ದು ಕುಳಿತೆ. ತಡಕಾಡುತ್ತ ಹೋಗಿ ದೀಪ ಹಚ್ಚಿ ಗೋಡೆ ಗಡಿಯಾರ

ನೋಡಿದರೆ ಇನ್ನೂ ಐದೂವರೆ. ಡಿಸೆಂಬರ್ ತಿಂಗಳಿನ ಕತ್ತಲು. ಆದರೆ ನನಗೆ ಎಷ್ಟು ಟೆನ್ಷನ್ ಶುರುವಾಯಿತೆಂದರೆ ಇನ್ನು ಮಲಗಿರಲು ಆಗಲೇ ಇಲ್ಲ. ಎದ್ದವಳೇ ಮುಖ ತೊಳೆದು ತಯಾರಾದೆ. ಕಾಲೋನಿಯಾದ್ದರಿಂದ ಕಳ್ಳರ ಭಯವಿರಲಿಲ್ಲ. ಯಾರನ್ನೂ ಎಬ್ಬಿಸದೇ ನಾನೇ ಬಾಗಿಲು ಮುಂದಕ್ಕೆ ಎಳೆದುಕೊಂಡು 'ಬಂಗಾರದ ಮನುಷ್ಯ' ಸಿನೆಮಾದಲ್ಲಿ ಅಣ್ಣಾವ್ರು ಕ್ಲೈಮ್ಯಾಕ್ಸ್ ಸೀನಿನಲ್ಲಿ ಇಡುವ ರೀತಿಯ ಭಾರವಾದ ಹೆಜ್ಜೆಗಳನ್ನಿಡುತ್ತ ರಾಣಿಯ ಮನೆ ಕಡೆ ಹೊರಟೆ.

ಸರಗೂರು ಇನ್ನೂ ಆಗ ತಾನೇ ಮೈಮುರಿಯುತ್ತ ಏಳುತ್ತಿತ್ತು. ನಾನು ನಡುಗುವ ಎದೆಯೊಡನೆ ಬೆಳಗಿನ ಛಳಿಯಲ್ಲಿ ನಡುಗುತ್ತ ರಾಣಿಯ ಮನೆ ಕಡೆ ಹೆಜ್ಜೆ ಹಾಕಿದೆ. ಅದು ಇದ್ದಿದ್ದು ಹೆಚ್ಚು ಕಡಿಮೆ ನನ್ನ ಶಾಲೆಯ ಹತ್ತಿರ. ಆ ದಾರಿ ಅವತ್ತಿನಷ್ಟು ದೀರ್ಘವಾಗಿ ಎಂದೂ ಕಂಡಿರಲಿಲ್ಲ! ಕಾಲೆಳೆಯುತ್ತ ಅವಳ ಮನೆ ಸೇರಿದೆ. ಅವಳ ಮನೆ ಪೂರ್ತಿ ಇನ್ನೂ ಕತ್ತಲು. ಯಾರೂ ಎದ್ದೇ ಇರಲಿಲ್ಲ ಇನ್ನೂ! ನಾನು ವಾಚ್ ಇಲ್ಲದೇ ಮನೆಗೆ ಹಿಂತಿರುಗಲು ಸಿದ್ಧಳಿರಲಿಲ್ಲ. ಅದೇನೋ ಒಂದು ತೀರ್ಮಾನವಾಗಲೇ ಬೇಕಿತ್ತು! ಮತ್ತೆ ಮನೆಗೆ ಯಾವಳು ನಡೆದು ಹೋಗಿ ಮತ್ತೆ ಬರುತ್ತಾಳೆ ಅನ್ನುವ ಆಲಸ್ಯದಲ್ಲಿ ಅವಳ ಮನೆಯ ಮುಂದಿದ್ದ ಮೆಟ್ಟಿಲುಗಳ ಮೇಲೆ ಕಾಯುತ್ತಾ ಕೂತುಕೊಳ್ಳುವ ನಿರ್ಧಾರಕ್ಕೆ ಬಂದೆ. ನನ್ನ ಇಡೀ ಭವಿಷ್ಯ ಮುಂದಿನ ಒಂದಿಷ್ಟು ನಿಮಿಷಗಳಲ್ಲಿ ತೀರ್ಮಾನವಾಗುವುದರಲ್ಲಿತ್ತು!

ಸ್ವಲ್ಪ ಸಮಯ ಕಳೆಯುವುದರಲ್ಲಿ ಬೆಳಕು ಹರಿಯಿತು... ಜನರ ಓಡಾಟ ಶುರುವಾಯಿತು. ಮೇನ್ ರೋಡಾಗಿದ್ದರಿಂದ ವಾಹನಗಳು ಅಲ್ಲೊಂದು, ಇಲ್ಲೊಂದು ಓಡಾಡಲು ಶುರುವಾದವು. ನಾನು ಸ್ವಪ್ನ ಲೋಕದಲ್ಲೆಲ್ಲೋ ಇರುವಂತೆ ಅರೆ ನಿದ್ದೆ, ಅರೆ ಎಚ್ಚರದಲ್ಲಿ ಕೂತೇ ಇದ್ದೆ...

ಇದ್ದಕ್ಕಿದ್ದ ಹಾಗೆ ಬಾಗಿಲು ತೆರೆದ ಸದ್ದಾಯಿತು. ತೂಕಡಿಸಿಕೊಂಡು ಕೂತಿದ್ದ ನಾನು ಗಡಬಡಿಸಿಕೊಂಡು ನೋಡಿದರೆ ರಾಣಿಯ ಅಮ್ಮ ಬೀದಿ ಬಾಗಿಲಿಗೆ ನೀರು ಹಾಕಲು ಒಂದು ಕೈಲಿ ನೀರಿನ ಬಕೆಟ್, ಮತ್ತೊಂದು ಕೈಲಿ ಪರಕೆ ಹಿಡಿದು ನಿಂತಿದ್ದರು. ಆ ಕ್ಷಣದಲ್ಲಿ ಆಕೆಯ ಕೈಲಿದ್ದ ಪರಕೆ ಚಾಮರದ ಹಾಗೆಯೂ ಮತ್ತು ಅವರು ದೇವಕನ್ನಿಕೆಯ ಥರವೂ ಕಂಡರು! ಆ ಅವೇಳೆಯಲ್ಲಿ ನನ್ನನ್ನು ಅಲ್ಲಿ ಕಂಡ ಅವರಿಗೆ ಆಶ್ಚರ್ಯ. ಅವರು ಬಾಯಿ ಬಿಡುವಷ್ಟರಲ್ಲೇ ನಾನು, 'ರೀ, ರೀ, ರಾಣಿ ನನ್ನ ವಾಚನ್ನ ನಾಟಕಕ್ಕೆ ಬೇಕು ಅಂತ ಇಸ್ಕೊಂಡು...' ನನ್ನ ವಾಚನ್ನು ಹಾಳು ಮಾಡಿಬಿಟ್ಟಿದ್ದಾಳೆ ಅಂತ ತೀರ್ಮಾನಿಸಿಯೇ ಬಿಟ್ಟಿದ್ದರಿಂದ, ದೂರಿನ ಧಾಟಿಯಲ್ಲಿದ್ದ ನನ್ನ ಮಾತಿನ್ನೂ ಮುಗಿಯದೇ ಮುಂದುವರೆದಿತ್ತು. ಅಷ್ಟರಲ್ಲಿ ಅವಳ ತಾಯಿ ದೇವತೆಯಂತೆ ಅಂತರ್ಧಾನರಾಗಿ ಮತ್ತೆ ಪ್ರತ್ಯಕ್ಷರಾದಾಗ ಅವರ

ಕೈಯಲ್ಲಿ ವಾಚಿತ್ತು! ನನ್ನ ವಾಚು ಇನ್ನೂ ಜೀವಂತವಾಗಿತ್ತು ಅನ್ನುವುದು ಆ ನಿಮಿಷಕ್ಕೆ ಅತ್ಯಂತ ಸಂತೋಷದ ಸಂಗತಿಯಾಗಿತ್ತು. 'ತಗೋ' ಅಂತ ನನ್ನ ಕಡೆಗೆ ಕೈ ಚಾಚಿದರು. ನನ್ನಪ್ಪ ಹಿಮಾಲಯ ಪರ್ವತದ ಹಾಗೆ ನನ್ನೆದುರು ಇಟ್ಟಿದ್ದ ಸಮಸ್ಯೆ, ನಿಜವಾಗಿ ಸಮಸ್ಯೆಯೇ ಆಗಿರಲಿಲ್ಲ ಅನ್ನುವುದನ್ನು ನಂಬುವುದು ನಿಜಕ್ಕೂ ಕಷ್ಟವೇ ಆಗಿತ್ತು. ವಾಚ್ ಕೊಟ್ಟೇ ಬಿಟ್ಟರಾ? ಇನ್ನು ಯಾವ ಸಮಸ್ಯೆಯೂ ಇಲ್ಲವೇ ಇಲ್ಲವೆ? ಅನ್ನುವ ಹಗುರಾದ ಭಾವದೊಡನೆ ನಾನು ಸರಗೂರಿನ ಮಣ್ಣು ರಸ್ತೆಯಲ್ಲಿ ಸ್ವಪ್ನಲೋಕದಲ್ಲೆಲ್ಲೋ ತೇಲುತ್ತಿರುವ ಹಾಗೆ ಹಾರುತ್ತಾ, ಕುಣಿಯುತ್ತ ಮನೆ ಸೇರಿದ್ದು ಇವತ್ತಿಗೂ ನೆನಪಿದೆ...

ಉಪಸಂಹಾರ: ಮಿಸ್ಟರ್ ಅಂಡ್ ಮಿಸೆಸ್ ರಾಮಾಚಾರಿ ಸಿನೆಮಾದಲ್ಲಿ ಒಂದೇ ಒಂದು ದೃಶ್ಯ ನನಗೆ ನೆನಪಿನಲ್ಲಿ ಉಳಿದುಬಿಟ್ಟಿದೆ. ಹೀರೋ ಯಶ್ ಅಪ್ಪನಿಗೆ ಅವನನ್ನು ಕಂಡರೆ ಸಿಟ್ಟು. ಮಗನ ಬೇಜವಾಬ್ದಾರಿತನ, ಸಿಟ್ಟು, ಹೊಡೆದಾಟ ಇವುಗಳು ಅವರಿಗೆ ಮಗನ ಬಗ್ಗೆ ಪ್ರೀತಿಯೇ ಇಲ್ಲದ ಹಾಗೆ ಮಾಡಿರುತ್ತದೆ. ಸದಾಕಾಲ ಬಯ್ಯುವ ಅಪ್ಪನನ್ನು ಕಂಡರೆ ಮಗನಿಗೂ ದ್ವೇಷ. ಹೀಗೇ ವರ್ಷಗಳು ಕಳೆದ ನಂತರ ಯಾವುದೋ ಸಂದರ್ಭದಲ್ಲಿ ಅಪ್ಪ-ಮಗನ ಮಧ್ಯೆ ಪ್ರೀತಿ ಶುರುವಾಗುತ್ತದೆ. ಒಮ್ಮೆ ದಾರಿಯಲ್ಲಿ ಬರುವಾಗ ನಡುರಸ್ತೆಯಲ್ಲಿ ಗಾಡಿ ನಿಲ್ಲಿಸುವಂತೆ ಹೇಳಿದ ಅಪ್ಪ – 'ಸಣ್ಣವನಿರುವಾಗಿನಿಂದ ನಿನ್ನನ್ನು ಬಯ್ದಿದ್ದೇ ಆಯ್ತು. ನಿನ್ನ ಜೊತೆ ಪ್ರೀತಿಯಿಂದ ಮಾತೇ ಆಡಲಿಲ್ಲ. ನಿನ್ನ ಜೊತೆ ಪೇರೆಂಟ್ಸ್ ಮೀಟಿಂಗ್‌ಗೆ ಬರಲಿಲ್ಲ, ನೀನು ಆಟದಲ್ಲಿ ಗೆದ್ದು ಪ್ರೈಝ್ ತಂದಾಗ ಬೆನ್ನು ತಟ್ಟಲಿಲ್ಲ. ನೀನು ಒಳ್ಳೆಯ ಡ್ಯಾನ್ಸರ್ ಅಂತೆ! ನಾನು ಒಂದು ಸಲವೂ ನಿನ್ನ ಡ್ಯಾನ್ಸ್ ನೋಡಲೇ ಇಲ್ಲ. ನಿನ್ನ ಬೆಳವಣಿಗೆಯಲ್ಲಿ ನನ್ನ ಪಾತ್ರವೇ ಇರಲಿಲ್ಲವಲ್ಲ' ಅಂತ ದುಃಖಿಸಿದವನು ರಸ್ತೆಯ ಮಧ್ಯೆಯೇ ತನಗಾಗಿ ಒಂದೆರಡು ಸ್ಟೆಪ್ ಹಾಕುವಂತೆ ಮಗನನ್ನು ಒತ್ತಾಯಿಸಿ, ಸಂತೋಷದಿಂದ ಅವನ ಡ್ಯಾನ್ಸನ್ನು ನೋಡುತ್ತಾ, ಕೊನೆಗೆ ಇಬ್ಬರೂ ಕಣ್ಣೀರಾಗುತ್ತಾರೆ...

ನಮ್ಮನ್ನು ಪ್ರಾಣದಷ್ಟು ಪ್ರೀತಿಸುತ್ತಿದ್ದ ಅಪ್ಪ, ಸಣ್ಣಪುಟ್ಟದ್ದಕ್ಕೆಲ್ಲ ಈ ರೀತಿ ಹಿಗ್ಗಾಮುಗ್ಗಾ ಬಯ್ದಾಗ ಆಗೆಲ್ಲ ತುಂಬ ಸಿಟ್ಟು ಬರುತ್ತಿತ್ತು. ಆದರೆ ಈಗ ಅನ್ನಿಸುತ್ತದೆ, ಬದುಕಿನ ಪ್ರತೀ ಹೆಜ್ಜೆಯಲ್ಲೂ ಹಾಸುಹೊಕ್ಕಾಗಿ ಈ ರೀತಿ ಅಪ್ಪನ ನೆನಪುಗಳಿರುವುದೂ ಅದೃಷ್ಟವೇ ಅಲ್ಲವೇ ಎಂದು...

ಅಮ್ಮನ ಸಾವಿನ ಭವಿಷ್ಯ

'ನಾನು ನನ್ನ 66ನೆಯ ವಯಸ್ಸಿನಲ್ಲಿ ಸಾಯುತ್ತೇನಂತೆ' ಅಂತ ಅಮ್ಮ ನಗುತ್ತಾ ಹೇಳಿದ್ದಳು ತುಂಬ ವರ್ಷಗಳ ಹಿಂದೆ. ಆಗ ನಾನಿನ್ನೂ ತುಂಬ ಚಿಕ್ಕ ಹುಡುಗಿ. ಸಾವು ಅಂದರೆ ಏನು ಅಂತ ಗೊತ್ತಿರದಷ್ಟು ಚಿಕ್ಕವಳು. ಹಾಗಾಗಿ ಅಮ್ಮ ಹೇಳಿದ ಮಾತನ್ನು ನಾನು ತುಂಬ ಸೀರಿಯಸ್ಸಾಗೇನೂ ತೆಗೆದುಕೊಳ್ಳಲಿಲ್ಲ. ಸೀರಿಯಸ್ಸಾಗಿ ತೆಗೆದುಕೊಳ್ಳದಿರಲು ಮತ್ತೊಂದು ಕಾರಣವೂ ಇತ್ತು. ಆಗೆಲ್ಲ 50 ವರ್ಷ ದಾಟುವುದು ಅಂದರೆ ತುಂಬ ದೂರ... ದೂರದ ಹಾದಿ ಸವೆದ ನಂತರ ಎಲ್ಲೋ ಏಳು ಜನ್ಮದಾಚೆಗೆ ಯಾವಾಗಲೋ ಒಂದು ದಿನ ನಾವು ಹಣ್ಣು ಹಣ್ಣು ಮುದುಕರಾಗುವುದು ಅನ್ನಿಸುತ್ತಿತ್ತು... ಅಷ್ಟು ಸುದೀರ್ಘ ಹಾದಿಯದು ಅನ್ನುವ ಭ್ರಮೆ. 50 ಅನ್ನುವುದೇ ಹಾಗೆನ್ನಿಸಿದ ಮೇಲೆ, ಇನ್ನು 66 ಅಂದರಂತೂ ಏನೇನೂ ತೊಂದರೆಯಿಲ್ಲ, ಅದು ಹೇಗೂ ಸಾಯುವ ವಯಸ್ಸೇ ಅಂತ ನಾನು ತೀರ್ಮಾನಿಸಿಬಿಟ್ಟಿದ್ದೆ! ಅಷ್ಟರಲ್ಲಿ ಹೇಗೂ ಅಮ್ಮ ಮುದುಕಿಯಾಗಿರುತ್ತಾಳೆ ಮತ್ತು ವಯಸ್ಸಾದವರೆಲ್ಲ ಸಾಯುವ ಹಾಗೆ ಅಮ್ಮನೂ ಸಾಯುತ್ತಾಳೆ ಅಷ್ಟೇ ಅಂತ ನಿರ್ಧರಿಸಿ ಅದನ್ನು ಮರೆತೂ ಬಿಟ್ಟಿದ್ದೆ.

ಅಮ್ಮನಿಗೆ ತನ್ನ ಭವಿಷ್ಯ ಗೊತ್ತಾಗಿದ್ದು ಕೂಡ ತೀರ ಆಕಸ್ಮಿಕವಾಗಿ...

ಆಗ ತಾನೇ ನನ್ನ ದೊಡ್ಡಮ್ಮನ ಮಗಳ ಗಂಡ ತೀರಾ ಸಣ್ಣ ವಯಸ್ಸಿನಲ್ಲೇ ಇದ್ದಕ್ಕಿದ್ದಂತೆ ಸತ್ತುಹೋಗಿಬಿಟ್ಟಿದ್ದರು. ಇಡೀ ಸಂಸಾರಕ್ಕೆ ಸಂಸಾರವೇ ದುಃಖದಲ್ಲಿ ಮುಳುಗಿಹೋಗಿತ್ತು. ಅಮ್ಮನಿಗೂ, ಅವಳಿಗೂ ಬರೀ ನಾಲ್ಕೈದು ವರ್ಷಗಳ

ವ್ಯತ್ಯಾಸವಷ್ಟೇ. ಹಾಗಾಗಿ ಇಬ್ಬರಲ್ಲೂ ತುಂಬ ಆತ್ಮೀಯತೆಯಿತ್ತು. ಅವಳಿಗೆ ಈ ರೀತಿ ಆದಾಗ ತೀರಾ ಶಾಕ್‌ಗೆ ಒಳಗಾಗಿ ಡಿಪ್ರೆಷನ್‌ಗೆ ಹೋಗಿಬಿಟ್ಟಿದ್ದಳು. ಅಂಥಾ ಸಮಯದಲ್ಲಿ ತಾನೇ ಮನಸ್ಸು ದುರ್ಬಲವಾಗುವುದು? ಹಾಗಾಗಿ ಅವಳು ನನ್ನ ಅಮ್ಮನನ್ನು ಯಾವುದೋ ನಾಡಿಶಾಸ್ತ್ರದವರ ಹತ್ತಿರ ಶಾಸ್ತ್ರ ಕೇಳಬೇಕು, ಬಾ ಹೋಗೋಣ ಎಂದು ಕರೆದುಕೊಂಡು ಹೋಗಿದ್ದಳಂತೆ. ಆತ ನನ್ನ ಅಕ್ಕನಿಗೆ ಶಾಸ್ತ್ರ ಹೇಳುತ್ತ, ಹೇಳುತ್ತ ಒಂದು ಕಡೆ ತಡವರಿಸಿ ನಿಲ್ಲಿಸಿಬಿಟ್ಟರಂತೆ, ಮುಖ ಕಪ್ಪಿಟ್ಟಿತಂತೆ. ಯಾಕೆ ಅಂತ ಅಮ್ಮ, ಅಕ್ಕ ವಿಚಾರಿಸಿದಾಗ ಆತ 'ಇಲ್ಲ, ಇಲ್ಲಿ ಸ್ವಲ್ಪ ಕೆಟ್ಟ ಸುದ್ದಿ ಇತ್ತು...' ಅಂತ ರಾಗ ಎಳೆದರಂತೆ. ನನ್ನಕ್ಕ ಕುಂಕುಮ, ತಾಳಿ ಎಲ್ಲ ಹಾಕಿಯೇ ಇದ್ದಳು. ಹಾಗಾಗಿ ಆತನಿಗೆ ಅವಳ ಗಂಡ ಇನ್ನೂ ಇದ್ದಾರೆ ಮತ್ತು ಆತ ಹೋಗಿಬಿಡುತ್ತಾರೆ ಅಂತ ಹೇಗೆ ಹೇಳುವುದು ಅಂತ ಒದ್ದಾಟವಾಗಿರಬೇಕು ಅಂತ ಇವರೇ ಊಹಿಸಿಕೊಂಡು 'ಪರವಾಗಿಲ್ಲ ಹೇಳಿ, ಆಗಬೇಕಾದ ಕೆಟ್ಟದ್ದೆಲ್ಲ ಆಗಿಯೇ ಹೋಗಿದೆ' ಅಂದರಂತೆ. ಆಮೇಲೆ ಹಿಪ್ನಾಸಿಸ್‌ಗೆ ಒಳಗಾದ ಇವರಿಬ್ಬರೂ ಆಗಿದ್ದ ಕೆಟ್ಟ ಘಟನೆಯ ಬಗ್ಗೆ ತಾವಾಗಿಯೇ ಹೇಳಿಬಿಟ್ಟರೋ ಅಥವಾ ಆತ ಕತ್ತಲಲ್ಲಿ ಕಲ್ಲು ಎಸೆದರೋ ನನಗೆ ಇವತ್ತಿಗೂ ಗೊತ್ತಿಲ್ಲ. ಒಟ್ಟಿನಲ್ಲಿ ಅವರು ಅಕ್ಕನ ಬಗ್ಗೆ ಎಲ್ಲವನ್ನೂ ಕರಾರುವಾಕ್ಕಾಗಿ ಹೇಳಿದರು ಅಂತ ಅಮ್ಮ, ಅಕ್ಕನ ಹೇಳಿಕೆ.

ಅದಾದ ಮೇಲೆ ಶುರುವಾಗಿದ್ದು ಈ ನನ್ನ ಅಮ್ಮನ ಚೇಷ್ಟೆ. ತನ್ನ ಭವಿಷ್ಯವನ್ನೂ ಕೇಳಿ ನೋಡಬೇಕು, ಏನು ಹೇಳುತ್ತಾರೋ ಅಂತ ಅಮ್ಮ ತನ್ನ ಬಗ್ಗೆಯೂ ಕುತೂಹಲದಿಂದ ಶಾಸ್ತ್ರ ಕೇಳಿದಾಗಲೇ ಅವರು ಅಮ್ಮ 66ನೆಯ ವಯಸ್ಸಿನಲ್ಲಿ ಸಾಯುತ್ತಾಳೆ ಅಂತ ಭವಿಷ್ಯ ನುಡಿದಿದ್ದಂತೆ! ಆತನೇನೋ ನಿರಾಳವಾಗಿ ಹೇಳಿ ಮುಗಿಸಿದರು. ನನ್ನಮ್ಮನೂ ಅಂಥವನ್ನೆಲ್ಲ ಜಾಸ್ತಿ ತಲೆಗೆ ಹಚ್ಚಿಕೊಳ್ಳುವುದಿಲ್ಲ. ಅಲ್ಲಿಂದ ಬಂದ ಮೇಲೆ ಯಾವಾಗಲೋ ನಮ್ಮ ಹತ್ತಿರ ಇದನ್ನು ಹೇಳಿದಳು. ನಮ್ಮ ಹತ್ತಿರ ಹೇಳುವಾಗಲೂ ಒಂದಿಷ್ಟೂ ಆತಂಕ ಇಲ್ಲದೇ ನಗುತ್ತಲೇ ಹೇಳಿದಳು. ಹೇಳಿದ ನಂತರ ಆರಾಮವಾಗಿ 'ಬಿಡು ಅಷ್ಟು ಹೊತ್ತಿಗೆ ಎಲ್ಲ ಜವಾಬ್ದಾರಿ ಮುಗಿದಿರುತ್ತದಲ್ಲ, ಹೋದರೆ ಹೋದೆ' ಅಂತ ನಿರ್ಲಕ್ಷ್ಯದಿಂದ ಹೇಳಿದಳು. ನಾವೂ ಆ ಕಾಲ ಬರಲು ಇನ್ನೊಂದು ಜನ್ಮ ಬಾಕಿಯಿದೆಯಲ್ಲ ಅಂತ ಅದನ್ನು ಮರೆತೆವು.

ಮುಂದೆ ಮತ್ತೆ ಈ ಮಾತು ಬಂದಿದ್ದು ನಾನು ಮದುವೆಯಾಗುವ ಸಮಯದಲ್ಲಿ. ಈ ಜಗತ್ತಿನಲ್ಲಿ ಎಂತೆಂಥವರೋ ಮೂಢನಂಬಿಕೆಗಳಿಗೆ ಬೀಳುವುದು ಮಗನ ಓದಿನ ಅಥವಾ ಮಗಳ ಮದುವೆಯ ಸಮಯದಲ್ಲಿ! ನನ್ನ ಅಮ್ಮನಿಗೆ ನನ್ನ ಮದುವೆಯ ಬಗ್ಗೆ ಜಾಸ್ತಿ ಚಿಂತೆಯಿತ್ತು. ಸಾಧಾರಣವಾಗಿ ಹೆಣ್ಣುಮಕ್ಕಳು ಇರುವುದಕ್ಕಿಂತ ನಾನು ನಾಲ್ಕೈದು ಇಂಚು ಹೆಚ್ಚು ಉದ್ದಕ್ಕಿದ್ದೆ. ಮದುವೆಯಾಗುವವನು ಎಲ್ಲದರಲ್ಲೂ

ನನಗಿಂತ ಎತ್ತರವಿರಬೇಕಾದ್ದು ಮ್ಯಾಂಡಟರಿ ಆಗಿತ್ತು ಆಗೆಲ್ಲ. ಹಾಗಾಗಿ ಯಾರೋ ಜಾತಕ ನೋಡಿ ಗುರುಬಲ ಯಾವಾಗ ಬರುತ್ತದೆ ಅಂತ ಕರಾರುವಾಕ್ಕಾಗಿ ಹೇಳುತ್ತಾರೆ ಅನ್ನುವ ವಿಷಯ ಕಿವಿಗೆ ಬಿದ್ದ ಕೂಡಲೇ ಅವರಲ್ಲಿಗೆ ಹೋಗಿದ್ದಾಳೆ. ಆತ ಮೈಸೂರು ಮಹಾರಾಜರ ಕಾಲದಲ್ಲಿ ಅರಮನೆಯ ಪುರೋಹಿತರಾಗಿದ್ದರಂತೆ. ಆತ ನನ್ನ ಜಾತಕ ನೋಡಿ ಯಥಾಪ್ರಕಾರ ಸುಳ್ಳಿನ ಮಾಲೆ ಪೋಣಿಸಿದ್ದರು. ನನಗೆ 21 ವರ್ಷಕ್ಕೆ ಮದುವೆಯಾಗದಿದ್ದರೆ ಮತ್ತೆ 26 ವರ್ಷದವರೆಗೂ ಮದುವೆಯಾಗುವುದಿಲ್ಲವೆಂದೂ ಮತ್ತು ಮೊದಲನೆಯ ಮಗು ಹೆಣ್ಣೇ ಆಗುವುದೆಂದೂ ಆತ ಘೋಷಿಸಿ ಆಯ್ತು! ಅಮ್ಮ ಅದನ್ನು ಬಂದು ನನ್ನ ಹತ್ತಿರ ಹೇಳಿದಾಗ 'ನಿನಗೆ ಮಾಡೋದಿಕ್ಕೆ ಬೇರೆ ಕೆಲಸವಿಲ್ಲವಾ? ಇದೆಲ್ಲ ಯಾಕೆ ಕೇಳುತ್ತೀ' ಅಂದಿದ್ದೆ. ಅಮ್ಮನ ಮೌನವೇ ಅದಕ್ಕೆ ಉತ್ತರ. ಇನ್ನೇನು ಜಗಳ ಕಾಯುವುದು ಇಂಥ ಮೌನದೊಡನೆ? ತೆಪ್ಪಗಾಗಿದ್ದೆ...

ಅದಾದ ಮೇಲೆ ನನ್ನ ಕಾಲೇಜು ಮುಗಿಯಿತು. ಮುಗಿದ ಕೂಡಲೇ ಮದುವೆ ಮಾಡಲು ಆಗುವುದಿಲ್ಲವಲ್ಲ. ಹಾಗಾಗಿ ಒಂದಿಷ್ಟು ಆರಾಮವಾಗಿ ಮೈಮುರಿಯುವಷ್ಟರಲ್ಲಿ ನನಗೆ 21 ವರ್ಷ ತುಂಬಿ ಹೋಗಿತ್ತು. ಆಗ ಅಮ್ಮನಿಗೆ ಆತಂಕ ಶುರುವಾಯಿತು. 'ಇನ್ನು 26 ವರ್ಷದವರೆಗೂ ಮದುವೆಯಾಗುವುದಿಲ್ಲವಾ ಇವಳಿಗೆ! ಇನ್ನು 5 ವರ್ಷ ಈ ವಿತಂಡವಾದದ ಮಗಳ ಜೊತೆ ಹೇಗೆ ಏಗುವುದು' ಅಂತೆಲ್ಲ ಗಾಬರಿಯಾಗಿಹೋಗಿದೆ. ಈ ಶಾಸ್ತ್ರ ಕೇಳುವವರದ್ದೊಂದು ತಮಾಷೆ. ಭವಿಷ್ಯಪ್ಪಗಳನ್ನು ನಂಬಿ ಇನ್ನು 26 ವರ್ಷದವರೆಗೂ ಮದುವೆಯಾಗುವುದಿಲ್ಲ ಅಂತ ಪ್ರಯತ್ನ ಮಾಡದೇ ತೆಪ್ಪಗಿರುತ್ತಾರಾ ಅಂದರೆ ಅದೂ ಇಲ್ಲ! ಅಮ್ಮನೂ ತನ್ನ ಪ್ರಯತ್ನ ನಿಲ್ಲಿಸದೇ ಮುಂದುವರೆಸಿದಳು. ಆಮೇಲೆ ಏನಾಯಿತೆಂದರೆ ಎಲ್ಲ ಶಾಸ್ತ್ರಗಳಂತೆ, ಭವಿಷ್ಯವಾಣಿಗಳಂತೆ ಇದೂ ಬರೀ ಬುರುಡೆ ಪುರಾಣವಾಗಿದ್ದು, ಅವರ ಮಾತನ್ನು ಸುಳ್ಳು ಮಾಡುವಂತೆ ಸರಿಯಾಗಿ ಅವರು ಕೊಟ್ಟ ಗಡುವಿನ ನಡುಭಾಗದಲ್ಲಿ ನನ್ನ ಮದುವೆ ಆಗಿ ಹೋಯ್ತು. ಅದಾದ ನಂತರ ಮತ್ತೊಂದು ಪೆಟ್ಟು ಕೊಡುವ ಹಾಗೆ 'ಮಗ' ಹುಟ್ಟಿದ! ಅಲ್ಲಿಗೆ ಆಸ್ಥಾನ ಪುರೋಹಿತರ ಎರಡೂ ಭವಿಷ್ಯವಾಣಿ ನೆಗೆದುಬಿದ್ದಿತ್ತು! ಈ ಶಾಸ್ತ್ರ ಅನ್ನುವುದೆಲ್ಲ ಇದೇ ಥರ ಅನ್ನುತ್ತ ಲೇವಡಿ ಮಾಡಿಕೊಂಡು ಮಾತಾಡುತ್ತಿರಬೇಕಾದರೆ ಅಮ್ಮನ ಬಗ್ಗೆ ಆಡಿದ್ದ ಭವಿಷ್ಯವಾಣಿ ಎಷ್ಟೋ ವರ್ಷಗಳ ನಂತರ ಮತ್ತೆ ಚಾಲ್ತಿಗೆ ಬಂದಿತು! ಆಗ ಮನೆ ಮಂದಿಯೆಲ್ಲ ಕೂತು ಅದನ್ನು ನೆನಪಿಸಿಕೊಂಡು ನಕ್ಕೆವು. ಭವಿಷ್ಯವೆಲ್ಲ ಸುಳ್ಳು ಎಂದು ಆಗ ತಾನೇ ಪ್ರೂವ್ ಆಗಿದ್ದರಿಂದ ಅಮ್ಮನ ಸಾವಿನ ಭವಿಷ್ಯವನ್ನೂ ಮರೆತುಬಿಟ್ಟೆವು.

ಆದರೆ ನನ್ನ ಅಮ್ಮನಿಗೆ ಅದು ನಿಜಕ್ಕೂ ಸತ್ಯವಾಗಬಹುದೆನ್ನುವ ಅನುಮಾನ ಇದೆ ಅನ್ನುವುದು ಆ ನಂತರದ ದಿನಗಳಲ್ಲಿ ಅವಳ ಮಾತಿನ ನಡುವೆ ಆಗೀಗ

ನುಸುಳುತ್ತಿತ್ತು. ಅವಳು ತೀರಾ ನಂಬುತ್ತೇನೆ ಅಂತ ಒಪ್ಪದಿದ್ದರೂ ಮಾತಿನ ಮಧ್ಯೆ ಎಲ್ಲೋ ಒಂದು ಕಡೆ 'ಅಯ್ಯೋ ಎಲ್ಲ ಮುಗಿಸಾಗಿದೆ ಬದುಕಿನಲ್ಲಿ. ಇನ್ನು ಇದ್ದರೂ, ಹೋದರೂ ನನಗೇನೂ ಪರವಾಗಿಲ್ಲ' ಅಂದುಬಿಡುತ್ತಿದ್ದಳು. ಇಲ್ಲ ಅಂದರೆ ಅಪ್ಪನ ಜೊತೆ ಏನಾದರೂ ಜಗಳ, ಅಥವಾ ಮಾತುಕತೆಯಾದಾಗ 'ಇನ್ನೆಷ್ಟು ವರ್ಷ ತಾನೇ ಬದುಕಿರ್ತೀನಿ!' ಅಂತ ನಿಸೂರಾಗಿ 66 ಮೈನಸ್ ಅವತ್ತಿನ ವಯಸ್ಸನ್ನು ಹೇಳಿ 'ಇನ್ನು 15 ವರ್ಷ ತಾನೇ, 12 ವರ್ಷ ತಾನೇ' ಅಂದುಬಿಡುತ್ತಿದ್ದಳು. ನಾವೆಲ್ಲ ಅಮ್ಮನನ್ನು ಬಯ್ದು ಕೂರಿಸುತ್ತಿದ್ದೆವು. ಈ ರೀತಿ ಸಾವಿನ ಮಾತು ಯಾವಾಗಲೋ ಸುಳಿದಾಡಿ ಕಾಣೆಯಾಗುತ್ತಿತ್ತು ಅಷ್ಟೇ. ಕಾಲ ಹಾಗೆಯೇ ಓಡುತ್ತ ಹೋಗಿ ಕೊನೆಗೊಮ್ಮೆ ಅಮ್ಮ 66ನೆಯ ವರ್ಷಕ್ಕೆ ಕಾಲಿಟ್ಟಾಗ ನನಗಂತೂ ಅದರ ನೆನಪೂ ಇರಲಿಲ್ಲ.

ಹೀಗಿರುವಾಗ ಒಂದು ದಿನ ಅಪ್ಪನ ಮನೆಗೆ ಹೋಗಿದ್ದೆ. ಅಮ್ಮ ಮನೆಯಲ್ಲಿರಲಿಲ್ಲ. ನಾವಿಬ್ಬರೇ ಏನೋ ಹರಟುತ್ತಿರುವಾಗ ಗುಟ್ಟು ಹೇಳುವವರಂತೆ 'ನಾನೊಂದು ವಿಷಯ ಹೇಳುತ್ತೇನೆ... ನೀನು ಟೆನ್ಷನ್ ಮಾಡಿಕೊಳ್ಳಬಾರದು' ಅಂತ ಪೀಠಿಕೆ ಹಾಕಿದರು. ನಾನು ಅಂಥದ್ದೇನಿರಬಹುದು ಅಂತ ಯೋಚಿಸುವಷ್ಟರಲ್ಲೇ ಸಿನೆಮಾದಲ್ಲಿನ ವಿಷಾದದ ಸೀನಿನಂತೆ 'ಅಮ್ಮನಿಗೆ ಈಗ 66ನೆಯ ವರ್ಷ ನಡೆಯುತ್ತಿದೆ' ಅಂದರು! ನಾನು ಜೋರಾಗಿ ನಕ್ಕು ಬಿಟ್ಟು 'ಅಯ್ಯೋ ಹೋಗ್ರಣ್ಣಾ, ಅದೆಲ್ಲ ಬರೀ ಸುಳ್ಳು' ಅಂದೆ. ಆದರೆ ಅಪ್ಪ 'ಸರಿಯಮ್ಮಾ ಅದು ಸುಳ್ಳು ಅಂತಲೇ ಇಟ್ಟುಕೊಳ್ಳೋಣ. ಆದರೆ ಅಪ್ಪಿ ತಪ್ಪಿ ಸತ್ಯವಾದರೆ ಅಂತ ಯೋಚಿಸು' ಅಂದರು. ಆಗ ನಾನು ಚಿಂತೆಗೆ ಬಿದ್ದಿದ್ದು. ಅಪ್ಪಟ ಸುಳ್ಳು ಅಂತಲೇ ಇಟ್ಟುಕೊಳ್ಳೋಣ. ಆದರೆ ಮುಂದೆ ಅಮ್ಮನಿಗೇನಾದರೂ ಆಗಿ ಕಾಕತಾಳೀಯವಾಗಿ 66ನೆಯ ವರ್ಷದಲ್ಲಿಯೇ ಸತ್ತು ಹೋದರೆ? ಆಗ 'ಅಯ್ಯೋ ಛೇ! ನಾನು ಅವಳ ಕೊನೆಯ ದಿನಗಳಲ್ಲಿ ಅವಳ ಜೊತೆ ಇದ್ದು ಅವಳ ಬಗ್ಗೆ ವಿಚಾರಿಸಿಕೊಳ್ಳಬೇಕಿತ್ತು' ಅನ್ನುವ ಗಿಲ್ಟ್ ಕಾಡುವುದಿಲ್ಲವಾ? ಅಂತ ಯೋಚನೆ ಶುರುವಾಯಿತು. ಅಷ್ಟರಲ್ಲಿ ಅಪ್ಪ ಮತ್ತೂ ಒಂದು ಬ್ರೇಕಿಂಗ್ ನ್ಯೂಸ್ ಹೊರಗೆಡವಿದರು. ಅದೇನೆಂದರೆ ಆ ಭವಿಷ್ಯ ಹೇಳಿದಾತ ಅಮ್ಮ 66ನೆಯ ವರ್ಷದಲ್ಲಿ ಸಾಯುತ್ತಾಳೆ ಅಂತ ಮಾತ್ರ ಹೇಳದೇ, ಆ ವರ್ಷದ ಪಂಚಮಿ ಗುರುವಾರದಂದೇ ಸಾಯುತ್ತಾಳೆ ಅಂತ ಕೂಡಾ ಹೇಳಿದ್ದರಂತೆ! ಅದನ್ನು ಕೇಳಿದ ಕೂಡಲೇ ಯಾಕೋ ಎದೆಯಲ್ಲಿ ಸಂಕಟವೆನ್ನಿಸಿತು. 'ಇಷ್ಟು ಕರಾರುವಾಕ್ಕಾಗಿ ಹೇಳಬೇಕಾದರೆ, ಆತ ಸರಿಯಾಗಿಯೇ ಹೇಳಿಬಿಟ್ಟಿದ್ದಾರೋ ಏನೋ' ಅನ್ನುವ ಆತಂಕ ಎದೆಯಲ್ಲಿ ಸುಳಿಯಿತು.

ಇದೇ... exactly ಇದೇ ಬಲಹೀನತೆಯೇ ಭವಿಷ್ಯ ನುಡಿಯುವವರ ಸಂತತಿಯನ್ನು ಈಗಲೂ ಜೀವಂತವಾಗಿಟ್ಟಿರುವುದು ಮತ್ತು ಕೇಳುವವರ

ಸಂತತಿಯನ್ನು ಬೆಳೆಸುತ್ತಲೇ ಇರುವುದು! ಇಂಥದ್ದೆಲ್ಲ ಸುಳ್ಳು ಅಂತ ರಾಜಾರೋಷವಾಗಿ ವಿರೋಧಿಸುವ ನನ್ನಂಥವಳೂ ಆ ನಿಮಿಷಕ್ಕೆ 'ಅದು ಸತ್ಯವೇ ಆಗಿದ್ದರೆ?' ಅಂತ ಯೋಚಿಸುತ್ತೇವಲ್ಲ, ಅಷ್ಟು ಸಾಕು ಇಂಥ ಮೂಢನಂಬಿಕೆಗಳು ಹುಲುಸಾಗಿ ಬೆಳೆಯುವುದಕ್ಕೆ.

ಅವತ್ತು ಅಪ್ಪ ನನ್ನ ಹತ್ತಿರ ಈ ವಿಷಯ ಹೇಳಿದಾಗ ನಾವಿಬ್ಬರೂ ಸ್ವಲ್ಪ ಹೊತ್ತು ಮೌನವಾಧಾರಿಸಿ ಕುಳಿತುಬಿಟ್ಟೆವು. ಅಷ್ಟರಲ್ಲಾಗಲೇ ಅಮ್ಮ ಹುಟ್ಟಿದ ನವಂಬರ್ ತಿಂಗಳಿನಿಂದ ನಾಲ್ಕು ತಿಂಗಳು ಮುಂದೆ ನಡೆದಾಗಿತ್ತು. ಅಪ್ಪ ಒಬ್ಬರೇ ಆ ನಾಲ್ಕು ತಿಂಗಳು ಯೋಚಿಸಿ ಸಾಕಾಗಿ ನನ್ನಲ್ಲಿ ಈ ವಿಷಯ ಹಂಚಿಕೊಂಡಿದ್ದರು. ಆಗ ಮಾರ್ಚ್ ತಿಂಗಳ ಕೊನೆ. ಇನ್ನೂ 8 ತಿಂಗಳು ಬಾಕಿಯಿತ್ತು ಅಮ್ಮನ 66ನೆಯ ವರ್ಷ ಮುಗಿಯಲು. ಅಪ್ಪ ಇಷ್ಟು ವಿಷಯ ಹೇಳಿದವರೇ ಎದ್ದು ಒಳನಡೆದು ಬೆಂಗಳೂರು ಪ್ರೆಸ್ ಕ್ಯಾಲೆಂಡರ್ ತಂದರು. ಅದನ್ಯಾಕೆ ತಂದರು ಅಂತ ನೋಡಿದರೆ ಅದರಲ್ಲಿ ಕೆಂಪು ಪೆನ್ನಿನಿಂದ ಅಲ್ಲಲ್ಲಿ ಮಾರ್ಕ್ ಮಾಡಿಟ್ಟಿದ್ದು ಕಾಣಿಸಿತು. ಏನದು ಅಂತ ನೋಡಿದರೆ ಇಡೀ ವರ್ಷದಲ್ಲಿ ಪಂಚಮಿಯ ದಿನ ಗುರುವಾರ ಎಷ್ಟು ದಿನ ಬರುತ್ತದೆ ಅಂತ ಅಪ್ಪ ಮಾರ್ಕ್ ಮಾಡಿಟ್ಟಿದ್ದಾರೆ! ಅದನ್ನು ನೋಡುತ್ತಿದ್ದ ಹಾಗೆ ಮನಸ್ಸು ಭಾರ ಭಾರವಾಯಿತು. ಅಪ್ಪ ಮಾರ್ಕ್ ಮಾಡಿಟ್ಟಿದ್ದ ದಿನಗಳನ್ನು ನೋಡುತ್ತ ಕೂತೆ. ಇಡೀ ವರ್ಷದಲ್ಲಿ 5 ಪಂಚಮಿ ದಿನಗಳು ಗುರುವಾರದಂದು ಬೀಳುತ್ತಿದ್ದವು. ಮೊದಲ 'ಸಾವಿನ ಮೂರ್ತ' ನಿಗದಿಯಾಗಿದ್ದು ಏಪ್ರಿಲ್‌ನಲ್ಲಿ ನಾನು ಹುಟ್ಟಿದ ದಿನವೇ! ಅಂದರೆ ಅವತ್ತಿನಿಂದ 12 ದಿನಗಳ ಒಳಗೆ ಮೊದಲ 'ಮೂರ್ತ' ಫಿಕ್ಸ್ ಮಾಡಿದ್ದರು ಆ ಭವಿಷ್ಯವಾಣಿ. ಬಾಯಲ್ಲಿನ ನೀರೆಲ್ಲ ಆರಿತು... ನನ್ನ ಮತ್ತು ಅಪ್ಪನ ಜೀವನದ ಕರಾಳ ದಿನಗಳ ಕೌಂಟ್ ಡೌನ್ ಶುರುವಾಗಿತ್ತು!

ಅವತ್ತು ಮೊದಲ ಮೂರ್ತದ ದಿನ ನಮ್ಮ ಕಥೆ ಯಾಕೆ ಕೇಳ್ತೀರಿ! ಏಪ್ರಿಲ್ ಹನ್ನೊಂದರ ರಾತ್ರಿ ಹನ್ನೆರಡು ಹೊಡೆಯುತ್ತಿದ್ದ ಹಾಗೆ ಸಾವು ಬಾಗಿಲು ತಟ್ಟುತ್ತಿರುವ ಸದ್ದು ಕೇಳಿದಂತೆನಿಸಿತು. ರಾತ್ರಿಯಿಡೀ ನಿದ್ದೆಯಿಲ್ಲದೆ ಹೊರಳಾಡಿದೆ. ಬೆಳಿಗ್ಗೆ ಎದ್ದ ಕೂಡಲೇ ಏನಾಗಬಹುದು? 'ಅಮ್ಮ ಇನ್ನಿಲ್ಲ' ಅಂತ ಅಪ್ಪನ ಕರೆ ಬರಬಹುದಾ? ಅಯ್ಯೋ ಹೇಗೆ ಸಹಿಸಲಿ ಈ ದುಃಖವನ್ನು ಅಂತೆಲ್ಲ ಯೋಚನೆ ಮಾಡುತ್ತಲೇ ಇದ್ದೆ. ಬೆಳಿಗ್ಗೆ ಆರೂವರೆ ಆಗುವುದನ್ನೇ ಕಾಯುತ್ತಿದ್ದವಳ ಹಾಗೆ ಅಪ್ಪನಿಗೆ ಫೋನ್ ಹಚ್ಚಿದೆ. ಏನೋ ಅಪ್ಪ ಅಮ್ಮನ ಪಕ್ಕದಲ್ಲೇ ಕೂತು, ಅಮ್ಮನ ಪ್ರಾಣ ಎಳೆದೊಯ್ಯಲು ಬರುವ ಯಮಧರ್ಮರಾಯನ ಹತ್ತಿರ ಸಾವಿತ್ರಿಯ ಥರ ಗುದ್ದಾಡುವ ಸಿದ್ಧತೆಯಲ್ಲಿರುತ್ತಾರೇನೋ ಅನ್ನುವ ಥರದ ಸೀನ್ ಕಣ್ಣೆದುರಿಗಿಟ್ಟುಕೊಂಡು ಫೋನ್ ಮಾಡಿದರೆ ಅಪ್ಪ ಎಂದಿನಂತೆ ಬೆಳಗಿನ ವಾಕಿಂಗ್‌ನಲ್ಲಿದ್ದರು. 'ಅಮ್ಮ ಬದುಕಿದ್ದಳಾ

ಅಣ್ಣ? ಉಸಿರಾಡ್ತಿದ್ಲಾ?' ಎಂದೆ ಹೆದರುತ್ತಲೇ. ಅಪ್ಪ 'ಗೊತ್ತಿಲ್ಲಮ್ಮ, ನಾನು ಹೊರಟಾಗ ಉಸಿರಾಡುತ್ತಿದ್ದಳು. ಈಗ ಗೊತ್ತಿಲ್ಲ' ಅನ್ನುವ ದಿವ್ಯ ನುಡಿಯೊಂದನ್ನು ಹೇಳಿದರು. ಇದ್ದಕ್ಕಿದ್ದಂತೆ ಸಾವು ಎಷ್ಟು ಅನಿರೀಕ್ಷಿತ ಅಂತ ಅರ್ಥವಾದ ಜ್ಞಾನಿಯ ಥರ ಅನ್ನಿಸಿಬಿಟ್ಟರು ಅಪ್ಪ. ಮನೆಗೆ ಹೋದ ಕೂಡಲೇ ಫೋನ್ ಮಾಡ್ತೀನಿ ಅನ್ನುವ ಆಶ್ವಾಸನೆಯೊಡನೆ ಅಪ್ಪ ಮಾತು ಮುಗಿಸಿದರು.

ನಾನು ಆತಂಕದಿಂದ, ನಿದ್ರಾಹೀನತೆಯಿಂದ ತೂರಾಡುತ್ತ ಕಾಫಿ ಮಾಡುವಷ್ಟರಲ್ಲಿ ಅಪ್ಪನ ಫೋನ್! ಅಪ್ಪ ನೇರವಾಗಿ 'ನಿಮ್ಮಮ್ಮ ಬದುಕಿದ್ದಾಳೆ' ಅಂತ ಅಮ್ಮನೆದುರು ಹೇಳುವ ಹಾಗಿಲ್ಲವಲ್ಲ. ಹಾಗಾಗಿ 'ಅಮ್ಮ ಕಾಫಿ ಬಿಸಿ ಮಾಡ್ತಿದಾಳೆ ಕಣಮ್ಮ. ನಾನು ಈಗ ವಾಕಿಂಗ್ ಮುಗಿಸಿ ಬಂದೆ' ಅಂತ indirect ಆಗಿ ಅಮ್ಮ ಬದುಕಿದ್ದಾಳೆ ಅನ್ನುವ ಸಂದೇಶ ತಲುಪಿಸಿದರು! ಅದಾದ ನಂತರ ನಾವಿಬ್ಬರೂ ಇಡೀ ದಿನ ಸಾವಿಗಾಗಿ ಕಾದು ಕೂತೆವು. ಅಮ್ಮನ ಎದುರು ಏನೂ ಆತಂಕ ತೋರಿಸಿಕೊಳ್ಳುವ ಹಾಗಿರಲಿಲ್ಲ ಬೇರೆ. 'ಭಾಗ್ಯವಂತರು' ಸಿನೆಮಾದಲ್ಲಿ ಸರೋಜಾದೇವಿಗೆ ಕ್ಯಾನ್ಸರ್ ಇರುವುದನ್ನು ಹೇಳಬಾರದು ಅಂತ ಒದ್ದಾಡುವ ರಾಜ್‌ಕುಮಾರ್ ಥರ ನಾವು ನಗುವಿನ ಮುಖವಾಡ ಧರಿಸಿ ಓಡಾಡಿದೆವು. ಅಮ್ಮ ಎಂದಿನಂತೆ ಅಡಿಗೆ ಮಾಡಿದಳು, ಆರಾಮವಾಗಿ ಉಂಡಳು, ಹರಟಿದಳು, ಗೆಳತಿಯ ಮನೆಗೆ ಹೋದಳು, ಬಂದಳು, ಟಿ ವಿ ಸೀರಿಯಲ್ ನೋಡಿದಳು... ನಾವು ಮಾತ್ರ ನನ್ನ ಹುಟ್ಟಿದ ದಿನವಂತಲೂ ಮರೆತು ದ್ರಾಬೆ ಮುಖದಲ್ಲಿ ಇಡೀ ದಿನ ಸಾವಿನ ನಿರೀಕ್ಷೆ ಮಾಡಿದೆವು. ಅಮ್ಮ ರಾತ್ರಿಯ ಊಟ ಮಾಡಿ ಬೆಚ್ಚಗೆ ಹೊದ್ದು ಮಲಗಿದಳು. ಅಪ್ಪ ಬರಬಹುದಾದ ಅಮ್ಮನ ಸಾವಿಗಾಗಿ ಕಾಯುತ್ತಾ ಕೂತರು. ನಡುರಾತ್ರಿ ಹನ್ನೆರಡಾಯ್ತು. ಅಪ್ಪ ಅಮ್ಮನ ಮೂಗಿಗೆ ಕೈ ಹಚ್ಚಿ ಉಸಿರಾಡುತ್ತಿದ್ದಾಳೆ ಅಂತ ಖಚಿತಪಡಿಸಿಕೊಂಡು ಮೆಸೇಜ್ ಹಾಕಿದರು. ಒಂದು ಪಂಚಮಿ ಗುರುವಾರ ಮುಗಿದಿತ್ತು ಹಾಗೂ ಹೀಗೂ. ನಾನು ನೆಮ್ಮದಿಯ ನಿಟ್ಟುಸಿರು ಬಿಟ್ಟು ಸಾವಿನಂಥ ಗಾಢ ನಿದ್ದೆಗಿಳಿದೆ...

ಕಣ್ಣು ಮುಚ್ಚಿ ತೆಗೆಯುವಷ್ಟರಲ್ಲಿ ಎರಡನೆಯ ಪಂಚಮಿ ಗುರುವಾರವಾದ 'ಮೂರ್ತ' ಮೇ 12 ಬಂದೇಬಿಟ್ಟಿತ್ತು! ಅವತ್ತು ಅಪ್ಪ-ಅಮ್ಮ ಜೋಗ್ ಫಾಲ್ಸ್‌ಗೆ ಮೂರು ದಿನದ ಟ್ರಿಪ್ ಹೊರಟಿದ್ದರು. ನಾನು ಇನ್ನಿಷ್ಟು ಆತಂಕಕ್ಕೊಳಗಾದೆ. ಮೊದಲ ಮೂರ್ತದಂದು ಊರಲ್ಲಾದರೂ ಇದ್ದಳು. ಇವತ್ತು ಸಾವು ಬಂದರೆ ನನಗೆ ಕೊನೆಯ ಘಳಿಗೆಯಲ್ಲಿ ಅವಳ ಜೊತೆ ಇರುವ ಅವಕಾಶವೂ ಇಲ್ಲವಲ್ಲ ಅಂತ ದುಃಖವಾಯಿತು. ಹೊರಟಿರುವವರನ್ನು ಹೋಗಬೇಡಿ ಅನ್ನಲಾಗುತ್ತದಾ? ಹಾಗಾಗಿ ಆದದ್ದು ಆಗಲಿ ಅನ್ನುವಂತೆ ಸುಮ್ಮನಾದೆ. ಅಷ್ಟರಲ್ಲಿ 'accident ಆಗಿ ಸಾಯುತ್ತಾಳೋ ಏನೋ' ಅನ್ನುವ ಮತ್ತೊಂದು ಆತಂಕ ಶುರುವಾಯಿತು. ಆದರೆ

ಅಪ್ಪನೂ ಜೊತೆಗೆ ಹೊರಟಿದ್ದರಲ್ಲ, ಹಾಗಾಗಿ ಸ್ವಲ್ಪ confusion! ಇದೇನೋ ಲೆಕ್ಕ ಮಿಸ್ ಹೊಡೀತಿದ್ಯಲ್ಲ ಅಂತ ಯೋಚಿಸಲು ಶುರು ಮಾಡಿದೆ. ಆಮೇಲೆ ತಲೆಯಲ್ಲಿ ಇದ್ದಕ್ಕಿದ್ದಂತೆ ಬೆಳಕು! ಆ ಭವಿಷ್ಯವಾಣಿ ಅಮ್ಮ ಹೋಗುತ್ತಾಳೆ ಅಂತ ಮಾತ್ರ ಹೇಳಿತ್ತೇ ಹೊರತು, ಅಪ್ಪ ಹೋಗುವುದಿಲ್ಲ ಅಂತೇನೂ ಹೇಳಿರಲಿಲ್ಲವಲ್ಲ! ಅಂದರೆ ಇಬ್ಬರೂ ಹೋಗಿಬಿಡುವ ಸಾಧ್ಯತೆಯಿದೆಯಾ ಅಂತ ಇನ್ನಿಷ್ಟು ಗಾಬರಿಯಾದೆ. ಒಟ್ಟಿಗೆ 'ಏನೂಂದ್ರೆ'... 'ಪಾರ್ವತೀಈಈ' ಅನ್ನುವ 'ಭಾಗ್ಯವಂತರು' ಸಿನೆಮಾದ ಕ್ಲೈಮ್ಯಾಕ್ಸ್ ಕಣ್ಣೆದುರು ಸುಳಿಯಿತು. ಎಂದಿನಂತೆ ನನ್ನ ನಿದ್ರಾಹೀನ ರಾತ್ರಿ ಶುರುವಾಯಿತು. ನಡುರಾತ್ರಿ ತಡೆಯಲಾರದೇ ಅವರ ಮೊಬೈಲ್‌ಗೆ ಫೋನ್ ಮಾಡಿಯೂ ಬಿಟ್ಟೆ ಹುಚ್ಚುಕುಪ್ಪಿಯಂತೆ! ಪುಣ್ಯಕ್ಕೆ ಸಿಗ್ನಲ್ ಇಲ್ಲದ್ದರಿಂದ ಕನೆಕ್ಷನ್ ಸಿಗಲಿಲ್ಲ. ಸಿಕ್ಕೇ ಬಿಟ್ಟು ಅಮ್ಮ ಯಾತಕ್ಕೆ ಫೋನ್ ಮಾಡಿದೆ ಅಂದರೆ ನಾನು ಏನು ಹೇಳಬೇಕಿತ್ತು!

ಆಗ BSNL ಬಿಟ್ಟು ಬೇರೆ ನೆಟ್‌ವರ್ಕ್ ಇರಲಿಲ್ಲ. ಹಾಗಾಗಿ ನಾನು ಮರುದಿನ ಪೂರ್ತಿ ಅವರ ಕರೆಗಾಗಿ ಕಾಯುವುದು ಬಿಟ್ಟು ಮತ್ತೇನೂ ಮಾಡುವ ಹಾಗಿರಲಿಲ್ಲ. ಅವರು ಆರಾಮವಾಗಿ ಜೋಗ್, ವರದಳ್ಳಿ, ನೀನಾಸಂ, ಸಾಗರ ಅಂತ ತಿರುಗಾಡುವಾಗ ನಾನಿಲ್ಲಿ ಮಂಕುಬಡಿದು ಕೂತೇ ಇದ್ದೆ. ಅವತ್ತಿನ ರಾತ್ರಿ ಹನ್ನೆರಡು ಹೊಡೆಯಿತು. ಅಪ್ಪನ ಕಾಲ್ ಏನೂ ಬರಲಿಲ್ಲ. No news is also good news ಅಂತ ನಿಟ್ಟುಸಿರೆಳೆದೆ. ಮೂರು ದಿನದ ಟ್ರಿಪ್ ಮುಗಿಸಿ ಅವರು ಸುರಕ್ಷಿತವಾಗಿ ಹಿಂತಿರುಗಿ ಬಂದರು. ಸಾವಿನ ಎರಡನೆಯ appointment ಮುಗಿದಿತ್ತು!

ಗೋಧಿಹಿಟ್ಟಿನ ಅಡ್ವರ್‌ಟೈಸ್‌ಮೆಂಟ್‌ನಲ್ಲಿ 'ಆರಿಸಿದ ಕಾಳುಗಳಿಂದ ಮಾಡಿದ ಗೋಧಿಹಿಟ್ಟು' ಎಂದು ಕೆಟ್ಟದಾಗಿ ಹೇಳುತ್ತಾರಲ್ಲ, ಆ ರೀತಿ ಆ ವರ್ಷ ಪಂಚಮಿ ಗುರುವಾರವೂ ದಿನಗಳನ್ನು ಹುಡುಕಿ ಹುಡುಕಿ ಸೆಲೆಕ್ಟ್ ಮಾಡಿತ್ತು! ಮೊದಲನೆಯದ್ದು ನನ್ನ ಹುಟ್ಟಿದ ದಿನವಾದರೆ, ಎರಡನೆಯದು ಅವರ ವೆಡ್ಡಿಂಗ್ ಆನಿವರ್ಸರಿಯಾದ ಎರಡು ದಿನಕ್ಕೆ. ಮೂರನೆಯದ್ದು ಅಪ್ಪನ ಬರ್ತ್ ಡೇ ದಿನವೇ ಬಿದ್ದಿತ್ತು. ಅಂದರೆ, ಅಪ್ಪನ ಬರ್ತ್‌ಡೇ ಕೂಡಾ ನಾಶವಾಗುವ ಎಲ್ಲ ಲಕ್ಷಣಗಳೂ ಕಂಡವು!

ಆಗಸ್ಟ್ 23 ಅಪ್ಪನ ಹುಟ್ಟಿದ ದಿನ. ಅವತ್ತು ಎಂದಿನಂತೆ ನಡುರಾತ್ರಿಯಲ್ಲಿ ಆತಂಕ ಶುರುವಾಯಿತು. ನಿದ್ರಾಹೀನ ರಾತ್ರಿಯಂತೂ ಸಾಮಾನ್ಯ ಅನ್ನುವ ಹಾಗೆ ಆಗಿಹೋಗಿತ್ತು. ಮರುದಿನ ಬೆಳಿಗ್ಗೆಯೇ ಫೋನ್ ಹಚ್ಚಿದೆ. ಅಮ್ಮನೇ ಖುಷಿಖುಷಿಯಾಗಿ ಮಾತಾಡಿದಳು. ನಾನು ಸೋತ ದನಿಯಲ್ಲೇ ಅಪ್ಪನಿಗೆ ವಿಷ್ ಮಾಡಿ, ಇಡೀ ದಿನ ಹಾಳು ಮೋರೆಯಲ್ಲಿ ಕುಳಿತೆ. ಅಮ್ಮ ಅಪ್ಪನೊಡನೆ ಹೋಟೆಲ್ಲಿಗೆ ಹೋಗಿ ಊಟ ಮಾಡಿ ಬಂದಳು. ಮಧ್ಯಾಹ್ನವಾದೊಡನೆ ಇಬ್ಬರೂ ಅವರವರ ಕಾರ್ಡ್ಸ್ ದಿನಚರಿಗೆ ಹೊರಟರು. ಸಂಜೆಯಾಯಿತು, ದಿನ ಜಾರಿ, ಮಲಗಿತು.

ನಡುರಾತ್ರಿಯವರೆಗೆ ಅದೇ ನಿದ್ರಾಹೀನ ಸ್ಥಿತಿ. ಅಪ್ಪನಿಂದ ಯಾವುದೇ ಕರೆ ಬರಲಿಲ್ಲ ಮತ್ತು ನಾನು ನಿಟ್ಟುಸಿರು ಬಿಟ್ಟು ನಿದ್ದೆಹೋದೆ...

ನಾಲ್ಕನೆಯ ಪಂಚಮಿ ಗುರುವಾರದ ಕಥೆಯೊಂದು ಯಾಕೋ ಪೂರ್ತಿಯಾಗಿ ನೆನಪಿಗೆ ಬರುತ್ತಿಲ್ಲ. ಆದರೆ ಪರಿಸ್ಥಿತಿ ಮಾತ್ರ ಡಿಟ್ಟೋ! ಅದೇ ಆತಂಕ, ಭಯದಲ್ಲೇ ದಿನ ಮುಗಿಯಿತು. ಅಲ್ಲಿಗೆ ಸಾವು appointment ಕೊಟ್ಟಿದ್ದ ನಾಲ್ಕು ದಿನಗಳು ಮುಗಿದಿದ್ದವು.

ಇನ್ನು ಕೊನೆಯ ಪಂಚಮಿ ಗುರುವಾರ ಬಾಕಿ ಉಳಿದಿತ್ತು. ಒಂದಿಷ್ಟು ತಿಂಗಳ ಮೊದಲೇ ಐದನೆಯ ಪಂಚಮಿ ಗುರುವಾರ ಮುಗಿದಿದ್ದರೆ ಇನ್ನು ಅಮ್ಮನ 66ನೆಯ ವರ್ಷದ ಉಳಿದ ಭಾಗವನ್ನಾದರೂ ನೆಮ್ಮದಿಯಿಂದ ಕಳೆಯಬಹುದಿತ್ತು. ಆದರೆ ಅದು ಅಮ್ಮನ ಹುಟ್ಟಿದ ದಿನವಾದ ನವೆಂಬರ್ 27ಕ್ಕೇ ಬಿದ್ದಿತ್ತು! ಈ ಸಾವು ಒಟ್ಟಿನಲ್ಲಿ ಇಡೀ ವರ್ಷ ಕಾಡಿಸಲೇ ಬೇಕು ಅಂತ ಹಠಕ್ಕೆ ಬಿದ್ದಂತಿತ್ತು.

ಅಪ್ಪನಿಗೆ ಆಗೊಂದು ಬ್ರಿಲಿಯೆಂಟ್ ಐಡಿಯಾ ಹೊಳೆದುಬಿಟ್ಟಿತು! ಅಮ್ಮನ ಜಾತಕ ತೆಗೆದು ಅಮ್ಮ ಹುಟ್ಟಿದ ಸಮಯ ನೋಡಿ, ಅವಳು ಬೆಳಿಗ್ಗೆಯೇ ಹುಟ್ಟಿ ಆಗಿದ್ದರೆ ರಾತ್ರಿ 12ಕ್ಕೆ ಮುಂಚೆಯೇ ನಮ್ಮ ಆತಂಕ ಕೊನೆಯಾಗಬಹುದಲ್ಲ ಎನ್ನುವ ಐಡಿಯಾ. ಆಗ ಅಮ್ಮನ ಜಾತಕದ ತಲಾಷಿಗೆ ಬಿದ್ದೆವು ನಾನು, ಅಪ್ಪ! ನಿಜಕ್ಕೂ ಹೇಳುತ್ತೇನೆ, ಈಗ ನೆನೆಸಿಕೊಂಡರೆ ಅವಮಾನವಾಗುತ್ತದೆ. ಆದರೆ ಅವತ್ತು ಮಾತ್ರ ಜಾತಕದ ಪ್ರತಿಗೆ ಹುಡುಕಾಟ ನಡೆಸಿದೆವು ಇಬ್ಬರೂ. ಕೊನೆಗೂ ಸಿಕ್ಕಿತು. ಹಾಳಾದ್ದನ್ನು ತೆಗೆದು ನೋಡಿದರೆ ಅವಳು ಹುಟ್ಟಿದ್ದು ರಾತ್ರಿ 11.30ಕ್ಕೆ! ಅಂದರೆ ಕೊನೆಯ ದಿನ ಮುಗಿಯಲು 30 ನಿಮಿಷ ಮಾತ್ರ ಬಾಕಿ ಇರುವವರೆಗೂ ನಮಗೆ ನೆಮ್ಮದಿ ಇಲ್ಲವೆನ್ನುವುದು ಖಚಿತವಾಯ್ತು! ಅವತ್ತು ಅಮ್ಮ ಸತ್ತುಹೋದರೆ ನಮ್ಮ ಪ್ರೀತಿಯ ಸಿ. ಅಶ್ವಥ್ ಅವರ ಥರ

ಜನನ 27.11–ಮರಣ 27.11 ಅಂತ ಹಾಕಬೇಕಾಗುತ್ತದೇನೋ ಅಂದುಕೊಂಡೆ.

ಅಂತೂ ಆ ಕೊನೆಯ ದಿನ ಬಂದೇಬಿಟ್ಟಿತು. ನಡುರಾತ್ರಿಯಲ್ಲಿ ಕೊನೆಯ ದಿನದ ಎಂದಿನ mandatory ಆತಂಕ, ನಿದ್ರಾಹೀನತೆ ಎಲ್ಲ ಮುಗಿಯಿತು. ಅವತ್ತು ನಾನು ಆಫೀಸಿಗೆ ರಜೆ ಹಾಕಿ ಬೆಳಿಗ್ಗೆಯೇ ಅಮ್ಮನ ಮನೆಗೆ ಓಡಿದೆ. ಅವತ್ತು ದೇವಸ್ಥಾನದಲ್ಲಿ ಹುಟ್ಟಿದ ದಿನಕ್ಕೆ ಅಂತ ಅನ್ನ ಸಂತರ್ಪಣೆ ಅಂತೇನೋ ಇಟ್ಟುಕೊಂಡಿದ್ದಳು. ಯಾವಾಗಲೂ ನೀಟ್ ಆಗಿರುವ ಅಮ್ಮ ಅವತ್ತೂ ಲಕ್ಷಣವಾಗಿ ಅಲಂಕರಿಸಿಕೊಂಡಳು. ನಾನು ಮತ್ತು ಅಪ್ಪ ಎಂದಿನಂತೆ ದ್ರಾಬೆ ಮುಖದಲ್ಲಿ ಅಮ್ಮನ ಜೊತೆ ಹೊರಟೆವು. ನಾನು ಸಾಧಾರಣವಾಗಿ ದೇವಸ್ಥಾನದ ಊಟ ಅಂತದ್ದನ್ನೆಲ್ಲ ಅವಾಯ್ಡ್ ಮಾಡುವವಳು ಅವತ್ತು ತುಟಿ ಪಿಟಕ್ ಅನ್ನದೇ ಹೋದೆ.

ಅಮ್ಮನಿಗೆ ಕೊನೆಯ ಘಳಿಗೆಯವರೆಗೆ ಖುಷಿ ಕೊಡೋಣ ಅನ್ನುವುದಷ್ಟೇ ನನ್ನ ಉದ್ದೇಶವಾಗಿತ್ತು.

ದೇವಸ್ಥಾನಕ್ಕೆ ಕಾಲಿರಿಸಿದ ಕೂಡಲೇ ಅಮ್ಮ ಎಲ್ಲ ದೇವರಿಗೂ ನಮಸ್ಕಾರ ಹಾಕುವುದರಲ್ಲಿ ಬಿಜ಼ಿಯಾದಳು. ನಾನು ಕೆಲಸವಿಲ್ಲದವಳು ಅತ್ತಿತ್ತ ನೋಡುತ್ತ ನಿಂತೆ. ದೇವಸ್ಥಾನಗಳಲ್ಲಿ ಅವತ್ತಿನ ಸೇವೆಯ ವಿವರಗಳು, ಮಾಡಿಸುತ್ತಿರುವವರ ಡೀಟೈಲ್ಸ್, ಅವತ್ತಿನ ದಿನ ವಿಶೇಷ ಎಲ್ಲವನ್ನೂ ಬರೆದಿರುವ ಬೋರ್ಡ್ ಇರುತ್ತದಲ್ಲ, ಅದರ ಮೇಲೆ ಕಣ್ಣಿಗೆ ರಾಚುವಂತೆ ಢಾಳಾಗಿ 'ಪಂಚಮಿ ಗುರುವಾರ' ಅಂತ ಬರೆದಿದ್ದ ಬೋರ್ಡ್ ಕಂಡಿತು. ನನಗೆ ಇಡೀ ದೇಹ ಬೆವರಿತು. ಪ್ರದಕ್ಷಿಣೆ, ನಮಸ್ಕಾರಗಳಲ್ಲಿ ಬಿಜ಼ಿಯಾಗಿದ್ದ ಅಮ್ಮನಿಗೆ ಆ ಬೋರ್ಡ್ ಕಂಡುಬಿಟ್ಟು, ಭವಿಷ್ಯವಾಣಿಯ ನೆನಪಾಗಿ ಹೋಗಿ ಶಾಕ್ ಆಗಿ ಅಲ್ಲೇ ಬಿದ್ದು ಸತ್ತು ಹೋದರೆ? ಅಂತ ಯೋಚಿಸಿ ಆ ಬೋರ್ಡ್ ಅಮ್ಮನಿಗೆ ಕಾಣದ ಹಾಗೆ ಅಡ್ಡಲಾಗಿ ನಿಂತೆ. ಅಮ್ಮನ ಹಿಂದೆಹಿಂದೆ ಅವಳಿಗೆ ಅಂಟಿಕೊಂಡೇ ನಡೆದೆ. ಇದ್ದಕ್ಕಿದ್ದಂತೆ ಎಲ್ಲಾದರೂ ಬಿದ್ದುಬಿಟ್ಟರೆ? ಆಗ ಗೋಡೆ ಗೀಡೆಗೆ ತಲೆ ತಗುಲಿಬಿಟ್ಟರೆ? ಹೀನಾಯ ಸಾವು ಬಂದುಬಿಟ್ಟರೆ? ಅಂತೆಲ್ಲ ಮುಂದಾಲೋಚನೆ ನನ್ನದು!

ಈ ಆತಂಕದಲ್ಲೇ ಮಂಗಳಾರತಿಯೂ ಆಯ್ತು. ಊಟಕ್ಕೆ ಎಲೆ ಹಾಕಿದರು. ಮಂಡಿ ನೋವಿರುವುದರಿಂದ ಪೂರ್ತಿ ಮಡಚಲು ಕಷ್ಟವಾಗುತ್ತೆ ಅಂತ ಅಮ್ಮ ಯಾವಾಗಲೂ ಸಾಲಿನ ಕೊನೆಯಲ್ಲೇ ಕುಳಿತುಕೊಳ್ಳುವುದು. ನಾನೂ ಅವಳ ಪಕ್ಕವೇ ಕುಳಿತೆ. ಅಮ್ಮನ ಪಕ್ಕ ಕಣ್ಣು ಹಾಯಿಸಿದರೆ ಅಲ್ಲಿ ಜೋಡಿಸಿಟ್ಟಿದ್ದ ವಸ್ತುಗಳೆಲ್ಲ ಕಣ್ಣಿಗೆ ಬಿದ್ದವು. ಬಿದ್ದಾಗ ಅಲ್ಲಿರುವ ಯಾವುದಾದರೂ ವಸ್ತು ತಲೆಗೆ ತಗುಲಿದರೆ ಅಂತ ಮನಸಿನಲ್ಲೇ ಲೆಕ್ಕ ಹಾಕಿ ಅವನ್ನೆಲ್ಲ ದೂರ ಸರಿಸಿ ಬಂದು ಕೂತೆ. ಒಳ್ಳೆಯ ಊಟವಿತ್ತು. ಆದರೂ ನನಗೆ ಗಂಟಲಲ್ಲಿ ಇಳಿಯುವುದೇ ಕಷ್ಟವಾಯ್ತು. ಕಷ್ಟ ಪಟ್ಟು ನಾಲ್ಕು ತುತ್ತು ತಿಂದೆ. ಅಮ್ಮ ಊಟದಲ್ಲಿ ಭಲೇ ಅಚ್ಚುಕಟ್ಟು. ಎಲ್ಲವನ್ನೂ ಆರಾಮವಾಗಿ ಹಾಕಿಸಿಕೊಂಡು ಚಪ್ಪರಿಸಿ ಹೊಡೆದಳು. ಅಲ್ಲಿಯವರೆಗೂ ಏನೂ ಅವಘಡ ಆಗಲಿಲ್ಲ. ಆಮೇಲೆ ಮನೆಗೆ ಹೊರಟೆವು. ದಾರಿಯಲ್ಲಿ ಹೋಗುವಾಗ ಇದ್ದಕ್ಕಿದ್ದಂತೆ ಸ್ನೇಹಿತೆಯ ಮನೆಗೆ ಹೋಗಿ ರಮ್ಮಿ ಆಡೋಣ ಅಂದಳು. ನಾನು ತಲೆಯಾಡಿಸುತ್ತ ಅಮ್ಮನ ಹಿಂದೆ ಕುರಿಮರಿಯ ಹಾಗೆ ಹೊರಟೆ. ಆಡುವಾಗ ಒಂದು ಚೂರೂ ಮನಸಿಲ್ಲದಿದ್ದರೂ ಕಷ್ಟಪಟ್ಟು ಆಟದಲ್ಲಿ ಭಾಗಿಯಾದೆ. ರಾತ್ರಿ ಮನೆಗೆ ಬರುವಾಗಲೂ ಅವಳ ಪಕ್ಕವೇ ನಡೆದೆ ಅವಳಿಗೆ ಅಂಟಿಕೊಂಡು. ಆಮೇಲೆ ಅವಳ ಮನೆಯಲ್ಲೇ ಊಟವೂ ಆಯ್ತು. ರಾತ್ರಿಯಾಯ್ತು. ಮನೆಗೆ ಹೋಗಲೇ ಬೇಕಿತ್ತು. ಇದೇ ಕೊನೆಯೋ ಏನೋ ಅಮ್ಮನನ್ನು ನೋಡುವುದು ಅಂದುಕೊಂಡು

ಅಮ್ಮನನ್ನು ಕಣ್ಣ ತುಂಬ ತುಂಬಿಕೊಂಡು ಹೊರಟೆ. ರಾತ್ರಿ 11.30ಕ್ಕೆ ಅಪ್ಪನಿಗೆ ಕಾಲ್ ಮಾಡಿ ಮೆಲುದನಿಯಲ್ಲಿ 'ಅಮ್ಮ ಉಸಿರಾಡುತ್ತಿದ್ದಾಳಾ ಶೆರ್ಲಾಕ್ ಹೋಮ್ಸ್' ಅಂತ ಕೇಳಿದೆ. 'ಹೌದು ಡಾಕ್ಟರ್ ವಾಟ್ಸನ್ ..' ಅಂದ ಅಪ್ಪನ ದನಿಯಲ್ಲಿ ಹರ್ಷವಿತ್ತು...

ಆತಂಕದ ಘಳಿಗೆಗಳೆಲ್ಲ ಕಳೆದ ನಂತರ ಇಡೀ ವರ್ಷ ತುಕ್ಕು ಹಿಡಿದಂತಿದ್ದ ನನ್ನ ವೈಚಾರಿಕತೆ, ಬುದ್ಧಿಶಕ್ತಿ ಎಲ್ಲವೂ ಚುರುಕಾದವು!

'ಅಲ್ಲಾ, ಅವೆಲ್ಲ ನಂಬಲ್ಲ ಅಂತ ಹಾರಾಡುವ ನಾನು ಕೂಡಾ ಪೆದ್ದು ಪೆದ್ದಾಗಿ ಆಡಿದೆನಲ್ಲಾ'

'ಎಂಥ ಮುಠ್ಠಾಳಿಯ ಥರ ವರ್ತಿಸಿದೆ'

'ಅವನು ಯಾವನು ಕಿತ್ತೋಗಿರೋ ಜ್ಯೋತಿಷಿ ಹೇಳಿದ ಅಂತ ನಾನು ಹೇಗೆ ನಂಬಿದೆ'

ಅಂತೆಲ್ಲ ಮನಸ್ಸಿನಲ್ಲೇ ಅವಮಾನ ಪಟ್ಟುಕೊಂಡು ಒದ್ದಾಡಿದೆ. ಅವತ್ತು ಇಡೀ ರಾತ್ರಿ ನಮ್ಮ ಬದುಕಿನ 8 ತಿಂಗಳು ಹಾಳುಗೆಡವಿದ ಭವಿಷ್ಯಪ್ಪನಿಗೆ ಹಿಡಿ ಶಾಪ ಹಾಕಿದೆ.

ಮರುದಿನ ತಿಳಿಮನಸ್ಸಿನಲ್ಲಿ ಯೋಚಿಸಿದಾಗ ಅರ್ಥವಾಯ್ತು... ನಾನು ಭವಿಷ್ಯ ಹೇಳಿದಾತನಿಗೆ ಬಯ್ದಷ್ಟೇ ಬಯ್ಗುಳಗಳನ್ನು ನನಗೂ ಬಯ್ದುಕೊಳ್ಳಬೇಕು ಎಂದು. ಆತ ಹೇಳಿದ ಸರಿ, ನಂಬಿದ ನೀನೆಂಥ ವೈಚಾರಿಕ ಪ್ರಜ್ಞೆಯವಳು ಅಂತ ಕೇಳಿಕೊಂಡೊಡನೆ ನೇಣು ಹಾಕಿಕೊಳ್ಳುವಷ್ಟು ಅವಮಾನವಾಯ್ತು. ಇದೇ ಈ what if ಅನ್ನುವುದು ನಿನ್ನಂಥವಳನ್ನೇ ಇಷ್ಟು ಅಲ್ಲಾಡಿಸಬೇಕಾದರೆ, ಇನ್ನು ಪಾಪ ಅನಕ್ಷರಸ್ಥರನ್ನು, ಅದನ್ನೆಲ್ಲ ನಂಬುವವರನ್ನು ಇನ್ನೆಷ್ಟು ಅಲ್ಲಾಡಿಸಬಹುದು? ಹಾಗಿದ್ದರೆ ನಾನು ನಂಬುವುದಿಲ್ಲ ಅಂತೆಲ್ಲ ಉಡಾಫೆಯಾಗಿ ನೀನು ಮಾತಾಡುತ್ತಿದ್ದುದು ಕೂಡಾ ನೀನು ತೊಟ್ಟ ಮುಖವಾಡವಲ್ಲವೇ? ಆ ವಿಷಯ ತಿಳಿದೂ ವಿಚಲಿತಳಾಗದಿದ್ದರೆ ನಿನ್ನ ಮಾತಿಗೆಲ್ಲ ಒಂದು ಅರ್ಥ ಇರುತ್ತಿತ್ತಷ್ಟೇ! ಎಲ್ಲರೂ ನಿನ್ನ ಹಾಗೆಯೇ ಅಪ್ಪಿತಪ್ಪಿ ನಿಜವಾಗಿ ಆಗಿಬಿಟ್ಟರೆ ಅನ್ನುವ ದುಃಖಕ್ಕೆ ಬಿದ್ದು ತಾನೇ ಮೂಢನಂಬಿಕೆಗಳಿಗೆ ಬಲಿಯಾಗುತ್ತಾರೆ ಭಾರತಿ... ಎಂದೆಲ್ಲ ಇಡೀ ದಿನ ಏನೇನೋ ಚಿಂತನೆಗಳು. ಇನ್ನೆಂದೂ ಅಂಥ ಮೂರ್ಖತನದ ಕೆಲಸ ಮಾಡುವುದಿಲ್ಲ ಅಂತ ನನಗೆ ನಾನೇ ಪ್ರಾಮಿಸ್ ಮಾಡಿಕೊಂಡೆ...

ಉಪಸಂಹಾರ: ಮರುದಿನ ಅಮ್ಮನಿಗೆ ಇಡೀ ವರ್ಷದ ನಮ್ಮ ಪಾಡೆಲ್ಲ ಹೇಳಿ ನಗುವಾ ಅಂತ ನಾನು–ಅಪ್ಪ ತೀರ್ಮಾನಿಸಿದ್ದೆವು. ಬೆಳಿಗ್ಗೆಯೇ ಎದ್ದು ಅವಳ

ಮನೆಗೆ ಓಡಿ 'ಅಮ್ಮ ನಿನ್ನ 66ನೆಯ ವರ್ಷ ಮುಗೀತು. ನಿನಗೆ ನೆನಪೇ ಇರ್ಲಿಲ್ಲ ಅಲ್ವಾ? ನೀನು ಆರಾಮವಾಗೇ ಇದ್ದೆ. ನಾವು ಇಡೀ ವರ್ಷ ಟೆನ್ಷನ್ ಮಾಡ್ಕೊಂಡು ಎಷ್ಟು ಪೆದ್ದುಪೆದ್ದಾಗಿ ಆಡಿದ್ವಿ ಗೊತ್ತಾ...' ಅನ್ನುವಷ್ಟರಲ್ಲಿ ಅಮ್ಮ ನನ್ನ ಮಾತು ತುಂಡರಿಸಿ 'ನನಗೆ ನೆನಪಿತ್ತು' ಅಂದಳು ತಣ್ಣಗೆ! ಹಿಂದಿನ ದಿನ ಕೂಡಾ ಚೆಂದದ ರೇಷ್ಮೆ ಸೀರೆ ಉಟ್ಟು, ಮ್ಯಾಚಿಂಗ್ ಸರ ಬಳೆ ಹಾಕಿ, ಅಚ್ಚುಕಟ್ಟಾಗಿ ಊಟ ಹೊಡೆದು, ಕಾರ್ಡ್ಸ್ ಆಡಿದ ಅವಳಿಗೆ ಎಲ್ಲ ನೆನಪಿತ್ತಾ ಹಾಗಾದರೆ! 'ಮತ್ತೆ ಅಷ್ಟು ಚೆಂದಕ್ಕೆ ಅಲಂಕಾರ ಮಾಡ್ಕೊಂಡು ಓಡಾಡ್ತಿದ್ಯಲ್ಲೇ. ಭಯವಾಗ್ಲಿಲ್ವಾ ಸತ್ತೋದ್ರೆ ಅಂತ?' ಅಂದರೆ 'ಅಯ್ಯೋ ಸಾವಿಗಾಗಿ ಹೆದರಕ್ಕೇನಿದೆ! ಹೋದರೆ ಹೋಗ್ತಿದ್ದೆ ಅಷ್ಟೇ' ಅಂತ ನಿರ್ಲಿಪ್ತವಾಗಿ ಅಂದ ಅಮ್ಮನನ್ನು ನಾನು ಏನೇನೂ ಅರ್ಥಮಾಡಿಕೊಂಡಿರಲಿಲ್ಲ ಅನ್ನಿಸಿತು.

ಮಕ್ಕಳೆನ್ನುವ ಪುಟ್ಟ ಪಿಶಾಚಿಗಳು!

ಮೊದಲಿನಿಂದ ನನಗೆ ಮಕ್ಕಳ ಬಗ್ಗೆ, ತಾಯ್ತನದ ಬಗ್ಗೆ ತುಂಬ ರಮ್ಯವಾದ ಚಿತ್ರಣವೇನೂ ಇರಲಿಲ್ಲ. ಮಕ್ಕಳು ನಗುತ್ತಾ ಇರುವಾಗ ನಮಗೆ ತುಂಬ ಖುಷಿ ಕೊಡುತ್ತವಾದರೂ ತಿರುಗಿ ಬಿದ್ದರೆ ಅವುಗಳಷ್ಟು ನೆಮ್ಮದಿ ಕೆಡಿಸುವವರು ಮತ್ಯಾರೂ ಇರುವುದಿಲ್ಲ ಅನ್ನುವ ಸಾಮಾನ್ಯ ಜ್ಞಾನವನ್ನು ನಾನು ತುಂಬ ಹಚ್ಚಿಕೊಂಡಿದ್ದ ಅಕ್ಕನ ಮಗ ಸಣ್ಣ ವಯಸ್ಸಿನಲ್ಲೇ ಮೂಡಿಸಿದ್ದ.

ಅವನ ತಾತ ಸತ್ತಾಗ ಮನೆಯ ಮುಂದೆ ಬೆಂಕಿ ಹಾಕಿದ್ದನ್ನು ನೋಡಿದ್ದವನು, ಅಲ್ಲಿಂದಾಚೆಗೆ ಯಾರದ್ದೇ ಮನೆಯ ಮುಂದಿನ ಡಸ್ಟ್‌ಬಿನ್ ಕಸಕ್ಕೆ ಬೆಂಕಿ ಹಾಕಿದ್ದರೆ 'ಇವರ ಮನೇಲಿ ಯಾರು ಸತ್ತೋಗಿದಾರಮ್ಮಾ' ಅನ್ನುತ್ತ ದೊಡ್ಡ ಗಂಟಲಿನಲ್ಲಿ ಕೇಳುವಾಗ ಅಕ್ಕ ಆ ಮನೆಯವರು ಜಗಳಕ್ಕಿಳಿದರೆ ಅನ್ನುವ ಭಯದಲ್ಲಿ ಅವನ ಬಾಯಿ ಮುಚ್ಚಿ ಅವನನ್ನೆಳೆದುಕೊಂಡು ಜೋರಾಗಿ ಓಡುತ್ತಿದ್ದುದು...

ಅಕ್ಕ ಅಪ್ಪಿ ತಪ್ಪಿ ಒಂದು ದಿನ ರಜೆ ಹಾಕಿಬಿಟ್ಟರೆ LKG ಕ್ಲಾಸ್ ಮುಗಿಸಿ ಮನೆಗೆ ಬಂದವನು 'ಆಆಆಆ! ನನ್ನ ಮಾತ್ರ ಸ್ಕೂಲಿಗೆ ಕಳಿಸ್ತೀಯ. ನಿಂಗ್ಯಾಕೆ ರಜಾ' ಅನ್ನುತ್ತ ಅವಳ ಜುಟ್ಟು ಕೀಳುತ್ತಿದ್ದುದು...

ನನ್ನ ದೊಡ್ಡಮ್ಮನ ಮಗ ಇದ್ದಕ್ಕಿದ್ದ ಹಾಗೆ ಸತ್ತುಹೋಗಿ, ಎಲ್ಲರೂ ತುಂಬ ಎಮೋಷನಲ್ ಆಗಿ ತಿಥಿ ಊಟದಲ್ಲಿ ಮುಳುಗಿರಬೇಕಾದರೆ ಎದುರು ಸಾಲಿನಲ್ಲಿ ಕೂತ ಇವನು, ಡ್ರೆಸ್‌ನಿಂದಾಚೆ ಇಣುಕುತ್ತಿದ್ದ ಅಕ್ಕನ ಬ್ರಾ ಪಟ್ಟಿಯನ್ನು ನೋಡಿ ದೊಡ್ಡ ಗಂಟಲಿನಲ್ಲಿ 'ಅಮ್ಮಾ ನಿನ್ನ ಬನಿಯನ್ ಕಾಣ್ತಿದೆ' ಅಂತ ಕೂಗಿ ಅಲ್ಲಿದ್ದವರೆಲ್ಲ ದುಃಖ ಮರೆತು ನಗುವಿನಲ್ಲಿ ಮುಳುಗಿದ್ದು...

ಸ್ಟಾಕ್ ಬ್ರೋಕರ್ ಆಗಿದ್ದ ಅಕ್ಕ, ದೀಪಾವಳಿಯ ರಾತ್ರಿಯ 'ಮೂರತ್ ಟ್ರೇಡಿಂಗ್' ಮುಗಿಸಿ ಬರಲು ತಡವಾಯಿತೆಂದು ಅಮ್ಮ ಚಡಪಡಿಸುತ್ತ ಮನೆಯ ಒಳಗೂ, ಹೊರಗೂ ಓಡಾಡುತ್ತಿದ್ದರೆ ಇವನು 'ಅಮ್ಮಂಗೆ ಎಲ್ಲೋ ಆ್ಯಕ್ಸಿಡೆಂಟ್ ಆಗಿ ಸತ್ತೋಗಿರಬಹುದೇನೋ' ಅಂದು, ಅಮ್ಮ ದೇವರೇ ಮಗುವಿನ ಬಾಯಲ್ಲಿ ಸತ್ಯ ನುಡಿಸಿಬಿಟ್ಟನೇನೋ ಅನ್ನುತ್ತ ಗಾಬರಿಯಾಗುತ್ತಿದ್ದುದು...

ಅಬ್ಬಬ್ಬ! ಒಂದೇ ಎರಡೇ ಇಂಥ ಕಥೆಗಳು! ಹಾಗಾಗಿ ಬದುಕಿಗೆ ಒಂದು ಮಗು ಅಂತ ಇರಲಿ ಅನ್ನುವ ಒಂದೇ ಕಾರಣಕ್ಕೆ ನನ್ನ ಮಗ ಹುಟ್ಟಿದ ಅನ್ನಬಹುದು! ಹುಟ್ಟಿರುವುದೇ ಟೆನ್ಷನ್ ಮಾಡಿಕೊಳ್ಳುವುದಕ್ಕೇನೋ ಎನ್ನುವಂತೆ ಸದಾಕಾಲ ಇರುತ್ತಿದ್ದ ನನಗೆ, ಬದುಕಿನಲ್ಲಿ ಅವಶ್ಯಕತೆ ಬಿದ್ದಾಗ ಮಾತ್ರ ಏನಾದರೂ ಮಾಡಬೇಕು, ಅವಶ್ಯಕತೆ ಇದೆ ಅಂತ ನಂಬಿಕೆ ಬಾರದಿದ್ದರೆ ಇರುವ ಸ್ಥಿತಿಯಲ್ಲಿ ಸುಖವಾಗಿ ಬದುಕಿಬಿಡಬೇಕು ಅನ್ನುವ ಮನೋಭಾವದ ಮಗ ಹುಟ್ಟಿದ್ದ! ಅವತ್ತಿಗೂ, ಇವತ್ತಿಗೂ ಅವನದ್ದು ಅದೇ ಮನೋಭಾವ. ಅವನ ಈ ಮನೋಭಾವದಿಂದ ನನಗೆ ಕಿರಿಕಿರಿಯಾಗಿದೆಯೇ ಹೊರತು, ಅವನು ಮಾತ್ರ ಸುಖ ಪಡಲೆಂದೇ ಹುಟ್ಟಿರುವವನ ಹಾಗೆ ನೆಮ್ಮದಿಯಿಂದ ಬದುಕುತ್ತಿದ್ದಾನೆ. ಒಮ್ಮೊಮ್ಮೆ ಅವನ ಸೋಮಾರಿತನಕ್ಕೆ ಸಿಟ್ಟು ಬಂದರೂ, ಸದಾಕಾಲ ಚಡಪಡಿಕೆಯಲ್ಲಿ ಬದುಕುವ ನನ್ನ ಹಾಗೆ ಅವನು ಹುಟ್ಟಲಿಲ್ಲವಲ್ಲ ಅಂತ ಖುಷಿಯೂ ಆಗುತ್ತದೆ.

ಹುಟ್ಟಿದಾಗ ತುಂಬ ಡುಮ್ಮಡುಮ್ಮಗಿದ್ದ ನನ್ನ ಮಗ ತುಂಬ ಆರಾಮ ಜೀವಿ. ಅವನು ಬದುಕಿನಲ್ಲಿ ಬೋರಲು ಹಾಕಿದ್ದು, ಅಂಬೆಗಾಲಿಟ್ಟಿದ್ದು, ನಡೆದಿದ್ದು, ಮಾತನಾಡಿದ್ದು ಎಲ್ಲವೂ ಲೇಟು. 'ಅಯ್ಯೋ ಅದೇನು ಅರ್ಜೆಂಟು ತಗೋ... ಇನ್ನು ಜೀವನ ಪೂರ್ತಿ ಅದೆಲ್ಲ ಮಾಡೋದೇ ತಾನೇ' ಅನ್ನುವ ನಿರ್ಧಾರಕ್ಕೆ ಬಂದವನ ಹಾಗೆ, ಎಲ್ಲವನ್ನೂ ಅವನಿಗೆ ಟೈಮ್ ಆದಾಗ ಮಾಡುವ ನಿರ್ಧಾರಕ್ಕೆ ಬಂದವನ ಹಾಗೆ ಇದ್ದ. ಅವನು ಬೋರಲು ಬಿದ್ದ ಕತೆಯಂತೂ ದೇವರಿಗೇ ಪ್ರೀತಿ. ಹುಟ್ಟಿದ ಆರು ತಿಂಗಳವರೆಗೆ ಬೋರಲು ಬೀಳುವ ಪ್ರಯತ್ನವನ್ನೂ ಮಾಡದೇ ಬಿದ್ದಲ್ಲಿಯೇ ಸುಖವಾಗಿ ಬಿದ್ದಿರುತ್ತಿದ್ದ. ಸೈಡಿಗೆ ತಿರುಗುವ ಪ್ರಯತ್ನ ಕೂಡ ಇಲ್ಲ. ನೋಡಿ ನೋಡಿ ಸಾಕಾದ ನನ್ನ ಗಂಡ ಒಂದು ಸಲ ಅವನನ್ನು ಸೈಡಿಗೆ ತಿರುಗಿಸಿ

ಮಲಗಿಸಿ ಹಾಗೆಯೇ ಬಿಟ್ಟು ಬಿಟ್ಟ. ಸುಮಾರು 15 ನಿಮಿಷಗಳ ಕಾಲ ಆ ಕಡೆಗೂ ಬೀಳದೇ, ವಾಪಸ್ ಬೆನ್ನಿನ ಮೇಲೂ ಮಲಗದೇ ಹಾಗೆಯೇ ಅಳುತ್ತಾ ನಾವು ಯಾರಾದರೂ ಸಹಾಯಕ್ಕೆ ಬರುತ್ತೀವೇನೋ ಅಂತ ಕಾಯುತ್ತ ನಮ್ಮ ಕಡೆ ಆರ್ತನಾಗಿ ನೋಡುತ್ತಿದ್ದ. ಯಾರೂ ಸಹಾಯ ಮಾಡಬಾರದು ಅಂತ ಗಂಡನ ಆರ್ಡರ್ ಆಗಿದ್ದರಿಂದ ನಾನು ಸುಮ್ಮನಿದ್ದೆ. ಕೊನೆಗೆ ಅವನ ಕೆಳಕ್ಕೆ ಸಿಕ್ಕ ಕೈ ತುಂಬ ನೋವಾಗಿದ್ದಕ್ಕಿರಬೇಕು, ಇನ್ನು ಸಾಧ್ಯವೇ ಇಲ್ಲ ಅನ್ನಿಸಿದಾಗ ಹರಸಾಹಸ ಮಾಡಿ ಬೋರಲು ಬಿದ್ದಿದ್ದ. ಜೀವನದಲ್ಲಿ ಸ್ವಪ್ರಯತ್ನದಿಂದ ಒಂದು ಕೆಲಸ ಮಾಡೇಬಿಟ್ಟಿದ್ದ!

ಆಮೇಲೆ ಈಜಲು, ಅಂಬೆಗಾಲಿಡಲೂ ಬೋರು! ಬೋರಲು ಬಿದ್ದ ಸಾಹಸಗಾಥೆ ಮುಗಿದ ನಂತರ ಮಲಗಿದಲ್ಲಿಯೇ ಬೋರಲು ಬಿದ್ದುಬಿಟ್ಟರೆ ಅವನ ಕರ್ತವ್ಯ ಮುಗಿಯಿತು! ಅಲ್ಲಿಂದಾಚೆಗೆ ಒಂದು ಇಂಚೂ ಜರುಗುತ್ತಿರಲಿಲ್ಲ. ನಾನೇ ಎತ್ತಿ ವಾಕರ್ ಮೇಲೆ ಹಾಕಿದರೆ ಗಾಲಿ ತಳ್ಳಿಕೊಂಡು ನನ್ನ ಹಿಂದೆ ಅಡಿಗೆಮನೆಗೆ ಬಂದು ಪ್ರತಿಷ್ಠಾಪನೆಯಾದರೆ ಮುಗಿಯಿತು ಅವತ್ತಿನ ಅವನ ಕೆಲಸ. ಅಲ್ಲಿಂದಾಚೆಗೆ ಮತ್ತೆ ನಾನೇ ಎತ್ತುವವರೆಗೂ ಅಲ್ಲಾಡದೇ ಕೂತಿರುತ್ತಿದ್ದ. ಇಂಥ ಸೋಮಾರಿಗೆ ಮಾತನಾಡಲೂ ಬೋರು ಬೋರು ಅಂತ ಕಾಣಿಸುತ್ತದೆ. ಎರಡೂವರೆ ವರ್ಷವಾದರೂ ಅಮ್ಮ ಅನ್ನುವ ಪದ ಕೂಡ ಹೊರಡಲಿಲ್ಲ ಬಾಯಿಂದ. ಯಾರ್ಯಾರೋ 'ಜಾಸ್ತಿ ಮಾತಾಡಿಸಿ, ಮಕ್ಕಳು ಬೇಗ ಕಲೀತವೆ' ಅಂತ ಉಪದೇಶ ಮಾಡಿ ಮಾಡಿ ಗಿಲ್ಟ್ ಫೀಲ್ ಬರಿಸಿಟ್ಟರು. ಅವರು ಹೇಳಿದರಂತ ನಾನೂ ಮಾತಾಡಿಸಿ, ಆಡಿಸಿ ಸೋತುಹೋದೆ. ಆದರೂ ಒಂದೇ ಒಂದಕ್ಷರ ಮಾತಿಲ್ಲ! ಕೊನೆಗೆ ಸ್ಕೂಲಿಗೆ ಸೇರಿಸಿದರಾದರೂ ಮಾತಾಡುತ್ತಾನೇನೋ ನೋಡೋಣ, ಅದೂ ಇಲ್ಲವಾದರೆ ಡಾಕ್ಟರ್ ಹತ್ತಿರ ಓಡಬೇಕೇನೋ ಅಂತೆಲ್ಲ ಯೋಚಿಸಿ ಸ್ಕೂಲಿಗೆ ಹೊತ್ತು ಹಾಕಿದೆ. ಸ್ಕೂಲಿಗೆ ಸೇರಿಸಿ ಮೂರು ತಿಂಗಳಾದರೂ ಅದೇ ಸ್ಥಿತಿ. ಏನೇ ಹೇಳಿಕೊಟ್ಟರೂ ಬಾಯಿ ಬಿಡಲೊಲ್ಲ. ಅವನ ಟೀಚರ್‌ಗಳು ಕೂಡ ಬಿಡದೇ ಪ್ರಯತ್ನ ಮಾಡಿ ಸೋತು ಹೋದರು.

ಅವತ್ತೊಂದು ದಿನ ಕಬ್ಬನ್ ಪಾರ್ಕಿಗೆ ಕ್ಲಾಸ್ ಟ್ರಿಪ್ ಹಾಕಿದರು. ನನ್ನ ಮಗನೂ ಶಿಸ್ತಾಗಿ ಟ್ರಿಪ್ಪಿಗೆ ರೆಡಿಯಾಗಿ ಹೊರಟ. ಅಯ್ಯೋ ಮಾತಾಡಲು ಬಾರದ ಮಗು ಸಂಜೆಯವರೆಗೆ ಅದೇನು ಮಾಡುತ್ತದೋ, ಹಸಿವಾದರೆ ಹೇಗೆ ಹೇಳುತ್ತದೋ, ಬಾಯಾರಿಕೆಯಾದರೇನು ಗತಿ ಅಂತೆಲ್ಲ ಆತಂಕದಲ್ಲಿ ಕೂತಿದ್ದೆ. ಅಂತೂ ಸಂಜೆಯಾಯಿತು. ಅವನನ್ನು ಕರೆತರಲು ಸ್ಕೂಲಿನತ್ತ ಓಡಿದೆ. ನನ್ನನ್ನು ಕಂಡಿದ್ದೇ ತಡ, ಅವನ ಟೀಚರ್‌ಗಳೆಲ್ಲ ಜೋರಾಗಿ ನಗಲು ಶುರು ಮಾಡಿದರು. ನನಗೆ ಆಶ್ಚರ್ಯ ಅಷ್ಟು ನಗುವಂಥದ್ದೇನಿರಬಹುದು ಎಂದು. 'ಅಯ್ಯೋ ಬನ್ನಿ ಇಲ್ಲಿ ನಿಮ್ಮ

ಮಗನ ಕತೆ ಹೇಳ್ತೀನಿ' ಅಂತ ಅವನ ಪದ್ಮಿನಿ ಮಿಸ್ ಕರೆದಿದ್ದು ಈಗಲೂ ಕಣ್ಣಿಗೆ ಕಟ್ಟಿದಂತೆ ನೆನಪಿದೆ. ಕರೆದವರು

'ನಿಮ್ಮ ಮಗನಿಗೆ ಪಲಾವ್ ತುಂಬ ಇಷ್ಟಾನಾ?' ಅಂದರು.

'ಹೌದು, ನಾನು ನಾಳೆ ಪಲಾವ್ ಮಾಡ್ತೀನಿ ಅಂತೇನಾದರೂ ಹಿಂದಿನ ದಿನ ಹೇಳಿಬಿಟ್ಟರೆ, ಮಾರನೆಯ ದಿನ 5ಕ್ಕೇ ಎದ್ದು ಕೂತುಬಿಡುತ್ತೆ' ಅಂದೆ.

ಅವರು 'ಅದು ಹೇಳಿ ಮತ್ತೆ! ಇವತ್ತೇನಾಯ್ತು ಗೊತ್ತಾ! ಎಲ್ಲರ ತಟ್ಟೆಗೂ ಪಲಾವ್ ಬಡಿಸ್ತಾ ಇದ್ದ ಹುಸೇನಿ. ಪುಟ್ಟ ಮಕ್ಕಳಲ್ವಾ, ವೇಸ್ಟ್ ಆಗಬಾರದು, ಬೇಕಿದ್ರೆ ಮತ್ತೊಂದು ಸಲ ಬಡಿಸಿದರಾಯಿತು ಅಂತ ಸ್ವಲ್ಪ ಸ್ವಲ್ಪವೇ ಬಡಿಸ್ತಿದ್ದ. ನಿಮ್ಮ ಮಗನ ಪ್ಲೇಟಿಗೂ ಚೂರು ಪಲಾವ್ ಹಾಕಿ ಮುಂದಕ್ಕೆ ಹೊರಟ. ನಿಮ್ಮ ಮಗನಿಗೆ ಅಷ್ಟು ಕಡಿಮೆ ಪಲಾವ್‌ನಲ್ಲೇ ಊಟ ಹಾಕಿ ಮುಗಿಸಿಬಿಡ್ತಾರೇನೋ ಅಂತ ಗಾಬರಿ ಆಗೋಯ್ತು ಅಂತ ಕಾಣಿಸುತ್ತೆ. ಸ್ಕೂಲಿಗೆ ಸೇರಿದ ಮೂರು ತಿಂಗಳಿಂದ ಒಂದಕ್ಷರ ಮಾತಾಡದೇ ಕೂತಿದ್ದವನು, ಇದ್ದಕ್ಕಿದ್ದ ಹಾಗೆ ಜೋರು ಗಂಟಲಲ್ಲಿ 'ಲೀ... ಇನ್ನ ಶಲ್ಪ ಪಲಾವ್ ಹಾಕ್ಲಿಲೀ...' ಅಂತ ಅಚ್ಚುಕಟ್ಟಾಗಿ ಮಾತಾಡಿದ! ನೋಡ್ರೀ ಒಂದಿಡೀ sentence ಮಾತಾಡಿದ ಅಂದರೆ ಮಾತು ಬಂದು ತುಂಬ ದಿನವಾಗಿರಬೇಕು. ಆದರೂ emergency ಬರೋವರ್ಗೂ ಹಾಗೇ ದಿನ ತಳ್ಳಿದನಲ್ಲ!' ಅಂತ ಅವರು ನಕ್ಕು ನಕ್ಕು ಇಟ್ಟಿದ್ದರು.

ಅಂತೂ ಹೀಗೆ 'ಎಂಟು ವರ್ಷಕ್ಕೆ ನನ್ನ ಮಗ ದಂಟು' ಅನ್ನೋ ಹಾಗೆ, ಬದುಕಿನ ಎಲ್ಲ ನಿಯಮಗಳನ್ನೂ ಗಾಳಿಗೆ ತೂರಿ, 'ನೀವು ಹೇಳಿದಾಗ ಬೋರಲು ಬೀಳಕ್ಕೆ, ಈಜಕ್ಕೆ, ನಡೆಯಕ್ಕೆ, ಮಾತಾಡಕ್ಕೆ ನಾನಿರೋದಾ! ನಂಗೇನೂ ಮಾಡಕ್ಕೆ ಬೇರೆ ಕೆಲಸ ಇಲ್ವಾ' ಅನ್ನುವ attitudeನಲ್ಲಿ ಬದುಕನ್ನು ಅವನದ್ದೇ termsನಲ್ಲಿ ಬದುಕುತ್ತಿದ್ದ ಇಂಥ ಮಗನನ್ನು ನಾನು ಕೂಡಾ ತುಂಬ ಓದು, ಬರಿ ಅಂತೆಲ್ಲ ಪ್ರಾಣ ತಿನ್ನಲು ಹೋಗಲಿಲ್ಲ. ನನ್ನ ಗಂಡ ಹೋದ ಊರಿಗೆಲ್ಲ ಜೊತೆಗೆ ಹೋಗಿ ಸುತ್ತಿಕೊಂಡು ಸುಖವಾಗಿದ್ದೆವು. ನರ್ಸರಿ ಮತ್ತು LKG ರಿಸಲ್ಟನ್ನು ಕೂಡಾ ಸ್ಕೂಲು ರೀ ಓಪನ್ ಆದಮೇಲೆ ತೆಗೆದುಕೊಂಡಿದ್ದೆ.

ಹಾಗಿದ್ದ ದಿನಗಳಲ್ಲಿ ಅವನ ಬದುಕಿಗೊಂದು ಆಘಾತ ಬಡಿಯಿತು! ಅವನ ಕ್ಲಾಸಿಗೆ ಹೊಸದಾಗಿ ಒಂದು ಹುಡುಗಿ ಸೇರಿಕೊಂಡಿತು. ಆ ಹುಡುಗಿಯ ಅಮ್ಮ ಮಗಳಿಗೆ ಎಷ್ಟು ಪ್ರಾಣ ತಿನ್ನುತ್ತಿದ್ದಳೆಂದರೆ ಕ್ಲಾಸ್ ಟೆಸ್ಟ್ ಮುಗಿಸಿ, ಮನೆಗೆ ಬಂದ ಕೂಡಲೆ ಇಡೀ ಪೇಪರಿನ ಎಲ್ಲ ಪ್ರಶ್ನೆಗಳಿಗೂ ಏನು ಉತ್ತರ ಬರೆದಳೆಂದು ಮತ್ತೆ ಕೇಳುತ್ತಿದ್ದಳು! ಆ ಮಗು ಒಂದೇ ಒಂದು ವಾಕ್ಯ ತಪ್ಪಾಗಿ ಹೇಳಿದರೆ ಅಥವಾ ಒಂದೇ ಒಂದು ಲೆಕ್ಕ ತಪ್ಪಾಗಿ ಮಾಡಿದ್ದರೆ ಆ ಮಗುವಿನ ಜೀವ ಹಿಂಡಿಬಿಡುತ್ತಿದ್ದಳು.

ಅಲ್ಲಿಯವರೆಗೆ ಅವನ ವಿದ್ಯಾಭ್ಯಾಸವನ್ನು ಕ್ಯಾರೆ ಅನ್ನದ ನಾನು, ಈ ಅಮ್ಮ-ಮಗಳನ್ನು ನೋಡಿದ ಮೇಲೆ 'ಅಯ್ಯೋ ಮಕ್ಕಳಿಗೆ ಹಾಗೇ ಪ್ರಾಣ ತಿನ್ನಬೇಕೇನೋ. ನಾನು ಅವನ ಪಾಡಿಗೆ ಅವನನ್ನು ಬಿಟ್ಟು ಕೆಟ್ಟ ಅಮ್ಮನಾದೆ. ಅದಕ್ಕೇ C, D ಗ್ರೇಡ್ ಎಲ್ಲ ತೆಗೆದುಕೊಳ್ತಾನೆ' ಅಂತ ಭ್ರಮೆಗೆ ಬಿದ್ದು ಇದ್ದಕ್ಕಿದ್ದ ಹಾಗೆ ಅವನ ಪಾಲಿನ ಹೆಮ್ಮಾರಿಯಾಗಿ ಹೋದೆ. ಆರಾಮವಾಗಿ ಬೀದಿ ಬೀದಿ ತಿರುಗಿಕೊಂಡು, ನಗುತ್ತ, ಮಾತಾಡುತ್ತಾ ಇರುತ್ತಿದ್ದನಲ್ಲ... ಅದನ್ನೆಲ್ಲ ಬಂದ್ ಮಾಡಿಬಿಟ್ಟೆ. ಮಧ್ಯಾಹ್ನ ಅವನು ಶಾಲೆಯಿಂದ ಮನೆಗೆ ಬಂದ ಕೂಡಲೇ ಆ ಕ್ಷಣದಲ್ಲಿ ಓದುವುದಕ್ಕೆ ಕೂರಿಸಲು ಶುರು ಮಾಡಿದೆ. ಹೋಮ್ ವರ್ಕ್ ಆಗಲೇ ಮಾಡಿ ಮುಗಿಸಿದರಷ್ಟೇ ಆಟಕ್ಕೆ ಕಳಿಸುತ್ತೇನೆ ಅಂತ ಕಂಡೀಷನ್ ಹಾಕಿದೆ. ಪರೀಕ್ಷೆ ಸಮಯದಲ್ಲಂತೂ ಅವನಿಗೆ ನರಕ ಸೃಷ್ಟಿ ಮಾಡಿಟ್ಟುಬಿಟ್ಟೆ.

ರಾತ್ರಿ ಏಳಕ್ಕೆ ಮನೆಗೆ ಬಂದು ಮತ್ತೆ ಓದಲು ಕೂರಬೇಕು. ಇಲ್ಲದಿದ್ದರೆ ನಾನು ಹೋ ಅಂತ ಕಿರುಚಾಡಿ, ಕೂಗಾಡಿ ಅವನನ್ನು ಕಂಗಾಲು ಮಾಡುತ್ತಿದ್ದೆ. 'ಬೇಗ ಮುಗಿಸದಿದ್ದರೆ ಆ ಚಪ್ಪಲಿ ಗೂಡಿನ ಪಕ್ಕ ಮಲಗಿಸ್ತೀನಿ ನಿನ್ನ' ಅಂತ ಬೆದರಿಕೆ ಹಾಕುತ್ತಿದ್ದೆ. 'ಬೇಲಮ್ಮಾ' ಅಂತ ಅಲವತ್ತುಕೊಂಡು ಬಲವಂತವಾಗಿ ಕೂತು ಓದುತ್ತಿತ್ತು. ಒಂದು ದಿನವಾದರೆ ಸರಿ, ಎರಡು ದಿನವಾದರೆ ಸರಿ, ದಿನವೂ ಇದೇ ರೀತಿ ಕಿರುಚಾಡುತ್ತಿದ್ದರೆ ಪಾಪ ಆ ಮಗುವಿಗೆ ಕೇಳಿ ಕೇಳಿ ಸುಸ್ತಾಗುವುದಿಲ್ಲವಾ? ನನ್ನ ಈ ಹೊಸ ಅವತಾರ ಕಂಡು ಆರಾಮಜೀವಿಯಾದ ನನ್ನ ಮಗ ತಲ್ಲಣಿಸಿ ಹೋಗಿರಬೇಕು. ಆದರೆ ನನ್ನಂಥ ದುಷ್ಟಶಕ್ತಿಯನ್ನು ದಮನ ಮಾಡಲು ಅವನದ್ದೇ ಮಾರ್ಗ ಕಂಡುಹಿಡಿದುಕೊಳ್ಳುತ್ತಾ ಹೋದ. ಒಂದು ದಿನ ನಾನು ಎಂದಿನಂತೆ ಚಪ್ಪಲಿ ಗೂಡಿನ ಬೆದರಿಕೆ ಹಾಕಿದೆ. ಹಾಗೆ ಬೆದರಿಕೆ ಹಾಕಿದ ಕೂಡಲೇ ಪುಸ್ತಕ ಬಿಟ್ಟು ಎದ್ದು ಹೊರಟ. ನಾನು ಕೆಂಗಣ್ಣು ಬಿಟ್ಟು ಅವನೇನು ಮಾಡಲು ಹೊರಟ ಅಂತ ಅರ್ಥವಾಗದೇ ನೋಡುತ್ತಾ ನಿಂತೆ. ಎದ್ದವನೇ ಹಿಂದಿನ ಬಾಗಿಲ ಹತ್ತಿರವಿದ್ದ ಪೊರಕೆ ತಂದು ಚಪ್ಪಲಿ ಗೂಡಿನ ಸುತ್ತ ಮುತ್ತ ನೀಟಾಗಿ ಗುಡಿಸಿದ. ನಾನೊಬ್ಬಳಿದ್ದೇನೆ ಅನ್ನುವುದೇ ಕೇರ್ ಮಾಡದವನಂತೆ ಒಳಗೆ ಹೋಗಿ ರಗ್ಗಾಯ್ ಒಂದನ್ನು ತಂದು ಚಪ್ಪಲಿ ಗೂಡಿನ ಪಕ್ಕ ಹಾಸಿದ. ಚಡಪಡಿಸುತ್ತ ಅಸಹನೆಯಿಂದ ನೋಡುತ್ತಿರುವ ನನ್ನನ್ನು ಲೆಕ್ಕಕ್ಕೇ ಇಲ್ಲದವಳಂತೆ ಇಗ್ನೋರ್ ಮಾಡುತ್ತ, ಅದರಲ್ಲಿ ಮೂಡಿದ್ದ ಸುಕ್ಕನ್ನೆಲ್ಲ ಕೂತು ಶಿಸ್ತಾಗಿ ಸರಿಪಡಿಸಿದ. ಆಮೇಲೆ ಒಳಗೆ ಹೋಗಿ ಒಂದು ದಿಂಬು ತಂದು ಹಾಕಿದ. ಆಮೇಲೆ ಮತ್ತೊಂದು ರಗ್ಗಾಯ್ ತಂದು ಬಿಡಿಸಿ, ಹೊದ್ದುಕೊಂಡು, 'ಇದೇ ಶಿಕ್ಷೆ ತಾನೇ ನೀನು ಕೊಡ್ತೀನಿ ಅಂದಿದ್ದು? ಈಗ ಅದೇನು ಕಿತ್ಕೋತೀಯೋ ಕಿತ್ಕೋ ಹೋಗು' ಅಂತ ಸವಾಲು ಹಾಕುವವನ ಹಾಗೆ, ಬೆನ್ನು

ತಿರುಗಿಸಿ ಮಲಗೇ ಬಿಟ್ಟ! ನಾನು ಕೋಪದಿಂದ ಕುದ್ದುಹೋದೆ. ನನ್ನ ಬೆದರಿಕೆಗೆ ಮೂರು ಕಾಸಿನ ಬೆಲೆ ಕೊಡದವನಿಗೆ ಮತ್ತೇನು ಮಾಡಲು ಸಾಧ್ಯವಿತ್ತು? ಸರಿ, ಮತ್ತೇನೂ ಮಾಡಲಾಗದ ಅಸಹಾಯಕತೆಯಿಂದ 'ಏಯ್, ಅಲ್ಲಿ ಬಿದ್ಕೊಳ್ತೀಯಾ, ಎದ್ದು ಒಳಗೆ ಹೋಗೋ' ಅಂತ ಕಿರುಚಿದೆ!

ಅವನು ಮತ್ತೆ ಮೊದಲಿನಷ್ಟೇ ಶಾಂತವಾಗಿ ಎದ್ದವನೇ ನೀಟಾಗಿ ಹೊದ್ದಿದ್ದ ರಜ್ಜಾಯ್ ಒಳಗೆ ಮಂಚಕ್ಕೆ ಸಾಗಿಸಿದ. ದಿಂಬು ತೆಗೆದುಕೊಂಡು ಹೋಗಿ ಒಳಗಿಟ್ಟ, ಆ ನಂತರ ಮಲಗಿದ್ದ ರಜ್ಜಾಯ್ ಒಳಗೆ ಸಾಗಿಸಿದ. ಮೊದಲಿನ ಇಡೀ process ಅನ್ನು ರಿವರ್ಸ್ ಆರ್ಡರಿನಲ್ಲಿ ಶಾಂತವಾಗಿ ಮಾಡಿ ಮುಗಿಸಿದ ನಂತರ ಏನೂ ಆಗಿಯೇ ಇಲ್ಲವೇನೋ ಅನ್ನುವಂತೆ ಒಳಗೆ ಹೋಗಿ ಮಂಚದ ಮೇಲೆ ಮಲಗಿ ಅಚ್ಚುಕಟ್ಟಾಗಿ ನಿದ್ದೆ ಹೊಡೆದ!

ಅವನು ರೆಬೆಲ್ ಸ್ಟಾರ್ ಆಗಿಹೋಗಿದ್ದ! ನಾನು, ಬಿದ್ದರೂ ಮೀಸೆ ಮಣ್ಣಾಗಬಾರದು ಹಾಗೂ ಸೋಲಬಾರದು ಅಂತ ಜಿದ್ದಿಗೆ ಬಿದ್ದವಳ ಹಾಗೆ ಅವನನ್ನು ಮಣಿಸುವ ಪ್ರಯತ್ನ ಬಿಡದೇ ಮುಂದುವರೆಸಿದೆ. ತನ್ನದೇ ಮಾರ್ಗದಲ್ಲಿ ಬೇಜಾರಾದಾಗ ನಡೆದರೆ ನಡೆದೆ, ಇಲ್ಲವೆಂದರೆ ಕೂತೆ, ಮತ್ತೂ ಬೇಜಾರಾದರೆ ಬಸವನ ಹುಳುವಿನಂತೆ ತೆವಳಿದೆ ಅನ್ನುವ ಹಾಗೆ ಬದುಕುವ ಸುಖಜೀವಿಯನ್ನು ನಾನು ಎಲ್ಲ ಮಾರ್ಗಗಳನ್ನೂ ಉಪಯೋಗಿಸಿ ಹಿಡಿತದಲ್ಲಿಡಲು ಪ್ರಯತ್ನಿಸುತ್ತಾ ಹೋದೆ. ಒಂದೊಂದು ಸಲವಂತೂ ಹುಚ್ಚು ಹಿಡಿಸಿಬಿಡುತ್ತಿದ್ದ. ರಜೆ ಮುಗಿದು ಸ್ಕೂಲು ಮತ್ತೆ ಶುರುವಾಗುವಷ್ಟರಲ್ಲಿ ಕಲಿತದ್ದನ್ನೆಲ್ಲ ಗಂಟು ಮೂಟೆ ಕಟ್ಟಿ ಬ್ರೈನಿನ ಅಟ್ಟಕ್ಕೆ ಎಸೆದಿರುತ್ತಿದ್ದ. ನಾನು ಎದೆ ಒಡೆದುಕೊಂಡವಳಂತೆ panic ಆಗಿ ಹೋಗುತ್ತಿದ್ದೆ. ಆಗೆಲ್ಲ ಅವನನ್ನು ಹೆದರಿಸಲು 'ನೀನು ಹೀಗೇ ಆಡ್ತಿದ್ರೆ ನಾನು ಮನೆ ಬಿಟ್ಟು ಹೊರಟುಹೋಗ್ತೀನಿ' ಅಂತ ಬೆದರಿಸಲು ಶುರು ಮಾಡಿದೆ. ಒಂದು ದಿನ ಹೀಗೇ ಹೋಮ್ ವರ್ಕ್ ಮಾಡಿಸುತ್ತಿದ್ದೆ. ಡಾಟರ್ ಸ್ಪೆಲ್ಲಿಂಗ್ ಬರಿ ಅಂದರೆ ಅಚ್ಚುಕಟ್ಟಾಗಿ dotter ಅಂತ ಬರೆದಿಟ್ಟ! ನನ್ನ ಅವತ್ತಿನ ತಾಳ್ಮೆಯ stock ಖಾಲಿ ಆಗಿಹೋಗಿತ್ತು. ಎದ್ದು ಕೂಗಾಡಿ ಕಿರುಚಾಡಿದ ನಂತರ ಈರುಳ್ಳಿ ಖಾಲಿಯಾಗಿದ್ದು ನೆನಪಾಗಿ ಬಾಗಿಲು ಲಾಕ್ ಮಾಡಿಕೊಂಡು ಅಂಗಡಿಗೆ ಹೊರಟುಹೋದೆ. ಬರುವಷ್ಟರಲ್ಲಿ ಮನೆಯ ಮುಂದೆ ಅಪ್ಪ-ಅಮ್ಮ ಕೂತಿದ್ದಾರೆ. ಇವರು ಯಾಕೆ ಬಂದರು ಈ ಹೊತ್ತಿನಲ್ಲಿ ಅಂತ ಆಶ್ಚರ್ಯ ಪಡುವಷ್ಟರಲ್ಲೇ 'ಅಯ್ಯೋ ಸಿಟ್ಟು ಬಂತು ಅಂತ ಮನೆ ಬಿಟ್ಟು ಹೋಗ್ತಾರೆನೇ ಮಗು ಒಂದನ್ನೇ ಬಿಟ್ಟು?' ಅಂತ ಬಯ್ಯಲು ಶುರು ಮಾಡಿದರು. 'ಅಯ್ಯೋ ನಾನ್ಯಾಕೆ ಮನೆ ಬಿಟ್ಟು ಹೋಗಲಿ? ಮನೆಗೆ ಒಂದಿಷ್ಟು ಸಾಮಾನು ಬೇಕಿತ್ತು. ತರಲು ಹೋಗಿದ್ದೆ' ಅಂದಾಗ ಅವರಿಬ್ಬರೂ ಕಕ್ಕಾಬಿಕ್ಕಿ. ನಾನು ಲಾಕ್

ಮಾಡಿ ಹೊರಟಾಗ ನನ್ನ ಮಗರಾಯ 'ಅಮ್ಮ ಮನೆ ಬಿಟ್ಟು ಹೊರಟೋದ್ಲು. ಇನ್ನು ವಾಪಸ್ ಬರಲ್ಲ' ಅಂತ ಅವರಿಗೆ ಫೋನ್ ಮಾಡಿ ಹೇಳಿದ್ದನಂತೆ!

ಅದು ಮೊದಲ ದಿನವಾದ್ದರಿಂದ ಪಾಪ ಹೆದರಿದ್ದ. ಕಾಲ ಕಳೆದ ಹಾಗೆ ಆ ಬೆದರಿಕೆಗೂ ಒಗ್ಗಿಹೋದ. ಒಂದು ಸಲ ನಾನು ಮನೆ ಬಿಟ್ಟು ಹೋಗುತ್ತೇನೆ ಅಂತ ಹೆದರಿಸಿದಾಗ ದೊಡ್ಡ ಗಂಟಲು ತೆಗೆದು ಸುಳ್ಳು ಸುಳ್ಳೇ ಅಳುತ್ತಾ 'ಸರಿ, ಆದ್ರೆ ಊಟ ಯಾರು ಕೊಡ್ತಾರೆ? ಅಜ್ಜಿನಾ?' ಅಂತ ನೇರ ವ್ಯವಹಾರದ ಮಾತಿಗಿಳಿದು ನಾನಿಲ್ಲದೇ ಅವನ ಬದುಕೇ ಆಗುವುದಿಲ್ಲ ಅನ್ನುವ ನನ್ನ ಭ್ರಮೆಯ ಗುಳ್ಳೆಯನ್ನು ನಿರ್ದಾಕ್ಷಿಣ್ಯವಾಗಿ ಒಡೆದು ಹಾಕಿದ್ದ.

ನಾನು ಉಳಿದೆಲ್ಲ ಸಮಯದಲ್ಲೂ ನಗುನಗುತ್ತಾ ಇರುತ್ತಿದ್ದೆ. ಆದರೆ ಓದಿನ ವಿಷಯಕ್ಕೆ ಬಂದರೆ ಮಾತ್ರ ರಾಕ್ಷಸಿ. ವಿಕ್ರಮಾದಿತ್ಯನ ಸಿಂಹಾಸನದ ಮೇಲೆ ಕುಳಿತ ಮಗು ಕೆಳಗಿಳಿದ ಕೂಡಲೇ ಕೆಟ್ಟ ಮಾತಾಡುವ ಪಾಠ ಓದಿದ್ದೇವಲ್ಲ ಸಣ್ಣವರಿರುವಾಗ, ಅದೇ ರೀತಿ ಪಾಠ ಶುರುವಾಯಿತೆಂದರೆ ವಿಕ್ರಮಾದಿತ್ಯನ ಸಿಂಹಾಸನದಿಂದ ಕೆಳಗಿಳಿದಂತೆ ಆಡುತ್ತಿದ್ದೆ. ಪಾಠದಲ್ಲಿ ತಪ್ಪು ಮಾಡಿದರೆ ತೊಡೆಯ ಮೇಲೆ ಬೆರಳು ಮೂಡುವ ಹಾಗೆ ಹೊಡೆಯುತ್ತಿದ್ದೆ. ಮೊದಮೊದಲಲ್ಲಿ ಅಳುತ್ತಿದ್ದವನು ಆಮೇಲೆ ಅದಕ್ಕೂ ಒಗ್ಗಿಹೋದ. ನನ್ನೆಲ್ಲ ರೂಲ್ಸ್‌ಗಳನ್ನೂ ಅವನದ್ದೇ ರೀತಿಯಲ್ಲಿ ಮುರಿದು ಹಾಕಿರುತ್ತಿದ್ದ, ನನ್ನ ಅರಿವಿಗೂ ಬಾರದ ಹಾಗೆ. ಲೆಕ್ಕ ಮಾಡಲು ಹೇಳಿದರೆ ಕದ್ದು ಮುಚ್ಚಿ ಕ್ಯಾಲ್ಕುಲೇಟರ್ ಇಟ್ಟುಕೊಂಡು ಲೆಕ್ಕ ಮಾಡಿ ಮುಗಿಸಿ, ಪಕ್ಕದಲ್ಲಿ ಒಂದಿಷ್ಟು ವರ್ಕಿಂಗ್ ಗೀಚಿ ಅವನು ಲೆಕ್ಕವನ್ನು ತಾನೇ ಮಾಡಿದನೇನೋ ಅನ್ನುವಂತೆ ಸಾಕ್ಷಿ ಸಿದ್ಧ ಮಾಡುತ್ತಿದ್ದ. ಹೋಮ್ ವರ್ಕೇ ಕೊಡಲ್ಲ ನಮ್ಮ ಮಿಸ್ಸು ಅಂತ ನನ್ನನ್ನು ಯಾಮಾರಿಸಿ ತಿಂಗಳುಗಟ್ಟಳೆ ಹೋಮ್ ವರ್ಕ್ ಮಾಡದೇ ಸುಖ ಜೀವನ ಮಾಡಿದ. ಊಟ ಮಾಡದೇ ವಾಪಸ್ ತಂದರೆ ಬಯ್ಯುತ್ತೇನೆ ಅಂತ ನೀಟಾಗಿ ಬಳಿದು ಡಸ್ಟ್ ಬಿನ್‌ಗೆ ಹಾಕಿ ನನ್ನನ್ನು ಸಂತೋಷವಾಗಿಟ್ಟ! ಕೆಟ್ಟ ಕೋಳಿ ಕಾಲು ಅಕ್ಷರದ, ಸುಟ್ಟ ಸೋಮಾರಿತನದ ಅವನಿನ್ನು ಉದ್ಧಾರ ಆಗಲ್ಲ ಬಿಡು ಅಂತ ನಾನು ತೀರ್ಮಾನಿಸಿಬಿಟ್ಟೆ.

ಅಷ್ಟರಲ್ಲಿ ಹತ್ತನೇ ಕ್ಲಾಸಿಗೆ ಕಾಲಿಟ್ಟವನು ಇದ್ದಕ್ಕಿದ್ದಂತೆ ಎರ್ರಾ ಬಿರ್ರಿ ಓದಲು ಶುರು ಮಾಡಿದ. ಟ್ಯೂಷನ್ ಅಂತ ಹಾಕಿದರೆ 'ಅವರು ನೋಟ್ಸ್ ಬರೆಸ್ತಾರೆ, ಉರು ಹೊಡೆಯಕ್ಕೆ ಹೇಳ್ತಾರೆ. ನನಗದು ಇಷ್ಟ ಇಲ್ಲ. ನಾನೇ ಓದ್ಕೋತೀನಿ' ಅಂತ ಟ್ಯೂಷನ್ ಬಿಟ್ಟು ಬಂದ. ಟೆಕ್ಸ್ಟ್ ಬುಕ್ ಹಿಡಿದು ಕೂತು ಓದಿಕೊಂಡ. ಗಣಿತದಲ್ಲಿ ನೂರಕ್ಕೆ ನೂರು ಮಾರ್ಕ್ಸ್ ತೆಗೆದ. ಒಟ್ಟಾರೆ ತೊಂಭತ್ತೈದು ಪರ್ಸೆಂಟ್ ತೆಗೆದ. ಮತ್ತೆ ಪಿಯುಸಿ ಮೊದಲ ವರ್ಷ ಯಥಾಪ್ರಕಾರ ಸೋಮಾರಿತನ. ಕೇಳಿದರೆ

'ಈ ವರ್ಷ ರೆಸ್ಟ್ ತೆಗೆದುಕೊಳ್ಳುತ್ತೇನೆ... ಮುಂದಿನ ವರ್ಷ ಓದಬೇಕಲ್ಲ' ಅನ್ನುವ ಕಾರಣ ಕೊಟ್ಟ! ಆಮೇಲೆ ಪಿಯುಸಿ ಎರಡನೆಯ ವರ್ಷ ಶುರುವಾಗುತ್ತಿದ್ದಂತೆ ಓದಲು ಕುಳಿತ. ಗಣಿತದಲ್ಲಿ ನೂರು ಮತ್ತು PCMನಲ್ಲಿ ತೊಂಭತ್ತೇಳೂವರೆ ಪರ್ಸೆಂಟ್ ತೆಗೆದ. CETನಲ್ಲಿ 1046ನೆಯ ರ್‍ಯಾಂಕ್ ಗಳಿಸಿದ. ಒಟ್ಟಿನಲ್ಲಿ ಅವಶ್ಯಕತೆ ಇದ್ದಾಗ ಮಾತ್ರ ರಣರಂಗಕ್ಕಿಳಿದು ಹೋರಾಡುವ ಈ ಸ್ವಭಾವ ಅವನನ್ನು ತುಂಬ ಸುಖಿಯಾಗಿಟ್ಟಿದೆ ಅನ್ನಬೇಕು. ಅವಶ್ಯಕತೆ ಇಲ್ಲದಾಗ ಅವನ ಎನರ್ಜಿ ವೃಥಾ ಪೋಲಾಗದಂತೆ ಕಾಪಾಡಿಕೊಳ್ಳುತ್ತಾನಲ್ಲ, ಹಾಗಾಗಿ ಬೇಕಾಗಿರುವುದಕ್ಕೆ ಸಿಕ್ಕಾಪಟ್ಟೆ ಎನರ್ಜಿ ಹಾಕುವುದರಲ್ಲಿ ಸಫಲನಾಗುತ್ತಾನೋ ಏನೋ ಅನ್ನಿಸಿಬಿಡುತ್ತದೆ ಒಂದೊಂದು ಸಲ. ಪಲಾವ್ ಎದುರಾದಾಗ ಮಾತ್ರ ಮಾತನಾಡಿ, ಬೇಕಿದ್ದನ್ನು ಪಡೆದ ಅದೇ ಸ್ವಭಾವ ಬದುಕಿನುದ್ದಕ್ಕೂ ಸಾಧಿಸಿಕೊಂಡ strategy! ಜನ್ಮ ಪೂರಾ ಆತಂಕದಿಂದ ಬದುಕಿದ ನಾನು ಬದುಕಿನಲ್ಲಿ ಅಂತ ಅದ್ಭುತವಾದದ್ದನ್ನೇನನ್ನು ಸಾಧಿಸಿ ಕಡೆದು ಕಟ್ಟೆ ಹಾಕಿದ್ದೆ? ಇನ್ನಾದರೂ ನಾನು ಒಂದಿಷ್ಟು ಬದಲಾಗಬೇಕು ಅಂತ ಮೂರು ಕೋಟಿ ಮೂವತ್ತಾರು ಲಕ್ಷದ ಎಪ್ಪತ್ತೈದು ಸಾವಿರದ ಮುನ್ನೂರ ಹನ್ನೆರಡನೆಯ ಸಲ ಅಂದುಕೊಂಡೆ.

ಒಂದು quote ಓದಿದ್ದೆ, 'If only we stop taking parenthood so seriously, life would be lot more enjoyable' ಅಂತ. ನಿಜ ಅಲ್ಲವೇ?

ಕಲ್ಚರಲ್ ಶಾಕ್

'ಕಲ್ಚರಲ್ ಶಾಕ್' ಅನ್ನುತ್ತಾರಲ್ಲ, ಆ ಬಗ್ಗೆ ನೀವೂ ಕೇಳಿದ್ದೀರ ಅಲ್ಲವೇ? ಕೆಲವರು ಕೇಳಿರುತ್ತೀರ, ಮತ್ತೂ ಕೆಲವರು ಅನುಭವಿಸಿಯೂ ಇರುತ್ತೀರ. ಹೆಣ್ಣುಮಕ್ಕಳಿಗಂತೂ ಈ ಅನುಭವ ಸರ್ವೇಸಾಮಾನ್ಯ. ಹುಟ್ಟಿದಾಗಿನಿಂದ ಇದ್ದ ಮನೆಯನ್ನು ಬಿಟ್ಟು, ಗುಳೆ ಎದ್ದಂತೆ ಮತ್ತೊಂದು ಮನೆಗೆ ಕಾಲಿಡುವಾಗಿನ ಆ ಮನ್ವಂತರವೇನೂ ಸುಲಭದ ಕಾಲವಲ್ಲ. ತವರು ಶ್ರೇಷ್ಠ, ಕಾಲಿಟ್ಟ ಮನೆ ಕಡಿಮೆ ಅಂತೆಲ್ಲ ಯಾವ ಭ್ರಮೆಗಳೂ ನನಗಿಲ್ಲ, ಒಟ್ಟಿನಲ್ಲಿ ಬದಲಾವಣೆಗೆ ಒಗ್ಗಿಸಿಕೊಳ್ಳಬೇಕಾದ ಕಾಲ ಅಷ್ಟೇ. ಎಲ್ಲ ಖಾಸಗಿ ವಿಷಯಗಳನ್ನೂ ಸಾರ್ವಜನಿಕವಾಗಿ ಚರ್ಚಿಸುವ ನಮ್ಮ ಸಮಾಜದಲ್ಲಿ, ಹೊಸದಾಗಿ ಮದುವೆಯಾಗಿ ಮನೆಗೆ ಕಾಲಿಟ್ಟ ಹುಡುಗಿಯ ಬಗ್ಗೆ ಎಲ್ಲರೂ ಎಷ್ಟು ಸುಲಭವಾಗಿ ಮಾತನಾಡುತ್ತಿರುತ್ತಾರೆ ಅಂತ ಆಶ್ಚರ್ಯವೆನ್ನಿಸುತ್ತದೆ. 'ಆ ಹುಡುಗಿ ಒಂಚೂರೂ ಅಡ್ಜಸ್ಟಬಲ್ ಇಲ್ವಂತೆ' ಅಂದುಬಿಡುತ್ತಾರೆ ನಿಸೂರಾಗಿ. ಒಂದು ಮೀನನ್ನು ಕಾವೇರಿ ನದಿಯಿಂದ ಕಪಿಲಾ ನದಿಗೆ ವರ್ಗಾಯಿಸಿದಾಗ, ವರ್ಗಾಯಿಸಿದವರಿಗೆ 'ಎಲ್ಲವೂ ನೀರು ತಾನೇ... ಈ ನೀರಿನಲ್ಲಿರುವ ಬದಲು ಆ ನೀರಿನಲ್ಲಿರುತ್ತದೆ' ಅನ್ನಿಸಿದರೂ, ಮೀನಿಗೆ ಮಾತ್ರ ಅದು ಹೊಸ ಜಗತ್ತಿದ್ದ ಹಾಗೆ. ಭಾರತಿ ಅನ್ನುವ ಮೀನು ಹೀಗೆ ಹೊಸ ಜಗತ್ತಿಗೆ ಕಾಲಿಟ್ಟಾಗಿನ ಕಥೆಯಿದು...

ನನ್ನ ಅಪ್ಪನ ಮನೆಯೆಂದರೆ ಅದ್ಭುತ ಸಮಯ ಪರಿಪಾಲನೆಯ ಅತೀ ಶಿಸ್ತಿನದು. ನಮ್ಮ ತಲೆಯಲ್ಲಿನ biological clock ಇದೆಯಲ್ಲ, ಅದು ಎಂದೂ ನಿಲ್ಲುವುದಿಲ್ಲ, ರಿಪೇರಿಗೆ ಬರುವುದಿಲ್ಲ ಮತ್ತು ಅಪ್ಪಿತಪ್ಪಿಯೂ ಸ್ಲೋ ನಡೆಯುವುದಿಲ್ಲ.

ಕೊಂಡ ಹೊಸತರಲ್ಲಿ ಎಷ್ಟು ಕರಾರುವಾಕ್ಕಾಗಿ ಸಮಯ ತೋರಿಸುತ್ತದೋ, ಹಳತಾದ ನಂತರವೂ ಅದೇ precision. ನಮ್ಮ ಪ್ಲ್ಯಾನ್ ಎನ್ನುವುದು ಕಡ್ಡಿ ಕೊರೆದ ಗೆರೆಯ ಹಾಗೆ. ಮುಂದಿನ ಒಂದು ವಾರ, ತಿಂಗಳು ಯಾವತ್ತು, ಏನು ಮಾಡುತ್ತೇವೆ ಅನ್ನುವುದೆಲ್ಲ ಈಗಲೇ ನಿರ್ಧಾರವಾಗಿ ಬಿಡಬೇಕು. ಎಲ್ಲ planಗಳಲ್ಲೂ ಕ್ಷಣಕ್ಷಣದ ಕಾರ್ಯಕ್ರಮದ ಡೀಟೇಲ್ಸ್ ಸಿದ್ಧವಾಗಿಬಿಟ್ಟಿರುತ್ತದೆ. ವಿಧಾನಸಭೆ, ಲೋಕಸಭೆಯ ಅಧಿವೇಶನಗಳಷ್ಟೇ ಸೀರಿಯಸ್ಸಾಗಿ ನಾವು ಸಿನೆಮಾಗೆ ಹೋಗುವ ಕಾರ್ಯಕ್ರಮವನ್ನೂ ಹಾಕುತ್ತೇವೆಂದರೆ ಲೆಕ್ಕ ಹಾಕಿ ನಮ್ಮ ಸಮಯಪ್ರಜ್ಞೆ! ಥಿಯೇಟರಿನ ಗೇಟು ತೆಗೆಯುವ ಮುನ್ನವೇ ಟಿಕೀಟಿನ ಕ್ಯೂನಲ್ಲಿ ನಿಲ್ಲುವ, ಟ್ರೈನ್ ರೈಲ್ವೇ ಸ್ಟೇಷನ್‌ಗೆ ಬರುವ ಎಷ್ಟೋ ಘಂಟೆಗಳ ಮುನ್ನವೇ ಸ್ಟೇಷನ್‌ನಲ್ಲಿ ಬೀಡುಬಿಡುವ ಜಾಯಮಾನದವರು ನಾವು. ಸ್ವಭಾವದಲ್ಲೂ ಅಷ್ಟೇ, ಅತೀ ಸೂಕ್ಷ್ಮ! ಮೂರು ಮಾತಾಡಿದರೆ ಸುಡುಸುಡು ಕುದಿನೀರು, ಒಂದು ಮಾತಾಡಿದರೆ ಕೊರೆಯುವ ಐಸು! ಒಂದೇ ಒಂದು ಅವಾಚ್ಯ ಪದ ಬಳಸುವಂತಿಲ್ಲ, ಯಾರ ಬಗ್ಗೆಯೂ ತಮಾಷೆ ಮಾಡುವಂತಿಲ್ಲ. ಇಂತಿಪ್ಪ ಸಂಸಾರದಲ್ಲಿ ಬೆಳೆದ ನಾನು ಕಾಲಿಟ್ಟಿದ್ದು ಎಂಥ ಸಂಸಾರಕ್ಕೆ ಗೊತ್ತಾ? ಗಡಿಯಾರವನ್ನೇ ಗೋಣಿಚೀಲದಲ್ಲಿ ಕಟ್ಟಿ ಸಮುದ್ರಕ್ಕೆ ಎಸೆದಿರುವ ಮನೆಯದು! ಮಾತು ಕೂಡ ಅಷ್ಟೇ... ಏನೂ ಬೇಕಾದರೂ ಆಡಬಹುದು, ಯಾರನ್ನಾದರೂ ರೇಗಿಸಿಕೊಳ್ಳಬಹುದು. ಇನ್ನು ಅವಾಚ್ಯ ಶಬ್ದಗಳಂತೂ ಬದುಕಿನಲ್ಲಿ ಹಾಸುಹೊಕ್ಕು! ಮತ್ತೆ ಯಾವ ಕೆಲಸವನ್ನಾದರೂ ಮಾಡಬೇಕೆಂದರೆ 'ಮಾಡಲೇಬೇಕು' ಅನ್ನುವಂಥ ಯಾವ ಕಾನೂನೂ ಇಲ್ಲದ ಮನೆಯದು. ಆ ಮನೆಯಿಂದ ಈ ಮನೆಗೆ ಕಾಲಿಟ್ಟಾಗ, ಭೂಮಿಯಿಂದ ಮಂಗಳಗ್ರಹಕ್ಕೆ ವಲಸೆ ಹೋದಂಥಾ ಅನುಭವ!

ಅಪ್ಪನ ಮನೆಯಲ್ಲಿರುವಾಗ ಒಂದು ಸಿನೆಮಾ ಥಿಯೇಟರ್‌ಗೆ ಹೋಗಬೇಕು ಅಂದಕೂಡಲೇ ನಮ್ಮ backward calculation ಶುರುವಾಗುತ್ತಿತ್ತು. '7.30ಕ್ಕೆ ಸಿನೆಮಾ ಶುರುವಾಗುತ್ತದೆ. ಅಲ್ಲಿಗೆ ಹೋಗಲು 15 ನಿಮಿಷದ ದಾರಿಯೇ ಆದರೂ ಟ್ರ್ಯಾಫಿಕ್ ಜ್ಯಾಮ್‌ನಂಥ unexpected ಕಾರಣಗಳಿಗಾಗಿ 15 ನಿಮಿಷ ಹೆಚ್ಚು ಇಟ್ಟುಕೊಳ್ಳಬೇಕಾಗುತ್ತದೆ. ಕಾರಿನಲ್ಲಿ ಪೆಟ್ರೋಲ್ ಕಡಿಮೆಯಿದೆ. ದಾರೀಲಿ ಹೋಗುವಾಗ ಪೆಟ್ರೋಲ್ ಹಾಕಿಸೋದಿಕ್ಕೆ 10 ನಿಮಿಷ ಎಕ್ಸ್ಟ್ರಾ allot ಮಾಡಬೇಕು. ಇನ್ನು ಥಿಯೇಟರಿನಲ್ಲಿ ತಿನ್ನಲು ಪಫ್ ಮತ್ತು ಕೇಕ್ ತೆಗೆದುಕೊಳ್ಳಬೇಕು. ಅದಕ್ಕೆ ಬೇಕರಿಯ ಹತ್ತಿರ 15 ನಿಮಿಷ ಸಮಯ allot ಮಾಡಬೇಕು... ಅಂದರೆ 6.30ಕ್ಕೆ ಮನೆ ಬಿಡಬೇಕು. ಇದಲ್ಲದೇ ಮತ್ತೇನಾದರೂ ತೊಂದರೆ ಒದಗಿದರೆ ಎಂದು ಇನ್ನೊಂದು 15 ನಿಮಿಷ ಪ್ರಾವಿಷನ್ ಕೊಟ್ಟು 6.15ಕ್ಕೆ ಮನೆಯಿಂದ ಹೊರಡೋಣ' ಅನ್ನುವಂತ ಬ್ಲೂ ಪ್ರಿಂಟ್ ಸಿದ್ಧ ಮಾಡುತ್ತಿದ್ದೆವು. ಬ್ಯಾಂಕ್ ದರೋಡೆ ಮಾಡುವ ಕಥೆಯ ಸಿನೆಮಾಗಳಲ್ಲಿ

ಒಂದು ಮ್ಯಾಪ್ ಹರಡಿಕೊಂಡು, ಎಲ್ಲೆಲ್ಲಿ ಯಾರ್ಯಾರು ನಿಂತಿರುತ್ತಾರೆ, ಯಾವ ಜೀಪು ಎಲ್ಲಿಗೆ ಬರಬೇಕು, ಎಷ್ಟು ಕಿಲೋಮೀಟರ್ ಸ್ಪೀಡಿನಲ್ಲಿ ಬರಬೇಕು, ಎಲ್ಲಿ ಗಾಡಿ ನಿಲ್ಲಿಸಬೇಕು, ಯಾವ ಬಾಗಿಲಿನಿಂದ ಒಳ ನುಗ್ಗಬೇಕು... ಹೀಗೆಲ್ಲ ತಯಾರಿ ನಡೆಸುತ್ತಾರಲ್ಲ, ಆ ಥರ ನಮ್ಮ ಮನೆಯಲ್ಲಿ ಸಿನೆಮಾ ಪ್ರೋಗ್ರಾಮ್ ಹಾಕುತ್ತಿದ್ದೆವು! ಮನೆಯಿಂದ ಎರಡು ಕಿಲೋಮೀಟರ್ ದೂರದ ಥಿಯೇಟರಿನಲ್ಲಿ ನೋಡುವ ಒಂದು ಸಿನೆಮಾ ಕಾರ್ಯಕ್ರಮಕ್ಕೆ ಇಷ್ಟೆಲ್ಲಾ ಸಿದ್ಧತೆಯಾದರೆ, ಇನ್ನು ಪರೀಕ್ಷೆಗೆ, ಸ್ಕೂಲಿಗೆ, ಊರಿಗೆ ಎಂಥ ಸಿದ್ಧತೆ ಮಾಡಿಕೊಳ್ಳುತ್ತಿದ್ದೆವು, ನೀವೇ ಲೆಕ್ಕ ಹಾಕಿ!

ಸಾಧಾರಣವಾಗಿ ನಟರಾಜ ಸರ್ವೀಸಿನಲ್ಲಿ ಕಾಲೇಜಿಗೆ ಹೋಗುತ್ತಿದ್ದ ನಾವು, ಪರೀಕ್ಷೆ ಸಮಯದಲ್ಲಿ ಮಾತ್ರ ಆಟೋದಲ್ಲಿ ಹೋಗುತ್ತಿದ್ದೆವು. ನಮ್ಮ MES ಕಾಲೇಜಿನೆದುರು ನೇರವಾಗಿ ಹೋಗಿ ಇಳಿಯಬೇಕೆಂದರೆ ಒಂದೆರಡು ಕಿಲೋಮೀಟರ್ ಹೆಚ್ಚು ದೂರವಾಗುತ್ತಿತ್ತು. ಯಾಕೆಂದರೆ ನಡುವಲ್ಲಿ ಮಲ್ಲೇಶ್ವರಂ ರೈಲ್ವೇ ನಿಲ್ದಾಣ ಅಡ್ಡ ಬರುತ್ತಿತ್ತು. ಸುಮ್ಮನೆ ಆಟೋಗೆ ಮೂರು, ನಾಲ್ಕು ರೂಪಾಯಿ ಯಾಕೆ ದಂಡ ಅಂತ ತೀರ್ಮಾನಿಸಿ ರೈಲ್ವೇ ಸ್ಟೇಶನ್ನಿನ ಈ ಬದಿಗೆ ಇಳಿದು, ಕ್ಲೂನಿ ಕಾನ್ವೆಂಟಿನ ಮಾರ್ಗವಾಗಿ ಓಡು ನಡಿಗೆಯಲ್ಲಿ ನಮ್ಮ ಪ್ರಯಾಣ ಸಾಗುತ್ತಿತ್ತು. ಹೀಗಿರುವುದರಿಂದ ನಡೆಯಲು ಎಷ್ಟು ನಿಮಿಷ, ಟ್ರೇನ್ ಯಾವುದಾದರೂ ಅಡ್ಡವಿರುವ ಸಾಧ್ಯತೆ ಇದೆಯಾ ಅನ್ನುವ ಪರಿಶೀಲನೆ ಮತ್ತು ಎಲ್ಲಕ್ಕಿಂತ ridiculous ಆಗಿ ಆಟೋ ಕೆಟ್ಟು ಹೋದರೆ ಅನ್ನುವ ಕಾರಣಕ್ಕೂ ಕೆಲವು ನಿಮಿಷಗಳನ್ನು ರಿಸರ್ವ್ ಮಾಡಿಡುವ ಭೂಪರು ನಾವು! ಇದು ಪರೀಕ್ಷೆಯ ಕಥೆಯಾಯಿತು. ಆದರೆ ದಿನನಿತ್ಯ ಹೋಗುವ ಅದೇ ಅದೇ ಸ್ಕೂಲಿಗೆ ಹೋಗುವ ತಯಾರಿಯನ್ನೂ ಹಿಂದಿನ ರಾತ್ರಿಯೇ ಶುರು ಮಾಡುತ್ತಿದ್ದೆ... ರಾತ್ರಿಯೇ ಯೂನಿಫಾರ್ಮ್–ಶೂ ಎಲ್ಲ ಸಿದ್ಧ ಮಾಡಿಟ್ಟು ಮಲಗುತ್ತಿದ್ದೆ. ಶಾಲೆ ಬೆಳಿಗ್ಗೆ ಬೇಗ ಶುರುವಾಗುತ್ತದಲ್ಲ, ಹಾಗಾಗಿ ಈ ರೀತಿ ಸಿದ್ಧತೆ ಒಳ್ಳೆಯದು ಅಂದಿರಾ ನೀವು? ನಮ್ಮ ಶಾಲೆ ಶುರುವಾಗುತ್ತಿದ್ದುದು ನಡುಮಧ್ಯಾಹ್ನದ 12 ಘಂಟೆಗೆ! ಸಮಯದ ವಿಷಯದಲ್ಲಿ ಇಂಥ ಕರ್ಮಠರು ನಾವು. ಊರಿಗೆ ಹೊರಟಾಗಲಂತೂ, ನಾವು ಸ್ಟೇಷನ್ ತಲುಪಿದಾಗ ಎಷ್ಟೋ ಸಲ ನಮ್ಮ ಟ್ರೇನು ನಿಲ್ಲುವ ಪ್ಲ್ಯಾಟ್‌ಫಾರಂನಲ್ಲಿ ನಿಂತಿರುತ್ತಿದ್ದ ಅದರ ಹಿಂದಿನ ಟ್ರೈನೇ ಇನ್ನೂ ಹೊರಟಿರುತ್ತಿರಲಿಲ್ಲ!

ಇಂಥ ವಾತಾವರಣದಲ್ಲಿ ಬೆಳೆದ ನಾನು ಸೇರಿದ ಗಂಡನ ಮನೆ ಹೇಗಿರಬಹುದು ಅನ್ನುವುದರ ಮೊದಲ ಅನುಭವ ನಮ್ಮ ಮದುವೆಯ ದಿನವೇ ಆಗಿಹೋಯ್ತು. ಮದುವೆಯ ಹಿಂದಿನ ದಿನ ಸಂಜೆ 6 ಘಂಟೆಗೆ ವರಪೂಜೆ ಅಂತ ನಿರ್ಧಾರವಾಗಿತ್ತು. ನಾವೆಲ್ಲ ಛತ್ರಕ್ಕೆ ಬೆಳಿಗ್ಗೆಯೇ ಹೋಗಿ ಸೇರಿದ್ದೆವು. ತಡವಾಗಬಾರದು ಅಂತ ಎಂದಿನಂತೆ backward calculationಗೆ ಇಳಿದ ನನ್ನ ದೊಡ್ಡಪ್ಪ ಮತ್ತು ಅಪ್ಪ ಮಧ್ಯಾಹ್ನ 3ಕ್ಕೆ

ರೆಡಿಯಾಗಿ ಕೂತಿದ್ದರು! ಕೂತು ಕೂತು ಸಾಕಾದ ನಂತರ, ಇನ್ನೇನು ಅವರೆಲ್ಲ ಬರುವ ಸಮಯ ಹತ್ತಿರವಾಯಿತು ಅಂತ ಮಾತಾಡಿಕೊಂಡು ಸಂಜೆ 4 ಘಂಟೆಗೆ ಛತ್ರದ ಬಾಗಿಲಿಗೆ ಬಂದು ನಿಂತರು. ಗಡಿಯಾರ ಎಂದಿನಂತೆ ಒಂದು ನಿಮಿಷಕ್ಕೆ ಒಂದೇ ನಿಮಿಷ ತಿರುಗುತ್ತಿದ್ದರಿಂದ, ಬೀಗರು ಬರಲು ಇನ್ನೂ ಭರ್ತಿ ಎರಡು ಘಂಟೆ ಉಳಿದಿತ್ತು! ಅಲ್ಲಿಂದ ಮುಂದೆ ಮತ್ತೂ ಒಂದು ಘಂಟೆ ಕಳೆಯಿತು. ಟೆನ್ಷನ್ ತಾಳಲಾರದೇ 5 ಘಂಟೆಯ ಹೊತ್ತಿಗೆ ಗೇಟಿನ ಹತ್ತಿರ ಹೋಗಿ ನಿಂತರು. ಆದರೂ ಗಂಡಿನ ಮನೆಯವರ ಸುಳಿವಿಲ್ಲ! ಆ ನಂತರದ ಕಥೆ ಸ್ವಾರಸ್ಯವಾಗಿತ್ತು. ನಿಗದಿಯಾಗಿದ್ದ ಆರು ಘಂಟೆ ಕಾಲಿಟ್ಟಿತು. ನನ್ನ ಅಪ್ಪ, ದೊಡ್ಡಪ್ಪ ಈಗ ರೋಡಿನ ಮಧ್ಯಕ್ಕೆ ಹೋಗಿ ನಿಂತರು... ನಿಂತರು... ಮತ್ತು ನಿಂತೇ ಇದ್ದರು! ಆ ನಂತರ ಘಂಟೆ ಏಳಾಯಿತು, ಎಂಟಾಯಿತು, ಅವರ್ಯಾರದ್ದೂ ಸುಳಿವಿಲ್ಲ. ಅಲ್ಲಿಯವರೆಗೂ ಬೀಗರಿಗೆ ಸಿಗರೇಟಿನ ವಾಸನೆ ಬರಬಾರದು ಅಂತ ಹೇಗೋ ಚಟ ತಡೆ ಹಿಡಿದಿಟ್ಟಿದ್ದ ನನ್ನ ದೊಡ್ಡಪ್ಪ ಗಾಂಧಿಬಜಾರಿನ ಸತ್ಯಪ್ರಮೋದ ಛತ್ರದ ಗೌಜಿನ ರಸ್ತೆಯಲ್ಲಿ ಬೀದಿಯುದ್ದಕ್ಕೂ ಓಡಾಡುತ್ತ ಒಂದಾದ ನಂತರ ಒಂದು ಸಿಗರೇಟು ಸುಡಲು ಶುರುವಿಟ್ಟರು. ಪ್ಯಾಕೆಟ್‌ಗಟ್ಟಳೆ ಸಿಗರೇಟ್ ಖಾಲಿಯಾಯಿತು. ಮದುವೆ ಮನೆಯ ಸಂಭ್ರಮ ಚೂರು ಚೂರೇ ಕಳೆಗುಂದುತ್ತ ಬಂತು. ಬಂದಿದ್ದವರೆಲ್ಲ ಆತಂಕ ಪಡಲು ಶುರು ಮಾಡಿದರು. ವರಪೂಜೆಗೆ ಬಂದಿದ್ದ ನಮ್ಮ ನೆಂಟರಲ್ಲಿ ಎಷ್ಟೋ ಜನ ದೂರದೂರದ ಬಡಾವಣೆಗಳಿಗೆ ಹಿಂದಿರುಗಿ, ಮರುದಿನ ಬೇಗನೇ ಮತ್ತೆ ಛತ್ರಕ್ಕೆ ವಾಪಸ್ಸಾಗಬೇಕಿತ್ತು. ಹಾಗಾಗಿ ಎಲ್ಲರಿಗೂ ಹೊರಡುವ ಗಡಿಬಿಡಿ ಶುರುವಾಯಿತು. ಮದುವೆಗೆ ಅಂತ ಬಂದವರನ್ನೆಲ್ಲ ಊಟವಿಲ್ಲದೇ ಖಾಲಿ ಹೊಟ್ಟೆಯಲ್ಲಿ ಹಾಗೆಯೇ ಕಳಿಸುವುದು ಚೆಂದವಲ್ಲ ಅಲ್ಲವಾ? ಹಾಗಾಗಿ ನಮ್ಮ ಕಡೆಯವರಿಗೆಲ್ಲ ಊಟ ಹಾಕಿ ಬೀಳ್ಕೊಟ್ಟಿದ್ದೂ ಆಯ್ತು.

ಪೂರಕವಾಗಿ ಒಂದೈದಾರು ವರ್ಷದ ಹಿಂದಿನ ಮಾತು ಹೇಳುತ್ತೇನೆ. ದೊಡ್ಡಪ್ಪನ ಗೆಳೆಯರೆಲ್ಲ ಸೇರಿ ಅವರಿದ್ದ ಹರಿಹರಕ್ಕೆ ರಜೆಗೆಂದು ಹೋಗಿದ್ದರು. ಅವರೆಲ್ಲ 3–4 ದಿನ ಅಲ್ಲಿ ಕಳೆದ ನಂತರ, ಬೆಂಗಳೂರಿನ ನಮ್ಮ ಮನೆಯಲ್ಲಿ ನನ್ನ ಅಜ್ಜಿಯ ತಿಥಿ ಕಾರ್ಯ ಇದ್ದುದರಿಂದ, ದೊಡ್ಡಪ್ಪನ ಮನೆಯವರೂ ಸೇರಿ ಎಲ್ಲರೂ ಬೆಂಗಳೂರಿಗೆ ವಾಪಸ್ಸಾಗುವುದು ಅಂತ ತೀರ್ಮಾನಿಸಿದ್ದರು. ಹಿಂದಿನ ದಿನ ಸಂಜೆಗೆ ಎಲ್ಲರೂ ಮೂರು ಕಾರುಗಳಲ್ಲಿ ಹತ್ತಿ ಹೊರಟಿದ್ದಾರೆ. ಕತ್ತಲಾಗಿದ್ದರಿಂದ ಮೂರೂ ಕಾರುಗಳು ಒಟ್ಟಾಗಿ ಹೋಗಬೇಕು ಎಂದು ತೀರ್ಮಾನಿಸಿದ್ದರಂತೆ. ಆದರೆ ಒಬ್ಬರು ಗೆಳೆಯನಿಗೆ ಕಾರನ್ನು ಸ್ಪೀಡಾಗಿ ಓಡಿಸುವ ಹುಚ್ಚು. ನನ್ನ ದೊಡ್ಡಪ್ಪ ಮಹಾನ್ ಪುಕ್ಕಲು. ಆಮೆ ವೇಗದಲ್ಲಿ ಕಾರು ಓಡಿಸಬೇಕಿತ್ತು. ಹಾಗಾಗಿ ನಡುದಾರಿಯಲ್ಲೆಲ್ಲೋ ಮೂರೂ ಕಾರುಗಳು ಬೇರೆ ಬೇರೆಯಾಗಿವೆ. ದೊಡ್ಡಪ್ಪನ ಕಾರು ನಿಧಾನಕ್ಕೆ ಬರುವಷ್ಟರಲ್ಲಿ

ದಾರಿಯಲ್ಲಿ ಜನರೆಲ್ಲ ಸೇರಿದ್ದು ಕಂಡು 'ಪಾಪ ಯಾವುದೋ ಆಕ್ಸಿಡೆಂಟ್ ಆಗಿದೆ' ಅಂತ ಲೊಚಗುಟ್ಟುತ್ತ ಬಗ್ಗಿ ನೋಡಿದರೆ ಅದು ದೊಡ್ಡಪ್ಪನ ಗೆಳೆಯನದ್ದೇ ಕಾರು. ಗಾಬರಿಯಿಂದ ಇಳಿದು ಅತ್ತ ಓಡಿ ನೋಡಿದರೆ ಆ ಗೆಳೆಯ ಸ್ಪಾಟ್ ಔಟ್. ಆಗಿನ್ನೂ ಒಂದು ಘಂಟೆಯ ಕೆಳಗೆ ಒಟ್ಟಾಗಿದ್ದ ವ್ಯಕ್ತಿ ನಡುರಸ್ತೆಯಲ್ಲಿ ಸತ್ತು ಬಿದ್ದಿದ್ದನ್ನು ಕಂಡ ದೊಡ್ಡಪ್ಪ, ಆಘಾತಕ್ಕೊಳಗಾಗಿ ಹೋಗಿದ್ದರು. ಹುಚ್ಚರಂತೆ ಆಡುತ್ತಿದ್ದ ಇವರನ್ನು ಸಂಭಾಳಿಸಲಾಗದೇ, ಕಾರು ಹತ್ತಿಸಿ ಬೆಂಗಳೂರಿನ ನಮ್ಮ ಮನೆಗೆ ಸಾಗಹಾಕಿದ್ದರು. ಅಷ್ಟು ಹೊತ್ತಿಗೆ ಮಧ್ಯರಾತ್ರಿಯ ಸಮಯ. ನಮ್ಮ ಮನೆ ಸೇರಿದ ದೊಡ್ಡಪ್ಪ ಎಂಥ ದುಃಸ್ಥಿತಿಯಲ್ಲಿದ್ದರೆಂದರೆ, ಮರುದಿನದ ತಿಥಿಕಾರ್ಯ ಕ್ಯಾನ್ಸಲ್ ಮಾಡಿ ದೊಡ್ಡಪ್ಪನನ್ನು ಡಾಕ್ಟರಲ್ಲಿಗೆ ಕರೆದೊಯ್ಯುವ ಸ್ಥಿತಿ ಬಂದಿತ್ತು. ಈ ಘಟನೆಯಾದ ನಂತರ ಅವರಿಗೆ ಯಾರೇ ಬರುವುದು ತಡವಾದರೂ ಏನಾಗಿಹೋಯಿತೋ ಅಂತ ಬೆಚ್ಚಿ ಬೀಳುತ್ತಿದ್ದರು. ಈಗ ನೋಡಿದರೆ ಮದುವೆಯ ಗಂಡಿನ ಮನೆಯವರ ಸುಳಿವೇ ಇಲ್ಲ! ಅಪ್ಪ, ದೊಡ್ಡಪ್ಪ ಈಗ ಹತಾಶರಾಗಿ ಕೂತರು. ಹಾರ್ಟ್ ಅಟ್ಯಾಕ್ ಆಗಲಿಲ್ಲ ಅನ್ನುವುದೊಂದೇ ಸಮಾಧಾನ. ಈಗಿನ ಹಾಗೆ ಮೊಬೈಲ್ ಫೋನಿನ ಕಾಲವಲ್ಲ ಅದು. ಕಾಯುವುದೊಂದು ಬಿಟ್ಟು ಮತ್ತೇನೂ ಮಾಡಲು ಸಾಧ್ಯವಿರಲಿಲ್ಲ.

ಸಮಯ ಒಂಭತ್ತನ್ನೂ ದಾಟಿತು. ಆರು ಘಂಟೆಗೆ ವರಪೂಜೆ ಅಂತ ಸಿದ್ಧವಾಗಿ ಕೂತ ಭಾರತಿ ಎನ್ನುವ ಹೀರೋಯಿನ್ನಿನ ಮುಖ ಏಪ್ರಿಲ್ ತಿಂಗಳ ಬಿಸಿಲಿಗೆ ಎಣ್ಣೆಯಲ್ಲಿ ಮುಳುಗಿಸಿ ಎತ್ತಿಟ್ಟಂತಾಗಿತ್ತು. ರಸ್ತೆಯಲ್ಲಿ ಜನಸಂಚಾರವೆಲ್ಲ ಕಡಿಮೆಯಾಗುತ್ತ ಬಂದು, ದೊಡ್ಡಪ್ಪ ಫುಟ್‌ಪಾತಿನ ಮೇಲೆಯೇ ಕೂತು, ತಮ್ಮ ಅಗ್ನಿಕಾರ್ಯ ಮುಂದುವರೆಸುತ್ತಿರುವ ಸಮಯದಲ್ಲೇ ಇಳಿದರಪ್ಪಾ ನನ್ನ ಗಂಡನ ಮನೆಯವರು! ಕಾದು ಕಾದು ಸಾಕಾಗಿ ತೂಕಡಿಸುತ್ತಿದ್ದ ವಾಲಗದವರನ್ನು ಎಬ್ಬಿಸಿ ಊದಲು ಹೇಳಿದ್ದಾಯ್ತು. ಸುಕ್ಕುಗಟ್ಟಿದ್ದ ಸೀರೆಯನ್ನು ಸರಿ ಮಾಡಿಕೊಳ್ಳುತ್ತ ಹೆಂಗಸರೆಲ್ಲ ಎದ್ದರು. ಹೊಸ ಬೀಗರನ್ನು ಸ್ವಾಗತಿಸಲು ಎಲ್ಲ ಸಿದ್ಧತೆಯಾಯ್ತು. ನಾವು ಮನೆಯಲ್ಲಿ ಐದು ನಿಮಿಷ ತಡ ಮಾಡಿದರೆ, ಆಕಾಶ-ಭೂಮಿ ಒಂದು ಮಾಡುವ ಈ ಸಮಯ ಪರಿಪಾಲಕರು ದೇಶಾವರಿ ನಗೆ ನಗುತ್ತಾ 'ಸ್ವಲ್ಪ ಲೇಟ್ ಆಗೋಯ್ತು' ಅಂದರು ಕೈ ಹೊಸೆಯುತ್ತ. ಸ್ವಲ್ಪವೇನು ಬಂತು, ಭರ್ತಿ ಮೂರೂವರೆ ಘಂಟೆ ತಡ! ಆದರೆ ಹಾಗಂತ ಹೊಸ ಬೀಗರ ಜೊತೆ ಕುಸ್ತಿ ಕಾಯಲಾದೀತಾ? ನನ್ನ ಗಂಡನ ಕಡೆಯವರು ಆರಾಮವಾಗಿ 'ಶಿವಮೊಗ್ಗದ ಹತ್ತಿರ ಹತ್ತಿರ ಬಂದಾದಮೇಲೆ ಉಪ್ಪಿಟ್ಟು, ಕೇಸರಿಬಾತ್ ಊರಲ್ಲೇ ಮರೆತು ಬಂದಿದ್ದೀವಿ ಅಂತ ನೆನಪಾಯಿತು. ಅದಕ್ಕೆ ಮತ್ತೆ ವಾಪಸ್ ಹೋಗಿ ತಂದೆವು. ಹಾಗಾಗಿ ಸ್ವಲ್ಪ ತಡ' ಅಂದರು! ಇವರು ಸೌಜನ್ಯಕ್ಕಾಗಿ ಸ್ವಲ್ಪ ತಡ ಎಂದರೆ ಅವರೂ ಅದನ್ನು ಸ್ವಲ್ಪ ತಡ ಅಂತಲೇ ಪರಿಗಣಿಸಿದ್ದರು...

ಅದೂ ಉಪ್ಪಿಟ್ಟು ತರುವ ಘನಕಾರ್ಯಕ್ಕಾಗಿ! ಉಪ್ಪಿಟ್ಟು ತರಲು ಯಾರಾದರೂ 40 ಕಿಲೋಮೀಟರ್ ವಾಪಸ್ ಹೋಗ್ತಾರಾ ಅಂತ ನಾವು ಪ್ರಶ್ನಿಸಿಕೊಳ್ಳುವಷ್ಟರಲ್ಲೇ 'ಅಯ್ಯೋ ಈಗಿನ್ನೂ ಒಂಭತ್ತೂವರೆ. ಇದು ಹೆಚ್ಚುಕಡಿಮೆ ಕರೆಕ್ಟ್ ಟೈಮು ಅಂತಲೇ ಅನ್ನಬೇಕು. ನಮ್ಮಣ್ಣನ ಮದುವೆಗೆ ಹೋಗುವಾಗ ಗಾಡಿ ಕೆಟ್ಟು ಹೋಗಿ, ನಾವು ತಲುಪಿದಾಗ ಮಧ್ಯ ರಾತ್ರಿ 2 ಘಂಟೆ ಆಗಿತ್ತು' ಅಂದರು. ಮೊದಲ ದಿನವೇ ಮುಂದಿನ ಬದುಕು ಹೇಗಿರಬಹುದು ಅನ್ನುವ ಸ್ಯಾಂಪಲ್ ತೋರಿಸಿದ್ದರು ನನ್ನ ಗಂಡನ ಮನೆಯವರು!

ನಾವು ಒಮ್ಮೆ ಅಲೆಪ್ಪಿಯಲ್ಲಿದ್ದ ದೊಡ್ಡಪ್ಪನ ಮನೆಗೆ ಹೋಗಿದ್ದೆವು. ಅಪ್ಪ ಮೂರೇ ದಿನ ರಜೆ ಹಾಕಿದ್ದರಿಂದ ಅವರು ದೊಡ್ಡಪ್ಪನ ಜೊತೆ ಹೊರಡುವುದಿತ್ತು. ನಾನು, ಅಮ್ಮ ಇನ್ನೂ ಒಂದು ವಾರ ಇದ್ದು ಆ ನಂತರ ಹೊರಡುವುದಿತ್ತು. ನಾವೆಲ್ಲ ಅಲೆಪ್ಪಿಯಿಂದ ತಿರುವನಂತಪುರಕ್ಕೆ ಬಂದು, ಅಲ್ಲೆಲ್ಲ ಸುತ್ತಾಡಿ ಆ ನಂತರ ದೊಡ್ಡಪ್ಪ, ಅಪ್ಪನನ್ನು ಟ್ರೇನಿಗೆ ಹತ್ತಿಸಿ ನಾನು, ಅಮ್ಮ, ದೊಡ್ಡಮ್ಮ ವಾಪಸ್ಸಾಗುವುದಿತ್ತು. ಸಂಜೆ ಏಳಕ್ಕೆ ಇದ್ದ ಟ್ರೇನು ಹಿಡಿಯಲು ದೊಡ್ಡಪ್ಪ ಮಧ್ಯಾಹ್ನದಿಂದಲೇ ದೇವಸ್ಥಾನ ನೋಡಲೂ ಬಿಡದೇ 'ಲೇಟ್ ಆಯ್ತು' ಅಂತ ಅವಸರಿಸಿದರು. ಕೊನೆಗೆ ನಾವು ಸ್ಟೇಷನ್ ತಲುಪಿದಾಗ 5 ಘಂಟೆ. ಬೆಂಗಳೂರಿನ ಟ್ರೇನು ಬರಲು ಇನ್ನೂ ಒಂದೂವರೆ ಘಂಟೆ ಸಮಯವಿತ್ತು. ಅವರು ಹತ್ತಬೇಕಾದ ಪ್ಲ್ಯಾಟ್‌ಫಾರಂ ಮೂರನೆಯದಿತ್ತು. ಇಲ್ಲಿಂದ ಅಲ್ಲಿಗೆ ಹೋಗಲು ಹೆಚ್ಚೆಂದರೆ 5 ನಿಮಿಷ ಸಾಕು. ದೊಡ್ಡಮ್ಮನಿಗೆ ಮಂಡಿನೋವಿದ್ದರಿಂದ ಮೊದಲನೇ ಪ್ಲ್ಯಾಟ್‌ಫಾರಂನಲ್ಲೇ ಇನ್ನೊಂದು ಘಂಟೆ ಕೂತಿದ್ದು ಆ ನಂತರ ಅಲ್ಲಿಗೆ ಹೋಗಿ ಎಂದರು ಅವರು. ಒಪ್ಪಿದ ಅಣ್ಣ-ತಮ್ಮಂದಿರು ಹಾಗೂ ಹೀಗೂ ಹತ್ತು ನಿಮಿಷ ಕೂತಿದ್ದರಾ... ಅಷ್ಟರಲ್ಲಿ ಚಡಪಡಿಕೆ ಶುರುವಾಯಿತು. ನಿಮಿಷಕ್ಕೊಮ್ಮೆ ಅತ್ತ ನೋಡುತ್ತಿದ್ದ ಅವರಿಬ್ಬರಿಗೂ ಇಲ್ಲಿನ ಮಾತಿನ ಮೇಲೆ ಗಮನವೇ ಇಲ್ಲ. ದೊಡ್ಡಮ್ಮನಿಗೆ ಸಣ್ಣದಾಗಿ ಸಿಟ್ಟು ಬರಲು ಶುರುವಾಗಿ 'ಈ ಸಂಭ್ರಮಕ್ಕೆ ಇಲ್ಲೇನು ಕೂತಿರೋದು. ಅಲ್ಲೇ ಹೋಗಿ ಕೂತಿದ್ರೂ ಆಗ್ತಿತ್ತು. ಅತ್ಲಾಗೆ ನಾವೂ ಅಲೆಪ್ಪಿಗೆ ಹೊರಡಬಹುದಿತ್ತು' ಅಂತ ಹುಸಿಮುನಿಸಿನಲ್ಲಿ ಹೇಳಿದರು. ಕೂತಿದ್ದ ನಮ್ಮ 'ನಡೆದಾಡುವ ಗಡಿಯಾರ' ಗಳೆರಡೂ ಆ ಮಾತಿಗೇ ಕಾಯುತ್ತಿದ್ದವರ ಹಾಗೆ, 'ಸರಿ ಹಂಗಿದ್ರೆ, ಬಾಯ್' ಅಂತ ಹೇಳಿ ಹೊರಟೇಬಿಟ್ಟಿದ್ದರು! ನಾವು ಇಲ್ಲಿ, ಅವರು ಅಲ್ಲಿ. ಆಗ ಸಮಯ 5:30 ಕೂಡ ಆಗಿರಲಿಲ್ಲ! ಇತ್ತ ಕೂತ ನಾವು ಅವರನ್ನು ನೋಡಿ ನಗುವುದು, ಅವರಿಬ್ಬರೂ ಕೈ ಬೀಸುವುದು... ಇದನ್ನೇ ಸುಮಾರು 10-15 ನಿಮಿಷ ಮಾಡಿದ ನಂತರ ಹೊರಟೇಬಿಟ್ಟಿದ್ದೆವು. ಅವರಿಬ್ಬರೂ ಪ್ಲ್ಯಾಟ್‌ಫಾರಂಗೆ ಇಬ್ಬರನ್ನೂ ಸೇರಿಸಿ ಹೊಲೆದಿದ್ದಾರೇನೋ ಅನ್ನುವ ಹಾಗೆ, ನಾವು ಹೊರಟರೂ ಕೂತಲ್ಲಿಂದ ಎದ್ದುಬರಲಿಲ್ಲ.

ಹೀಗೆ ಟ್ರೈನ್ ಪ್ಲಾಟ್‌ಫಾರ್ಮ್ ತಲುಪುವುದಕ್ಕೆ ಅರ್ಧ ಘಂಟೆ ಮುಂಚೆ ಸ್ಟೇಷನ್ ಸೇರುತ್ತಿದ್ದ ನನ್ನ ಅಪ್ಪನ ಮನೆಯ ಜಗತ್ತು ಒಂದಾದರೆ, ನನ್ನ ಗಂಡನ ಕಥೆ ಹೇಳುತ್ತೇನೆ ಕೇಳಿ!

ಒಂದು ಸಲ ಮೈಸೂರಿನ ಟ್ರೈನ್ ಹಿಡಿಯಲು ಸ್ಟೇಷನ್‌ಗೆ ಹೋಗುವಷ್ಟರಲ್ಲಿ ಟ್ರೈನ್ ಹೊರಡಲು ಬರೀ ಐದು ನಿಮಿಷ ಮಾತ್ರ ಬಾಕಿ ಉಳಿದಿತ್ತು. ಆಗೆಲ್ಲ ಮೈಸೂರಿನ ಟ್ರೇನು ಬರುತ್ತಿದ್ದುದು 7 ಅಥವಾ 8ನೆಯ ಪ್ಲ್ಯಾಟ್‌ಫಾರಂಗೆ. ಅದನ್ನು ತಲುಪಲು ಒಂದಿಪ್ಪತ್ತು ಮೆಟ್ಟಿಲು ಹತ್ತಿ, ನೆಲಮಾರ್ಗದಲ್ಲಿ ಸುಮಾರು 400 ಮೀಟರ್ ಓಡಿ ನಂತರ ಮತ್ತೆ 20 ಮೆಟ್ಟಿಲು ಹತ್ತಿ, ನಂತರ ಪ್ಲ್ಯಾಟ್‌ಫಾರಂ ಮೇಲೆ ನೂರೈವತ್ತು ಮೀಟರ್ ಓಡಬೇಕು. ಇದಕ್ಕೆಲ್ಲ ಉಳಿದ ಸಮಯ ಬರೀ ಐದು ನಿಮಿಷ. ನನ್ನ ಮಗ ಸಿಕ್ಕಾಪಟ್ಟೆ ಗುಂಡಣ್ಣ. ಅವನನ್ನು ಹೊರಲಾರದೇ ಹೊತ್ತುಕೊಂಡು ಮೆಟ್ಟಿಲು ಇಳಿದು ಓಡಿ ಮತ್ತೆ ಮೆಟ್ಟಿಲು ಹತ್ತುತ್ತಿದ್ದೇನೆ... ಅಯ್ಯೋ! ಅಷ್ಟರಲ್ಲಿ ಟ್ರೈನ್ ಕೂಗಲು ಶುರುವಿಟ್ಟುಕೊಂಡಿತು. ಇನ್ನೇನು ಹೊರಟೇ ಬಿಡುತ್ತದೇನೋ ಅನ್ನಿಸಿ ಕೈಲಿದ್ದ ಮಗನನ್ನು ಗಂಡನ ಕೈಗೆ ಸಾಗ ಹಾಕಿ ನಾನು ಓಡುತ್ತಾ ಗಾರ್ಡ್ ಹತ್ತಿರ ಮಿಂಚಿನ ವೇಗದಲ್ಲಿ ಬಂದು ಅವನಿಗೆ ಕೈ ಕೈ ಜೋಡಿಸಿ 'ಅಣ್ಣಾ ಅಲ್ಲಿ ಗಂಡ–ಮಗ ಬರ್ತಿದಾರೆ. ಪ್ಲೀಸ್ ಹಸಿರು ಬಾವುಟ ಬೀಸಬೇಡಣ್ಣಾ... ಒಂದು ನಿಮಿಷ ತಡಮಾಡು ನನಗೋಸ್ಕರ' ಅಂತ ಬೇಡಿಕೊಂಡಿದ್ದೆ. ಪಾಪ ಅವನೂ ಮಕ್ಕಳೊಂದಿಗ ಅಂತ ಕಾಣುತ್ತೆ... ಕರುಣೆ ತೋರಿ ಬಾವುಟವಿದ್ದ ಕೈಯನ್ನು ಕೆಳಗಿಳಿಸಿದ. ಅಷ್ಟರಲ್ಲಿ ನನ್ನ ಗಂಡ ಅಲ್ಲಿಗೆ ಧಾರಾಕಾರ ಬೆವರಿನ ಜೊತೆ ಹಾಜರಾಗಿದ್ದ. 'ಏನು ಮನುಷ್ರು ನೀವೆಲ್ಲ... ಮಕ್ಳಿರುವಾಗ ಒಂಚೂರು ಬೇಗ ಬರ್ಬೇಕು ಅನ್ನೋ ಗ್ನಾನ ಇಲ್ವಾ' ಅಂತ ಬಯ್ದದ್ದನ್ನು ತುಟಿ ಪಿಟಕ್ಕೆನ್ನದೇ ಸ್ವೀಕರಿಸಿ, ಒಂದು ಸಲಾಮ್ ಹೊಡೆದು, ಸಿಕ್ಕ ಕೊನೆಯ ಬೋಗಿಯಲ್ಲಿ ತೂರಿಕೊಂಡು ಮೈಸೂರು ಸೇರಿದ್ದೆವು!

ಅತೀವ ಶಿಸ್ತಿನಲ್ಲಿ ಗೆರೆ ಕೊರೆದಂತೆ ಬದುಕುತ್ತಿದ್ದ ನನ್ನ ಬದುಕೀಗ ಈಸ್ಟ್‌ಮನ್ ಕಲರ್ ವರ್ಣಚಿತ್ರದ ಹಾಗೆ ಆಗಿಹೋಗಿತ್ತು! ಕ್ಷಣ ಕ್ಷಣಕ್ಕೂ ಅನಿರೀಕ್ಷಿತ ರೊಮಾನ್ಸು, ಡ್ರೀಮ್ ಸೀಕ್ವೆನ್ಸು, ರೋಚಕ ಕ್ಲೈಮ್ಯಾಕ್ಸು!

ಅಪ್ಪನ ಮನೆಯಲ್ಲಿ ಒಂದು ಊರಿಗೆ ಹೋಗುತ್ತೇವೆ ಅಂದರೆ ಅವತ್ತು ಹೊರಟೆವು ಅಂತಲೇ ಅರ್ಥ ಮತ್ತು ವಾಪಸ್ ಯಾವತ್ತು ಬರುತ್ತೇವೆ ಅಂದರೆ ಅವತ್ತು ಜಗವೇ ಮುಳುಗಿ ಹೋದರೂ ವಾಪಸ್ ಬಂದೆವು ಅಂತಲೇ ಅರ್ಥ. ನನ್ನ ಗಂಡನ ಮನೆಯಲ್ಲಿ ಎಲ್ಲಿಗೇ ಹೋದರೂ – ಅದರಲ್ಲೂ ಅವನ ತವರೂರಿಗೆ ಹೋದರಂತೂ – one way ticket ಅಷ್ಟೇ ಗ್ಯಾರಂಟಿ. ವಾಪಸ್ ಯಾವತ್ತು ಬರುತ್ತೇವೆ ಅನ್ನುವುದು ದೇವರಿಗೂ ಗೊತ್ತಾಗಲು ಅಸಾಧ್ಯ. ಸ್ವಲ್ಪ ದಿನಕ್ಕೆ ಅದೆಲ್ಲ

ಸುಮಾರಾಗಿ ಅಭ್ಯಾಸವಾಗಿದ್ದರೂ ಒಂದು ಸಲ ಮಾತ್ರ ಯಾಮಾರಿಬಿಟ್ಟೆ. ನನ್ನ ಮೈದುನನ ಮದುವೆಯ ಸಂದರ್ಭ. ನನ್ನ ಗಂಡ ಹೇಳಿದ 'ವರಪೂಜೆ, ಧಾರೆ ಮುಗಿಸಿ ಅವತ್ತು ರಾತ್ರಿ ಊರಿಗೆ ವಾಪಸ್ಸಾಗಲೇ ಬೇಕು. Material despatch ಆಗಲೇಬೇಕು' ಅಂತ. ನಾನು ಇಷ್ಟೊಂದು ಸೀರಿಯಸ್ಸಾಗಿ ಹೇಳುತ್ತಿದ್ದಾನೆ ಅಂದಮೇಲೆ ಅದು 100% ಗ್ಯಾರಂಟಿ ಪ್ರೋಗ್ರಾಮ್ ಅಂತ ಯಾಮಾರಿ ಮದುವೆಗೆ ಒಂದೆರಡು ಸೀರೆ, ಒಂದು ನೈಟಿ, ಎಮರ್ಜೆನ್ಸಿಗೆ ಇರಲಿ ಅಂತ ಒಂದು ಸಲ್ವಾರ್ ಕಮೀಜ್ ತೆಗೆದುಕೊಂಡು ಹೊರಟೆ. ಮದುವೆ ಮುಗಿಯಿತು, ಸರ ಭರ ಪ್ಯಾಕಿಂಗ್ ಮುಗಿಸಿದೆ. ನನ್ನ ಗಂಡ ಅವನ ಮನೆಯವರ ಜೊತೆ ಆರಾಮವಾಗಿ ನಗುತ್ತಾ ಕೂತಿದ್ದ. 'ಹೊರಡೋಣವಾ?' ಅಂತ ಕೇಳಿದಾಗ 'ಎಲ್ಲಿಗೆ!' ಅನ್ನುವಂತೆ ನನ್ನನ್ನು ನೋಡಿದ. ಅಲ್ಲಿಗೆ ಕಾರ್ಯಕ್ರಮದ ರೂಪರೇಷೆ ಗೊತ್ತಾದಂತಾಯಿತು! ಸರಿ, ಅವತ್ತು ರಾತ್ರಿ ಅವನ ಊರಾದ ಬೇಗೂರಿಗೆ ಹೋದೆವು. ಸೀರೆ ಮಡಚಿ ಎತ್ತಿಟ್ಟು ನೈಟಿ ಹಾಕಿ ಮಲಗಿದೆ. ಮಾರನೆಯ ದಿನವಾಯಿತು. ತೀರ್ಥರಾಮೇಶ್ವರ ಅಂತ ಪ್ರೋಗ್ರಾಮ್ ಶುರು ಆಯ್ತು. ಹಾಕಿದ್ದ ನೈಟಿ ಒಗೆದು ಹಾಕಿ, ಇದ್ದ ಒಂದೇ ಸಲ್ವಾರ್ ಕಮೀಜ್ ಏರಿಸಿ, ಬಿಸಿಬೇಳೆ ಬಾತ್, ಮೊಸರನ್ನ ಕಟ್ಟಿಕೊಂಡು ಟ್ರ್ಯಾಕ್ಟರ್ ಏರಿದೆವು. ವಾಪಸ್ ಬಂದ ನಂತರವೂ ಊರಿನ ಸುದ್ದಿಯಿಲ್ಲ. ಆದರೂ ಮರುದಿನವಾದರೂ ಹೊರಡಬಹುದೆನ್ನುವ ಆಶಾವಾದದಲ್ಲಿ ನೈಟಿ ಹಾಕಿ, ಸಲ್ವಾರ್ ಒಗೆದು ಒಣಹಾಕಿದೆ. ಮಾರನೆಯ ದಿನ ಬೆಳಿಗ್ಗೆ ಸಲ್ವಾರ್ ಹಾಕಿಕೊಂಡು ನೈಟಿ ಒಗೆದು ಹಾಕಿದೆ. ಒಂದು ಕಡೆ ಚೌಕಾಬಾರ, ಮತ್ತೊಂದು ಕಡೆ ಪಗಡೆ, ಮಗದೊಂದು ಕಡೆ ಕಾರ್ಡ್ಸ್ ಶುರುವಾಯಿತು. ಅವತ್ತೂ ಹೊರಡುವ ಯಾವ ಸುಳಿವಿಲ್ಲ! ಅವತ್ತು ರಾತ್ರಿ ನೈಟಿ ಧರಿಸಿ ಮತ್ತೆ ಸಲ್ವಾರ್ ಒಗೆದೆ... ಅದರ ಮರುದಿನ ಸಲ್ವಾರ್ ಧರಿಸಿ ನೈಟಿ ಒಗೆದೆ... ಅದರ ಮರುದಿನ ಮತ್ತೆ ಸಲ್ವಾರ್ ಒಗೆದೆ! ಅಬ್ಬಾ, ಅಂಥ ಸ್ಥಿತಿ ನನಗೆ ಯಾವತ್ತೂ ಬಂದಿರಲೇ ಇಲ್ಲ. ಇದ್ದ ಎರಡೇ ಬಟ್ಟೆಯಲ್ಲಿ ಜೀವನ ಸಾಗಿಸುತ್ತಿದ್ದೆ. ಕಣ್ಣಲ್ಲಿ ನೀರೇ ಬಂದುಬಿಟ್ಟಿತು. ಅತ್ತರೂ ನೋಡಲು ಅವನೆಲ್ಲಿದ್ದ? ಹಾಗಾಗಿ ಅಳುವುದೂ ವೇಸ್ಟ್ ಅನ್ನಿಸಿ ಮತ್ತೆ ನೈಟಿ ಒಗೆಯಲು ಹೊರಟೆ... ಹೀಗೇ ಆ ಎರಡು ಬಟ್ಟೆಯಲ್ಲಿ ಒಟ್ಟು ಏಳು ದಿನ ಅಲ್ಲಿದ್ದೆವು!

ಅದೇ ಕೊನೆ ನೋಡಿ, ಈಗ ಊರಿಗೆ ಹೋದರೆ ಎರಡು ದಿನ ಅಂತ ಅವನು ಹೇಳಿದ್ದರೆ ನಾನು ಮಿನಿಮಮ್ 10 ಜೊತೆ ಬಟ್ಟೆ ತೆಗೆದುಕೊಂಡು ಹೋಗುವ ಅಭ್ಯಾಸ ಬೆಳೆಸಿಕೊಂಡಿದ್ದೇನೆ. ಎಷ್ಟೋ ಸಲ ಬಸ್ ಸ್ಟ್ಯಾಂಡಿಗೆ ಹೋಗಿ ಕೂತವರು ಮತ್ತೆ ಸೂಟ್‌ಕೇಸಿನೊಡನೆ ವಾಪಸ್ಸಾದದ್ದಿದೆ. ಯಾರಾದರೂ ಯಾವತ್ತು ವಾಪಸ್ ಅಂತ ಕೇಳಿದರೆ 'ಗೊತ್ತಿಲ್ಲ' ಅನ್ನುವ ಉತ್ತರ ಕೊಡುವ ಅಭ್ಯಾಸವೂ ಆಗಿದೆ! ಇದರ

ಕಥೆ ಹೀಗಾದರೆ ಇನ್ನು ಭಾಷೆಯ ಮತ್ತು ಪದಗಳ ಬಳಕೆಯ ಕತೆ ಹೇಳಲು ಹೊರಟರಂತೂ ಕಾದಂಬರಿಯೇ ಆಗುತ್ತದೆ...

ನನ್ನ ಅಪ್ಪನ ಮನೆಯಲ್ಲಿ ಅತೀ ಶಿಷ್ಟಾಚಾರದ ಭಾಷೆ. ಯಾರಾದರೂ ಅಪ್ಪಿ ತಪ್ಪಿ 'ಕತ್ತೆ' ಅಂತ ಬಯ್ದುಬಿಟ್ಟರೆ ಮುಂದಿನ ಮೂರು ಜನ್ಮಕ್ಕೂ ನಾವು ಹಾಗೆಂದವರನ್ನು ಕ್ಷಮಿಸುವುದಿಲ್ಲ. ನನ್ನ ಕಸಿನ್ ಒಬ್ಬಳ ಮನೆ ಮೂರನೆಯ ಮಹಡಿಯಲ್ಲಿತ್ತು. ನನ್ನ ಅಂಕಲ್ ಒಬ್ಬರು ಛೇಡಿಸುವಂತೆ 'ಒಳ್ಳೆದಾಯ್ತು ಬಿಡು. ಹಾಗಾದರೂ ಸಣ್ಣ ಆಗ್ತೀಯೇನೋ ನೋಡೋಣ' ಅಂದಿದ್ದನ್ನು ನನ್ನ ಕಸಿನ್ ಇವತ್ತಿಗೂ ಕ್ಷಮಿಸಿಲ್ಲ. ತುಂಬ ಮಾತಾಡುವ ನನ್ನನ್ನು ನೆಂಟರೊಬ್ಬರು 'ಥೂ, ಅದೆಷ್ಟೊಂದು ಮಾತಾಡ್ತೀಯ' ಅಂದಿದ್ದಕ್ಕೆ ನಾನು ಅವರ ಜೊತೆ ಮಾತೇ ನಿಲ್ಲಿಸಿಬಿಟ್ಟಿದ್ದೆ. ನಮ್ಮಲ್ಲಿ ಹಾಸ್ಯದ, ಛೇಡಿಕೆಯ ಮಾತುಗಳು ನಿಷಿದ್ಧ. ಕಾಲೆಳೆದುಕೊಳ್ಳುವ ಅಭ್ಯಾಸವಂತೂ ನರಕಕ್ಕೆ ಸಮಾನ! ನನ್ನ ಅಣ್ಣನೊಬ್ಬ ಇದ್ದಾನೆ. ಅವನು ನಮ್ಮ ಹತ್ತಿರ ಯಾವಾಗಲೂ ವಟಗುಟ್ಟುತ್ತಿರುತ್ತಿದ್ದ. ಆದರೆ ಇನ್ನೊಬ್ಬಳು ಕಸಿನ್ ಜೊತೆ ಹೆಚ್ಚು ಮಾತಾಡುತ್ತಿರಲಿಲ್ಲ. ಅವಳಿಗೆ ಆ ವಿಷಯವಾಗಿ ಇವನ ಮೇಲೆ ಸಿಕ್ಕಾಪಟ್ಟೆ ಸಿಟ್ಟು. ವಿಷಯ ಮಕ್ಕಳ ಹೈ ಕೋರ್ಟಿನಲ್ಲಿ ಇತ್ಯರ್ಥವಾಗದೇ, ದೊಡ್ಡವರ ಸುಪ್ರೀಂ ಕೋರ್ಟಿಗೆ ವರ್ಗಾಯಿಸಲ್ಪಟ್ಟಿತ್ತು! ಅವಳ ಅಮ್ಮ ಒಂದು ದಿನ ಆ ವಿಷಯವಾಗಿ ವಿಚಾರಣೆಗೆ ನಿಂತರು. ನಾವೆಲ್ಲ ಊಟ ಮಾಡ್ತಾ ಕೂತಿದ್ದೆವು. ನನ್ನ ಅಣ್ಣ ತುಂಬ ವಿನಯದಿಂದಲೇ 'first let me finish off my meals peacefully' ಅಂದ. ಆ ಮಾತು ತಪ್ಪಾಗಿ ಅರ್ಥೈಸಲ್ಪಟ್ಟು 'ನಿಮ್ಮ ಮಗಳ ವಿಷಯ ಎತ್ತಿದರೆ ಶಾಂತವಾಗಿ ಊಟ ಕೂಡಾ ಮಾಡೋದಿಕ್ಕೆ ಆಗಲ್ಲ ನನಗೆ' ಎಂದು ಬಣ್ಣ ಬದಲಾಯಿಸಿಕೊಂಡು ದೊಡ್ಡ ಗಲಾಟೆಯಾಗಿ ಹೋಗಿ, ಅವರಿಬ್ಬರ ನಡುವೆ ಎಷ್ಟೋ ದಶಕಗಳ ಕಾಲ ಮಾತೇ ನಿಂತುಹೋಗಿತ್ತು.

ನಮ್ಮದು ಚೌಕಟ್ಟಿನ ಬದುಕು. ಇರುವ ಜಾಗ ಅಷ್ಟೇ ಅಂದಮೇಲೆ ಅದರಲ್ಲಿ ಉಸಿರುಕಟ್ಟಿಯೇ ಬದುಕುವುದು ನಮಗೆ ಅಭ್ಯಾಸವಾಗಿ ಹೋಗಿತ್ತು. ಇಂಗ್ಲೆಂಡಿನ ರಾಜಮನೆತನದಲ್ಲಿ ರಾಣಿಗೆ ಯಾರೋ ಒಂದು ಜೋಕ್ ಹೇಳಿ, ಅದು ಕಳಪೆ ಜೋಕ್ ಆಗಿದ್ದು ಪಾಪ ಆಕೆಗೆ ನಗು ಬಾರದಿದ್ದರೆ ಆಕೆ ತುಂಬ ಶಿಷ್ಟಾಚಾರದ ದನಿಯಲ್ಲಿ 'I'm not amused' ಅನ್ನುತ್ತಾಳಂತೆ! 'ಥೂ, ಇದ್ಯಾವ ಕಿತ್ತೋಗಿರೋ ಜೋಕು ಮಾರಾಯ' ಅನ್ನುವುದಕ್ಕೆ ಈ ರೀತಿಯ ಶಿಷ್ಟಾಚಾರದ ಕಸರತ್ತು. ನಮ್ಮಪ್ಪನ ಮನೆಯೂ ಹೆಚ್ಚು ಕಡಿಮೆ ಇದೇ ಇಂಗ್ಲೆಂಡಿನ ರಾಜಮನೆತನದವರ ರೀತಿಯೇ! ನನ್ನ ಗಂಡನ ಮನೆಯ ಕಥೆ ಇದಕ್ಕೆ ತದ್ವಿರುದ್ಧ...

ನಮ್ಮ ಮದುವೆಗೆ ಬಂದಿಲ್ಲದ ನನ್ನ ಗಂಡನ ನೆಂಟರೊಬ್ಬರು ನಮ್ಮ ಮನೆಗೆ ಮದುವೆಯಾದ ಸ್ವಲ್ಪ ದಿನಕ್ಕೆ ಬಂದರು. 'ಯಾಕ್ಲೇ ಮದ್ವೆಗೆ ಬರ್ಲಿಲ್ಲ ಭೋ...ಕೆ'

ಅಂತ ನನ್ನ ಗಂಡ ತುಂಬ ನಯವಾಗಿ ಕೇಳಿದ. ಅದಕ್ಕವರು 'ಹೋಗೋಲೋ ಲೋ...ರ್ ಮನೆಗೆ ಬಂದು ಕರೀದಿದ್ರೆ ಯಾವನು ಬರ್ತಾನೆ' ಅಂದರು. ನಾನು ಅಡಿಗೆ ಮನೆಯಲ್ಲಿ ಕೆಲಸ ಮಾಡುತ್ತಿದ್ದವಳು ಗಾಬರಿ ಬಿದ್ದುಹೋದೆ. 'ಅಯ್ಯೋ! ಇದೇನಿದು ಜಗಳವೇ ಶುರುವಾಗೋಯ್ತಲ್ಲಾ... ದೇವರೇ ಏನು ಗತಿ' ಅಂತ ಟೆನ್ಷನ್ ಮಾಡಿಕೊಂಡು ಈಚೆ ಬಂದರೆ ಇಬ್ಬರೂ ಹೆಗಲ ಮೇಲೆ ಕೈ ಹಾಕಿ ಹಲ್ಲು ಕಿಸಿಯುತ್ತಿದ್ದಾರೆ! ಆಗ ಗೊತ್ತಾಯಿತು ಅದರ ಅರ್ಥ...

ಮದುವೆಗೆ ಯಾಕೆ ಬರಲಿಲ್ಲ?

ನೀನು ಕರೀಲಿಲ್ವಲ್ಲ!

ಇಷ್ಟೇ... ಇಷ್ಟೇ!

ಆ ನಂತರದ ದಿನಗಳಲ್ಲಿ ಗೊತ್ತಾಗುತ್ತಾ ಹೋಯಿತು...

'ಅವ್ನಿದಾನಲ್ಲ ಆ ಸೂ...ಮಗನಿಗೆ ಮೆಟ್ಟು ತಗೊಂಡು ಹೊಡೀಬೇಕ್ಲೇ...' ಅನ್ನುವುದೂ ಅವರ ಮನೆಯಲ್ಲಿ ಅತೀ ಸಾಮಾನ್ಯದ ಮಾತು.

'ಏಯ್ ನಿಮ್ಮಜ್ಜಿ, ಕಂಡಿದೀನಿ ಮುಚ್ಕೊಂಡಿರಲೇ' ಅನ್ನುವುದೂ ಮಾಮೂಲಿನ ಮಾತು.

'ಆ ಬೋ...ಮಗನಿಗೆ ನಾಕು ಹಾಕ್ರಲೇ' ಅನ್ನುವುದೂ ಮಾಮೂಲಿನ ಮಾತು...

'ಅವನಿಗೆ ಮು...ಳಿ ಎಲ್ಲ ಕೊಬ್ಬು' ಅನ್ನುವಂತ ಮಾತುಗಳೂ ಸಾಮಾನ್ಯದ ಮಾತುಗಳು!

ನಾನು ಮೊದಮೊದಲಲ್ಲಿ ಅವರೆಲ್ಲ ಮಾತು ಶುರು ಮಾಡುವಾಗ ಛೇರಿನ ಹ್ಯಾಂಡ್ ರೆಸ್ಟ್ ಬಿಗಿಯಾಗಿ ಹಿಡಿದು ಕೂತಿರುತ್ತಿದ್ದೆ. ಯಾವಾಗ ಯಾವ ಮಾತು ಜಗಳಕ್ಕೆ ತಿರುಗಿ ಬಿಡುತ್ತದೋ ಅನ್ನುವ ಆತಂಕ ನನಗೆ. ಆದರೆ ಯಾರೂ ಯಾರ ಮಾತಿಗೂ ಸಿಟ್ಟೇ ಆಗದೆ ನಗುತ್ತಾ ಕೂತಿರುತ್ತಿದ್ದರು. ನಾನು ಬಿಟ್ಟ ಬಾಯಿ ಮುಚ್ಚದೇ ಅವರನ್ನೇ ನೋಡುತ್ತಿದ್ದೆ. ಇಂತ... 'ಇಂಥಾ' ಮಾತುಗಳನ್ನು ಸಾಮಾನ್ಯ ಮಾತುಗಳ ಹಾಗೆ ಮನೆಯಲ್ಲಿ ಬಳಸುತ್ತಾರಂತ ಯಾರಾದರೂ ನನ್ನ ಮದುವೆಗೆ ಮುಂಚೆ ಹೇಳಿದ್ದರೆ ನಮ್ಮಪ್ಪನಾಣೆ ನಾನು ನಂಬುತ್ತಿರಲಿಲ್ಲ. ಸ್ನೇಹಿತೆಯರ ಜೊತೆ ಸ್ವಲ್ಪ ಸದರದಿಂದ ಮಾತಾಡುತ್ತಿದ್ದೆನಾದರೂ, ನೆಂಟರಿಷ್ಟರೆಲ್ಲ ಸೇರಿದರೆ ಥೇಟ್ ಇಂಗ್ಲೆಂಡಿನ ರಾಜವಂಶಜರೇ! ಅವೆಲ್ಲ ಕೆಟ್ಟಪದಗಳನ್ನು ಹಾಗೆಲ್ಲ ಯಾರಾದರೂ ಆಡಿಕೊಳ್ಳುತ್ತಾರೆ ಅನ್ನುವುದು ನನ್ನ ವಾತಾವರಣದಲ್ಲಿ ಕಂಡು, ಕೇಳರಿಯದ ವಿಷಯ. ಮಾಮೂಲಿನ ಮಾತೇ ಇಂಥದ್ದಾದರೆ ಇನ್ನು ಜಗಳವಾಡುವಾಗ ಯಾವ ಪದಗಳಿಂದ ಬಯ್ದಾಡಿಕೊಳ್ಳುತ್ತಾರೆ ಅನ್ನುವ ಆಶ್ಚರ್ಯ ನನಗೆ. ಆದರೆ ಕಾಲ ಕಳೆದ ಹಾಗೆ ಗೊತ್ತಾಯಿತು, ಜಗಳವಾಡುವಾಗ vocabulory ಏನೂ ಬದಲಾಗುತ್ತಿರಲಿಲ್ಲ...

ಅದೇ ಅದೇ ಬೋಮ, ಸೂಮ ಇವುಗಳನ್ನೇ ಸಿಟ್ಟಿನಲ್ಲಿ ಜೋರಾಗಿ, ಕಿರುಚುವ ದನಿಯಲ್ಲಿ ಆಡಿಕೊಳ್ಳುತ್ತಾರೆ ಅಷ್ಟೇ, ಎಂದು!

ಮದುವೆಯಾಗಿ ಕಾಲು ಶತಮಾನ ಕಳೆದು ಹೋಗಿದೆ. ಈಗ ಅವರೆಲ್ಲ ಮೆಟ್ಟಲ್ಲಿ ಹೊಡೀಬೇಕು ಅಂತ ಮಾತಾಡುವಾಗ ನಾನು ನಗುತ್ತಾ ಕೂತಿರುತ್ತೇನೆ. ಯಾರೂ ಮೆಟ್ಟು ತೆಗೆಯುವುದೂ ಇಲ್ಲ, ಹೊಡೆದುಕೊಳ್ಳುವುದೂ ಇಲ್ಲ ಅನ್ನುವುದು ನನಗೀಗ ಗೊತ್ತಾಗಿದೆ. ಭಿನ್ನ ವಾತಾವರಣಕ್ಕೆ ಒಗ್ಗಿಕೊಳ್ಳುವ process ನಲ್ಲಿನ ಇಂಥ ಬದಲಾವಣೆಗಳು ನನಗೆ ಆಗ ಕಷ್ಟವೆನ್ನಿಸಿದರೂ ಈಗ ನಗು ತರಿಸುತ್ತದೆ. ನಾನು ಈಗ ಅವರಲ್ಲಿ ಒಬ್ಬಳಾಗಿ ಹೋಗಿದ್ದೇನೆ. ಯಾರಾದರೂ ಸಿಟ್ಟು ತರಿಸಿದರೆ 'ಏನಂತೆ ಆ ಬೋ– ಮಗಂದು' ಅನ್ನುತ್ತೇನೆ ಅವರಂತೆ! ಕಲ್ಚರಲ್ ಶಾಕಿನ ಕಾಲವೆಲ್ಲ ಮುಗಿದುಹೋಗಿದೆ... ಈಗ ಸೀದಾ ಪ್ಲಗ್ ಪಾಯಿಂಟಿಗೇ ಕೈ ಇಟ್ಟರೂ ಶಾಕ್ ಹೊಡೆಯುವುದಿಲ್ಲ!

ಬ್ರಾಹ್ಮಣರ ಕೇರಿಯಲ್ಲಿ ಭಾರತಿಯರು ಮುಟ್ಟಾದ ಕಥೆ...

ಆಗ ತಾನೇ ಕಾಲೇಜು ಮುಗಿದಿತ್ತು. ಸಾಯುವವರೆಗೆ ಒಟ್ಟಿಗೇ ಇದ್ದುಬಿಡುತ್ತೀವೇನೋ ಅಂತ ಭ್ರಮಿಸಿದ್ದ ಗೆಳತಿಯರೆಲ್ಲ ಚೆಲ್ಲಾಪಿಲ್ಲಿಯಾಗಿ ಹೋಗಿದ್ದ ಹೊಸತು. ಎಂದೂ ಹೆಚ್ಚು ಗೆಳತಿಯರಿಲ್ಲದ, ಯಾರಿಗೂ ಬೇಗ ಹತ್ತಿರವಾಗದ, ಒಂದು ಚೂರು ವಿಕ್ಷಿಪ್ತಳ ಲೆಕ್ಕಕ್ಕೆ ಸೇರುತ್ತಿದ್ದ ನನಗೆ ಇದ್ದದ್ದೇ ಮೂರೂ ಮತ್ತೊಂದು ಗೆಳತಿಯರು. ಅವರೂ ಈಗ ಬೇರೆಯಾಗಿ ಹೋಗಿ ವಿರಹ ವೇದನೆ ಶುರುವಾಗಿದ್ದ ಕಾಲ. ಅಪ್ಪ ಆಗ ಮಧುಗಿರಿಯಲ್ಲಿ ಕೆಲಸ ಮಾಡುತ್ತಿದ್ದರು. ಹಾಗಾಗಿ ನಾನೂ, ಅಮ್ಮನೂ ಅಲ್ಲಿಗೆ ರವಾನೆಯಾಗಿದ್ದೆವು. ಭಾರತಿಯ (ನನ್ನ ಗೆಳತಿಯ ಹೆಸರೂ ಭಾರತಿಯೇ!) ಅಪ್ಪ ಬಳ್ಳಾರಿಯಲ್ಲಿದ್ದುದರಿಂದ ಅವಳೂ ಅಲ್ಲಿಗೆ ವಲಸೆ ಹೊರಟಿದ್ದಳು. ಇನ್ನೊಬ್ಬಳು ಚಂಪಾ ಬ್ಯಾಂಕಿನಲ್ಲಿ ಕೆಲಸ ಸಿಕ್ಕಿದ್ದರಿಂದ ಮಣಿಪಾಲಕ್ಕೆ ಹೊರಟುಹೋಗಿದ್ದಳು. ಪದ್ಮಾಳಿಗೆ ಅವಳ ಅಪ್ಪ - ಅಮ್ಮ ಗಂಡು ಹುಡುಕುತ್ತಿದ್ದುದರಿಂದ ಆ ಕೆಲಸದಲ್ಲಿ ಬಿಜಿಯಾಗಿ ಹೋಗಿದ್ದಳು. ದಿನದ ಬಹುಪಾಲು ಒಟ್ಟಿಗೇ ಬದುಕುತ್ತಿದ್ದ ಮತ್ತು ಕಾಲೇಜಿನ ಆಗುಹೋಗುಗಳಲ್ಲಿ ಮುಳುಗಿರುತ್ತಿದ್ದ ನಾನು ಅಕ್ಷರಶಃ ನಿರುದ್ಯೋಗಿಯಾಗಿ ಹೋಗಿದ್ದೆ.

ಜೊತೆಗೆ ಸುಮಾರು ವರ್ಷಗಳಿಂದ ಇದ್ದ ಬೆಂಗಳೂರನ್ನು ಬಿಟ್ಟು ಮಧುಗಿರಿಯಂಥ ಊರನ್ನು ಸೇರಿದರೆ ಅಲ್ಲಿ ಯಾವ ಕೆಲಸವಿರಲು ಸಾಧ್ಯ? ನನಗಿದ್ದ ಘನಕಾರ್ಯಗಳೆಂದರೆ ಅಲ್ಲಿದ್ದ ಒಂದು ಥಿಯೇಟರ್ ಕಮ್ ಟೆಂಟಿನಲ್ಲಿ ಆಗೀಗ ಬದಲಾಗುತ್ತಿದ್ದ ಸಿನೆಮಾ ನೋಡುವುದು, ಬಂದ ನೆಂಟರ ಜೊತೆ ಮಧುಗಿರಿಯ ಬೆಟ್ಟ ಹತ್ತುವುದು, ಅಮ್ಮನೊಡನೆ ಸೇರಿ ದಿನಕ್ಕೊಂದು ಸ್ಪೆಷಲ್

ಅಡಿಗೆ ಮಾಡಿ ಹೊಟ್ಟೆಬಿರಿಯ ತಿಂದು ಸೊಂಟದ ಸುತ್ತ ಸಿಗುತ್ತಿದ್ದ ಟಯರ್‌ಗಳನ್ನು ಮುಟ್ಟಿ ನೋಡಿಕೊಳ್ಳುತ್ತಾ ಸಂಕಟ ಪಡುವುದು ಮತ್ತು ಗೆಳತಿಯರ ಜೊತೆಗಿನ ಪತ್ರ ವ್ಯವಹಾರ, ಇಷ್ಟೇ!

ಆಗ ಮೊಬೈಲ್, ಇ–ಮೇಲ್, ವಾಟ್ಸಪ್ ಯಾವುದೂ ಇರಲಿಲ್ಲವಾದ್ದರಿಂದ ಅವರೊಡನೆ ಬಾಂಧವ್ಯ ಉಳಿಸಿಕೊಳ್ಳಲು ಪತ್ರ ಬರೆಯುವುದೊಂದೇ ದಾರಿಯಿತ್ತಷ್ಟೇ (ಮೊಬೈಲ್ ಇರದಿದ್ದುದೇ ಒಳ್ಳೆಯದಾಯ್ತು – ಇದ್ದಿದ್ದರೆ ಅಪ್ಪ ಬಿಲ್ ಕಟ್ಟಿ ಪಾಪರ್ ಆಗಿಹೋಗಿರುತ್ತಿದ್ದರು!). ನಮ್ಮ ಪತ್ರ ವ್ಯವಹಾರದ ಕಥೆ ಯಾಕೆ ಹೇಳುತ್ತೀರಿ! ಗೆಳತಿಯರಿಗೆ ಬದಲು ನನ್ನ ಪ್ರೇಮಿಗೇನಾದರೂ ಈ ರೀತಿ ಪತ್ರ ಬರೆದಿದ್ದರೆ, ಅವನು ನನ್ನ ಪ್ರೀತಿಗೆ ಮರುಳಾಗಿ ಸಾಯುವವರೆಗೂ ನನ್ನ ದಾಸಾನುದಾಸನಾಗಿರುತ್ತಿದ್ದನೇನೋ!

ಪತ್ರಗಳು ಬೆಳೆದ ರೀತಿ ನಿಮಗೆ ಹೇಳಬೇಕು: ಈ ವ್ಯವಹಾರ ಶುರುವಾದ ಮೊದಲಲ್ಲಿ ಇನ್‌ಲ್ಯಾಂಡ್ ಲೆಟರ್‌ನಲ್ಲಿ ಬರೆದುಕೊಳ್ಳುತ್ತಿದ್ದೆವು. ಇದ್ದ ಮೂರು ಪೇಜನ್ನು ಹೇಗೋ ಮಾಡಿ ತುಂಬಿಸುತ್ತಿದ್ದೆವು. ಹಾಗಿದ್ದಿದ್ದು ಬರಬರುತ್ತ ವಿಷಯಗಳು ಹೆಚ್ಚಾದಂತೆಲ್ಲ ಸೀಲ್ ಮಾಡಲು ಇರುವ ಮಡಚಿದ ಭಾಗಗಳಲ್ಲೆಲ್ಲಾ ಸಣ್ಣದಾಗಿ ಕುರುಕಿ ಫುಟ್‌ನೋಟ್ ಬರೆಯಲು ಶುರುವಿಟ್ಟುಕೊಂಡೆವು. ದಿನಕಳೆದ ಹಾಗೆ ಇನ್‌ಲ್ಯಾಂಡ್ ಲೆಟರ್ ಅನ್ನುವುದು ರಾವಣನ ಹೊಟ್ಟೆಗೆ ಅರೆಕಾಸಿನ ಮಜ್ಜಿಗೆಯ ಹಾಗಾಗಿ ಹೋಗಿ ಕವರ್‌ನಲ್ಲಿ ಪತ್ರ ವ್ಯವಹಾರ ಶುರುವಾಯಿತು. ಮೊದಲು 3–4 ಪೇಜ್ ಬರೆದುಕೊಳ್ಳುತ್ತಿದ್ದೆವು. ಬರಬರುತ್ತ ವಿಷಯಗಳು ಇನ್ನಿಷ್ಟು ಹೆಚ್ಚಾಗಿ ಅದೆಷ್ಟು ಬರೆಯಲು ಶುರು ಮಾಡಿದೆವೆಂದರೆ ಪತ್ರವನ್ನು ಒಂದಕ್ಕೆ ಮೂರರಷ್ಟು ಪೆನಾಲ್ಟಿ ಕೊಟ್ಟು ಪೋಸ್ಟ್‌ಮನ್‌ನಿಂದ ಬಿಡಿಸಿಕೊಳ್ಳುವಷ್ಟು! ಆ ಕಾಲಕ್ಕೆ ಅದೂ ತೀರಾ ದೊಡ್ಡ ಮೊತ್ತ ಅನ್ನಿಸುತ್ತಿತ್ತು. ಮನೆಯವರೆಲ್ಲ 'ಅದೇನು ಈ ಥರ ಪತ್ರ ಬರ್ಕೊಳಾಟ' ಎಂದು ಗೊಣಗಲು ಶುರು ಮಾಡಿದ ಮೇಲೆ ಎಕ್ಸ್‌ಟ್ರಾ ತೂಕಕ್ಕೆ ಹಚ್ಚಲು ರೂಪಾಯಿಗಟ್ಟಳೆ ಸ್ಟ್ಯಾಂಪ್ ತಂದಿಟ್ಟುಕೊಂಡು ಇಷ್ಟು ಪೇಜ್ ಆದರೆ ಇಷ್ಟು ಎಕ್ಸ್‌ಟ್ರಾ ಸ್ಟ್ಯಾಂಪ್ ಎಂದು ನಾವೇ ಲೆಕ್ಕ ಹಾಕಿ ಹಚ್ಚುವಷ್ಟು ಪರಿಣತರಾದೆವು. ಇದೇ ರೀತಿಯಾಗಿ ವಾರಕ್ಕೊಂದು ಪತ್ರ! ಬಳ್ಳಾರಿಯ ಭಾರತಿಯ ಪತ್ರ ಬಂದ ದಿನ, ಪತ್ರ ಹಿಡಿದು ರೂಮು ಸೇರಿದರೆ ಮುಂದಿನ ಎರಡು ಘಂಟೆ ಅದನ್ನು ಓದಲು ಮೀಸಲು. ಓದಿ ಮುಗಿಸಿದ ಕೂಡಲೇ ಒಂದಿಷ್ಟು ಬಿಳಿ ಹಾಳೆಗಳು ಎದುರಾಗುತ್ತಿದ್ದವು. ಆ ಕೂಡಲೇ ಉತ್ತರ ಬರೆಯಲು ಶುರು ಮಾಡದಿದ್ದರೆ ಸಾವೇ ಎದುರಾಗುತ್ತದೋ ಅನ್ನುವಂತೆ ಬರೆಯಲು ಶುರು ಮಾಡುತ್ತಿದ್ದೆ! ಅದೆಷ್ಟು ತಾಳ್ಮೆಯಿತ್ತು ಆಗ ಅಂತ ನೆನೆಸಿಕೊಂಡರೆ ಆಶ್ಚರ್ಯವಾಗುತ್ತದೆ.

ಹೀಗೆ ಬರೆದುಕೊಳ್ಳುತ್ತಾ, ಕೊಳ್ಳುತ್ತಾ ಹಳೆಯ ದಿನಗಳ ಫ್ಲ್ಯಾಷ್‌ಬ್ಯಾಕ್ ಮಾಡುತ್ತಿರುವಾಗ ಒಂದು ದಿನ ಅವಳ ಊರಿಗೆ ಹೋಗಿಯೇ ಬಿಡಬೇಕು ಅನ್ನುವ ಪ್ಲ್ಯಾನ್ ಸಿದ್ಧವಾಗಿಬಿಟ್ಟಿತು. ನಾನು ಬಳ್ಳಾರಿಗೆ ಹೋಗುತ್ತೇನೆ ಅಂತ ಮನೆಯಲ್ಲಿ ಘೋಷಿಸಿಯೇ ಬಿಟ್ಟೆ. ಹೊರಡುವ ಎರಡು ದಿನ ಮೊದಲು ತಾಳಲಾರದ excitement. ಅಲ್ಲಿಯದ್ದೇ ಕನಸು. ಆ ಉತ್ಸಾಹದಲ್ಲೇ ಪ್ಯಾಕ್ ಮಾಡಿ, ಅಪ್ಪನ ಸಹಾಯದಿಂದ ಬಳ್ಳಾರಿಯ ಬಸ್ ಹತ್ತಿದ್ದಾಯ್ತು. ಹೋಗುವ ಮುಂಚೆಯೇ ಗೆಳತಿ ಅವಳ ಮನೆಯ ಬೀದಿ ಬೀದಿಯ ಮ್ಯಾಪ್ ಬರೆದು ಹಾಕಿ, ಎಲ್ಲಿ ಇಳಿಯಬೇಕು ಅಂತೆಲ್ಲ ಹೇಳಿದ್ದಳು. ಆದರೆ ನನ್ನ ಬುದ್ಧಿ ಗೊತ್ತಿದ್ದ ಅವಳು, ನಾನೊಬ್ಬಳೇ ಮನೆ ಹುಡುಕಿ ಬರುವ ಸಾಹಸ ಮಾಡಕೂಡದೆಂದೂ, ತೆಪ್ಪಗೆ ಬಸ್ ಸ್ಟ್ಯಾಂಡ್‌ನಲ್ಲಿ ಇಳಿದು ಅವಳಿಗಾಗಿ ಕಾಯಬೇಕೆಂದೂ ಹೇಳಿದ್ದಳು. ನಾನೂ ಭಯಭಕ್ತಿಯಿಂದ ಹೂಂ ಅಂದಿದ್ದೆ.

ಎಂಟು ಘಂಟೆಯಷ್ಟು ಪ್ರಯಾಣ ಮಾಡಿದೆ ಅಂತ ನೆನಪು. ಬಳ್ಳಾರಿ ಹತ್ತಿರವಾದಂತೆ ಕಂಡಕ್ಟರ್‌ಗೆ ಸತ್ಯನಾರಾಯಣಪೇಟೆಗೆ ಹೋಗಬೇಕಾದರೆ ಎಲ್ಲಿ ಇಳಿಯಬೇಕು ಅಂತ ಕೇಳಿದಾಗ, ಅವನಿಗೆ ಅದೇನು ಕೇಳಿಸಿತೋ, ಅದೇನು ಅರ್ಥೈಸಿಕೊಂಡನೋ ಗೊತ್ತಿಲ್ಲ 'ಇದೇ ಸ್ಟಾಪ್' ಅಂದ. ನಾನು ದಡಬಡಿಸಿ ಕೆಳಗಿಳಿದೆ. ಸುತ್ತಮುತ್ತ ಕಣ್ಣಾಡಿಸಿದರೆ ಗೆಳತಿಯಾಗಲೀ, ಅವಳ ಮನೆಯವರಾಗಲೀ ಯಾರೂ ಕಾಣಲಿಲ್ಲ. ಸತ್ಯನಾರಾಯಣಪೇಟೆಯ ಮ್ಯಾಪ್ ಎಷ್ಟು ಅಚ್ಚೊತ್ತಿದಂತೆ ತಲೆಯಲ್ಲಿ ರಿಜಿಸ್ಟರ್ ಆಗಿತ್ತೆಂದರೆ – ಇಲ್ಲೇನು ನಿಂತು ಕಾಯುವುದು! ನಾನೇ ಮನೆ ಹುಡುಕಿ ಹೋಗಬಹುದಲ್ಲ ಅನ್ನುವ ತಲೆಹರಟೆ ಯೋಚನೆ ಬಂದಿತು. ಬಂದಿದ್ದೇ ತಡ, ಅಲ್ಲೇ ಇದ್ದ ಆಟೋ ಹತ್ತಿಯೇ ಬಿಟ್ಟೆ. ಅವನೂ ರೆಡ್ ಕಾರ್ಪೆಟ್ ಹಾಸಿ ಸ್ವಾಗತಿಸಿದ. ಗೊತ್ತಿಲ್ಲದ ಊರಲ್ಲಿ ಅವನ ಜೊತೆ ಕೂತು ಹೊರಟ ನಾನು ತಪ್ಪು ಮಾಡಿದೆ ಅನ್ನಿಸಲು ಹೆಚ್ಚು ಹೊತ್ತೇನೂ ಬೇಕಾಗಲಿಲ್ಲ. ಅವನು ಸುತ್ತಿಸಿದ, ಸುತ್ತಿಸಿದ, ಸುತ್ತಿಸಿದ... ಎಷ್ಟೆಲ್ಲ ಓಡಾಡಿದರೂ ಅವಳು ಕೊಟ್ಟಿದ್ದ ಮ್ಯಾಪಿನಲ್ಲಿದ್ದ ಯಾವ ಜಾಗವೂ ಸಿಗಲೇ ಇಲ್ಲ. ಆಗ ನನಗೆ ಗಾಬರಿ ಶುರುವಾಯ್ತು. ತೆಪ್ಪಗೆ ಅಲ್ಲೇ ಕಾಯಬೇಕಿತ್ತು ಅಂತ ಹಳಹಳಿಸಿದೆ. ಯಾರನ್ನು ಕೇಳಿದರೂ ಅಡ್ರೆಸ್ ಗೊತ್ತಿಲ್ಲ ಅನ್ನುವವರೇ. ಅಳು ಬರುವ ಹಾಗಾಗಿ ಹೋಯಿತು. ಕೊನೆಗೊಂದು ಸಲ 'ಇದು ಲಾಸ್ಟ್ ಛಾನ್ಸ್, ಸಿಗದಿದ್ದರೆ ಬಸ್ ಸ್ಟ್ಯಾಂಡಿಗೆ ವಾಪಸ್ ಹೋಗಿ ಕುಳಿತುಬಿಡೋದು' ಅಂತ ತೀರ್ಮಾನಿಸಿ ಯಾರನ್ನೋ ಕೇಳಿದಾಗ, ಅವಳು ಹೇಳಿದ್ದ ದೇವಸ್ಥಾನದ ಗುರುತು ಹೇಳಿಯೇಬಿಟ್ಟರು! ಸುಮಾರು ಹೊತ್ತಿನಿಂದ ಅಲ್ಲೇ ಸುತ್ತಾಡುತ್ತಿದ್ದರೂ ಅದ್ಯಾಕೆ ಆ ದೇವಸ್ಥಾನ ಕಣ್ಣಿಗೆ ಬಿದ್ದಿರಲಿಲ್ಲವೋ ಗೊತ್ತಿಲ್ಲ. ಅಂತೂ ಇದ್ದಕ್ಕಿದ್ದ ಹಾಗೆ

ಪಝಲ್ ಸಾಲ್ವ್ ಆಗುವ ರೀತಿಯಲ್ಲಿ ಮುಂದಿನ ಮೂರು ನಿಮಿಷದಲ್ಲಿ ಅವಳ ಮನೆ ಸಿಕ್ಕೇ ಬಿಟ್ಟಿತು. ನನ್ನನ್ನು ಹುಡುಕಿ ಹೋದ ಗೆಳತಿಯ ಅಪ್ಪ ನಾನು ಸಿಗಲಿಲ್ಲ ಅಂತ ಹೇಳಿ ವಾಪಸ್ ಬಂದಿದ್ದರಿಂದ ಎಲ್ಲರೂ ಗಾಬರಿಯಲ್ಲಿ ತಲೆ ಮೇಲೆ ಕೈ ಹೊತ್ತು ಕುಳಿತುಕೊಂಡಿದ್ದರು. ನಾನು ಮನೆಯೆದುರು ಇಳಿದ ಕೂಡಲೇ ಎಲ್ಲರಿಗೂ ಖುಷಿಗಿಂತ ಹೆಚ್ಚು ಸಿಟ್ಟು ಬಂದು ಸಾಮೂಹಿಕ ಬಯ್ಗುಳ ಶುರು ಮಾಡಿದರು. ತಪ್ಪು ನನ್ನದಾಗಿದ್ದರಿಂದ ಬಾಯಿ ಮುಚ್ಚಿಕೊಂಡು ಉಗಿಸಿಕೊಂಡೆ. ಕೊನೆಗೊಮ್ಮೆ ಅವರ ಸಿಟ್ಟೆಲ್ಲ ಇಳಿದು ಸಂಭ್ರಮ ಶುರುವಾಯ್ತು! ಆ ನಂತರ ಶುರುವಾಯ್ತು ಮಾತು... ಮಾತು... ಮಾತು. ಮನೆಯ ಮುಂಬಾಗಿಲಿನಲ್ಲಿದ್ದ ಜಗುಲಿಯ ಮೇಲೆ ಕೂತು ಹರಟು, ಮನೆಯೊಳಗೆ ಹರಟು, ಹಿಂಬಾಗಿಲ ಹೊಸ್ತಿಲ ಮೇಲೆ ಕೂತು ಹರಟು... ಬಾಯಿ ಒಡೆದುಹೋಗುವಷ್ಟು ಮಾತು. ರಾತ್ರಿಯೆಲ್ಲ ನಿದ್ದೆಯಲ್ಲಿ ಎದ್ದೆದ್ದು ಮಾತಾಡಿದೆವು. ಕೊನೆಗೊಮ್ಮೆ ನಿದ್ರೆ ಬಂದಾಗ ನಡುರಾತ್ರಿಯಾಗಿದ್ದಿರಬೇಕು...

ಮರುದಿನ ಬೆಳಿಗ್ಗೆ ಕಾಫಿ ಲೋಟ ಹಿಡಿದು ಮನೆಯ ಮುಂದಿನ ಜಗುಲಿಯ ಮೇಲೆ ಕೂತಾಗಲೇ ಸತ್ಯನಾರಾಯಣಪೇಟೆಯ ದಿವ್ಯದರ್ಶನವಾಗಿದ್ದು. ಹಿಂದಿನ ದಿನದ ಬಯ್ಗುಳದಲ್ಲಿ ಮತ್ತು ಆ ನಂತರದ ಸಂಭ್ರಮದಲ್ಲಿ ಮನೆಯಾಚೆಯ ಯಾವ ಡೀಟೈಲ್ಸ್ ಅನ್ನೂ ಗಮನಿಸಿರದ ನಾನು ಆಗ ಸುತ್ತ ಕಣ್ಣು ಹಾಯಿಸಿದೆ. ಒಂದು 200 ಮೀಟರ್ ದೂರದಲ್ಲಿ ಬಲಗಡೆ ಮೂಲೆಯಲ್ಲಿ ಕಾಣಿಸುತ್ತಿದ್ದ ದೇಗುಲ, ಸಣ್ಣ ಸಣ್ಣ ಮನೆಗಳ ಸಾಲು ಸಾಲು. ರಸ್ತೆಯ ತುಂಬ ಕೆಂಪು ಸೀರೆಯುಟ್ಟ, ತಲೆ ಬೋಳಿಸಿದ, ಬಿರುಕು ಬಿಟ್ಟ ಪಾದಗಳ, ಚಪ್ಪಲಿಯಿಲ್ಲದ ವಿಧವೆಯರು, ಪಂಚೆಯುಟ್ಟು, ಜನಿವಾರ ತೊಟ್ಟು ಬಳ್ಳಾರಿಯ ಬಿಸಿಲಿಗೆ ಬೆಳಿಗ್ಗೆ ಬೆಳಿಗ್ಗೆಯೇ ಬೆವರುತ್ತಿದ್ದ ಬೆತ್ತಲೆ ಎದೆಯ ಗಂಡಸರು, ಮನೆಯ ಮುಂದೆಲ್ಲ ಅಷ್ಟಷ್ಟಗಲದ ರಂಗೋಲಿ, ಎಲ್ಲಿಂದಲೋ ಕಿವಿಯ ಮೇಲೆ ಬೀಳುತ್ತಿದ್ದ ಸುಪ್ರಭಾತ... ಥೇಟ್ ಸಿನೆಮಾ ಸೆಟ್ಟಿಂಗಿನ ಹಾಗೆ ಅನ್ನಿಸಿಬಿಟ್ಟಿತು. ನಾನು ಬೆಳೆದ ಪರಿಸರದಲ್ಲಿ ವಿಧವೆಯರು ಈ ರೀತಿ ತಲೆ ಬೋಳಿಸಿಕೊಳ್ಳುವುದು, ಕೆಂಪು ಸೀರೆ ಉಡುವುದೆಲ್ಲ ಯಾವತ್ತೂ ಕಂಡವಳೇ ಅಲ್ಲ. ಗಂಡ ಸತ್ತರೂ ಕುಂಕುಮ ತೆಗೆಯುವವರು ಕೂಡಾ ಬೆರಳೆಣಿಕೆಯಷ್ಟು ಮಾತ್ರ. ಉಳಿದಂತೆ ಎಲ್ಲರೂ ಮದುವೆಗೆ ಮುನ್ನ ಇರುವಂತೆಯೇ ಕುಂಕುಮ, ಹೂವು ಎಲ್ಲದರ ಜೊತೆಗಿರುತ್ತಿದ್ದರು. ಈ ರೀತಿಯ ಹಳೆಯ ಪದ್ಧತಿ, ಆಚರಣೆಗಳನ್ನೆಲ್ಲ ಎಂದೂ ನೋಡದ ನಾನು ತಬ್ಬಿಬ್ಬಾಗಿದ್ದೆ.

ಹಾದಿಯಲ್ಲಿ ಹೋಗುವವರೆಲ್ಲರೂ ಅವಳನ್ನು ನೋಡಿ ನಕ್ಕವರು ನಂತರ ಹೊಸಬಳಾದ ನನ್ನನ್ನು ಕಂಡ ಕೂಡಲೇ ವಿರಾಮವಾಗಿ 'ಈಕಿ ಯಾರವಾ?' ಅನ್ನುತ್ತ ಮಾತಿಗೆ ನಿಲ್ಲುತ್ತಿದ್ದರು. ಇವಳು ಎಲ್ಲರಿಗೂ 'ಈಕಿ ನನ್ ಗೆಳತೀರಿ.

ಬೆಂಗ್ಳೂರಿಂದ ಬಂದಾಳ... ನನ್ ಜೋಡಿ ಕಾಲೇಜ್ನಾಗೆ ಇದ್ಲು' ಅಂತ ನನ್ನನ್ನು ಪರಿಚಯಿಸಲು ಶುರು ಮಾಡಿದಳು. ಒಬ್ಬರಲ್ಲ, ಇಬ್ಬರಲ್ಲ, ಅಲ್ಲಿಂದ ಹಾದು ಹೋದ ಪ್ರತಿಯೊಬ್ಬರಿಗೂ ನನ್ನ ಪರಿಚಯವಾಯ್ತು. ನಾನು ಅವರಿಗೆಲ್ಲ ಮದುವೆಯ ರಿಸೆಪ್ಷನ್‌ನಲ್ಲಿ ನಿಂತಾಗ ಶೂನ್ಯ ನಗು ಬೀರುವವಳ ಹಾಗೆ ನಕ್ಕಿದ್ದಾಯ್ತು.

ಅಷ್ಟರಲ್ಲಿ ಬಿಸಿಲೇರಿತು. ಬಳ್ಳಾರಿಯ ಬಿಸಿಲೆಂದ ಮೇಲೆ ಹೆಚ್ಚು ಹೇಳುವುದು ಬೇಕಿಲ್ಲ ಅಂದುಕೊಳ್ಳುತ್ತೇನೆ. ಇಲ್ಲಿಗೆ ಬರುವ ಮುಂಚೆ ಮಂತ್ರಾಲಯ, ಹಂಪಿ... ಹೀಗೆ ಎಲ್ಲೆಲ್ಲಿಗೋ ಹೋಗಬೇಕು ಅಂತ ಪ್ಲ್ಯಾನ್ ಹಾಕಿದ್ದೆವು. ಈ ಉರಿಬಿಸಿಲು ಕಂಡಮೇಲೆ ಹೊಸಿಲು ಕೂಡಾ ದಾಟುವ ಮನಸ್ಸಾಗಲಿಲ್ಲ. ಅವಳು ಊರು ಸುತ್ತುವ ಪ್ರೋಗ್ರಾಮ್ ಹಾಕಲು ಶುರು ಮಾಡಿದ ಕೂಡಲೇ 'ನಾನೆಲ್ಲೂ ಬರಲ್ಲ ಕಣೇ' ಅಂತ ಖಡಾಖಂಡಿತವಾಗಿ ಹೇಳಿದೆ. ಸ್ವಲ್ಪ ಹೊತ್ತಿಗೆ ಬಿಸಿಲು ಮತ್ತಿಷ್ಟು ಏರಿತು. ನಮ್ಮ ಬಿಡಾರ ಮುಂಬಾಗಿಲಿನಿಂದ ಹಿಂದಿನ ಬಾಗಿಲಿಗೆ ಶಿಫ್ಟ್ ಆಯಿತು. ಅಲ್ಲಿ ಕೂತು ಮತ್ತೊಂದು ಸಲ ಕಾಫಿ ಹೀರುವಷ್ಟರಲ್ಲಿ ಅಲ್ಲಿಯೂ ಧಗೆ. ಮುಂಬಾಗಿಲಿನ ಎದುರು ಹೋದವರಿಗೆ ಪರಿಚಯಿಸಿ ಆಗಿತ್ತಲ್ಲ, ಈಗ ಹಿಂದಿನ ರಸ್ತೆಯ ಒಂದಿಷ್ಟು ಜನರಿಗೆ ನನ್ನ ಪರಿಚಯ ಮಾಡಿಸಿದಳು ಗೆಳತಿ. ಎಲ್ಲರನ್ನೂ ಕಂಡು ಹಲ್ಲು ಕಿರಿದಿದ್ದಾಯ್ತು. ಅಷ್ಟರಲ್ಲಿ ಬೆಳಗಿನ ಕೆಲಸಗಳು ಶುರುವಾದವು. ಟಾಯ್ಲೆಟ್ ಅನ್ನುವುದು ಮನೆಯಿಂದ ಒಂದಿಷ್ಟು ದೂರದಲ್ಲಿತ್ತು. ಅದರಲ್ಲಿ ನೀರು ಬರಲು ನಲ್ಲಿಯೇ ಇರಲಿಲ್ಲ. ತೊಟ್ಟಿಯಿಂದ ಚೊಂಬಿನಲ್ಲಿ ನೀರು ತೆಗೆದುಕೊಂಡು ಹೋಗಬೇಕಿತ್ತು. ಮಧುಗಿರಿಯಲ್ಲೂ ಮನೆಯಿಂದ ಆಚೆಗೇ ಟಾಯ್ಲೆಟ್ ಇದ್ದರೂ, ನಮ್ಮ ಕಾಂಪೌಂಡಿನೊಳಗೇ ಇದ್ದುದರಿಂದ ಸ್ವಲ್ಪವಾದರೂ ಪ್ರೈವೆಸಿ ಅನ್ನುವುದು ಇರುತ್ತಿತ್ತು. ಇಲ್ಲಿ ಇಡೀ ಊರಿಗೆ ಕಾಣುವ ಹಾಗೆ ಚೊಂಬು ಹಿಡಿದು, ಹಿಡಿ ದೇಹ ಮಾಡಿಕೊಂಡು ಲಂಡನ್ನಿಗೆ ಹೋಗಬೇಕಿತ್ತು. ಅದನ್ನಂತೂ ಪೋಸ್ಟ್‌ಪೋನ್ ಮಾಡುವ ಹಾಗೇ ಇಲ್ಲವಲ್ಲ! ಹಾಗಾಗಿ ಹೇಗೋ ಹೋಗಿ ಬಂದಿದ್ದಾಯ್ತು. ಆ ನಂತರ ಟಾಯ್ಲೆಟ್ಟಿಗೆ ತೆಗೆದುಕೊಂಡು ಹೋಗಿದ್ದ ಬಕೆಟ್ಟನ್ನೇ ತೊಟ್ಟಿಯಲ್ಲಿ ಮುಳುಗಿಸಿ ಕಾಲು ತೊಳೆದುಕೋ ಅಂತ ಗೆಳತಿ ಹೇಳಿದಾಗ 'ಈ ಮಡಿ ಅನ್ನುವ ಕಾನ್ಸೆಪ್ಟಿಗೂ, cleanliness ಅನ್ನುವ ಕಾನ್ಸೆಪ್ಟಿಗೂ ಸಂಬಂಧವಿಲ್ಲವೇ?' ಅಂತ ಆಶ್ಚರ್ಯವಾಯಿತು!

ಇನ್ನು ಮುಂದಿನ ಕೆಲಸ ಸ್ನಾನ. ನನ್ನ ಬದುಕಿನಲ್ಲಿ ಸ್ನಾನ ಅನ್ನುವುದಕ್ಕೆ ನಾನು ಅಂಥ ಪ್ರಾಮುಖ್ಯವನ್ನೇನೂ ಕೊಟ್ಟಿರಲಿಲ್ಲ. ನನ್ನ ತಾತ ಬದುಕಿರುವಾಗ ಸ್ನಾನಕ್ಕೆ ಮುಂಚೆ ಕಾಫಿಯೊಂದು ಬಿಟ್ಟರೆ ಮತ್ತೇನೂ ತಿನ್ನುವುದು ನಿಷಿದ್ಧವಾಗಿತ್ತು. ಅಂಥ ಮನೆಯಲ್ಲಿ ಹುಟ್ಟಿದ ನಾನು ಬರಬರುತ್ತಾ ಹೇಗಾದೆನೆಂದರೆ ಸ್ನಾನಕ್ಕೂ, ತಿಂಡಿ-ಊಟ ತಿನ್ನುವುದಕ್ಕೂ ಯಾವುದೇ ಕನೆಕ್ಷನ್ ಇದೆ ಅನ್ನುವುದನ್ನೇ ಮರೆತುಬಿಟ್ಟಿದ್ದೆ. ಅಮ್ಮ

'ಸ್ನಾನ ಮಾಡಿ ಊಟ ಮಾಡೇ' ಅಂತ ಗದರುವಾಗಲೆಲ್ಲ ನಾನು 'ಅಂತರಂಗ ಶುದ್ಧಿ – ಬಹಿರಂಗ ಶುದ್ಧಿ' ಅಂತೇನೇನೋ ವಟಗುಟ್ಟಿ, ಅಮ್ಮನಿಗೆ ತಲೆ ಕೆಡಿಸುವುದರಲ್ಲಿ ಯಶಸ್ವಿಯಾಗಿ ತಿಂಡಿ, ಊಟ ಎಲ್ಲವನ್ನೂ ಕಬಳಿಸುವುದು ಅಭ್ಯಾಸವಾಗಿಹೋಗಿತ್ತು. ನಮ್ಮಮ್ಮ ನಾನು ಇಲ್ಲಿಗೆ ಹೊರಟಾಗಲೇ – ಅವರು ಮಾಧ್ವರು ಕಣೇ. ನೀನು ಗಬಡಾಸಿಯ ಹಾಗೆ ಸ್ನಾನವಿಲ್ಲದೇ ಊಟ–ತಿಂಡಿ ಮೇಯಬೇಡ. ಅವರಾಗೇ ಕೊಟ್ಟರೂ ಸ್ನಾನ ಮಾಡಿ ತಿನ್ನುತ್ತೀನಿ ಅನ್ನು, ಅರ್ಥವಾಯ್ತಾ?' ಅಂತ ತಲೆ ತಿಕ್ಕಿದ್ದಳು. ನಾನು ಹಾಗೆಲ್ಲ ಯಾರಿಗಾಗಿಯಾದರೂ ಬದಲಾಗುವಷ್ಟು ಒಳ್ಳೆಯವಳಲ್ಲ! ಹಾಗಾಗಿ ತಿಂಡಿಯ ತಟ್ಟೆ ಎದುರಾದಾಗ ದಾಕ್ಷಿಣ್ಯಕ್ಕೂ ಸ್ನಾನ ಮಾಡಿ ತಿನ್ನುತ್ತೇನೆ ಎನ್ನದೇ ಮೂರು ಒಬ್ಬೆ ಇಳಿಸಿದೆ. ಮತ್ತಿಷ್ಟು ಹೊತ್ತು ಹರಟಿದ್ದಾಯ್ತು. ಮನೆಯಲ್ಲಿರುವಾಗ ನನ್ನದು ದಿನಕ್ಕೊಂದು ಸ್ನಾನದ ಲೆಕ್ಕ. ರಾತ್ರಿ 12ರಿಂದ ಮರುದಿನ ರಾತ್ರಿ 11.59 ರವರೆಗೂ ಒಂದು ಸ್ನಾನದ ವ್ಯಾಲಿಡಿಟಿ! ಅಂಥ ಶೊಬಚಿ ನಾನು ದೊಡ್ಡ ಮನಸ್ಸು ಮಾಡಿ ಬೆಳಿಗ್ಗೆಯೇ ಸ್ನಾನ ಮಾಡಿಬಿಡುವ ತೀರ್ಮಾನ ಕೈಗೊಂಡು ಬಚ್ಚಲು ಹೊಕ್ಕೆ...

ಆಗಲೇ ಆಗಿದ್ದು ಆ ದೊಡ್ಡ ಆಘಾತ! ಲೆಕ್ಕ ಇದ್ದುದಕ್ಕಿಂತ ಅರ್ಧ ತಿಂಗಳ ಮುಂಚೆಯೇ ನಾನು 'ಹೊರಗಾಗಿದ್ದೆ'! ಕೈ ಕಾಲು ತಣ್ಣಗಾಗಿ ಹೋಯಿತು. ಮತ್ತೆ ಮತ್ತೆ ಇರೋಬರೋ ಕೈಕಾಲಿನ ಬೆರಳೆಲ್ಲ ಸೇರಿಸಿ ದಿನ ಲೆಕ್ಕ ಹಾಕಿದೆ. ನನ್ನ ಲೆಕ್ಕ ಸರಿಯಾಗಿಯೇ ಇತ್ತು. ಕೈಕೊಟ್ಟಿತ್ತು ಹಣೆಬರಹ! ನಮ್ಮ ಮನೆಯಲ್ಲಿದ್ದರೆ ನನಗೆ ಅದೊಂದು ದೊಡ್ಡ ವಿಷಯವೇ ಅಲ್ಲ. ಯಾಕೆಂದರೆ ಅದರಿಂದ ನಮ್ಮ ಬದುಕು ಒಂದು ಚೂರೂ ಬದಲಾಗುತ್ತಿರಲಿಲ್ಲ. ಆದರೆ ಅವಳ ಮನೆಯ ಕಥೆ ಹಾಗಲ್ಲ. ಅದನ್ನು ನಾನು ಬೆಂಗಳೂರಿನಲ್ಲಿ 4 ವರ್ಷಗಳ ಕಾಲ ನೋಡಿದ್ದರಿಂದಲೇ ಈ ರೀತಿ ಆಘಾತವಾಗಿದ್ದು.

ಅವಳ ಮನೆಯಲ್ಲಿ ಹೊರಗಾದರೆ ತಟ್ಟೆ–ಚೊಂಬು ಹಿಡಿದು ಮೂಲೆಯಲ್ಲಿ ಕೂರಬೇಕಿತ್ತು. ಹಾಸಿಗೆಯ ಮೇಲೆ ಮಲಗದೇ ಚಾಪೆಯ ಮೇಲೆ ಮಲಗಬೇಕಿತ್ತು. ಮೂರು ದಿನ ಸ್ನಾನ ಮಾಡುವಂತಿರಲಿಲ್ಲ. ಮನೆಯಲ್ಲಿನ ಯಾವ ವಸ್ತುವನ್ನೂ ಮುಟ್ಟುವಂತಿರಲಿಲ್ಲ... ನೆನೆಸಿಕೊಂಡರೇನೇ ಜೀವ ಬಾಯಿಗೆ ಬಂದುಬಿಟ್ಟಿತು. ಈಗ ನಾನೂ ಹಾಗೆಲ್ಲ ಕಷ್ಟ ಪಡಬೇಕಾ? ನೆಲದ ಮೇಲೆ ಮಲಗಿದರೆ ಒಂದರೆಕ್ಷಣ ನಿದ್ದೆ ಬಾರದ ನಾನು ಇಲ್ಲಿ ಮೂರು ದಿನ ಹೇಗೆ ಮಲಗಲಿ ಅಂತ ಗಾಬರಿಯಾಯಿತು. ಇದೆಲ್ಲದರ ಜೊತೆ ಇನ್ನೊಂದು ಮುಖ್ಯ ತೊಂದರೆ ಎಂದರೆ ನನಗೆ ಮಡಿಮೈಲಿಗೆಯ ಬಗೆಗಿದ್ದ ಶೂನ್ಯ ಜ್ಞಾನ. ಅನ್ನ ಮೈಲಿಗೆ, ಸಾರು ಮೈಲಿಗೆಯಲ್ಲ, ಮಜ್ಜಿಗೆ ಮೈಲಿಗೆ ಅಂತೇನೇನೋ ಅವಳು ಹೇಳುವುದನ್ನು ಕಿವಿಯಾಚೆ ಆಗಿಂದಾಗಲೇ

ಹೊರಹಾಕುತ್ತಿದ್ದರಿಂದ ನನಗವೆಲ್ಲ ತಲೆಯಲ್ಲಿ ಉಳಿಯುತ್ತಲೇ ಇರಲಿಲ್ಲ. ಇನ್ನು ಮೂರು ದಿನ ಮುಟ್ಟಾಗಿ ಅವಳಂತೆ ಕೂರುವುದನ್ನು ನೆನೆಸಿಕೊಂಡ ಒಡನೆಯೇ ಎದೆ ನೋಯಲು ಶುರುವಾದಂತೆನಿಸಿತು. ಸಪ್ಪೆ ಮುಖದಲ್ಲಿ ಬಚ್ಚಲಿನಿಂದ ಹೊರಬಂದವಳು ಅವಳಿಗೆ ಮಾತ್ರ ಗುಟ್ಟಾಗಿ ವಿಷಯ ಹೇಳಿದೆ. ಅವಳು ಅಷ್ಟೇ ಗುಟ್ಟಾಗಿ ಅವಳ ಅಮ್ಮನಿಗೆ ಹೇಳಿದಳು. ಅವರು ಗುಟ್ಟಾಗಿ ಗಂಡನಿಗೆ ಈ ವಿಷಯ ಹೇಳಿದರು ಮತ್ತು ಅವಳ ಅಪ್ಪ ಗುಟ್ಟಾಗಿ ಮನೆಯವರಿಗೆಲ್ಲ ಹೇಳಿದರು! ಇಡೀ ಮನೆಯ ಎಲ್ಲರಿಗೂ ಈ ಗುಟ್ಟು ತಿಳಿದಿದೆ ಎನ್ನುವುದು ಅವಳ ತಮ್ಮ ಬಂದು 'ಏನೇ ಈ ಸಲ ಬೇಗ ಮುಟ್ಟಾಗಿದೀಯಂತೆ' ಅಂತ ಕೇಳಿದಾಗ ಗೊತ್ತಾಯಿತು! ಅವನು ಹಾಗೆ ಕೇಳಿದಾಗ ನಾನು ಮನಸ್ಸಿನಲ್ಲೇ ಬಾಯಿ ಬಾಯಿ ಬಡಿದುಕೊಂಡುಬಿಟ್ಟೆ. ಅವರ ಮನೆಗಳಲ್ಲಿ ಇವೆಲ್ಲ ಸಾಮಾನ್ಯ ವಿಷಯ, ನಮ್ಮನೆಯಲ್ಲೋ ಅದು ಮಹಾಗುಟ್ಟಿನ ವಿಷಯ.

ಬೆಂಗಳೂರಿನಲ್ಲಿರುವಾಗ ಎಷ್ಟೋ ಬಾರಿ ಅವಳು ಹೊರಗಾದಾಗಲೇ ನಾನೂ ಆಗಿರುತ್ತಿದ್ದೆ. ನಾನು ಅದನ್ನೆಲ್ಲ ಹೇಳದೇ ಮಾಮೂಲಿನಂತೆ ಸುಮ್ಮನಿರುತ್ತಿದ್ದೆನಲ್ಲ, ಹಾಗಾಗಿ ಅವಳಿಗೆ ಗೊತ್ತೇ ಆಗುತ್ತಿರಲಿಲ್ಲ. ಆ ಸಮಯದಲ್ಲಿ ಸ್ನಾನ ಮಾಡುವ ಅವಕಾಶವಿರದ ಅವಳ ಒದ್ದಾಟ ಕಂಡ ನಾನು – ಇಂಥ ಸಮಯದಲ್ಲಿ ಸ್ನಾನ ಇಲ್ಲದೇ ಹೇಗಿರ್ತೀಯ ಮಾರಾಯ್ತಿ. ಇದ್ಯಾವ ಸೀಮೆ ಮಡಿ? ಸ್ನಾನ ಮಾಡಿ ಶುಭ್ರವಾಗಿರಬಾರದಾ? ಅಂತ ಕೇಳಿದರೆ 'ನೀನು ಸುಮ್ಮನಿರೇ. ಇದೆಲ್ಲ ನಮ್ಮ ಮನೆಯ ಪದ್ಧತಿ' ಅಂತ ಬಾಯಿ ಮುಚ್ಚಿಸುತ್ತಿದ್ದಳು. ಕಾಲೇಜಿಗೆ ಹೋಗಲು ಹಾಕಬೇಕಾದ ಬಟ್ಟೆಯನ್ನು ಅವಳು ಮುಟ್ಟುವ ಹಾಗಿರಲಿಲ್ಲ. ಯಾರಾದರೂ ಒಬ್ಬರು ಬೀರುವಿನಿಂದ ತೆಗೆದುಕೊಡಬೇಕಿತ್ತು. ನಾನು ಹೊರಗಾದ ವಿಷಯ ಅವಳಿಗೆ ಹೇಳುತ್ತಿರಲಿಲ್ಲವಾದ್ದರಿಂದ ಅವಳಿಗದು ಗೊತ್ತೇ ಆಗುತ್ತಿರಲಿಲ್ಲ. ಹಾಗಾಗಿ ಅವಳ ಮನೆಗೆ ಹೋದಾಗ 'ಹೊರಗಾದ' ನನಗೆ ಬೀರುವಿನಿಂದ ಬಟ್ಟೆ ತೆಗೆದುಕೊಡು ಅನ್ನುತ್ತಿದ್ದಳು! 'ಹೊರಗಾದ' ನಾನು, 'ಹೊರಗಾದ' ಅವಳಿಗೆ ಮಡಿ ಮಡಿಯಾಗಿ ಬಟ್ಟೆ ತೆಗೆದುಕೊಡುತ್ತಿದ್ದೆ! ಅವಳು ಮುಖ ಗಲಬರಿಸಿ, ಬಟ್ಟೆ ಬದಲಿಸಿ ಕಾಲೇಜಿಗೆ ತಯಾರಾಗುತ್ತಿದ್ದಳು! ಹಾಗೆ ಇಬ್ಬರೂ ಹೊರಗಾಗಿರುವ ದಿನಗಳಲ್ಲಿ ಅವಳ ಮನೆಯಲ್ಲಿ ಅವಳು ಚಾಪೆಯ ಮೇಲೆ ಮಲಗಿದರೆ, ಆ ಸಮಯದಲ್ಲೇ 'ಹೊರಗಾದ' ನಾನು ಆರಾಮವಾಗಿ ಅವಳ ಮನೆಯ ದೀವಾನ್ ಮೇಲೆ ಕಾಲಾಡಿಸುತ್ತ ಮಡಿಯಾಗಿ ಮಲಗಿರುತ್ತಿದ್ದೆ!

ಅದಾದ ನಂತರ ಮುಂದಿನ ತಿಂಗಳಲ್ಲಿ ಹೊರಗಾಗುವುದು ತಡವಾದಾಗಲೋ, ಮುಂಚಿತವಾಗಿ ಆದಾಗಲೋ ಡೇಟ್ ಲೆಕ್ಕ ಹಾಕುವಾಗ ನಾನು ರೆಫರೆನ್ಸ್‌ಗೆಂದು 'ನಾವಿಬ್ಬರೂ ಹೋದ ತಿಂಗಳು ಒಟ್ಟಿಗೇ ಆಗಿದ್ವಲ್ಲೇ' ಅಂದುಬಿಡುತ್ತಿದ್ದೆ! ಅವಳು ಶಾಕ್ ಹೊಡೆದಂತಾಗಿ – 'ಅಆಅಆ! ಆಗ ನೀನೂ ಆಗಿದ್ಯಾ! ಥೂ ಹೇಳಬಾರದಾ ಮತ್ತೆ! ಅವತ್ತು ಇಡೀ ಮನೆಯಲ್ಲಿ ಎಲ್ಲ ಕಡೆ ಓಡಾಡಿದ್ಯಲ್ಲೇ. ಅಯ್ಯೋ ಗೂಡೊಳಗಿನ ಬಟ್ಟೆ

ಎಲ್ಲ ಮುಟ್ಟಿದ್ಯಲ್ಲೇ, ಅಯ್ಯೋ ನಾನು ಅಬ್ಬೇಪಾರಿ ಥರ ಚಾಪೆಯ ಮೇಲೆ ಮಲಗಿದ್ದಾಗ ಅಚ್ಚುಕಟ್ಟಾಗಿ ದೀವಾನ್ ಮೇಲೆ ಮಲಗಿದ್ಯಲ್ಲೇ' ಅಂತ ಉಗಿಯುತ್ತಿದ್ದಳು. ನಾನು – 'ನೀನು ಕೇಳಿದ್ದರೆ ಹೇಳುತ್ತಿದ್ದೆ. ನೀನು ಯಾಕೆ ಕೇಳಲಿಲ್ಲ, ಅದಕ್ಕೇ ನಾನು ಹೇಳಲಿಲ್ಲ' ಅಂತ ನಗುತ್ತಿದ್ದೆ. ಎಲ್ಲವನ್ನೂ ಮುಟ್ಟಿ 'ಮೈಲಿಗೆ' ಮಾಡಿ ತಿಂಗಳಾಗಿ ಹೋಗಿರುತ್ತಿದ್ದರಿಂದ ಎಲ್ಲಿಂದ ಶುದ್ಧೀಕರಣ ಪ್ರಾರಂಭಿಸಬೇಕು ಎಂದು ತೋಚದೇ ಸುಮ್ಮನಾಗಿಬಿಡುತ್ತಿದ್ದಳು!

ಈಗ ಈ ಸುಡುಸುಡು ಬಳ್ಳಾರಿಯಲ್ಲಿ, ಹೊತ್ತಲ್ಲದ ಹೊತ್ತಲ್ಲಿ ಅವಳ ಮನೆಯಲ್ಲೇ ನನ್ನನ್ನು ಹೊರಗಾಗಿಸಿದ್ದ ದೇವರು! ನಿನ್ನ ಪಾಪಕ್ಕೆ ಬೆಲೆ ತೆರುತ್ತಿದ್ದೀಯ ಅಂತ ಅವಳು ಒಳಗೊಳಗೇ ನಗುತ್ತಿರಬಹುದೇ ಅಂತ ನನಗೆ ಸಂಶಯ. ಚಾಪೆ, ಚೊಂಬು ಎಲ್ಲ ಕಣ್ಣೆದುರು ಸುಳಿದಾಡಿದಾಗ 'ಅಯ್ಯಪ್ಪಾ, ನನ್ನಿಂದಾಗದು. ನಾನು ಇವತ್ತೇ ಬಸ್ ಹತ್ತಿ ಹೊರಡುತ್ತೇನೆ' ಅಂತ ಪಟ್ಟು ಹಿಡಿದು ಕೂತು ಬಿಟ್ಟೆ. ಅವಳಿಗೆ ನನ್ನನ್ನು ಕಳಿಸಲು ಮನಸ್ಸಿಲ್ಲ. ಹೇಗೋ ಮಾಡಿ ಮೂರು ದಿನ ಮ್ಯಾನೇಜ್ ಮಾಡು, ಆಮೇಲೆ ಆರಾಮವಾಗಿರಬಹುದು ಅಂತ ಬೆನ್ನು ಬಿದ್ದಳು. ನಾನು ನಾಲ್ಕನೆಯ ದಿನ ಹೊರಡುವವಳೇ ಇದ್ದೆ. ಮತ್ತೇನು ಆರಾಮವಾಗಿರುವುದು, ಹೊರಟುಬಿಡುತ್ತೇನೆ ಅಂತ ಅಳುದನಿಯಲ್ಲಿ ಹೇಳಿದೆ. ಅವಳು ಸುಮ್ನಿರೇ, ನಾನೂ ನಿನ್ನ ಜೊತೆ ಕೂತುಕೊಂಡು ಕಂಪನಿ ಕೊಡ್ತೀನಿ ಅಂತ ಸಮಾಧಾನಿಸಿದಳು. ಅವಳು ಕೂತುಕೊಳ್ಳುತ್ತಾಳೆ ಸರಿ, ಆದರೆ ಅದರಿಂದ ನನ್ನ ಬವಣೆಯೇನೂ ಕಡಿಮೆಯಾಗುತ್ತಿರಲಿಲ್ಲವಲ್ಲ? ಹಾಗಾಗಿ ಅಷ್ಟೆಲ್ಲ ಕಷ್ಟಪಟ್ಟು ಯಾಕೆ ಅಲ್ಲಿರಬೇಕು ಅನ್ನುವುದು ನನ್ನ ವಾದ. ಕೊನೆಗೂ ಬಿಡದೇ ನನ್ನನ್ನು ಒಪ್ಪಿಸಿ ಅವಳು ಸ್ನಾನಕ್ಕೆ ಹೋದಾಗಲೇ ಕಥೆ ಸಿನಿಮೀಯವಾಗಿ ಮತ್ತೂ ಒಂದು ತಿರುವು ತೆಗೆದುಕೊಂಡಿತ್ತು! ಅವಳೂ ಲೆಕ್ಕಕ್ಕಿಂತ 15 ದಿನ ಮುಂಚಿತವಾಗಿ ಹೊರಗಾಗಿ ತಟ್ಟೆ-ಚೊಂಬಿನಲ್ಲಿ ಪಾರ್ಟ್‌ನರ್ ಆಗಿಹೋಗಿದ್ದಳು, ಅನಿರೀಕ್ಷಿತವಾಗಿ! ಗೆಳತಿಯರಿಬ್ಬರೂ ಈಪಾಟಿ ಕ್ಲೋಸ್ ಅಂತ ಮನೆಯವರೆಲ್ಲ ರೇಗಿಸಿದರು (ಮುಂದಿನ ವರ್ಷಗಳಲ್ಲಿ ತಿಳಿದು ಬಂದಿದ್ದೇನೆಂದರೆ, ಅವಳು ಇಚ್ಛಾಹೊರಗಾಗುವ ವರ ಪಡೆದಿದ್ದಳು ಎಂದು! ಅಂದರೆ, ಅವಳಿಗೆ ಯಾವುದೋ ಸಮಾರಂಭಕ್ಕೆ ಹೋಗುವುದು ಬೇಡವಾದಾಗ ಇಚ್ಛಾಹೊರಗಾಗುತ್ತಿದ್ದಳು, ಎಲ್ಲಾದರೂ ಹೋಗಲೇಬೇಕೆಂದಿರುವಾಗ ಆ ದಿನಾಂಕಕ್ಕೆ ತಕ್ಕನಾಗಿ ಇಚ್ಛಾಹೊರಗಾಗುತ್ತಿದ್ದಳು ಎಂದು!)

ಆಮೇಲೆ ಪಾಪ ಅವಳ ಮನೆಯವರು ಇದ್ದುದರಲ್ಲೇ ನನಗೊಂದಿಷ್ಟು ಕಂಫರ್ಟ್ ಕೊಡುವ ವ್ಯವಸ್ಥೆ ಮಾಡಿದರು. ನನಗಾಗಿ ಸ್ಪೆಷಲ್ concession ತೋರಿಸಿ ಮೂಲೆಯಲ್ಲೊಂದು ಹಳೆಯ ಹಾಸಿಗೆ ಹಾಕಿ ಮಲಗಲು ವ್ಯವಸ್ಥೆ ಮಾಡಿದರು. ಅವರು out of the way ಹೋಗಿ ಅಷ್ಟೆಲ್ಲ ಪ್ರಯತ್ನಿಸುತ್ತಿರಬೇಕಾದರೆ ನಾನಿನ್ನೂ ಹಠ ಮಾಡುವುದು ಸರಿಯಲ್ಲ ಅಂತ ಅಲ್ಲೇ ಉಳಿಯುವ ನಿರ್ಧಾರ ಮಾಡಿದೆ. ಮೊದಲೇ ಬಳ್ಳಾರಿಯ ಬಿಸಿಲು, ಅದರ ಜೊತೆಗೆ ಈ ಕರ್ಮ, ಜೊತೆಗೆ ಸ್ನಾನ ಬೇರೆ ಮಾಡುವ

ಹಾಗಿಲ್ಲ ಮೂರು ದಿನ. ತುಂಬ ಖುಷಿಯಲ್ಲಿ ಹೊರಟ ಪ್ರಯಾಣವೊಂದು disaster ಅನ್ನುವ ಸ್ಥಿತಿಗೆ ಬಂದು ತಲುಪಿತ್ತು!

ಯಾವುದು ಮುಟ್ಟಿದರೆ ಮಡಿಯೋ, ಯಾವುದು ಮುಟ್ಟಿದರೆ ಮೈಲಿಗೆಯೋ ಗೊತ್ತಿಲ್ಲದ ನಾನು ಎಲ್ಲದರಿಂದ ದೂರ ಇರುವುದೇ ಒಳ್ಳೆಯದು ಅನ್ನಿಸಿ ಮುಖ ಸಪ್ಪಗಾಗಿಸಿಕೊಂಡು ಹಿತ್ತಲು ಸೇರಿದೆ. ಪಕ್ಕದಲ್ಲೇ ಅವಳು ಕೂಡಾ. ಬೆಳಿಗ್ಗೆಯೆಲ್ಲ ಹಿತ್ತಲಲ್ಲಿ ಕೂತಾಗ ಮಾಮೂಲಿನಂತೆ ಮಾತನಾಡಿದ್ದ ಸುತ್ತಮುತ್ತಲ ಮನೆಗಳವರಿಗೆ ಹೊರಗಾದಾಗ ಅದು ಹೇಗೆ ಆ ಸೂಕ್ಷ್ಮ ಮೂಗಿಗೆ ಬಡಿಯಿತೋ ಗೊತ್ತಿಲ್ಲ! ನಾವು ಈ ಬಾರಿ ಹಿಂದೆ ಕೂತಾಗ ಪಕ್ಕದ ಮನೆಯ ಹೆಂಗಸು ಯಾರೋ ಹೊರಬಂದವರು 'ಏನವಾ ಮುಟ್ಟೇನು?' ಅಂತ ಊಟ ಆಯ್ತಾ ಅನ್ನುವ ರೀತಿಯಲ್ಲಿ ಕೇಳಿದರು. ನಾನು ಹೌಹಾರಿದೆ. ಭಾರತಿ ಆರಾಮವಾಗಿ 'ಹೌದು' ಅಂದಳು. ಅಷ್ಟರಲ್ಲೇ ಬಟ್ಟೆ ಒಣಹಾಕುತ್ತಿದ್ದ ಇನ್ನೊಂದು ಮನೆಯ ಹೆಂಗಸು 'ಅಲ್ಲೇ ಮಾರಾಯ್ತಿ, ಹೋದ ಹುಣ್ಣಿವಿಗಲ್ಲೇನು ನೀನು ಮುಟ್ಟಾಗಿದ್ದು? ಇಷ್ಟ್ ಲಗೂನ ಮತ್ತೆ ಆಯ್ತೇನು?' ಅಂದಳು. ನಾನು ಬಿಟ್ಟಬಾಯಿ ಬಿಟ್ಟುಕೊಂಡು ನೋಡುತ್ತಾ ಕೂತಿದ್ದೆ – ಹೋದ ತಿಂಗಳು ಯಾವಾಗ ಆಗಿದ್ದಳು ಅನ್ನುವ statistics ಎಲ್ಲ ಬೇರೆ ಇರುತ್ತಾ ಇವರ ಹತ್ತಿರ ಅಂತ ನನಗೆ ಒಂದೇ ಆಶ್ಚರ್ಯ! ಇವಳು ಅದೇನೂ ದೊಡ್ಡ ವಿಷಯವೇ ಅಲ್ಲ ಅನ್ನುವಂತೆ – ಹೂನ್ರೀ, ಈ ತಿಂಗ್ಳು ಮುಂಚೆ ಆಯ್ತ್ರಿ. ಈಕಿದೂ ಅಷ್ಟೇ. ಪಾಪ ಈಕಿಗೆ ಅದೆಲ್ಲ ಅಭ್ಯಾಸಿಲ್ರೀ. ಇವರ ಮನೇಲಿ ಕೂಡಂಗಿಲ್ಲ, ಹಾಗಾಗಿ...' ಅಂತ ಪೂರ್ತಿ ಡೀಟೇಲ್ಸ್ ಕೊಟ್ಟಳು. ನನಗೆ ಮೈಮೇಲೆಲ್ಲ ಜಿರಳೆ ಹರಿದಾಡಿದಂತೆ ಅಸಹ್ಯವಾಗಲು ಶುರುವಾಯ್ತು. ಈ ಸಂಭಾಷಣೆ ಬೇಗ ಮುಗಿಯಲಿ ತಂದೆ ಅಂತ ಬೇಡುತ್ತಾ ಕೂತಿದ್ದೆ. ಅಂತೂ ಕೊನೆಗೊಮ್ಮೆ ಮುಗಿಯಿತು ಅದು.

ನನ್ನ ಗೆಳತಿ ಮುಖ ಗಲಬರಿಸಿ, ಪ್ಯಾಕಿಂಗ್ ಬದಲಿಸಲು ಎದ್ದು ಹೋದಳು. ನಾನು ಅಲ್ಲೇ ಕೂತಿದ್ದೆ ದ್ರಾಬೆ ಮುಖದಲ್ಲಿ. ಇದ್ದಕ್ಕಿದ್ದಂತೆ ನೀರಿನ ಸದ್ದಾದಾಗ ಪಕ್ಕಕ್ಕೆ ತಿರುಗಿ ನೋಡಿದೆ... ಅಷ್ಟೇ! ಶಾಕ್ ಹೊಡೆದ ಹಾಗೆ ಕೂತುಬಿಟ್ಟೆ! ಬಾತ್‌ರೂಮಿಗೆ ಕನೆಕ್ಟ್ ಆಗಿದ್ದ ಓಪನ್ ಪೈಪಿನಿಂದ ಕೆಂಪು ಮಿಶ್ರಿತ ನೀರು ಹೊರಬರುತ್ತಿತ್ತು! ಹೊಟ್ಟೆ ತೊಳಸಿದಂತಾಗಿ ಅಸಹ್ಯದಿಂದ ಎದ್ದು ನಿಂತೆ, ನನ್ನ ಮೈಮೇಲೇ ಹಾರಿಬಿಡುತ್ತದೇನೋ ಅನ್ನುವ ಹಾಗೆ. ಅಂದರೆ, ಅಂದರೆ ನಾನು ಒಳಗೆ ಹೋಗಿ ಬಾಗಿಲು ಹಾಕಿಕೊಂಡಾಗಲೂ... ಹೀಗೆಯೇ... ಅಯ್ಯಯ್ಯೋ, ಅಬ್ಬಬ್ಬಾ ಅಂಥ ಸ್ಥಿತಿ ನನ್ನ ಶತ್ರುವಿಗೂ ಬೇಡ! ಅವಳು ಹೊರಬಂದಾದ ನಂತರ ನಾನು ಬಾತ್‌ರೂಮಿಗೆ ಹೋದಾಗಲೂ ಕಣ್ಣೆದುರು ಆ ಪೈಪ್‌ನ ದೃಶ್ಯವೇ ಕಾಣುತ್ತಿತ್ತು. ಅಸಹ್ಯದಿಂದ ಆ ಕೆಲಸ ಮುಗಿಸಿ ಈಚೆ ಬರುವಾಗ ಮನಸ್ಸು ತುಂಬ ಕೆಸರು ಕೆಸರು.

ಆಗ ನವರಾತ್ರಿ ಸಮಯ. ಮಧ್ಯಾಹ್ನ ಕಳೆಯುವಷ್ಟರಲ್ಲಿ ಅಕ್ಕ-ಪಕ್ಕದ ಮನೆಯವರು ಅದೇನೇನೋ ಶಾಸ್ತ್ರಕ್ಕೆ ಬಂದು - ಹೋಗಲು ಶುರು ಮಾಡಿದರು. ಬಂದವರೆಲ್ಲ ನಮ್ಮನ್ನು ಕಂಡು, ಮತ್ತೆ ಅದೇ ಪ್ರಶ್ನೆ ಕೇಳುವುದು ಮತ್ತು ಇವಳು ಅಥವಾ ಇವಳ ಮನೆಯವರು ದೊಡ್ಡ ಗಂಟಲಿನಲ್ಲಿ ಅದರ ವಿವರಣೆ ಕೊಡುವುದು ಇದೇ ಕೆಲಸವಾಯಿತು. ನನಗಂತೂ ಇದೆಲ್ಲ ತುಂಬ ಕಷ್ಟವೆನ್ನಿಸಲಾರಂಭಿಸಿಬಿಟ್ಟಿತು. ಅದಕ್ಕಿಂತ ಬಳ್ಳಾರಿಯ ಬಿಸಿಲೇ ವಾಸಿ ಅನ್ನಿಸಿ 'ಅಮ್ಮಾ, ನನ್ನಿಂದಾಗಲ್ಲ ಕಣೇ, ಬಂದೋರೆಲ್ಲಾ ಕೇಳಿದ್ದನ್ನೇ ಕೇಳ್ತಾರೆ, ನೀವೂ ಹೇಳಿದ್ದನ್ನೇ ಹೇಳ್ತೀರಾ. ಮನೆ ಬಿಟ್ಟು ಎಲ್ಲಾದರೂ ಹೋಗೋಣ ಬಾ' ಅಂತ ವರಾತ ಹಚ್ಚಿದೆ. ಅವಳು ನನ್ನ ಕಾಟ ತಾಳಲಾರದೆ ಒಪ್ಪಿದಳು. ಇಬ್ಬರೂ ಎದ್ದು ಚಪ್ಪಲಿ ಮೆಟ್ಟಿ ಹೊರಗೆ ಅಡಿಯಿಟ್ಟೆವು. ಬಳ್ಳಾರಿಯ ಮಧ್ಯಾಹ್ನದ ಸುಡುಬಿಸಿಲಿನಲ್ಲಿ ನಮ್ಮಿಬ್ಬರ ವಾಕಿಂಗ್ ಶುರುವಾಯಿತು! ನಾನು ಆ ಅವಮಾನಕರ ಸನ್ನಿವೇಶದಿಂದ ತಪ್ಪಿಸಿಕೊಂಡೆ ಅಂತ ನಿಟ್ಟುಸಿರು ಬಿಟ್ಟೆ. ನನ್ನ ಗೆಳತಿಗಂತೂ ಇದೆಲ್ಲ ತೀರಾ ಅತಿ ಅನ್ನಿಸುತ್ತಿತ್ತು. ಅಯ್ಯೋ ಮುಟ್ಟಾಗೋದರ ಬಗ್ಗೆ ಮಾತಾಡಿದರೆ ಇವಳು ಯಾಕೆ ಬಡ್ಕೊಳ್ತಾಳೆ ಅನ್ನೋ ಹಾಗೆ ನನ್ನನ್ನೇ ನೋಡ್ತಿದ್ದಳು. ಆದರೆ ನಾನು ಬಾಣಲೆಯಿಂದ ಬೆಂಕಿಗೆ ಬಿದ್ದಿದ್ದೇನೆ ಅಂತ ಅಲ್ಲಿಂದ ಮುಂದಿನ ಮೂರು ನಿಮಿಷ, ಹದಿನೈದೇ ಸೆಕೆಂಡುಗಳಲ್ಲಿ ತಿಳಿದುಹೋಯಿತು!

ಎದುರಾದ ಪಕ್ಕದ ಬೀದಿಯ ಮಧ್ಯವಯಸ್ಕ ಹೆಂಗಸು ಯಾಕೆ ಆ ಅವೇಳೆಯಲ್ಲಿ ಬೀದಿ ತಿರುಗುತ್ತಿದ್ದೀರಿ ಎಂದು ಕೇಳಿದರು. ಸರಿ, ಇವಳು ಬೀದಿಯಲ್ಲಿ ನಿಂತು ಗಟ್ಟಿ ದನಿಯಲ್ಲಿ 'ಈಕಿ ನನ್ನ ಗೆಳತಿ ಕಾಕಿ/ಮೌಸಿ... ಬೆಂಗ್ಳೂರಿಂದ ಬಂದಾಳ. ಇನ್ನೂ ಡೇಟ್ ಆಗಿರ್ಲಿಲ್ಲರೀ, ಆಗ್ಲೇ ಮುಟ್ಟಾಗಿಬಿಟ್ಳು,...' ವರದಿ ಒಪ್ಪಿಸಿದಳು! ನಾನು ಮೆತ್ತಗೆ... ಮೆತ್ತಗೆ ಮಾತಾಡು ಅನ್ನುವಂತೆ ತೋಳಿಗೊಂದು ಒಳಶುಂಠಿ ಕೊಟ್ಟೆ. ಅಲ್ಲಿಂದ ದಾಟಿ ಪಕ್ಕದ ಬೀದಿಗೆ ಹೋದರೆ ಎದುರಾದ ತಾತ 'ಯಾಕವಾ ಭಾರತಿ ಬೆಳದಿಂಗಳಾಗ ವಾಕಿಂಗ್ ಮಾಡಕ್ಕೆ ಹತ್ತೀಯಲ್ಲ' ಅಂತ ರೇಗಿಸಿದ ಕೂಡಲೆ 'ಇಲ್ಲ ಅಜ್ಜ. ಈಕಿ ನನ್ನ ಗೆಳತಿ ಬೆಂಗ್ಳೂರಿಂದ ಬಂದಾಳ. ಮನ್ಯಾಗೆ ಪೂಜೆ ಅದಲ್ಲ ಅಜ್ಜ, ಈಕಿ ಮತ್ತ**SS** ನಾನು ಇಬ್ರೂ ಹೊರಗಾಗಿದ್ವಿ, ಅದ್ಕೆ ಅಲ್ಲಿ ಯಾಕೆ ಕುಂಡ್ರೂದಂತ ವಾಕಿಂಗ್ ಹೊರಟ್ವಿ' ಎಂತ ಸುದೀರ್ಘ ವರದಿ ಒಪ್ಪಿಸಿದಳು. ಅಲ್ಲಿಂದ ಮುಂದೆ ನಮ್ಮ ತೇರು ಸಾಗುತ್ತಾ ಹೋದ ಹಾಗೆ ಈ ಕಥೆ ಕೇಳಿದವರಿಗೆಲ್ಲ ಬಿತ್ತರವಾಯಿತು. ಒಟ್ಟಿನಲ್ಲಿ ಮನೆಯಲ್ಲಿ ಮೂಲೆಯಲ್ಲಿ ಕೂತಿದ್ದರೆ, ಮನೆಗೆ ಬಂದವರು ನಾಲ್ಕು ಗೋಡೆಯ ಮಧ್ಯೆ ಮಾತಾಡಿರುತ್ತಿದ್ದರು. ನಾನು ಅದೆಲ್ಲ ಅಸಹ್ಯ ಅಂತ ಬೀದಿಗೆ ಬೀಳೋಣ ಅಂದಿದ್ದಕ್ಕೆ, ಈ ಕಥೆ ಬೀದಿಯಲ್ಲಿ ಡಿಸ್ಕಸ್ ಮಾಡುವ ಲೆವೆಲ್ಲಿಗೆ ಬಂದು ನಿಂತಿತ್ತು!

ಮರುದಿನವೂ ಅದೇ ಕಥೆಯ ಪುನರಾವರ್ತನೆ, ಸ್ವಲ್ಪ improvementನೊಂದಿಗೆ! ಇವತ್ತು ನಡುಮಧ್ಯಾಹ್ನದ ವಾಕಿಂಗ್‌ನಲ್ಲಿ ಎದುರು ಸಿಕ್ಕವರು 'ಈಕೀನೇ ಏನು ಬೆಂಗ್ಳೂರಿನ ನಿನ್ನ ಗೆಳತಿ? ಪಾಪ ಸೂಟಿಗಂತ ಬಂದು ಮುಟ್ಟಾಗಿ ಕುಂತಾಳಂತಲ್ಲ?' ಅಂತ ದೊಡ್ಡ ಗಂಟಲಿನಲ್ಲಿ ಕೇಳಲು ಶುರು ಮಾಡಿದರು! ಇಡೀ ಸತ್ಯನಾರಾಯಣ ಪೇಟೆಯ ತುಂಬ ನಾವು ಮುಟ್ಟಾದ ಸುದ್ದಿ ಲೈವ್ ಟೆಲಿಕಾಸ್ಟ್ ಆಗಿತ್ತು! ನಾನು ಹತಾಶೆಯಿಂದ ಕೈಚೆಲ್ಲಿ ನಿಂತೆ. ಸತ್ಯಕ್ಕೂ ಹೇಳುತ್ತೇನೆ, ಈ ಬ್ರಾಹ್ಮಣತ್ವ-ಮಡಿ-ಮೈಲಿಗೆ ಎಲ್ಲ ಜಿಗುಪ್ಸೆ ತರಿಸಲು ಶುರು ಮಾಡಿತ್ತು. ದೇಹದಲ್ಲಿ ತಿಂಗಳಿಗೊಮ್ಮೆ ಆಗುವ ಸಾಧಾರಣ ಬದಲಾವಣೆಯೊಂದಕ್ಕೆ ಇಷ್ಟೆಲ್ಲ ಹಾರಾಟ! ತುಂಬ ಪರ್ಸನಲ್ ಆದ ವಿಷಯವೊಂದು ಬ್ರೇಕಿಂಗ್ ನ್ಯೂಸ್‌ನ ರೀತಿಯಲ್ಲಿ ಚರ್ಚಿಸಲ್ಪಡುತ್ತಿತ್ತು. ನನ್ನ ಮನೆಯಲ್ಲಿ ಈ 'ಕೂಡಿಸುವ' ಹಾರಾಟ ಕಾಣದ ನಾನು, ಇಲ್ಲಿ ಅದನ್ನು ಇಂದಿರಾಗಾಂಧಿ ನಮ್ಮ ದೇಶದ ಪ್ರಧಾನಿ ಅನ್ನುವಂಥ ಎಲ್ಲರಿಗೂ ತಿಳಿದಿರುವ ವಿಷಯದಂತೆ ಮಾತಾಡುತ್ತಿದ್ದುದು ನನ್ನ ಕಲ್ಪನೆಗೂ ಮೀರಿದ್ದಾಗಿತ್ತು. ಬೆಂಗಳೂರಿನಲ್ಲಿ ಅವಳ ಜೊತೆಯೇ ಹೊರಗಾದ ನಾನು ಮನೆಯ ಎಲ್ಲ ವಸ್ತುವನ್ನೂ ಮುಟ್ಟಿದ್ದಕ್ಕೆ ವಿಧಿ ಸೇಡು ತೀರಿಸಿಕೊಳ್ಳುತ್ತಿದೆಯೇನೋ ಅನ್ನಿಸಿಬಿಟ್ಟಿತು ನನಗಂತೂ!

ಅಂತೂ ಇಂತೂ ಮೂರು ದಿನದ ಮುಟ್ಟಿನ ಪ್ರಹಸನ ಮುಗಿಸಿ, ನಾಲ್ಕನೇ ದಿನ ನೀರು ಹಾಕಿಸಿಕೊಂಡು ಒಳಬರುವವರೆಗಿನ ಕಥೆಯಂತೂ ಕರ್ಮಕಾಂಡ! ಆ ಮೂರು ದಿನದಲ್ಲಿ ಮಡಿ ಮೈಲಿಗೆಯ ಗಂಧ ಗಾಳಿಯಿಲ್ಲದ ನಾನು, ಎಪರು ತೆಪರಾಗಿ ಕರ್ಟನ್ ಸರಿಸಿ ಬಿಡುತ್ತಿದ್ದೆ, ಬಿದ್ದಿದ್ದ ಬಟ್ಟೆ ಮಡಚಿ ಎತ್ತಿಟ್ಟುಬಿಡುತ್ತಿದ್ದೆ, ಮತ್ತೇನೋ ಮುಟ್ಟಿಬಿಡುತ್ತಿದ್ದೆ. ಪಾಪ ನನ್ನ ಗೆಳತಿ ತಲೆ ಚೆಚ್ಚಿಕೊಂಡು ಮೆಲ್ಲದನಿಯಲ್ಲಿ ಗದರಿ, ನನ್ನ ಪಾಪಗಳನ್ನೆಲ್ಲ ಅವಳ ಅಮ್ಮನಿಗೆ ಗೊತ್ತಾಗದ ಹಾಗೆ ಗೋರಿಯಲ್ಲಿ ಹೂತಿಡುತ್ತಿದ್ದಳು! ಮೇಲಿಂದ ಬಟ್ಟೆಗೆಲ್ಲ ಹಾರುವಂತೆ ಸುರಿಯುತ್ತಿದ್ದ ಅನ್ನ, ಸಾರನ್ನು ಕ್ಯಾಚ್ ಹಿಡಿಯುವಾಗಂತೂ ಅಳುವೇ ಬಂದುಬಿಡುತ್ತಿತ್ತು. ಇದೇ ಕೊನೆ, ಇನ್ನೆಂದಾದರೂ ಈ ರೀತಿ ಆದರೆ ಅಲ್ಲಿ ಒಂದೇ ಒಂದು ಕ್ಷಣವೂ ಇರುವುದಿಲ್ಲ ಅಂತ ಶಪಥ ತೊಟ್ಟೆ. ಬೆವರಿನ ನಾತ ಹೊಡೆಯುತ್ತಿದ್ದ ಮೈಗೆ ಬಿಸಿನೀರು ಸುರಿದಾಗ ಪುನರ್ಜನ್ಮ ಎತ್ತಿ ಬಂದಂಥ ಸಂಭ್ರಮ ನನಗೆ. ಬಂಧನ ಕಳಚಿ ಹಕ್ಕಿಯಂತೆ ನನ್ನೂರಿಗೆ ಹೊರಡುತ್ತೇನೆ ಅಂತ ಘೋಷಿಸಿದೆ. ಇನ್ನೊಂದೇ ಒಂದು ದಿನ ಇರು, ಬಂದಾಗಿನಿಂದ ಮುಟ್ಟಿನ ಕಥೆಯೇ ಆಯ್ತು ಅಂತ ಅವಳು ಶುರು ಮಾಡಿದಾಗ, ಅವಳ ಬಾಯಿ ಮುಚ್ಚಿಸಿ ಹೊರಡಲೇಬೇಕು ಅಂತ ನಿರ್ಧಾರದ ದನಿಯಲ್ಲಿ ಹೇಳಿದೆ.

ನಾನು ಹೊರಟ ದಿನ, ಬೆಂಗಳೂರಿಂದ ಬಂದು ಬಳ್ಳಾರಿಯಲ್ಲಿ ಮುಟ್ಟಾಗಿ, ಇಡೀ ಸತ್ಯನಾರಾಯಣ ಪೇಟೆಯಲ್ಲೇ ವರ್ಲ್ಡ್ ಫೇಮಸ್ ಆಗಿದ್ದರಿಂದ ಆಗಲೇ

ಪರಿಚಿತರಾದ ಹಲವರಿಗೆ ಹೋಗಿಬರ್ತೀನಿ ಅಂತ ವಿದಾಯ ಹೇಳಿದೆ. ಅವತ್ತು ಪೂಜೆಗೆ ಬಂದಿದ್ದ ಹಲವರು ಮತ್ತು ಹಲವು ಬಿರುಕು ಪಾದದ, ಕೆಂಪು ಸೀರೆಯ ಅಜ್ಜಿಯರು ನಗುತ್ತಾ ಬೀಳ್ಕೊಟ್ಟರು. ಬರೀ ಮೂರು ದಿನ ಇಲ್ಲಿ ಬದುಕಲು ನನಗೆ ಇಷ್ಟು ಕಷ್ಟವಾಯಿತು. ನೀವೆಲ್ಲ ಈ ಬ್ರಾಹ್ಮಣರ ಕೇರಿಯಲ್ಲಿ ಇಷ್ಟೊಂದು ಕಠೋರ ಬದುಕು ಹೇಗೆ ಬದುಕುತ್ತೀರಿ – ಹೀಗೆಲ್ಲ ನಾಲಿಗೆ ತುದಿಗೆ ಬಂದ ಮಾತನ್ನು ಒಳಗೆ ತಳ್ಳಿ, ಸುಮ್ಮನೇ ಕೈ ಬೀಸಿದೆ.

ಸತ್ಯನಾರಾಯಣಪೇಟೆಯನ್ನು ಹಿಂದಕ್ಕೆ ದೂಡಿ, ಆಟೋ ಮುಂದಕ್ಕೆ ಸಾಗಿತು... ಸಣ್ಣಗೆ ಗಾಳಿ ಬೀಸಲು ಶುರುವಾಯ್ತು...

ಬಿಲೀವ್ ಇಟ್ ಆರ್ ನಾಟ್!

ನನ್ನ ಮಗ ಥೇಟ್ ನನ್ನಂತೆಯೇ... ತನ್ನ ಮೂಗಿನ ನೇರಕ್ಕೇ ನಡೆದು ಮೈಮೇಲೆ ತೊಂದರೆ ಎಳೆದು ಹಾಕಿಕೊಳ್ಳುವಂಥವನು. ತೊಂದರೆ ಶುರುವಾಗುತ್ತಿದೆ ಅನ್ನುವ ಸುಳಿವು ಸಿಕ್ಕಿದಾಗಲಾದರೂ ಎಚ್ಚೆತ್ತುಕೊಳ್ಳುತ್ತಾನಾ ಅಂದರೆ ಅದೂ ಇಲ್ಲ. ಸಣ್ಣ ಗಾಯವೊಂದು ಕೊಳೆತು, ನಾರಿ, ಕೊನೆಗೆ ಗ್ಯಾಂಗ್ರೀನ್ ಮಟ್ಟ ತಲುಪುವವರೆಗೂ ಸುಮ್ಮನಿದ್ದು ಬಿಡುತ್ತಾನೆ. ಆ ನಂತರ ಕಾಲು ಕಟ್ ಮಾಡಬೇಕು ಅನ್ನುವ ಸ್ಥಿತಿ ಬಂದಾಗ ಎದ್ದು ಬಿದ್ದು ನನ್ನ ಹತ್ತಿರ ಓಡಿ ಬರುತ್ತಾನೆ. ನಾನು ಅವನನ್ನು ಬಯ್ಯುವುದಿಲ್ಲ! ಯಾಕೆಂದರೆ, ಅವನು ಥೇಟ್ ನನ್ನಂತೆಯೇ ಅಂತ ಮೊದಲಿಗೇ ಹೇಳಿಬಿಟ್ಟಿದ್ದೇನಲ್ಲ! ನಾನಾದರೂ ಸ್ಕೂಲಿನಲ್ಲಿರುವಾಗ ಕಡಿಮೆ ಗಲಾಟೆ ಮಾಡಿದವಳಲ್ಲ. ಹತ್ತನೆಯ ತರಗತಿಯ ರಿಸಲ್ಟ್ ಬಂದ ದಿನ ನಮ್ಮ ಗಣಿತದ ಮೇಷ್ಟ್ರು 'ಸಧ್ಯ ಪಾಸಾಗಿ ನೀನು ಹೊರಡುವ ದಿನ ಬಂತು' ಅಂತ ಹಿಗ್ಗಿದ್ದರು ಅಂದರೆ ನನ್ನ ಬಾಲಪ್ರತಿಭೆ ಇನ್ನೆಷ್ಟಿರಬೇಕು ಊಹೆ ಮಾಡಿ! ಹಾಗಾಗಿ ಅಂಥ ಅಮ್ಮನ ಮಗನಾದ ನನ್ನ ಕುಲಪುತ್ರ ಮಾಡುವ ಯಾವ ಗಲಾಟೆಯೂ ನನಗೆ ಎಂದೂ ಅತಿರೇಕ ಅನ್ನಿಸುವುದೇ ಇಲ್ಲ. ಅವನು ತೊಂದರೆಗೆ ಸಿಕ್ಕಿಕೊಂಡಾಗಲೆಲ್ಲ ನನ್ನ ಹತ್ತಿರ ಓಡಿಬರುವುದು ಮತ್ತು ನಾನು, ಅವನು ಪಿಸುಗುಟ್ಟಿಕೊಳ್ಳುತ್ತಾ ಒಳಗೊಳಗೇ ಆ ತೊಂದರೆಯನ್ನು ನಿವಾರಿಸಿಕೊಳ್ಳುವ ದಾರಿ ಹುಡುಕುವುದು ಮಾಮೂಲು.

ಈ ರೀತಿ ನಾವಿಬ್ಬರೂ ಪಿಸುಗುಟ್ಟಿಕೊಳ್ಳುವುದು ಯಾಕೆ ಗೊತ್ತಾ? ಯಾವುದೇ ಕಾರಣಕ್ಕೂ ನನ್ನ ಗಂಡನಿಗೆ ನನ್ನ ಮಗನ ಬದುಕಿನಲ್ಲಾದ ತೊಂದರೆಯ ಸುಳಿವು ಕೊಡಬಾರದು ಅನ್ನುವ ಕಾರಣಕ್ಕೆ. ಹೀಗಂತ ಕಾರಣ ಹೇಳಿದ ಕೂಡಲೇ ನಿಮ್ಮ ಕಣ್ಣೆದುರು ಕೆಂಗಣ್ಣಿನ, ದೊಡ್ಡ ಮೀಸೆಯ, ಸಿಡುಕು ಮೋರೆಯ ಗಂಡಸೊಬ್ಬನ ಚಿತ್ರ ಮೂಡಿರುತ್ತದೆ ಅಲ್ಲವಾ? ಆತ ತುಂಬ ಸ್ಟ್ರಿಕ್ಟ್ ಇರುವುದರಿಂದ ಮಗನನ್ನು ಶಿಕ್ಷೆಗೆ ಗುರಿ ಪಡಿಸುತ್ತಾನೆ ಅನ್ನುವ ಹೆದರಿಕೆಯಿಂದ ನಾನು ಮತ್ತು ನನ್ನ ಮಗ, ನನ್ನ ಗಂಡನನ್ನು ಇಂಥ ವಿಷಯಗಳಿಂದ ದೂರವಿಡುತ್ತೇವೆ ಅನ್ನುವುದೂ ನಿಮ್ಮ ಮುಂದಿನ ಊಹೆಯಾಗಿರುತ್ತದೆ. ಸರಿ ತಾನೇ? ಅಸಲು ವಿಷಯ ಅದಲ್ಲ ಸ್ವಾಮಿ, ಒಂದೆರಡು ಘಟನೆಯ ಬಗ್ಗೆ ಹೇಳುತ್ತೇನೆ ತಾಳಿ, ಆಗ ನಿಮಗೇ ಅರ್ಥವಾದೀತು...

ಆಗ ನನ್ನ ಮಗ ಮೂರನೆಯ ಕ್ಲಾಸ್ ಪಾಸ್ ಆಗಿದ್ದ. ತಕ್ಕ ಮಟ್ಟಿಗೆ ಬುದ್ಧಿವಂತನಿದ್ದ. ಆದರೆ, ಆ ಸೆಂಟ್ರಲ್ ಸಿಲಬಸ್ ಅನ್ನುವ ಶನಿ ನಮ್ಮ ಬದುಕಿನ ರಸಘಳಿಗೆಗಳನ್ನೆಲ್ಲ ನಾಶ ಮಾಡಲು ಶುರು ಮಾಡಿತ್ತು. ಯಾವಯಾವುದೋ ರಾಜ್ಯಗಳ ಮೂಲ ನಿವಾಸಿಗಳ ಆಚಾರ-ವಿಚಾರ-ಉಡುಗೆ-ಊಟಗಳ ಬಗ್ಗೆಯೇ ಚಾಪ್ಟರ್‌ಗಟ್ಟಳೆ ವಿವರಣೆ ಇರುವ ಸಮಾಜ ಶಾಸ್ತ್ರ, ನಾನು ಡಿಕ್ಷನರಿ ಹಿಡಿದು ಅರ್ಥ ಹುಡುಕುವ ಸ್ಥಿತಿ ತಲುಪಿಸುತ್ತಿದ್ದ ಇಂಗ್ಲಿಷ್, ಕಬ್ಬಿಣದ ಕಡಲೆಯಂಥ ವಿಜ್ಞಾನ ಎಲ್ಲದರ ಜೊತೆ ಏಗಿ ಸುಸ್ತಾಗಿದ್ದ ಮಗನ ಕಷ್ಟ ನೋಡಲಾರದೇ (ಹಾಗೂ ನನ್ನ ಕಷ್ಟ ತಾಳಲಾರದೇ ಕೂಡಾ!) ನಾಲ್ಕನೇ ಕ್ಲಾಸಿಗೆ ಅವನನ್ನು ಸ್ಟೇಟ್ ಸಿಲಬಸ್‌ನ ಸ್ಕೂಲಿಗೆ ಹೊತ್ತು ಹಾಕಲು ತೀರ್ಮಾನಿಸಿದ್ದೆ. ಸ್ಕೂಲ್ ಸೇರಿದ ನಂತರ ಮಧ್ಯದಲ್ಲಿ ಶಾಲೆ ಬದಲಿಸುವ ಕೆಲಸ ಯಾವತ್ತಾದರೂ ಮಾಡಿದ್ದರೆ ನಿಮಗೆ ಈ ಕಷ್ಟ ಕೂಡಲೇ ಗೊತ್ತಾಗಿ ಬಿಡುತ್ತದೆ. ಎಷ್ಟೊಂದು ಸ್ಕೂಲುಗಳ ಮೆಟ್ಟಿಲು ಹತ್ತಿ ಇಳಿದಿದ್ದು! ಅರ್ಧದಷ್ಟು ಸ್ಕೂಲುಗಳಲ್ಲಿ ಸೆಂಟ್ರಲ್ ಸಿಲಬಸ್ಸೇ ಇದ್ದ ಕಾರಣ ನಾವೇ ಅವನ್ನು ಬಿಟ್ಟಿದ್ದಾಯ್ತು. ಇನ್ನು ಕೆಲವು ಸ್ಕೂಲುಗಳಲ್ಲಿ ಅವರ ಏರಿಯಾದಲ್ಲಿರುವವರಿಗೆ ಮಾತ್ರ ಸೀಟ್ ಅಂದರು. ಮತ್ತೆ ಕೆಲವು ಸ್ಕೂಲುಗಳು ಬರೀ ಹೆಣ್ಣು ಮಕ್ಕಳಿಗೆ ಮಾತ್ರ ಮೀಸಲಾಗಿತ್ತು. ಇವೆಲ್ಲವನ್ನೂ ಬಿಟ್ಟು, ಬೆರಳೆಣಿಕೆಯಷ್ಟು ಸ್ಕೂಲುಗಳು ಮಾತ್ರ ಉಳಿದವು.

ಅವುಗಳಲ್ಲಿ ಒಂದು ಶಾಲೆಯ ಹೆಡ್ ಮೇಷ್ಟ್ರು ಭಾರೀ ಸ್ಕೋಪ್ ತೆಗೆದುಕೊಳ್ಳುವ ಹಾಗೆ ಮಾತಾಡುತ್ತಿದ್ದರು. ನಾವು ಹತ್ತಾರು ಬಾರಿ ಎಡತಾಕಿದ ಮೇಲೂ ಒಂದಿಷ್ಟೂ ಕರುಣೆಯಿಲ್ಲದೇ, ಯಾವ ಉತ್ತರವನ್ನೂ ಕೊಡದೇ ಅಡ್ಡಗೋಡೆಯ ಮೇಲೆ ದೀಪವಿಟ್ಟ ಹಾಗೆ ಮಾತಾಡಿ ನಮ್ಮನ್ನು ಸಾಗಹಾಕುತ್ತಿದ್ದರು. ಅದೇನೂ ಅಂಥಾ ಅದ್ಭುತದ ಶಾಲೆ ಅಲ್ಲದಿದ್ದರೂ ನಾವು ಅದೇ ಶಾಲೆ ಬೇಕೆಂದು ಯಾಕೆ ಅಷ್ಟು ಪ್ರಯತ್ನಿಸುತ್ತಿದ್ದೆವೆಂದರೆ

ಅದು ನಮ್ಮ ಮನೆಗೆ ಹತ್ತಿರದಲ್ಲಿತ್ತು ಅನ್ನುವ ಒಂದೇ ಕಾರಣಕ್ಕೆ. ನಮ್ಮ ಕಾರಣಗಳು ಅವರಿಗೆ ಗೊತ್ತಿರುತ್ತದೋ ಅಥವಾ ತಮ್ಮ ಶಾಲೆ ಎಂದರೆ ಅಷ್ಟೊಂದು ಶ್ರೇಷ್ಠ ಅಂತ ಭಾವಿಸಿಯೋ ಅಥವಾ ಸುಮ್ಮನೇ ಅಧಿಕಾರ ಇದೆ ಎಂದು ಸ್ವಲ್ಪ ಆಟವಾಡಿಸುವ ಒಂದೇ ಕಾರಣಕ್ಕೋ ಅಂತೂ ಅಪ್ಪ-ಅಮ್ಮಂದಿರನ್ನು ಭಿಕ್ಷೆ ಬೇಡುತ್ತಿದ್ದೀವೋ ಅನ್ನುವಂತೆ ಟ್ರೀಟ್ ಮಾಡುವುದು ಸುಮಾರು ಶಾಲೆಗಳ ಅಭ್ಯಾಸ. ಇವರೂ ಕೂಡ ನಮ್ಮೊಡನೆ ಬೆಕ್ಕು-ಇಲಿಯ ಚೆಲ್ಲಾಟವಾಡುತ್ತಲೇ ಸುಮಾರು ದಿನ ಕಳೆದರು. ನಾನೇ ತಾಳ್ಮೆಗೇಡಿ ಅಂದರೆ ನನ್ನ ಗಂಡ ಅದಕ್ಕಿಂತ ತಾಳ್ಮೆಗೇಡಿ. ಅವನಿಗೆ ಇದೆಲ್ಲ ಸಿಕ್ಕಾಪಟ್ಟೆ ಸಿಟ್ಟು ತರಿಸುತ್ತಿತ್ತು. ಮನೆಗೆ ಬಂದು 'ಇದೇನು ನಮ್ಮನ್ನ ಭಿಕ್ಷೆ ಬೇಡೋರ ಹಾಗೆ ಟ್ರೀಟ್ ಮಾಡ್ತಾರೆ' ಅಂತ ಕೂಗಾಡುತ್ತಿದ್ದ. ನಾನು 'ಮಗನಿಗಾಗಿ ಸ್ವಲ್ಪ ಬಾಯಿ ಮುಚ್ಚಿಕೊಂಡಿರಪ್ಪ' ಅಂತ ದಮ್ಮಯ್ಯಗುಡ್ಡೆ ಹಾಕುತ್ತಿದ್ದೆ. ಪ್ರತೀಸಲ ಹೋದಾಗಲೂ

'ನಾಳೆ ಬನ್ನಿ'

'ಮುಂದಿನ ವಾರ ಬನ್ನಿ'

'ಅಯ್ಯೋ ಸೀಟ್ ಖಾಲಿ ಇರೋ ಹಾಗೆ ಕಾಣ್ತಿಲ್ಲ'

'ನೀವು ಒಂದು ಕೆಲ್ಸ ಮಾಡಿ, ನಿಮ್ಮ ಮಗನ್ನ ನಮ್ಮ ಸೆಂಟ್ರಲ್ ಶಾಲೆಗೆ ಸೇರಿಸಿ'

ಅಂತ ನಾನಾ ಕಾರಣಗಳನ್ನು ಹೇಳುತ್ತ ಪ್ರಾಣ ತಿನ್ನುತ್ತಿದ್ದರು. ನಾವೂ ಕಾರ್ಯವಾಸಿ ಕತ್ತೆ ಕಾಲು ಕಟ್ಟಬೇಕಿತ್ತಲ್ಲ, ಹಾಗಾಗಿ ಅವರನ್ನು ಅದ್ಭುತ ನಿರೀಕ್ಷೆಯಲ್ಲಿ ಭೇಟಿ ಆಗಿ, ಆ ನಂತರ ಜೋಲು ಮೋರೆ ಹಾಕಿ ವಾಪಸ್ ಬರುತ್ತಿದ್ದೆವು.

ನಾವು ಅದೊಂದೇ ಶಾಲೆಯಲ್ಲದೇ ಮತ್ತೂ ಒಂದೆರಡು ಕಡೆ ಪ್ರಯತ್ನಿಸುತ್ತಿದ್ದೆವು. ಅದರಲ್ಲಿನ ಒಂದು ಶಾಲೆಯಲ್ಲಿ ಹೆಚ್ಚು ತಕರಾರಿಲ್ಲದೇ ಸೀಟ್ ಕೊಟ್ಟು ಬಿಟ್ಟರು. ಆದರೆ ಸೀಟು ಸಿಕ್ಕ ಶಾಲೆಯಲ್ಲಿ ಅವತ್ತು ಅಡ್ಮಿಷನ್‌ಗೆ ಕೊನೆಯ ದಿನ. ಕೈಲಿದ್ದ ಸೀಟಿನ ಸ್ಕೂಲಿಗೆ ಅವನನ್ನು ದಬ್ಬಬೇಕಾ, ಇಲ್ಲವಾದರೆ ಈ ಸ್ಕೂಲಿನ ಸೀಟಿಗೆ ಕಾಯಬೇಕಾ? ಇಲ್ಲಿ ಸಿಗದೇ ಹೋಗಿ, ನಂತರ ಇದ್ದ ಸೀಟೂ ಲಾಸ್ಟ್ ಡೇಟ್ ಆಗಿ ಹೋಗಿ 'ಎರಡು ಕನಸು' ಥರ ಕಲ್ಪನ-ಮಂಜುಳ ಇಬ್ಬರೂ ಇಲ್ಲವಾಗಿಹೋದರೆ? ಅಂತೆಲ್ಲ ನಾನಾ ಯೋಚನೆಗಳು. ಹಾಗಾಗಿ ಈ ಸ್ಕೂಲಿನ ಹೆಡ್ ಮೇಷ್ಟ್ರನ್ನ ಭೇಟಿಯಾಗಿ ಸೀಟು ಸಿಗುತ್ತದಾ, ಇಲ್ಲವಾ ಅನ್ನುವುದನ್ನು ಜಾಣತನದಿಂದ ತಿಳಿದುಕೊಳ್ಳಲೇಬೇಕಿತ್ತು. ಅದಕ್ಕಾಗಿ ಬಹಳ ಪ್ಲ್ಯಾನ್ ಮಾಡಿಕೊಂಡೆ ಮನಸ್ಸಿನಲ್ಲೇ. ನಿಮ್ಮ ಶಾಲೆಯನ್ನು ಬಿಟ್ಟರೆ ನಮಗೆ ಬೇರೆ ಇಷ್ಟವೇ ಇಲ್ಲ ಅಂದು ಪುಸಲಾಯಿಸಿ, ರೈಲು ಹತ್ತಿಸಿ ಸೀಟಿನ ಬಗ್ಗೆ ಏನಾದರೂ ಒಂದು ಉತ್ತರ ಪಡೆದೇ ತೀರಬೇಕೆನ್ನುವುದು ನನ್ನ ಗುರಿಯಾಗಿತ್ತು.

ಈ ಗುರಿಯೊಡನೆ ನಾವು ಮೂವರೂ ಶಾಲೆಗೆ ಹೋದೆವು. ಎಂದಿನಂತೆ ಘಂಟೆಗಟ್ಟಳೆ ಕಾಯಿಸಿದ ನಂತರ ಹೆಡ್ ಮೇಷ್ಟ್ರು ದರ್ಶನಭಾಗ್ಯ ಕರುಣಿಸಿದರು.

ನಾನು ಇಲ್ಲದ ದೈನ್ಯತೆಯನ್ನೆಲ್ಲ ಮುಖದಲ್ಲಿ ಆಹ್ವಾನಿಸಿಕೊಂಡು 'ಸರ್ ದಯವಿಟ್ಟು ನನ್ನ ಮಗನಿಗೆ ಸೀಟ್ ಸಿಗುತ್ತದಾ ಇಲ್ಲವಾ ಹೇಳಿ. ನನಗಂತೂ ನಿಮ್ಮ ಶಾಲೆಗೇ ಮಗನನ್ನು ಸೇರಿಸಬೇಕು ಅನ್ನುವ ಆಸೆ. ಹಾಗಾಗಿ ನೀವು ಏನಾದರೊಂದು ತೀರ್ಮಾನ ಕೊಟ್ಟರೆ...' ಅಂತ ಶುರು ಮಾಡಿದೆ. ಹೆಡ್ ಮಾಸ್ಟರ್‌ಗೆ ಗೊತ್ತಿರುವುದಿಲ್ಲವೇ ಇನ್ನೊಂದು ಶಾಲೆಯ ಅಡ್ಮಿಷನ್‌ಗೆ ಅವತ್ತೇ ಕಡೆಯ ದಿನಾಂಕವಾಗಿರುವುದರಿಂದ ನಾವು ಈ ನಾಟಕ ಶುರು ಹಚ್ಚಿಕೊಂಡಿದ್ದೇವೆ ಅನ್ನುವುದು? ಆದರೂ ಅದನ್ನು ಬಿಟ್ಟು ತಮ್ಮ ಶಾಲೆಗೆ ಸೇರಿಸಬೇಕೆಂದು ಇಷ್ಟು ದಮ್ಮಯ್ಯಗುಡ್ಡೆ ಹಾಕುತ್ತಿರುವ ನನ್ನನ್ನು ಕಂಡು ಮುಖದಲ್ಲಿ ಸಣ್ಣ ಕರುಣೆಯ ಮತ್ತು ಹೆಮ್ಮೆಯ ಎಳೆ! 'ನೋಡಿ ನಮ್ಮ ಸ್ಕೂಲಿನ ಸೀಟೇ ಬೇಕು ಅಂತ ಅದೆಷ್ಟು ಸಲಾಮ್ ಹಾಕ್ತೀರ. ನಾವು ಸಕ್ಕತ್ ಗ್ರೇಟೇ ಇರಬೇಕು' ಅನ್ನುವಂತೆ ಕೂತಿದ್ದರು. ಇನ್ನೊಂದೆರಡು ನಿಮಿಷ ಅವರ ಈಗೋ ತಣಿಸಿದರೆ 'ಹಾಳಾಗಿಹೋಗ್ಲಿ, ತಗೋ ಸೀಟು' ಅಂತ ಕರುಣಿಸಿಯೇ ಬಿಡುವಷ್ಟು ಅವರನ್ನು ಮಣಿಸಿದ್ದೆ. ಅಷ್ಟರಲ್ಲಿ ನನ್ನ ಗಂಡ ಇದ್ದಕ್ಕಿದ್ದಂತೆ ಕತ್ತೆ ಒದ್ದ ಶೈಲಿಯಲ್ಲಿ 'ಸಾರ್ ಇರೋದನ್ನ ಇದ್ದ ಹಾಗೇ ಹೇಳಿಬಿಡ್ತೀನಿ. ನೋಡಿ, ನನ್ನ ಮಗನಿಗೆ ಬೇರೆ ಸ್ಕೂಲಲ್ಲಿ ಸೀಟು ಸಿಕ್ಕಿದೆ. ಈಗೇನು ಅವನನ್ನು ಅಲ್ಲಿ ಅಡ್ಮಿಷನ್ ಮಾಡಿಸಲೋ ಅಥವಾ ನಿಮ್ಮ ಸ್ಕೂಲಲ್ಲಿ ಸೀಟ್ ಕೊಡ್ತೀರೋ? ಎರಡರಲ್ಲಿ ಒಂದು ತೀರ್ಮಾನ ಆಗಲೇಬೇಕು' ಅಂದುಬಿಟ್ಟ. ಮೊದಲೇ ಹೆಡ್ ಮೇಷ್ಟ್ರು ಮಹಾ ಮೂಡಿ ಮನುಷ್ಯ. ಇವನ ಮಾತಿನ ಧಾಟಿಗೆ ಅವರಿಗೆ ಸಿಟ್ಟು ನೆತ್ತಿಗೇರಿ 'ಅಲ್ಲಿಗೇ ಸೇರಿಸಿಕೊಳ್ಳಿ ಹೋಗ್ರೀ' ಅಂತ ಮೂತಿಗೆ ಹೊಡೆದ ಹಾಗೆ ಅಂದೇಬಿಟ್ಟರು! ಈ ಅರ್ಜುನ–ಬಭ್ರುವಾಹನರು 'ಆರು ತಿಳಿಯರು ನಿನ್ನ ಭುಜಬಲದ...' ಅಂತ ಹಾಡಾಡಿಕೊಂಡು ಯುದ್ಧಕ್ಕೇ ನಿಂತುಬಿಟ್ಟರು, ಬಾಣ ತಗುಲಿದ್ದು ಮಾತ್ರ ನನಗೆ ಮತ್ತು ನನ್ನ ಮಗನಿಗೆ! ನನ್ನ ಗಂಡನನ್ನು ಸುಮ್ಮನಾಗಿಸಲು ಮಾಡಿದ ಪ್ರಯತ್ನವೆಲ್ಲ ವ್ಯರ್ಥವಾಗುತ್ತಿತ್ತು. ಪರಿಸ್ಥಿತಿ ಕೈ ಮೀರಿ ಹೋಗುತ್ತಿದೆ. ಈಗ 'ನಿಮ್ಮ ಶಾಲೆ ಅಂದರೆ ನಮಗೆ ತುಂಬ ಗೌರವ, ಅದಕ್ಕೇ ಸೀಟು ಬೇಕು' ಅಂತ ಸುಳ್ಳು ಹೇಳುವ ಹಾಗೂ ಇಲ್ಲ! ಹಾಗಾಗಿ ವಿಧಿಯಿಲ್ಲದೇ ನಾನು ಕಣಕ್ಕಿಳಿದು ನನ್ನ ಗಂಡ ಎದೆಗೆ ಒದ್ದಂತೆ ಅಂದಿದ್ದನ್ನೇ ನಾನು ಒಂದಿಷ್ಟು ನಯದ ಧಾಟಿಯಲ್ಲಿ ಹೇಳಿ, ಆಮೇಲೆ ಕೈ ಕಾಲಿಗೆ ಬಿದ್ದು ಹೇಗೋ ಸೀಟು ದೊರಕಿಸಿಕೊಂಡೆ. ಅವರೂ ಇನ್ನು ಎಳೆದಾಡಿ ಸ್ಕೋಪ್ ತೆಗೆದುಕೊಳ್ಳಲು ಸಾಧ್ಯವಿಲ್ಲ ಅನ್ನುವುದನ್ನು ಅರಿತೋ ಏನೋ ಅಂತೂ ಸೀಟ್ ಕರುಣಿಸಿದರು.

ಅದಾದ ನಂತರವೇ ನಾನು ಮಗನ ವಿಷಯವಾಗಿ ಗಂಡನನ್ನು ಇನ್ವಾಲ್ವ್ ಮಾಡುವುದನ್ನು ನಿಲ್ಲಿಸಿದ್ದು. ಯಾವಾಗ ನನ್ನ ಮಗನ ಪಾಲಿಗೆ ವರವಾಗುತ್ತಾನೋ, ಯಾವಾಗ ಶಾಪವಾಗುತ್ತಾನೋ ಅನ್ನುವುದೇ ಗೊತ್ತಿಲ್ಲದೇ unpredictable

ಆಗಿ ವರ್ತಿಸುತ್ತಿದ್ದ ಗಂಡನನ್ನು ಈ ಕೆಲಸಗಳಿಗೆಲ್ಲ ಕರೆಯುವುದನ್ನೇ ಬಿಟ್ಟು ಮಗನ ಜೊತೆ ಒಂದು ರಹಸ್ಯ ವಿಶ್ವ ನಿರ್ಮಿಸಿಕೊಂಡೆ. ಎಕ್ಸಾಮ್ ಒಂದನ್ನು ಬಿಟ್ಟರೆ ಮತ್ತೆಲ್ಲ ಬರೆಯಲೂ ಬೋರ್ ಅನ್ನುವ ಮಗ ಆ ವಿಷಯವಾಗಿ ನನ್ನನ್ನು ಸಿಕ್ಕಾಪಟ್ಟೆ ಕಾಡಿಕೊಳ್ಳುತ್ತಿದ್ದ. ಕ್ಲಾಸ್ ವರ್ಕ್ ಎಲ್ಲ ಅರ್ಧಂಬರ್ಧ. ಹೋಮ್ ವರ್ಕ್ ಮಾಡಲು ಬೇಸರವಾದಾಗ ತಿಂಗಳುಗಟ್ಟಳೆ 'ಹೋಮ್ ವರ್ಕೇ ಕೊಟ್ಟಿಲ್ಲ' ಅಂತ ನೀಟಾಗಿ ಸುಳ್ಳು ಹೇಳುತ್ತಲೇ ಬರುತ್ತಿದ್ದ. ಯಾವತ್ತೋ ಒಂದು ದಿನ ಟೀಚರ್ ಬರ ಹೇಳುತ್ತಿದ್ದರು. ಅವತ್ತೇ ಬೆಳೆಯುವ ಪೈರಿನ ಅಸಾಧಾರಣ ಕಲ್ಯಾಣಗುಣವೆಲ್ಲ ನನಗೆ ತಿಳಿಯುತ್ತಿದ್ದುದು. ಈ ರೀತಿ ಪರಿಸ್ಥಿತಿ ಬಿಗಡಾಯಿಸಿದಾಗ ನಾನು ಮನೆಯಲ್ಲಿ ಸುಳಿವೇ ಕೊಡದಂತೆ ಒಬ್ಬಳೇ ಹೋಗುವುದನ್ನು ಅಭ್ಯಾಸ ಮಾಡಿಕೊಂಡೆ. ಇನ್ನು ಅವನ ಕೋಳಿ ಕಾಲು ಅಕ್ಷರ ನೋಡಿ ರೋಸಿ ಹೋಗಿ ವಾರ್ನ್ ಮಾಡಲು ಕರೆಸಿದಾಗ, ಮಾರ್ಕ್ಸ್ ನೆಲ ಕಚ್ಚಿದಾಗ, ಗಲಾಟೆ ಮಾಡಿದಾಗ ನಾನೊಬ್ಬಳೇ ಮಗನ ಜೊತೆ ಶಾಲೆಗೆ ಹೋಗಿ ಟೀಚರ್‌ಗಳಿಗೆ ಸಲಾಮು ಹಾಕಿ, ಎದುರಾದ ತೊಂದರೆಗಳನ್ನು ನಿವಾರಿಸಿಕೊಳ್ಳುವುದನ್ನು ಕಲಿತೆ.

ಸುಮಾರು ವರ್ಷ ಹೀಗೇ ಕಳೆದಿತ್ತು. ನನ್ನ ಮಗ ಕಾಲೇಜಿಗೆ ಕಾಲಿಟ್ಟಿದ್ದ ಈಗ. ಆ ಭಂಡ ಬುದ್ಧಿಯೂ ವಯಸ್ಸಿಗೆ ತಕ್ಕ ಹಾಗೆ ಬೆಳೆಯುತ್ತಾ ಹೋಗಿತ್ತು! ಸ್ಕೂಲಿನಲ್ಲಿರುವಾಗ 'ಥೂ ಈ ಸೋಷಿಯಲ್ ಸೈನ್ಸು, ಕನ್ನಡ ಎರಡೂ ಬೋರ್ ನನಗೆ. ಕಾಲೇಜಿಗೆ ಹೋದ್ಮೇಲೆ ನನಗಿಷ್ಟದ ಸಬ್ಜೆಕ್ಟ್ ಮಾತ್ರ ಇರತ್ತೆ. ಆಗ ನೋಡು ಹೇಗೆ ಓದ್ತೀನಿ ಅಂತ' ಎಂದು ಆಶ್ವಾಸನೆ ನೀಡಿದ್ದ ಮಗರಾಯ ಈಗ 'ಥೂ ಫಿಸಿಕ್ಸ್, ಕಂಪ್ಯೂಟರ್ ಸೈನ್ಸ್, ಗಣಿತ ಮಾತ್ರ ಇಷ್ಟವಾಗತ್ತೆ. ಈ ಕೆಮಿಸ್ಟ್ರಿ ಮತ್ತೆ ಸಂಸ್ಕೃತ ಸಖತ್ ಬೋರಿಂಗ್' ಅನ್ನಲು ಶುರು ಮಾಡಿದ್ದ! ನಾನೂ ಏನೋ ಹೇಳಿಕೊಳ್ಳುತ್ತಾನೆ, ಹೇಳಲಿ ಅಂತ ಈ ಕಿವಿಯಲ್ಲಿ ಕೇಳಿ ಆ ಕಿವಿಯಲ್ಲಿ ಬಿಟ್ಟು ಸುಮ್ಮನಾಗುತ್ತಿದ್ದೆ.

ಕಾಲೇಜು ಶುರುವಾಗಿ ಹೆಚ್ಚುಕಡಿಮೆ ಆರು ತಿಂಗಳೇ ಕಳೆದ ಮೇಲೆ ಒಂದು ದಿನ ನನ್ನ ಮಗ 'ನಿನ್ನ ಕರೆದುಕೊಂಡು ಬಾ ಅಂದಿದಾರೆ ನಮ್ಮ ಕೆಮಿಸ್ಟ್ರಿ ಮ್ಯಾಮ್' ಅಂದ. ಓಹ್! ಇಲ್ಲೂ ಲೆವೆಲ್ ಮೇಂಟೇಯ್ನ್ ಮಾಡ್ತಿದಾನೆ ಅಂತ ನಿರ್ಧಾರವಾಯಿತು. ಇಷ್ಟು ದಿನ ಅದೇನೋ ಕಾಲೇಜಿಗೆ ಹೋಗುತ್ತಿದ್ದ, ಬರುತ್ತಿದ್ದನಲ್ಲ ಹಾಗಾಗಿ ಎಲ್ಲ ಸರಿಯಿದೆ ಅಂತ ನಿಶ್ಚಿಂತಳಾಗಿ ಇದ್ದುಬಿಟ್ಟಿದ್ದೆ. ಈಗ ನೋಡಿದರೆ ಮತ್ತೆ ಏನೋ ಎಡವಟ್ಟು ಆಗಿತ್ತು. ಯಾಕೆ ಅಂತ ವಿಚಾರಿಸಿದರೆ ಕೆಮಿಸ್ಟ್ರಿ ಬೋರ್ ಅನ್ನುತ್ತ ಲ್ಯಾಬ್‌ಗೆ ಹೋಗದೇ ಅರ್ಧ ವರ್ಷ ಕಳೆದು ಬಿಟ್ಟಿದ್ದ ಅನ್ನುವುದು ಗೊತ್ತಾಯಿತು. ಲ್ಯಾಬ್‌ಗೆ Attendance shortage! ಇವನು ನನ್ನನ್ನೂ ಮೀರಿಸಿದ ಪ್ರತಿಭಾವಂತ ಅನ್ನುವುದು

ಗ್ಯಾರಂಟಿಯಾಯ್ತು. ಸ್ಕೂಲಿನಲ್ಲೆಲ್ಲ ನಾನೊಬ್ಬಳೇ ಹೋರಾಡಿದ್ದು ಆಗಿತ್ತು. ಈಗ ಕಾಲೇಜಿನಲ್ಲಾದರೂ ಅಪ್ಪನ ಪಾತ್ರವಿರಲಿ ಎಂದು ಮತ್ತು ಇಷ್ಟು ಹೊತ್ತಿಗೆ ಸ್ವಲ್ಪ ವಯಸ್ಸಾಗಿತ್ತಲ್ಲ, ಬುದ್ಧಿಯೂ ಬಂದೇ ಬಿಟ್ಟಿರಬಹುದು ಅಂತ ಎಣಿಸಿ ಅವನನ್ನೂ ಕರೆದುಕೊಂಡು ಹೋದೆ. ಅದೇ ನಾನು ಮಾಡಿದ ತಪ್ಪು!

ಕೆಮಿಸ್ಟ್ರಿ ಟೀಚರಮ್ಮನ ಎದುರು ನಿಲ್ಲುತ್ತಲೇ ಸಹಸ್ರ ನಾಮಾರ್ಚನೆ ಶುರು ಮಾಡಿದರು. ಲ್ಯಾಬ್‌ಗೆ ಬಾರದ ಅತೀ ಕೆಟ್ಟ ವಿದ್ಯಾರ್ಥಿ ನಿಮ್ಮ ಮಗ ಅಂತೆಲ್ಲ ಬಾಯಿಗೆ ಬಂದಂತೆ ಬಯ್ದರು. ಆಕೆಯ ಸಿಟ್ಟೆಲ್ಲ ತೀರಲಿ ಎನ್ನುವಂತೆ ನಾನು ಸುಮ್ಮನೆ ನಿಂತಿದ್ದೆ ಅವರ ಮಾತಿಗೆಲ್ಲ ಒಪ್ಪಿಗೆಯಿರುವವಳ ಹಾಗೆ ಒಪ್ಪಿಗೆ ನೀಡುತ್ತಾ. ಇನ್ನೇನು ಎರಡು, ಮೂರು ನಿಮಿಷ ಬಯ್ದಿದ್ದರೆ ಆಕೆಗೂ ಸುಸ್ತಾಗಿ ನಿಲ್ಲಿಸುವ ಹಂತ ಮುಟ್ಟಿದ್ದರು. ಆಗ ಒಂಚೂರು 'ಮದರ್ ಸೆಂಟಿಮೆಂಟ್' ಪ್ರದರ್ಶಿಸಿ ಅವರೆದುರು ಬೇಡಿಕೊಂಡು ಏನಾದರೂ ವ್ಯವಸ್ಥೆ ಆಗಿಯೇ ಬಿಡುವುದರಲ್ಲಿತ್ತು. ಅಷ್ಟರಲ್ಲಿ ನಮ್ಮ ಪತಿದೇವರು ಕಾನೂನನ್ನು ಕೈಗೆ ತೆಗೆದುಕೊಂಡೇ ಬಿಟ್ಟರು!

'ಅದೆಲ್ಲ ಸರಿ, ಇಷ್ಟೊಂದು ತಿಂಗಳು ಸುಮ್ಮನಿದ್ದು ಈಗ ಹೇಳಿಕಳಿಸಿದ್ದೀರಲ್ಲಾ, ಇದು ಸರೀನಾ? ಕೊನೆಯವರೆಗೂ ಯಾಕೆ ಸುಮ್ಮನಿದ್ರಿ?' ಅಂತ ಅವರನ್ನೇ ದೂಷಿಸುವಂತೆ ಮಾತಾಡಲು ಶುರು ಮಾಡಿಬಿಟ್ಟ! ಅವರೇನೋ ಪಾಪ ಅಪ್ಪ-ಅಮ್ಮ ಆದವರು ಮಗನಿಗೆ ಬಯ್ದು ಬುದ್ಧಿ ಹೇಳುತ್ತಾರೆ ಅಂತ ನಮ್ಮನ್ನು ಕರೆಸಿದರೆ, ಇವನು ಆ ಟೀಚರಮ್ಮನಿಗೇ ದೂಷಿಸುವಂತೆ ಪ್ರಶ್ನೆ ಹಾಕಲು ಶುರು ಮಾಡುತ್ತಾನೆ ಅಂತ ನಾನೂ ಎಣಿಸಿರಲಿಲ್ಲ. 'ನಿಮ್ಮದೊಳ್ಳೆ ಕಥೆ ಆಯ್ತಲ್ಲ. ಏನ್ರೀ ನನ್ನನ್ನೇ ಎದುರು ನಿಂತು ಕೇಳ್ತೀರ?' ಅಂತ ಸೆಟೆದು ನಿಂತೇ ಬಿಟ್ಟರು. ಹೋಗಲಿ ಇವನ ಬಾಯನ್ನಾದರೂ ಮುಚ್ಚಿಸೋಣ ಅಂತ ಸುಮ್ಮನಾಗುವಂತೆ ಸನ್ನೆ ಮಾಡಿದರೆ ಅವನು ಗಮನಿಸದಂತೆ 'ನಿಮ್ಮನ್ನ ನಂಬಿ ಕಾಲೇಜಿಗೆ ಕಳಿಸ್ತೀವಿ ತಾನೇ? ಏನೋ ಒಂದೋ ಎರಡೋ ಕ್ಲಾಸ್‌ಗೆ ಬರದಿದ್ದರೆ ಸರಿ. ಆರು ತಿಂಗಳವರೆಗೆ ಸುಮ್ಮನಿದ್ದು ಈಗ ಹೇಳೋದಾ?' ಅಂತ ಮುಂದುವರೆಸಿದ. ಮೊದಲೇ ಅವರಿಗೆ ನನ್ನ ಮಗನ ಮೇಲೆ ಸಿಟ್ಟಿತ್ತು. ಈಗ ಇಡೀ ಫ್ಯಾಮಿಲೀನೇ ಕಿತ್ತೋಗಿರೋ ಅಂಥದ್ದು ಅಂತ ತೀರ್ಮಾನಿಸಿ ಆಯಮ್ಮ ಕೆರಳಿದ ಕಾಳಿಯಾಗಿ ಉರಿದು ಬೀಳುತ್ತಾ, ಧಾಪುಗಾಲಿಕ್ಕುತ್ತ ಅಲ್ಲಿಂದ ಹೊರಟೇಹೋದರು. ನಾನು 'ಅಯ್ಯೋ! ಮಗನ ಭವಿಷ್ಯವೇ ನನ್ನಿಂದ ದೂರ ಓಡುತ್ತಿದೆ' ಅನ್ನುವ ಹಾಗೆ ಹೊರಲಾರದ ದೇಹ ಹೊತ್ತು, ಮಗನನ್ನು ಎಳೆದುಕೊಂಡು ಅವರ ಹಿಂದೆ ಓಡಿದೆ. ಸ್ಟಾಫ್ ರೂಮಿನೊಳಗೆ ಬಿರುಗಾಳಿಯಂತೆ ಪ್ರವೇಶಿಸಿದ ಆಕೆ ನೀರು ಕುಡಿದು ಸುಧಾರಿಸಿಕೊಂಡರು ಅನ್ನುವುದು ಖಚಿತವಾದ ಮೇಲೆ ಮೆಲ್ಲನೆ ಸ್ಟಾಫ್ ರೂಮಿನೊಳಗೆ ನುಸುಳಿ ಮತ್ತೆ ದೈನ್ಯರಾಗಿ ಅವರ ಮುಂದೆ

ನಿಂತೆವು ನಾನು ಮತ್ತು ನನ್ನ ಮಗ. ನಮ್ಮನ್ನು ಮತ್ತೆ ಕಂಡ ಆಕೆ ಮತ್ತಿಷ್ಟು ಕೋಪಾವಿಷ್ಟರಾಗಿ ಇಷ್ಟು ಹೊತ್ತೂ ಅವನನ್ನು ಮಾತ್ರ ಬಯ್ಯುತ್ತಿದ್ದವರು, ಈಗ ನಮ್ಮ ಇಡೀ ಸಂಸಾರಕ್ಕೇ ಉಗಿದು ಉಪ್ಪು ಹಾಕಿದರು. ಹಾಗೆಲ್ಲ ಮಾತಾಡಿದರೆ ನಾನೂ ಕೂಡಾ ಯಾವಾಗಲೂ ತಿರುಗಿ ಬಿದ್ದು ಹೋರಾಡುವಂಥವಳು, ಈಗ ಗಂಡ ಮಾಡಿದ ಎಡವಟ್ಟಿನಿಂದಾಗಿ ತೆಪ್ಪಗೆ ನಿಂತು ಅಂದಿದ್ದೆಲ್ಲ ಅನ್ನಿಸಿಕೊಂಡೆ. ಅಲ್ಲಿಂದ ಮುಂದೆ ಅವರಿಗೆ ಪಾದಕ್ಕೆ ಬೀಳುವುದೊಂದು ಬಾಕಿ ಎನ್ನುವಂತೆ ಆರ್ತನಾದ ಮಾಡಿ, ಆ ಮೇಡಮ್ಮಿನ ಹೃದಯದಲ್ಲೂ ಕರುಣೆ ಉಕ್ಕಿ ಹರಿದು ಕೊನೆಗೆ ಸ್ವಲ್ಪ ತಣ್ಣಗಾಗಿ ಎಕ್ಸ್‌ಟ್ರಾ ಕ್ಲಾಸ್ ತೆಗೆದುಕೊಂಡು ನನ್ನ ಮಗನಿಗೊಂದು ದಾರಿ ಮಾಡಿ ಅಂತ ಬೇಡಿಕೊಂಡಾಗ ಒಪ್ಪಿದರು. ಆ ಸಮಸ್ಯೆ ಹಾಗೂ ಹೀಗೂ ಮುಗಿಯಿತು. ಆಮೇಲೆ ನಾನು ಪೂರ್ತಿ ಹುಷಾರಾಗಿ ಬಿಟ್ಟೆ, ನನ್ನ ಗಂಡನವರೆಗೆ ಇಂಥ ವಿಷಯಗಳನ್ನೆಲ್ಲ ತೆಗೆದುಕೊಂಡು ಹೋಗುವುದನ್ನೇ ನಿಲ್ಲಿಸಿದೆ. ನನ್ನ ಗಂಡನ ಕೆಪ್ಯಾಸಿಟಿ ಬಗ್ಗೆ ಇಷ್ಟರಲ್ಲಾಗಲೇ ಸಂಪೂರ್ಣ ನಂಬಿಕೆ ಬಂದುಬಿಟ್ಟಿತ್ತು!

ನನ್ನ ಮಗ ಇಂಜಿನಿಯರಿಂಗ್‌ಗೆ ಕಾಲಿಟ್ಟ. 'ಇನ್ನಾದರೂ ಕ್ಲಾಸಿಗೆ ಸರಿಯಾಗಿ ಹೋಗು, ನನ್ನನ್ನು ಕಾಲೇಜಿಗೆ ಬರುವ ಹಾಗೆ ಮಾಡಬೇಡ' ಅಂತ ದೈನೇಸಿಯಂತೆ ಬೇಡಿದೆ. ಅವನೂ ಶಿಸ್ತಾಗಿ ತಲೆ ಆಡಿಸಿದ. ಆದರೆ ಕರ್ಮ ನೋಡಿ, ಈ ಸಲ ವಿಧಿಯೇ ಅವನ ವಿರುದ್ಧ ನಿಂತಿತ್ತು. ಇನ್ನೂ ಕಾಲೇಜು ಶುರುವಾಗುವಾಗಲೇ ಟೈಫಾಯಿಡ್ ಮತ್ತು ಜಾಂಡೀಸ್ ಎರಡೂ ಅಂಟಿಕೊಂಡು ಸುಮಾರು ಎರಡು ತಿಂಗಳು ಕಾಲೇಜಿಗೆ ಹೋಗಲಾಗಲೇ ಇಲ್ಲ. ಆ ನಂತರ ಕೂಡ ಮೂರು ಹೆಜ್ಜೆಯೂ ನಡೆಯಲಾರದೆ ಆಯಾಸದಲ್ಲಿ ಕಾಲೇಜಿಗೆ ಕಾಲೆಳೆದುಕೊಂಡು ಹೊರಟವನ ಕೈಲಿ ಮೆಡಿಕಲ್ ಸರ್ಟಿಫಿಕೇಟ್ ಕಳಿಸಿದೆ. ಪ್ರಿನ್ಸಿಪಾಲ್‌ಗೆ ಕೊಟ್ಟೆ ಅಂದ. ಎಲ್ಲ ಸರಿ ಹೋಯಿತು ಅಂತ ನೆಮ್ಮದಿಯಾದೆ. ಆ ನಂತರ ಒಂದಿಷ್ಟು ದಿನ ಕಳೆದ ಮೇಲೆ ಪರೀಕ್ಷೆಯ ದಿನ announce ಆಯ್ತು. ಹಾಲ್ ಟಿಕೆಟ್ ಕೈಗೆ ಬಂದಿದ್ದೂ ಆಯಿತು. ಮಾಮೂಲಿಯಾಗಿ ಅಟೆಂಡೆನ್ಸ್ ಶಾರ್ಟೇಜ್ ಇದ್ದರೆ ಸ್ಕೂಲು, ಕಾಲೇಜುಗಳಲ್ಲಿ ಹಾಲ್ ಟಿಕೆಟ್ ಕೊಡುವುದೇ ಇಲ್ಲ. ಈಗ ಕೊಟ್ಟಿದ್ದಾರೆ ಅಂದ ಮೇಲೆ ಎಲ್ಲ ಸುಖಾಂತ್ಯ ಅಂತ ನೆಮ್ಮದಿಯಾದೆವು. ಪರೀಕ್ಷೆ ಎರಡು ದಿನ ಇರುವಾಗ ಹಾಲ್ ಟಿಕೆಟ್ ತೆಗೆದು ನೋಡುವಾಗ ಗೊತ್ತಾಯಿತು, ಅದರಲ್ಲಿ ಒಂದು ಸಬ್ಜೆಕ್ಟಿನ ಹೆಸರೇ ನಮೂದಾಗಿಲ್ಲ ಅನ್ನುವುದು. ಎಲ್ಲೋ ಕಣ್ತಪ್ಪಿನಿಂದ ಬಿಟ್ಟು ಹೋಗಿರಬೇಕು ಅಂದುಕೊಂಡು, ಅದನ್ನು ಸರಿಪಡಿಸಲು ಕಾಲೇಜಿಗೆ ತೆಗೆದುಕೊಂಡು ಹೋದ. ಆಗಲೇ ತಿಳಿದದ್ದು ಒಂದು ಸಬ್ಜೆಕ್ಟಿಗೆ attendance shortage ಇರುವುದರಿಂದ ಆ ಪರೀಕ್ಷೆಗೆ ಕೂತುಕೊಳ್ಳುವ ಹಾಗಿಲ್ಲ ಎಂದು! ನಮಗೆ ಶಾಕ್ ಹೊಡೆದಂತಾಯಿತು.

Medical Certificate ಕೊಟ್ಟರೂ ಪರೀಕ್ಷೆಗೆ ಕೂಡಿಸುವುದಿಲ್ಲ ಅನ್ನುವಂಥ ವಿಚಿತ್ರ ಕಾಲೇಜು ಅದು. ಮತ್ತೆ ಕಾಲೇಜಿಗೆ ಹೋಗಬೇಕಾಗಿ ಬಂದಿತು. ಸರಿಯಾಗಿ ನಿಲ್ಲಲೂ ಆಗದ ಮಗನನ್ನು ಒಬ್ಬಳೇ ಸಂಭಾಳಿಸುವುದು ಕಷ್ಟ ಅಂತ ಗಂಡನನ್ನೂ ಜೊತೆಗೆ ಕರೆದೆ. ಅದೇ ನಾನು ಮಾಡಿದ ತಪ್ಪು! ಯಂಡಮೂರಿಯ ಕಾದಂಬರಿಯ ಹಾಗೆ ಹೇಳಬೇಕೆಂದರೆ ಆ ತಪ್ಪು ಏನೆಂಬುದು ನನಗೆ ಸರಿಯಾಗಿ ಅಲ್ಲಿಂದ ಒಂದು ಘಂಟೆ ಹತ್ತು ನಿಮಿಷ ಮೂವತ್ತ ಮೂರು ಸೆಕೆಂಡುಗಳ ನಂತರ ತಿಳಿಯಿತು!

ಪ್ರಿನ್ಸಿಪಾಲ್ ಇದ್ದ ರೂಮಿನೆದುರು ಯಥಾಪ್ರಕಾರ ದ್ರಾಬೆ ಮುಖದಲ್ಲಿ ನಿಂತೆವು. ಅವರಿಗೋ ಜಗತ್ತಿನ ಎಲ್ಲ ವಿದ್ಯಾರ್ಥಿಗಳೂ ಕಳ್ಳರೇ ಅನ್ನುವ 'ದೃಢ ನಂಬಿಕೆ'. ನಾನು ಆದದ್ದೆಲ್ಲ ವಿವರಿಸಿದ ಕೂಡಲೇ 'ಆ ಥರದ ಮೆಡಿಕಲ್ ಸರ್ಟಿಫ಼ಿಕೇಟ್ ತರುವುದೇನು ಕಷ್ಟ' ಅಂದುಬಿಟ್ಟರು. ನನಗೆ ಸಿಟ್ಟು ನೆತ್ತಿಗೇರಿಬಿಟ್ಟಿತು. ತಿಂಗಳುಗಟ್ಟಳೆ ಮಲಗಿ ಹೈರಾಣಾಗಿದ್ದ ಮಗನನ್ನು ಈ ರೀತಿ ಅನ್ನುತ್ತಾರಲ್ಲ ಅಂತ ಸಿಟ್ಟು ಉಕ್ಕೇರಿದರೂ ತಾಳ್ಮೆ ತಂದುಕೊಳ್ಳುತ್ತಾ ಕೈಲಿದ್ದ ಇಷ್ಟು ದಪ್ಪ್ಪ್ಪ್ಪ ಫ಼ೈಲ್‌ನ ಎಲ್ಲ ಪೇಪರ್‌ಗಳನ್ನೂ ಬಿಚ್ಚಿ ಅವರೆದುರು ಹರಡಿದೆವು. ಹಾಸ್ಪಿಟಲ್‌ಗೆ ಅಡ್ಮಿಟ್ ಆದ ಮತ್ತು ಡಿಸ್ಚಾರ್ಜ್ ಆದ ರೆಕಾರ್ಡ್ಸ್ ಎಲ್ಲ ತೋರಿಸಿದರೂ 'ಆ ಥರ ರೆಕಾರ್ಡ್ಸ್ ಪ್ರೊಡ್ಯೂಸ್ ಮಾಡುವುದು ಕಷ್ಟವೇನಿಲ್ಲ' ಅಂದುಬಿಟ್ಟರು ಹೃದಯಹೀನನಂತೆ. ನನಗೆ ಯಾಕೋ ತುಂಬ ಸಂಕಟವಾಗಿ ಹೋಗಿ 'ಇಲ್ಲ ಸರ್, ಮಕ್ಕಳಾದರೂ ಸುಳ್ಳು ಹೇಳಿಯಾರು. ಪೇರೆಂಟ್ಸ್ ಆಗಿ ನಾವು ಈ ರೀತಿಯದ್ದೆಲ್ಲ ತೋರಿಸಲು ಸಾಧ್ಯವೇ? ಅವನಿಗೆ ತುಂಬ ಹುಷಾರಿರಲಿಲ್ಲ. ಅವನನ್ನು ಟ್ರೀಟ್ ಮಾಡಿದ ಡಾಕ್ಟರ್ ಜೊತೆ ಮಾತಾಡಿ ಸರ್, ಸತ್ಯ ಗೊತ್ತಾಗುತ್ತದೆ. ಇದು ಸುಳ್ಳು ಸರ್ಟಿಫ಼ಿಕೇಟ್ ಅಂತ ಮಾತ್ರ ಅನ್ನಬೇಡಿ' ಅಂದೆ ದುಃಖದಿಂದ. ಅವರು ಕೇಳಿಸಿಕೊಳ್ಳಲು ತಯಾರೇ ಇಲ್ಲ.

ಅಷ್ಟರಲ್ಲಿ ನನ್ನ ಪತಿದೇವ ಕಣಕ್ಕಿಳಿದ!

'ಸಾರ್, ನಿಮ್ಮ ಕಾಲೇಜಲ್ಲಿ ಅಟೆಂಡೆನ್ಸ್ ಎಷ್ಟು ಇರ್ಬೇಕು ಸಾರ್ ಮಿನಿಮಮ್ಮು?' ಅಂದ. ಆತ '85%' ಅಂದರು ಚುಟುಕಾಗಿ. ನನ್ನ ಗಂಡ ತೋಳು ಮಡಚಿ 'ಸಾರ್, ಇದು ತೀರಾ ಜಾಸ್ತಿಯಾಯ್ತು. ಎಂಭತ್ತೈದು ಪರ್ಸೆಂಟ್ ಅಂದ್ರೆ ಅದು ಹೇಗೆ ಮೇಂಟೇಯ್ನ್ ಮಾಡಕ್ಕೆ ಸಾಧ್ಯ ಹೇಳಿ' ಅಂತ ವಾದಕ್ಕೆ ನಿಂತ. ಆ ಪ್ರಿನ್ಸಿಪಾಲ್ ಕ್ಷಣಕಾಲ ಬೆಪ್ಪಾದರು. ಈ ರೀತಿ ಹೇಳುವ ಅಪ್ಪನನ್ನು ಮೊದಲ ಸಲ ಆತ ನೋಡುತ್ತಿದ್ದರು ಅನ್ನಿಸುತ್ತದೆ! ಅಲ್ಲಿಂದ ಮುಂದೆ ನನ್ನ ಗಂಡನ ಅದ್ಭುತ ವಾಗ್ವೈಖರಿ ಮುಂದುವರೆಯಿತು. 'ನಾನು ಓದಿದ್ದೂ ದಾವಣಗೆರೆ BDT ಕಾಲೇಜಲ್ಲಿ. ನಮಗೆ 75% ಮಿನಿಮಮ್ ಅಟೆಂಡೆನ್ಸ್ ಇತ್ತು. ನನ್ನದು ನೆಟ್ಟಗೆ 60% ಕೂಡಾ ಇರ್ತಿರಲಿಲ್ಲ. ಆಗೆಲ್ಲ ಈ ಥರ ಇರ್ಲಿಲ್ಲ ಸಾರ್. ಆರಾಮವಾಗಿ ಫ಼ೈನ್ ಕಟ್ಟಿದ್ರೆ

ಅಟೆಂಡೆನ್ಸ್ ಸಿಗ್ತಿತ್ತು. ನಿಮಗೆ ನೆನಪಿದ್ಯಾ ಸಾರ್, ಆಗ ಒಂದು ಸೂರ್ಯಗ್ರಹಣ ಆಗಿತ್ತು... ನಾವು ಎಕ್ಸಾಮ್ ಮಿಸ್ ಮಾಡಿ ಸೂರ್ಯಗ್ರಹಣ ನೋಡಕ್ಕೆ ಹುಬ್ಬಿಗೆ ಹೋಗಿದ್ವಿ. ಪರೀಕ್ಷೆ ಏನು ಸಾರ್ ಮತ್ತೆ ಬರತ್ತೆ, ಪೂರ್ತಿ ಸೂರ್ಯಗ್ರಹಣ ಮತ್ತೆ ಮತ್ತೆ ಸಿಗಕ್ಕೆ ಸಾಧ್ಯಾನಾ? ಈ ಥರದವರು ನಾವು. ಪರೀಕ್ಷೆಗೇ ಹೆದರದ ನಾವು ಇನ್ನು ನೆಟ್ಟಗೆ ಕ್ಲಾಸ್ ಅಟೆಂಡ್ ಮಾಡ್ತೀವಾ ನೀವೇ ಹೇಳಿ' ಅಂದ. ಪ್ರಿನ್ಸಿಪಾಲ್ ಮುಖದಲ್ಲಿ ಸಿಟ್ಟು ತಾಂಡವವಾಡತೊಡಗಿತು. 'ನಮ್ಮ ಕಾಲೇಜಲ್ಲಿ ದುಡ್ಡು ತಗೊಂಡು ಅಟೆಂಡೆನ್ಸ್ ಕೊಡೋ ಅಭ್ಯಾಸ ಎಲ್ಲ ಇಲ್ಲ' ಅಂತ ಗಡುಸಾಗಿ ಹೇಳಿದರು. ನನ್ನ ಗಂಡ ಅಲ್ಲಿಗೂ ನಿಲ್ಲಿಸದೇ 'ಸಾರ್, ಅದೆಲ್ಲ ಇರಬೇಕು. ಮಕ್ಕಳಿಗೆ ಏನಾದರೊಂದು ಆಪ್ಷನ್ ಇರಬೇಕು ಅಲ್ವಾ?' ಅಂದ! ಪ್ರಿನ್ಸಿಪಾಲ್ ಮುಖದಲ್ಲಿ ಸಿಟ್ಟಿಗೂ ಮೀರಿದ ಬೆಪ್ಪು ಕಳೆ ತಾಂಡವವಾಡತೊಡಗಿತು! ಅಪ್ಪ-ಅಮ್ಮನೇ ಈ ರೀತಿ ಮಾತಾಡುತ್ತಾರೆ ಅಂದರೆ ಇದು ಗ್ಯಾರಂಟಿ professional ಕಳ್ಳರ ಗುಂಪೇ ಇರಬೇಕು. ಇವರದ್ದು ಫ್ಲೇಕ್ ಸರ್ಟಿಫಿಕೇಟೇ ಬಿಡು ಅಂತ ತೀರ್ಮಾನಿಸಿಬಿಟ್ಟರು ಅನ್ನಿಸುತ್ತದೆ.

ಅಲ್ಲಿಯವರೆಗೆ ಸುಮ್ಮನಿದ್ದ ನಾನು ಕೆಲಸ ಕೆಟ್ಟುಹೋಯಿತು ಅಂದುಕೊಂಡು, ಇನ್ನು ಸುಮ್ಮನಿದ್ದರೆ ಪರಿಸ್ಥಿತಿ ಬಿಗಡಾಯಿಸುತ್ತದೆ ಅಂತ ನನ್ನ ಪಕ್ಕದಲ್ಲಿ ಕೂತಿದ್ದ ನನ್ನ ಗಂಡನ ಕಾಲನ್ನು ಮೆತ್ತಗೆ ತುಳಿದೆ 'ದಯವಿಟ್ಟು ಬಾಯಿ ಮುಚ್ಚು ಮಾರಾಯಾ' ಅಂತ ಎಚ್ಚರಿಸುವಂತೆ. ಅವನು ತಗುಲುತ್ತಿದ್ದ ನನ್ನ ಕಾಲುಗಳ ಹತ್ತಿರದಿಂದ ಅವನ ಕಾಲನ್ನು ದೂರ ಸರಿಸಿ ಕೂತ! ಪ್ರಿನ್ಸಿಪಾಲ್ ಮತ್ತೆ ಬಯ್ಯಲು ಶುರು ಮಾಡಿದರು. 'ಈಗಿನ ಮಕ್ಕಳಿಗೆ ಒಂಚೂರೂ ಡಿಸಿಪ್ಲಿನ್ ಇಲ್ಲ. ಕಾಲೇಜಿಗೆ ಮೊಬೈಲ್ ತರಬೇಡಿ ಅಂದ್ರೆ ತರ್ತಾರೆ. ಕಾರಿಡಾರ್‌ನಲ್ಲಿ ಮಾತಾಡಬೇಡಿ ಅಂದರೆ ಅಲ್ಲೇ ನಿಂತು ಮಾತಾಡ್ತಾರೆ. ಕ್ಲಾಸ್ ಬಂಕ್ ಮಾಡಿ ಇಡೀ ರಸ್ತೆಯಲ್ಲಿರೋ ಎಲ್ಲ ಫುಡ್‌ಜಾಯಿಂಟ್‌ಗಳಿಗೂ ದಿನಾ ಹೋಗಿ ಕೂತ್ಕೊಳ್ತಾರೆ. ಹೇಳೋರಿಲ್ಲ, ಕೇಳೋರಿಲ್ಲ. ಅಪ್ಪ-ಅಮ್ಮನ ದುಡ್ಡಿರತ್ತೆ ಅಂತ ಮಜಾ ಮಾಡೋದೇ ಅವರ ಕೆಲಸ...' ಇನ್ನೂ ಅವರ ಮಾತು ಆಡುತ್ತಿರುವಾಗಲೇ ನನ್ನ ಗಂಡ 'ಅದರಲ್ಲೇನು ತಪ್ಪು ಸಾರ್? ಮೊಬೈಲ್ ಅನ್ನೋದನ್ನು ಕಂಡು ಹಿಡಿದ ಮೇಲೆ ನಾವು ಟೆಕ್ನಾಲಜಿಯ ಪೂರ್ತಿ ಉಪಯೋಗ ಪಡ್ಕೋಬೇಕು ಅಲ್ವಾ? ನೀವು ಹೇಳಿದ ಹಾಗೆ ಮೊಬೈಲ್‌ನ ಮನೇಲೇ ಬಿಟ್ಟು ಬಂದು, ಮೊಬೈಲ್ ಕೈಲಿ ಇಲ್ಲಾಂದ್ರೆ ಎಮರ್ಜೆನ್ಸಿಲಿ ಫೋನ್ ಮಾಡೋದು ಹೇಗೆ ನೀವೇ ಹೇಳಿ' ಅಂತ ಶುರು ಮಾಡಿದ! 'ಭಗವಂತಾ ಕಾಪಾಡೋ, ಇವನ ಬಾಯನ್ನ ಹೇಗಾದರೂ ಮುಚ್ಚಿಸೋ' ಅಂತ ನಾನು ಮನಸ್ಸಿನಲ್ಲೇ ಬಾಯಿ ಬಡಿದುಕೊಳ್ಳಲು ಶುರು ಮಾಡಿದೆ. ಪ್ರಿನ್ಸಿಪಾಲ್ ಬಹಳ ತಾಳ್ಮೆ ವಹಿಸುತ್ತಾ 'ಅದಕ್ಕೇ ನಮ್ಮ ಕಾಲೇಜಲ್ಲಿ ಮೂಲೆಮೂಲೆಗೂ ಪಬ್ಲಿಕ್ ಫೋನ್ ಹಾಕ್ಸಿದೀವಿ. ಅಲ್ಲಿಂದ ಮಾಡಬಹುದಲ್ಲ' ಅಂದರೆ ಇವನು, 'ಸಾರ್ ಈಗ

ನೋಡಿ, ಎಮರ್ಜೆನ್ಸಿ ಬಂದು ತಲೆ ತಿರುಗಿ ಬಿದ್ದಿದೀವಿ ಅಂತಿಟ್ಕೊಳ್ಳಿ, ಎಲ್ಲೋ ಯಾರೋ ಗುದ್ದರಿಸಿ ರಸ್ತೇಲಿ ಬಿದ್ದಿದೀವಿ ಅಂತಿಟ್ಟುಕೊಳ್ಳಿ, ಆಗ ಫೋನ್ ಬೂತ್ ಹುಡುಕ್ಕೊಂಡು ಹೋಗಕ್ಕೆ ಆಗತ್ತಾ ನೀವೇ ಹೇಳಿ! ಇದಕ್ಕೆಲ್ಲಾ ನೀವು ಸ್ವಲ್ಪ ಕನ್ಸೆಷನ್ ತೋರಿಸಬೇಕು. ಆ ಥರ ಸ್ಟ್ರಿಕ್ಟ್ ಆಗಿದ್ರೆ ಆಗಲ್ಲ...' ಅನ್ನುತ್ತ 'ಹೆಂಗೆ ಪಾಯಿಂಟ್ ಹಾಕ್ದೆ ನೋಡು' ಅನ್ನುವಂತೆ ಹೆಮ್ಮೆಯಿಂದ ನೋಡಿದ.

ನಾನು ಪೂರ್ತಿ ಬಣ್ಣ ಕಳೆದುಕೊಂಡ ಮುಖದಿಂದ ಹಿಂದೆ ನಿಂತಿದ್ದ ಮಗನ ಮುಖ ನೋಡಿದೆ. ಅವನ ಮುಖ ಕಪ್ಪಿಟ್ಟು ಹೋಗಿತ್ತು! ನನಗೆ ಈಗ ಇವನ ಬಾಯಿ ಹೇಗಾದರೂ ಮುಚ್ಚಿಸದಿದ್ದರೆ ಸಾಧ್ಯವೇ ಇಲ್ಲ ಅನ್ನಿಸಿ ಅವನ ಕಾಲನ್ನು ನನ್ನ ಕಾಲಿನಿಂದ ಹುಡುಕಿ ಒಂದಿಷ್ಟು ನೋವಾಗುವ ಹಾಗೆ ಜೋರಾಗಿ ಒದ್ದೆ. 'ಕಾಲು ಆ ಕಡೆ ಇಟ್ಕೋ' ಅಂದ ನನ್ನ ಕಡೆ ತಿರುಗಿ. ಅಲ್ಲಿಗೆ ನನಗೆ ಖಾತರಿಯಾಯ್ತು ಇವನಿಗೆ ಸಧ್ಯಕ್ಕೆ ಏಳುವ ಉದ್ದೇಶವಿಲ್ಲ ಅಂತ. ನಾನು ಎದ್ದು ನಿಂತು 'ಸರ್, ಥ್ಯಾಂಕ್ ಯೂ' ಅನ್ನುತ್ತ ಮಗನೊಡನೆ ಹೊರಗೆ ಬಂದೇಬಿಟ್ಟೆ. ನಾವಿಬ್ಬರೂ ಹೊರಟ ಮೇಲೆ ವಿಧಿಯಿಲ್ಲದೇ ನನ್ನ ಗಂಡನೂ ಹಿಂಬಾಲಿಸಿದ. ಅಯ್ಯೋ! ಆ ವರ್ಷ ಅವನನ್ನು ಎಲ್ಲ ಪರೀಕ್ಷೆಗೆ ಕೂರಿಸುವಂತೆ ಮಾಡುವಷ್ಟರಲ್ಲಿ ನರಕ ದರ್ಶನವಾಗಿ ಹೋಯ್ತು. ಅವನ HOD ಸ್ವಲ್ಪ ಕರುಣಾಮಯಿ ಅಂತ ಗೊತ್ತಿತ್ತು, ಅವನ ಮೆಂಟರ್ ಕೂಡ ದಯಾರ್ದ್ರ ಹೃದಯಿ ಅಂತ ಗೊತ್ತಾಗಿತ್ತು. ಅವರ ಹತ್ತಿರವೆಲ್ಲ ಹೋಗಿ ಕೂತು ಮಗನ ಸೆಕೆಂಡ್ ಪಿಯುಸಿ ಮಾರ್ಕ್ಸ್ ಕಾರ್ಡ್ ಎದುರಿಗಿಟ್ಟು ಎಷ್ಟು ಚೆನ್ನಾಗಿ ಓದ್ತಾನೆ ನನ್ನ ಮಗ, ಅಲಾಲ್‌ಟೋಪಿ ಅಲ್ಲ ಅಂತ ಹಾಡಿದ್ದೇ ಹಾಡಿ, CET ನಲ್ಲಿ ಒಳ್ಳೆ ರ್‍ಯಾಂಕ್ ತೆಗ್ದಿದಾನೆ ಎಂದು ಮತ್ತೆ ಮತ್ತೆ ಕಾಡಿ ಬೇಡಿ ಕೊನೆಗೆ ಅಂತೂ ಅವರೆಲ್ಲ ಪ್ರಿನ್ಸಿಪಾಲ್ ಹತ್ತಿರ ಮಾತಾಡಿ ಕೊನೆಗೊಮ್ಮೆ ಒಪ್ಪಿಸಿದರು. ನನ್ನ ಮಗ ಅಂತೂ ಎಲ್ಲ ಸಬ್ಜೆಕ್ಟ್‌ಗಳನ್ನೂ ಬರೆದು ಮುಗಿಸುವಷ್ಟರಲ್ಲಿ ನಾನು ಅರ್ಧಜೀವವಾಗಿದ್ದೆ...

ಹೀಗೆ ಎಲ್ಲ ಕಾಲಕ್ಕೂ ಈಗ ಬುದ್ಧಿ ಬಂದಿರಬಹುದು, ಈ ವರ್ಷ ಬಂದೇ ಬಿಟ್ಟಿರಬಹುದು ಅನ್ನುವ ನಂಬಿಕೆಯಲ್ಲಿ ನನ್ನ ಗಂಡನನ್ನು ಜೊತೆಗೆ ಕರೆದುಕೊಂಡು ಹೋಗಿ ಹೋಗಿ ನರಳಿದ ಮೇಲೆ ಗೊತ್ತಾಯ್ತು 'ಇನ್ನೆಂದೂ ಇವನು ಬದಲಾಗುವ ಸಾಧ್ಯತೆಯೇ ಇಲ್ಲ' ಅಂತ! ಅಲ್ಲಿಂದ ಮುಂದೆ ಕೂಡ ನನ್ನ ಮಗ ಒಂದಿನಿತೂ ಬದಲಾಗದೇ, ಪ್ರತೀ ವರ್ಷವೂ ಸಮಸ್ಯೆಗಳ ಸಾಲುಸಾಲನ್ನೇ ಹೊತ್ತು ತರುವಾಗಲೂ ನಾನು ನನ್ನ ಗಂಡನಿಗೆ ತಿಳಿಯದಂತೆ ಗುಟ್ಟಿನಲ್ಲಿ ಎಲ್ಲ ಕಾರಸ್ಥಾನಗಳನ್ನು ನಡೆಸಲು ಶುರು ಮಾಡಿದೆ. ನಿಮಗೆ ನಂಬಿಕೆ ಬರುತ್ತಿಲ್ಲ ಅಲ್ಲವೇ? ಹೀಗಿರಲು ಸಾಧ್ಯವೇ ಎಂದು ಕೂಡಾ ಅಂದುಕೊಳ್ಳುತ್ತಿದ್ದೀರಿ ಅಲ್ಲವೇ? ಅದಕ್ಕೇ ನಾನು ಈ ಬರಹಕ್ಕೆ believe it or not ಅನ್ನುವ ತಲೆಬರಹ ಕೊಟ್ಟಿದ್ದು!

ಮಕ್ಕಳೇಕೆ ಮಾನ ತೆಗೆಯುತ್ತವೆ?

ದೇವರ ಹಾಗೆ ಇರುವ ಮಕ್ಕಳು ಇದ್ದಕ್ಕಿದ್ದ ಹಾಗೆ ಆ್ಯಂಗ್ರಿ ಯಂಗ್‌ಮ್ಯಾನ್ ಆಗಿಹೋಗಿ, ಸರಿಯಾದ ಸಮಯ ನೋಡಿ ಬಟ್ಟೆಯಂತೆ ನಮ್ಮನ್ನು ಒಗೆದು ಒಣಹಾಕಿ ಬಿಡುತ್ತವಲ್ಲಾ, ನಿಜಕ್ಕೂ ಗೊತ್ತಾಗದೇ ಹಾಗೆ ಮಾಡುತ್ತವಾ? ಅಥವಾ ಗೊತ್ತಿದ್ದೇ ಮಾಡುತ್ತವಾ? ಅನ್ನುವ ಸಂಶಯ ಇವತ್ತು ಬಗೆಹರಿಸಿಕೊಳ್ಳಲೇ ಬೇಕು! 'ಪರಮೇಶಿ ಪ್ರೇಮ ಪ್ರಸಂಗ' ಸಿನೆಮಾ ನೆನಪಿದೆಯಾ! ಆ ಸಿನೆಮಾದಲ್ಲಿ ಅಪ್ಪ-ಅಮ್ಮ ಪುಟ್ಟ ಮಗುವಿಗೆ ಏನೂ ತಿಳಿಯುವುದಿಲ್ಲ ಎಂದುಕೊಂಡು ಅದರ ಎದುರಿಗೇನೇ ಸರಸವಾಡ್ತಾ ಇರುವಾಗ ಆ ಮಗು 'ಶುರುವಾಯ್ತಪ್ಪಾ ಇವರ ಲವ್ವು' ಅಂತ ಬಯ್ಕೊಳ್ತಿರತ್ತೆ! ಅದು ಹಾಸ್ಯಕ್ಕಾಗಿ ಸೃಷ್ಟಿಸಿದ್ದೇ ಇರಬಹುದು ಅಂದುಕೊಂಡರೂ, ಅದರಲ್ಲಿ ಸತ್ಯಾಂಶ ಕೂಡ ಇರಬೇಕು ಅನ್ನುವುದು ನನ್ನ ಅಭಿಪ್ರಾಯ. ಪಿಳಿ ಪಿಳಿ ಕಣ್ಣು ಬಿಡುತ್ತಾ, ಮುದ್ದು ಮುದ್ದಾಗಿ ಕೂತಿರೋ ಅವುಗಳನ್ನ ನೋಡಿದಾಗ ಬೇಕಂತಲೇ ಮಾಡಿವೆ ಅಂತ ನಂಬೋದು ಸ್ವಲ್ಪ ಕಷ್ಟವಾದರೂ ಸಹ ನಂಬಲೇಬೇಕು. ಈ ಥರದ ನಿರ್ಧಾರಕ್ಕೆ ನಾನು ಸುಮ್ಮನೇ ಬಂದುಬಿಟ್ಟೆ ಅಂದುಕೊಂಡುಬಿಟ್ಟಿರಾ? ಇಲ್ಲರೀ, ಈ ನಿರ್ಧಾರಕ್ಕೆ ತಂದು ನಿಲ್ಲಿಸಿದ ಅನುಭವಗಳು ಒಂದೆರಡಲ್ಲ! ಇವುಗಳಲ್ಲಿ ಕೆಲವು ತಿಳಿಹಾಸ್ಯದ ಲೆಕ್ಕಕ್ಕೆ ಸೇರಿಸಬಹುದಾದ ಅನುಭವಗಳಾದರೆ, ಮತ್ತೆ ಕೆಲವು

ಅವಮಾನದಿಂದ ತಲೆ ತಗ್ಗಿಸುವಂಥವು. ಒಂದಿಷ್ಟನ್ನು ನಿಮ್ಮೊಡನೆ ಹಂಚಿಕೊಂಡ ನಂತರವಾದರೂ ನನಗೆ ಉತ್ತರ ಸಿಗುತ್ತದೋ ನೋಡೋಣ. ಮಕ್ಕಳು ಮಾನ ಕಳೆಯಲು ಅನುಸರಿಸುವ ನಾನಾ ವಿಧಾನಗಳಲ್ಲಿ ಒಂದಿಷ್ಟನ್ನು ನಿಮಗೆ ಹೇಳುವೆ...

ಯಾರದೋ ಮನೆಗೆ ಹೋದಾಗ ನಮ್ಮ ಮಕ್ಕಳು ಯಾವುದೋ ತಿಂಡಿಯನ್ನು ತಿನ್ನೋದಿಲ್ಲ ಅಂತ ನಾವು ಇನ್ನೂ ಹೇಳುತ್ತಿರುವಾಗಲೇ ಅವು ಎಂದೂ ಅದನ್ನು ಕೊಟ್ಟೇ ಇಲ್ಲವೇನೋ ಅನ್ನುವ ಹಾಗೆ ನಮ್ಮೆದುರಿಗೆ ಗಬಗಬ ತಿಂದು ಮುಗಿಸಿಬಿಡುತ್ತವೆ! ನಿಮಗೆ ಈ ಅನುಭವ ಆಗಿಲ್ಲದೇ ಇರಲು ಸಾಧ್ಯವೇ ಇಲ್ಲ ಅಲ್ಲವೇ? ನನ್ನ ಮಗನಂತೂ ಇಂಥದ್ದರಲ್ಲಿ ಎಕ್ಸ್‌ಪರ್ಟ್ ಅಂತಲೇ ಹೇಳಬೇಕು! ಅವನು ಮೊದಲಿನಿಂದ ಸಿಹಿಯ ದ್ವೇಷಿ. ಮನೆಯಲ್ಲಿ ಎಷ್ಟೆಲ್ಲ ಪೂಸಿ ಹೊಡೆದರೂ ಒಂದೇ ಒಂದು ತುಣುಕೂ ಸಿಹಿ ಬಾಯಿಗೆ ಹಾಕಲೂ ಬಿಡುತ್ತಿರಲಿಲ್ಲ. ಅಪ್ಪಿತಪ್ಪಿ ಹಾಕಿಬಿಟ್ಟರೆ ನಿಂತಲ್ಲೇ ತುಪಕ್ ಎಂದು ಉಗಿದು ಬಿಡುತ್ತಿದ್ದಂಥವನು. ಒಂದು ದಿನ ಮಗನ ಜೊತೆ ನನ್ನ ಗೆಳತಿಯ ಮನೆಗೆ ಹೋದೆ. ನನ್ನ ಗೆಳತಿಯ ತಮ್ಮನನ್ನು ಚಿಕ್ಕ ವಯಸ್ಸಿನಿಂದ ನೋಡಿದ್ದೆನಾದ್ದರಿಂದ ನನಗೂ ತಮ್ಮನ ಹಾಗೆಯೇ ಇದ್ದ. ಅವನು ನನ್ನ ಮಗನನ್ನು ನೋಡಿದ್ದು ಅದೇ ಮೊದಲ ಸಲ. ಹಾಗಾಗಿ ಏನಾದರೂ ಕೊಡಿಸಿಕೊಂಡು ಬರುತ್ತೇನೆ ಅಂತ ಬೈಕಿನ ಮೇಲೆ ಎತ್ತಾಕಿಕೊಂಡ. ನಾನು ಜೋರಾಗಿ ಕೂಗಿದೆ 'ವೆಂಕಾ ಸಿಹಿ ಕೊಡಿಸಬೇಡ ಕಣೋ ಅವನು ತಿನ್ನಲ್ಲಾ' ಅಂತ. ಅವನು ತಲೆಯಾಡಿಸಿದ.

ಅರ್ಧ ಘಂಟೆಯ ನಂತರ ಹಿಂದಿರುಗಿದ ನನ್ನ ಮಗನ ಕೈಯಲ್ಲಿ ದೊಡ್ಡ ಕೇಕಿನ ತುಂಡು! ನಾನು ಗೆಳತಿಯ ತಮ್ಮನಲ್ಲಿ 'ಅಯ್ಯೋ! ಕೇಕ್ ಯಾಕೋ ಕೊಡಿಸಿದೆ? ಅವನು ಸಿಹಿ ತಿನ್ನೋದಿಲ್ಲ ಅಂತ ಹೇಳಲಿಲ್ವಾ? ಸುಮ್ಮನೇ ದುಡ್ಡು ವೇಸ್ಟ್ ಮಾಡಿದೆ. ಹೇಳಿದ ಮಾತು ಕೇಳಬಾರದಾ?' ಅಂತೆಲ್ಲ ಪೇಚಾಡಿದೆ. ನನ್ನ ಗೆಳತಿಯ ತಮ್ಮ 'ಅವನೇ ಕೇಳಿದ್ದು ಕಣೇ ಅದನ್ನ ಕೊಡಿಸು ಅಂತ. ನಾನೇನೂ ಬಲವಂತ ಮಾಡಿದ್ದಲ್ಲ' ಎಂದ. 'ಅವನು ಹೇಳ್ತಾನೆ ಸರಿ, ಆದರೆ ತಿನ್ನಬೇಕಲ್ಲಾ ಪ್ರಾಣಿ' ಅಂತಂದೆ ಸ್ವಲ್ಪ ಸಿಟ್ಟಿನಲ್ಲಿ. ಅವನಿಗೆ ಮನೆಯಲ್ಲಿ ಅಣ್ಣ-ಅಕ್ಕಂದಿರ ಮಕ್ಕಳನ್ನು ನೋಡಿಕೊಂಡ ಅಪಾರ ಅನುಭವವೇನು ಕಡಿಮೆಯದಾ! ಹಾಗಾಗಿ 'ಆಯ್ತು ಬಿಡಮ್ಮ, ತಿನ್ನದಿದ್ದರೆ ನಾನು ಅದನ್ನು ತಿಂದು ಮುಗಿಸ್ತೀನಿ ಸುಮ್ಮನಿರು' ಅಂತ ಮಾತು ಮುಗಿಸಿದ. ನಾನು ಹಾಗನ್ನುತ್ತಿರುವಷ್ಟರಲ್ಲೇ ಡುಮ್ಮಗೆ ನಿಂತಿದ್ದ ನನ್ನ ಮಗ ಕೇಕ್‌ನ ಕವರನ್ನ ಪರಪರ ಹರಿದು – ನಂಬಿದರೆ ನಂಬಿ, ಬಿಟ್ಟರೆ ಬಿಡಿ – ಸುಮಾರು ಮೂರು ಇಂಚು ಉದ್ದ, ಮೂರು ಇಂಚು ಅಗಲ ಮತ್ತು ಐದು ಇಂಚು ಎತ್ತರವಿದ್ದ ಕೇಕ್ ತುಂಡನ್ನು ಬಾಯಿಗಿಟ್ಟುಕೊಂಡು ತಿನ್ನಲಾರಂಭಿಸಿದ! ನಾನು ಬಿಟ್ಟ ಕಣ್ಣು ಬಿಟ್ಟಂತೆ ನೋಡುತ್ತಿರುವಂತೆಯೇ ಇಡೀ ಜೀವನದಲ್ಲೇ ಕೇಕ್

ಕಂಡೇ ಇಲ್ಲವೇನೋ ಎನ್ನುವಂತೆ ಕಬಳಿಸುತ್ತಲೇ ಹೋದ. ಒಂದೈದು ನಿಮಿಷದ ನಂತರ, ಪಳಿಯುಳಿಕೆಯನ್ನೂ ಉಳಿಸದಂತೆ ಸಣ್ಣದೊಂದು ಕಣವೂ ಉಳಿಯದ ಹಾಗೆ ಇಡೀ ಕೇಕ್ ಖಾಲಿ!

ಅವನ ಹುಟ್ಟಿದ ದಿನದಂದು ಬಯಸಿ ಬಯಸಿ, ಮಿಕಿ ಮೌಸ್, ಪಾಪಾಯ್, ಟ್ರೇನ್ ಅಂತ ಡಿಸೈನ್ ಕೇಕ್ ಮಾಡಿಸಿಕೊಳ್ಳುವವನು ಒಂದು ತುಣುಕನ್ನೂ ಎಂದೂ ತಿಂದವನಲ್ಲ. ನಾನೇ ಹುಟ್ಟಿದಹಬ್ಬದ ದಿನ ಬಾಯಿಗೆ ಒಂದಿಷ್ಟಾದರೂ ಸಿಹಿ ಹೋಗಲಿ ಅಂತ ಬಲವಂತ ಮಾಡಿ ಸಣ್ಣ ಕೇಕ್ ತುಂಡು ತಿನ್ನಿಸಿ ಬಿಟ್ಟರಂತೂ ಸೂರು ಹಾರಿ ಹೋಗುವ ಹಾಗೆ ಅಳುತ್ತಿದ್ದವನು, ಈಗ ಅಷ್ಟು ದೊಡ್ಡ ತುಂಡನ್ನ ಎಂದೂ ಕೇಕ್ ಕಂಡೇ ಇಲ್ಲವೇನೋ ಅನ್ನುವ ಹಾಗೆ ಖಾಲಿ ಮಾಡಿದ್ದ! ನನಗೆ ತಲೆ ಎಲ್ಲಿಟ್ಟುಕೊಳ್ಳಲಿ ಅನ್ನುವ ಹಾಗೆ ಅವಮಾನ ಆಗಿ ಹೋಗಿತ್ತು. ಆಗ ನನ್ನ ಗೆಳತಿಯ ತಮ್ಮ ಹೇಳಿದ್ದ 'ಅಯ್ಯೋ ನನಗೆ ಗೊತ್ತಿಲ್ವಾ ಮಾರಾಯ್ತಿ ಮಕ್ಕಳ ಕಥೆ! ನಮ್ಮ ಮನೆಯ ಎಲ್ಲ ಸೇರು, ಪಾವು, ಚಟಾಕುಗಳದ್ದೂ ಇದೇ ಕಥೆ. ಸಮಯ ನೋಡಿ ಮಾನ ಚೆನ್ನಾಗಿ ತೊಳೆಯುತ್ತವೆ' ಅಂತ ಸಮಾಧಾನಿಸಿದ್ದ.

ಇನ್ನೊಮ್ಮೆ ನನ್ನ ಕಸಿನ್ ಮನೆಗೆ ಹೋಗಿದ್ದಾಗಿನ ಘಟನೆ. ನನ್ನ ಮಗ ಮುಂಚಿನಿಂದ ಬಹಳ ಕಡಿಮೆ ತಿನ್ನುವ ಅಭ್ಯಾಸದವನು. ಹೆಚ್ಚು ತಿನ್ನೋದಿಕ್ಕೆ ಆಗುತ್ತಲೇ ಇರಲಿಲ್ಲ. ಮೂರು ತುತ್ತು ಹೆಚ್ಚು ಕಲೆಸಿಬಿಟ್ಟರೆ, ಕಪಿಯ ಥರ ದವಡೆಗೆ ಘಂಟೆಗಟ್ಟಳೆ ಒತ್ತರಿಸಿಕೊಂಡು ಕೂತಿರುವಂಥವನು. ಇನ್ನು ಬಲವಂತ ಮಾಡಿ ತುರುಕಿದರಂತೂ ಮುಗಿಯಿತು, ತಿಂದಿದ್ದನ್ನೆಲ್ಲ ನಿರ್ದಾಕ್ಷಿಣ್ಯವಾಗಿ ವಾಂತಿ ಮಾಡಿಬಿಡುತ್ತಿದ್ದ. ಇವತ್ತಿಗೂ ಒಂದು ದೋಸೆ, ರೊಟ್ಟಿಯ ಮೇಲೆ ತಿನ್ನುವುದಿಲ್ಲ, ಎರಡು ಚಪಾತಿಯ ಮೇಲೆ ಮುಟ್ಟುವುದಿಲ್ಲ... ಈ ಥರದವನು. ಅವತ್ತು ನನ್ನ ಕಸಿನ್ ಮನೆಯಲ್ಲಿ ತಿಂಡಿಗೆ ಪೂರಿ ಮಾಡಿದ್ದರು. ನನ್ನ ಕಸಿನ್ ಹೆಂಡತಿ ತಟ್ಟೆಯಲ್ಲಿ ನಾಲ್ಕು ಪೂರಿ ಇಟ್ಟು ನನ್ನ ಮಗನಿಗೆ ಕೊಡುವುದಕ್ಕೆ ಬಂದಾಗ ನಾನು 'ಅಯ್ಯೋ! ಇಷ್ಟೊಂದೆಲ್ಲ ತಿನ್ನಲ್ಲ ಕಣೇ ಅವನು. ಅಬ್ಬಬ್ಬಾ ಅಂದರೆ ಎರಡು ತಿನ್ತಾನೆ ಅಷ್ಟೇ. ತೆಗೆದುಬಿಡು' ಅಂತ ಹಾಕಿದ್ದರಲ್ಲಿ ಎರಡನ್ನ ತೆಗೆಸಿದೆ. ಇವನು ಏನೂ ತಿಳಿಯದ ಮಳ್ಳ ಮುಖದಲ್ಲಿ ಎರಡು ತಿಂದು ಮುಗಿಸಿದ. ನಂತರ 'ಅಮ್ಮಾ ಇನ್ನೊಂದು' ಅಂದ. ನಾನು ಆಶ್ಚರ್ಯದಿಂದ ನೋಡುತ್ತ ಇನ್ನೊಂದು ತಂದು ಹಾಕಿದೆ. ಆರಾಮವಾಗಿ ಕಾಲಾಡಿಸುತ್ತ ತಿಂದು ಮುಗಿಸಿದವನು 'ಅಮ್ಮಾ ಇನ್ನೊಂದು' ಅಂದ. ನಾನು ಶಾಕಿನಲ್ಲಿ ಇನ್ನೊಂದು ತಂದು ಹಾಕಿದೆ. ಅದೂ ಮುಗಿಯಿತು. ನಂತರ 'ಅಮ್ಮಾ ಅಮ್ಮಾ ಇನ್ನೊಂದು' ಅಂದಾಗ ಪಿತ್ತ ನೆತ್ತಿಗೇರಿತು. ಆದರೆ ಅವರ ಎದುರಲ್ಲಿ ಬಯ್ಯುವುದಾದರೂ ಹೇಗೆ! ಮಾತಿಲ್ಲದೇ ತಂದು ಹಾಕಿದೆ. ಹೀಗೆಯೇ

ಒಂದೊಂದೇ ಹಾಕಿಸಿಕೊಂಡು ಸಾವಕಾಶವಾಗಿ ಮೆಲ್ಲುತ್ತ, ಮೆಲ್ಲುತ್ತ... ಕೊನೆಗೆ ಎಷ್ಟು ತಿಂದಿರಬೇಕು ಹೇಳಿ! ಏಳು ಪೂರಿ! ಮನೆಯಲ್ಲಿದ್ದರೆ ಅಷ್ಟು ಪೂರಿ ಅವನಿಗೆ ಮೂರು ದಿನದ ತಿಂಡಿ. ಅವಳು ಏನೆಂದುಕೊಂಡಿರಬಹುದು ಅವತ್ತು? ಇವಳೇ ಸುಳ್ಳು ಹೇಳ್ತಾಳೆ ಅಂದುಕೊಂಡಿರಬಹುದಾ ಅಥವಾ ಇವಳು ಮಗನಿಗೆ ಎರಡೇ ಹಾಕಿ ಸಾಕು ಎಂದು ಎಬ್ಬಿಸಿ ಬಿಡ್ತಾಳೇನೋ ಅಂದುಕೊಂಡಿರಬಹುದಾ ಅಥವಾ ಇವಳು ಮಾಡುವ ಅಡುಗೆ ಅಷ್ಟೊಂದು ಕೆಟ್ಟದಾಗಿರುತ್ತದೇನೋ ಅಂದುಕೊಂಡಿರಬಹುದಾ? ದೇವರಿಗೇ ಗೊತ್ತು!

ಮಕ್ಕಳು ಈ ರೀತಿ ಮಾನ ತೆಗೆಯುವುದು ಎಲ್ಲ ಅಪ್ಪ-ಅಮ್ಮಂದಿರ ಪಾಡು. ಹಾಗಾಗಿ ಇದು ಆಕಸ್ಮಿಕ ಅಥವಾ ಒಂದು ಅಪರೂಪದ ಘಟನೆ ಅಂತಲಂತೂ ಹೇಳುವಂತಿಲ್ಲ. ಹಿಂದೆ ಒಮ್ಮೆ ನನ್ನ ದೊಡ್ಡಪ್ಪ ಮಗನನ್ನು ಕರೆದುಕೊಂಡು ಗೆಳೆಯನ ಮನೆಗೆ ಹೋಗಿದ್ದರಂತೆ. ಹೋಗುವಾಗಲೇ ನೂರಾರು instructions ಕೊಟ್ಟಿದ್ದರಂತೆ ಅಲ್ಲಿ ಹೇಗಿರಬೇಕು ಎನ್ನುವುದರ ಬಗ್ಗೆ. ಆದರೆ ಅದೆಲ್ಲ ವ್ಯರ್ಥ ಅನ್ನುವುದು ದೊಡ್ಡಪ್ಪನಿಗೆ ತಿಳಿಯಲು ಹೆಚ್ಚು ಸಮಯವೇನೂ ತಗುಲಿರಲಿಲ್ಲ! ಅವರ ಗೆಳೆಯ 'ಮಗನಿಗೆ ಕುಡಿಯೋದಿಕ್ಕೆ ಏನು ಕೊಡಲಿ?' ಅಂತ ಕೇಳಿದರಂತೆ. ನನ್ನ ದೊಡ್ಡಪ್ಪ ಬಹಳ ಮರ್ಯಾದೆಯಿಂದ 'ಏನೂ ಬೇಡ ಕಣಪ್ಪ. ಈಗ ತಾನೇ ಮನೆ ಬಿಟ್ಟೆವಲ್ಲ ಆಗ ಹಾಲು ಕುಡಿದ. ಅವನು ಕಾಫಿ ಕುಡಿಯೋದೇ ಇಲ್ಲ' ಅಂದರಂತೆ. ನನ್ನ ದೊಡ್ಡಪ್ಪನ ಮಗ ದೊಡ್ಡ ಗಂಟಲಿನಲ್ಲಿ 'ವೆಂಕಟೇಶಯ್ಯಾ (ದೊಡ್ಡಪ್ಪನ ತಂದೆ ಮಗನನ್ನ ಹಾಗೆ ಕರೆಯುತ್ತಾ ಇದ್ದರಿಂದ ಮಗನೂ ಹಾಗೆಯೇ ಕರೀತಿದ್ದ!) ನಂಗೆ ಕಾಫಿ ಬೇಕು ಕಣೋ. ನಾನು ಮನೇಲಿ ಕಾಫಿನೇ ಅಲ್ವೇನೋ ಕುಡಿಯೋದು' ಅಂದಿದ್ದನಂತೆ! ಪಾಪ, ನನ್ನ ದೊಡ್ಡಪ್ಪನಿಗೆ ಹೇಗಾಗಿದ್ದಿರಬೇಡ!

ಈಗ ನಿಮಗೂ ಅನ್ನಿಸುತ್ತಿರಬಹುದಲ್ಲವಾ ಮಕ್ಕಳು ಬೇಕಂತಲೇ ಮಾನ ತೆಗೆಯುತ್ತವೇನೋ ಎಂದು?

ಇನ್ನು ನನ್ನ ತಂದೆ ಮತ್ತು ಚಿಕ್ಕ ಅತ್ತೆಯ ಕಥೆಯಂತೂ ನಿತ್ಯನೂತನ. ಅದು ಸುಮಾರು 40ರ ದಶಕ. ಆ ಕಾಲದಲ್ಲಿ ತುಂಬ ಬುದ್ಧಿವಂತರಿಗೆ ಡಬ್ಬಲ್ ಪ್ರೊಮೋಷನ್ ಅಂತ ಕೊಟ್ಟು ಒಂದು ಕ್ಲಾಸ್ ಓದದೆಯೇ ಮುಂದಿನ ಕ್ಲಾಸಿಗೆ ಕಳಿಸುತ್ತಿದ್ದರಂತೆ. ನನ್ನ ದೊಡ್ಡತ್ತೆಯೂ ತುಂಬ ಬುದ್ಧಿವಂತರಾದ್ದರಿಂದ ಎರಡು ಬಾರಿ ಡಬ್ಬಲ್ ಪ್ರೊಮೋಷನ್ ಸಿಕ್ಕು ಬೇಗನೇ ಕಾಲೇಜು ಮೆಟ್ಟಿಲು ಹತ್ತಿದ್ದರು. ನನ್ನ ತಂದೆ ಅವರಿಗಿಂತ ಐದು ವರ್ಷ ಚಿಕ್ಕವರು ಮತ್ತು ಚಿಕ್ಕ ಅತ್ತೆ ನನ್ನ ತಂದೆಗಿಂತ ಮೂರು ವರ್ಷ ಚಿಕ್ಕವರು. ಆದರೂ ಕ್ಲಾಸಿನ ಲೆಕ್ಕದಲ್ಲಿ 7 ವರ್ಷ ಮುಂದೆ ಇದ್ದ ಕಾರಣ ದೊಡ್ಡತ್ತೆ ಕಾಲೇಜು ಸೇರಿದಾಗ ನನ್ನ ಅಪ್ಪ ಮತ್ತು ಚಿಕ್ಕ ಅತ್ತೆ ಇನ್ನೂ ತುಂಡ್ ಹೈಕ್ಳು.

ಒಂದು ದಿನ ನನ್ನ ದೊಡ್ಡ ಅತ್ತೆಯ ಕಾಲೇಜಿನಲ್ಲಿ 'ಕಾಲೇಜ್ ಡೇ'. ಅತ್ತೆ ಪಾಪ ಸಂಭ್ರಮದಿಂದ ಬೆಳಿಗ್ಗೆಯೇ ನನ್ನ ಅಜ್ಜಿ, ತಾತನಿಗೆ ಕಾಲೇಜಿನ ಸಮಾರಂಭ ಇದೆ ಎಂದು ಆಹ್ವಾನ ನೀಡುತ್ತಿದ್ದುದನ್ನು ಇವರಿಬ್ಬರೂ ಕೇಳಿಸಿಕೊಂಡಿದ್ದಾರೆ. ಮಹಾನ್ ತರಲೆಗಳಾದ ಇವರಿಬ್ಬರನ್ನ ನನ್ನ ದೊಡ್ಡತ್ತೆ ಬೇಕೆಂದೇ ಕರೆದಿರಲಿಲ್ಲ ಅನ್ನುವುದು ಇವರಿಬ್ಬರಿಗೂ ಗೊತ್ತಿಲ್ಲ! ಪಾಪ ತಮ್ಮನ್ನೂ ಸೇರಿಸಿ, ಇಡೀ ಫ್ಯಾಮಿಲಿಯನ್ನೇ ಕರೆದಿದ್ದಾರೆ ಎನ್ನುವಂತೆ ಆಗಲೇ ಇಬ್ಬರೂ ಹೋಗಬೇಕೆಂದು ನಿಶ್ಚಯ ಮಾಡೇಬಿಟ್ಟಿದ್ದಾರೆ. ಸಂಜೆಯಾಗಿದೆ, ಇವರಿಬ್ಬರೂ ಇದ್ದಿದ್ದರಲ್ಲೇ ಅಂದವಾದ ಬಟ್ಟೆ ಹಾಕಿಕೊಂಡು ಕಾಲೇಜಿಗೆ ಹೊರಟಿದ್ದಾರೆ. ಮನೆಯಲ್ಲಿ ಯಾರಿಗೂ ಹೇಳಿಯೂ ಇಲ್ಲ. ಹೇಳಿದರೆ ಬೇಡ ಅನ್ನುತ್ತಾರೆ ಅನ್ನುವುದು ಈ ಇಬ್ಬರು ಎಳೆಯ ರಾಕ್ಷಸರಿಗೆ ಗೊತ್ತಿದ್ದಿರಬೇಕು! ದಾರಿಯಲ್ಲಿ ಇಬ್ಬರೂ ಹೋಗುತ್ತಿರುವಾಗ ಇದ್ದಕ್ಕಿದ್ದಂತೆ ಒಂದು ಜಾರುಬಂಡೆ ಕಂಡಿದೆ, ನುಣುಪು ಮಾಡಿಲ್ಲದ ಒರಟು ಜಾರುಬಂಡೆ. ಅದನ್ನು ಕಂಡ ಕೂಡಲೇ ಇಬ್ಬರೂ ಒಂದಿಷ್ಟು ಹೊತ್ತು ಆಡಿ ಆ ನಂತರ ಕಾಲೇಜಿಗೆ ಹೋಗುವ ನಿರ್ಧಾರಕ್ಕೆ ಬಂದಿದ್ದಾರೆ. ಒಮ್ಮೆ ಅದರ ಮೇಲೆ ಹತ್ತಿದವರಿಗೆ ಸಮಯದ ಪರಿವೆ ಎಲ್ಲಿರಬೇಕು! ಆಡುತ್ತಾ, ಆಡುತ್ತಾ ಸಮಯ ಕಳೆದಿದ್ದೂ, ಹಾಕಿದ್ದ ಬಟ್ಟೆ ಹರಿದದ್ದೂ ಗೊತ್ತೇ ಆಗಿಲ್ಲ! ನನ್ನಪ್ಪನ ಚಡ್ಡಿಯ ಹಿಂದೆರಡು ಪೋಸ್ಟ್ ಬಾಕ್ಸ್ ಮತ್ತು ಅತ್ತೆಯ ಫ್ರಾಕ್‌ಗೆ ದೊಡ್ಡದೊಂದು ಒನಕೆ ಓಬವ್ವನ ಕಿಂಡಿ ಆಗಿದೆ! ಇದು ಸಾಲದು ಎನ್ನುವಂತೆ ಇಬ್ಬರೂ ಮೇಲಿಂದ ಜಾರಿ ಕೆಳಗೆ ಬಿದ್ದಾಗ ಮೈಕೈ ಎಲ್ಲ ಮೆತ್ತಿದ್ದ ಧೂಳು, ಆಡಿ ಆಡಿ ಮೈಯೆಲ್ಲ ಬೆವರ ಸ್ನಾನ.

ಆಮೇಲೆ ಇದ್ದಕ್ಕಿದ್ದಂತೆ ಕಾಲೇಜಿನ ನೆನಪಾಗಿದೆ... ಅದೇ ಅವತಾರದಲ್ಲಿ ಕಾಲೇಜಿಗೆ ಓಡಿದ್ದಾರೆ! ಹೋದವರು ಅಲ್ಲಿದ್ದ ಜನಜಂಗುಳಿಯಲ್ಲಿ ಅಕ್ಕ ಕಾಣಿಸದೇ ಹೋದಾಗ, ಎದುರಾದವರಿಗೆ ತಾವು ಇಂಥವರ ತಂಗಿ-ತಮ್ಮ ಅಂತ ಪರಿಚಯ ಮಾಡಿಕೊಂಡಿದ್ದಾರೆ! ಭಿಕ್ಷೆ ಬೇಡುವವರಂತಿದ್ದ ಈ ಇಬ್ಬರನ್ನೂ ಕರೆದುಕೊಂಡು ಹೋಗಿ ಅವರು ಮೊದಲ ಸಾಲಿನಲ್ಲಿ ಕೂರಿಸಿದ್ದಾರೆ! ನನ್ನ ದೊಡ್ಡತ್ತೆ ಅವತ್ತು ಕಾಲೇಜ್ ಡೇ ಅಂತ ಪಾಪ ಸುಂದರವಾಗಿ ಅಲಂಕರಿಸಿಕೊಂಡು ಸ್ಟೇಜಿನ ಮುಂದೆಹಿಂದೆ ಮಿಂಚುತ್ತಾ ಓಡಾಡುತ್ತಿರಬೇಕಾದರೆ ಅವರ ಗೆಳತಿಯರು ಈ ಇಬ್ಬರು ಬಿಜಯಂಗೈದ ಸುದ್ದಿಯನ್ನು ಅತ್ತೆಗೆ ತಲುಪಿಸಿದ್ದಾರೆ. ಅತ್ತೆ 'ಇವರಿಬ್ಬರೂ ಯಾಕೆ ಬಂದರಪ್ಪಾ' ಅಂದುಕೊಳ್ಳುತ್ತಾ ಸಭೆಯಲ್ಲಿ ಕಣ್ಣಾಡಿಸಿದರೆ ಕಂಡಿದ್ದಾರೆ ಮೊದಲ ಸಾಲಿನಲ್ಲೇ ಕೂತ ಇವರಿಬ್ಬರು! ಮುಖಮೂತಿಯೆಲ್ಲ ಮೆತ್ತಿದ ಧೂಳು, ಕೆದರಿದ ತಲೆ, ಹರಕು ಬಟ್ಟೆ, ಸಿಂಬಳ ಸೋರುವ ಮೂಗು... ನನ್ನ ದೊಡ್ಡತ್ತೆಗೆ ಇವರಿಬ್ಬರನ್ನ ನೋಡಿ ಹೇಗಾಗಿರಬೇಡ ಪಾಪ! ತಲೆ ಎತ್ತಲಾರದಷ್ಟು ಅವಮಾನವಾಗಿ ಹೋಗಿದೆ. ಅವರು ಯಾರೋ ತನಗೆ

ಗೊತ್ತೇ ಇಲ್ಲ ಅಂದುಬಿಡೋಣ ಅಂದರೆ ಇಬ್ಬರೂ ಇಂಥವರ ತಮ್ಮ-ತಂಗಿ ಅಂತ ಪರಿಚಯ ಬೇರೆ ಮಾಡಿಕೊಂಡಿದ್ದಾರೆ! ಅತ್ತೆಗೆ ಪೂರ್ತಿ ಮೂಡ್ ಆಫ್ ಆಗಿ, ಸಮಾರಂಭ ಮುಗಿಯುವವರೆಗೆ ಹೇಗೋ ಅದರಲ್ಲಿ ಭಾಗವಹಿಸಿ ನಂತರ ಮನೆಗೆ ಬಂದು ಇವರಿಬ್ಬರಿಗೆ ಹೇಗೆ ಗತಿ ಕಾಣಿಸಿದ್ದರು ಅನ್ನೋದನ್ನ 80 ವರ್ಷದ ಅಪ್ಪ ಮತ್ತು 77 ವರ್ಷದ ಚಿಕ್ಕ ಅತ್ತೆ ಈಗಲೂ ನೆನೆಸಿಕೊಂಡು ನಗುತ್ತಾರೆ!

ಇದೇ ರೀತಿ ಮಾನ ತೆಗೆದ ಘಟನೆ ನನ್ನ ತಾಯಿಯ ಅಣ್ಣ- ಅಂದರೆ ನನ್ನ ಮಾಮನದ್ದು. ಇದೂ ಸುಮಾರು 50ರ ದಶಕದ ಕಥೆ...

ನನ್ನ ತಾತ ತುಂಬ ಸ್ಟ್ರಿಕ್ಟ್. ಸಿನೆಮಾ ನೋಡುವುದೆಂದರೆ ಕೊಲೆ ಮಾಡಿದಷ್ಟು ದೊಡ್ಡ ಅಪರಾಧ. ಇಡೀ ಜೀವನದಲ್ಲಿ ಒಂದೂ ಸಿನೆಮಾ ನೋಡಿರಲಿಲ್ಲ ಅವರು ಅನ್ನಿಸುತ್ತದೆ. ಗುಡ್ ಬಾಯ್ಸ್ ಮತ್ತು ಗುಡ್ ಗರ್ಲ್ಸ್ ಅಂದರೆ ನ್ಯೂಸ್ ಕೇಳಬೇಕು, ನ್ಯೂಸ್‌ಪೇಪರ್ ಓದಬೇಕು ಮತ್ತು ಪಾಠ ಓದಬೇಕು! ಗೆಳೆಯರ ಜೊತೆ ಅಲೆಯುವುದು, ಸಿನೆಮಾ ಹಾಡು ಕೇಳುವುದು, ಸಿನೆಮಾ ನೋಡುವುದು ಇವೆಲ್ಲ ದುರಭ್ಯಾಸಗಳು. ಇನ್ನು ಇಸ್ಪೀಟ್ ಆಡುವುದು, ಸಿಗರೇಟ್ ಸೇದುವುದು, ಕುಡಿಯುವುದಂತೂ ಇಡೀ ಸಂಸಾರದಲ್ಲೇ ಕಂಡರಿಯದ ವಿಷಯ (ಆಮೇಲೆ ಕಾರ್ಡ್ಸ್ ಅನ್ನುವುದು ನಮ್ಮ ಫ್ಯಾಮಿಲಿ ಗೇಮ್ ಆಗಿದ್ದು ಬೇರೆಯದೇ ಕಥೆ!) ಯಾವುದು ಕೆಟ್ಟದ್ದು ಅನ್ನುತ್ತೇವೋ ಅದರ ಕಡೆಗೆ ಮನಸ್ಸು ಓಡುವುದು ಮಾಮೂಲು ತಾನೇ? ಮೊದಮೊದಲಿನ ಮಕ್ಕಳೆಲ್ಲ ತಾತ ಹಾಕಿದ ಗೆರೆ ದಾಟುತ್ತಿರಲಿಲ್ಲ. ಆದರೆ ಕೊನೆಕೊನೆಯ ಮಕ್ಕಳಾದ ನನ್ನ ಮಾಮ, ಅಮ್ಮ, ಚಿಕ್ಕಮ್ಮ, ಕೊನೆಯ ಮಾವ ಇವರಿಗೆಲ್ಲ ಸ್ವಲ್ಪ ಭಂಡ ಧೈರ್ಯ ಬಂದಿತ್ತು.

ತಮಾಷೆಯೆಂದರೆ, ತಾತನ ಅಮ್ಮನಿಗೆ ಸಿಕ್ಕಾಪಟ್ಟೆ ಸಿನೆಮಾ ಹುಚ್ಚಂತೆ! ಅವರಿಗೆ ಪಕ್ಕದಲ್ಲೇ ಇದ್ದ ಥಿಯೇಟರಿನ ಕಡೆ ಹೋಗಲು ಕಾಲು ಸದಾ ಕಡಿತ. ಅಮ್ಮನಿಗೂ ಡಿಟ್ಟೋ! ಹಾಗಾಗಿ ಮುತ್ತಜ್ಜಿ ಅಮ್ಮನ ಹೆಸರು ಹೇಳಿಕೊಂಡು ಮತ್ತು ಅಮ್ಮ ಮುತ್ತಜ್ಜಿಯ ಹೆಸರು ಹೇಳಿಕೊಂಡು ಸಿನೆಮಾ ನೋಡಿಬಿಡುತ್ತಿದ್ದರಂತೆ. ಆದರೆ ನನ್ನ ಮಾಮನ ಗತಿ? ಅವರಿಗೆ ಅಷ್ಟು ಸುಲಭಕ್ಕೆ ಪರ್ಮಿಷನ್ ಸಿಗುತ್ತಿರಲಿಲ್ಲವಂತೆ. ಹಾಗಾಗಿ ಕದ್ದುಮುಚ್ಚಿ ಸಿನೆಮಾಗೆ ಹೋಗುವುದು ಅವರಿಗೆ ಅನಿವಾರ್ಯ ಕರ್ಮ ಪಾಪ. ಆಗ ಕೊಳ್ಳೆಗಾಲಕ್ಕೆ 'ಚಂದ್ರಲೇಖಾ' ಸಿನೆಮಾ ಬಂದಿತ್ತಂತೆ. ಆ ಕಾಲಕ್ಕೆ ಅದು ಭಾರೀ ಹಿಟ್ ಸಿನೆಮಾ. ಆಗೆಲ್ಲ ಸುತ್ತಲಿನ ಹತ್ತೂರಿನ ಸಮಸ್ತ ಜನರೂ ಗಾಡಿ ಕಟ್ಟಿಕೊಂಡು, ನಡೆದುಕೊಂಡು ಬಂದು ಸಿನೆಮಾ ನೋಡುವವರೆಗೆ ಮುಂದಿನ ಬದಲಾವಣೆ ಇರುತ್ತಿರಲಿಲ್ಲ ಬೇರೆ. ಸರಿ, ಮಾಮ ಹುಚ್ಚು ಹಿಡಿದವರಂತೆ ತಾಯಿಗೆ ಪೂಸಿ ಹೊಡೆದು ಒಂದಿಷ್ಟು ಸಲ ನೋಡಿದ್ದಾರೆ. 'ಒಂದಿಷ್ಟು ಸಲ' ಎಂದರೆ

ಎಷ್ಟಿರಬಹುದು ಹೇಳಿ... ಒಟ್ಟು 26 ಸಲ! ಆದರೂ ತೃಪ್ತಿಯಿಲ್ಲ. ಮತ್ತೂ ಒಂದು ಸಲ ನೋಡಬೇಕನ್ನಿಸಿ ನನ್ನ ಅಜ್ಜಿಯ ಪ್ರಾಣ ತಿಂದಿದ್ದಾರೆ. ಅಜ್ಜಿ ತುಂಬ ಸಾಧು ಹೆಂಗಸು. ಒಂದಿಷ್ಟು ಕೊಸರಾಡಿದ ನಂತರ ದುಡ್ಡು ಕೊಟ್ಟಿದ್ದಾರೆ.

ಮನೆಯಲ್ಲಿ ಹನ್ನೊಂದು ಜನ ಮಕ್ಕಳು, ಜೊತೆಗೆ ತಮ್ಮಂದಿರು, ಅವರ ಮಕ್ಕಳು, ಮತ್ತೆ ಉಳಿದ ನೆಂಟರು... ಹೀಗೆ ಎಷ್ಟೊಂದು ಜನರಿರುತ್ತಿದ್ದರೆಂದರೆ ತಾತನಿಗೆ ಮನೆಯಲ್ಲಿ ಯಾರಿದ್ದಾರೆ, ಯಾರಿಲ್ಲ ಅಂತ ತಿಳಿಯುವ ಸಾಧ್ಯತೆಯೇ ಇಲ್ಲದಷ್ಟು. ಆದರೆ ಅವತ್ತು ಏನಾಗಿದೆಯೆಂದರೆ, ಮಾಮನ ದುರಾದೃಷ್ಟಕ್ಕೆ ಯಾವುದೋ ಕೆಲಸಕ್ಕೆ ತಾತನಿಗೆ ಮಾಮನ ನೆನಪಾಗಿದೆ. ಅಜ್ಜಿ ಸ್ವಲ್ಪ ಹೊತ್ತು ಅಲ್ಲೇ ಎಲ್ಲೋ ಇರಬೇಕು ಅನ್ನುತ್ತ ನಾಟಕವಾಡಿದ್ದಾರೆ. ಆ ನಂತರವೂ ತಾತ ಬಿಡದೇ ವಿಚಾರಿಸಲು ಶುರು ಮಾಡಿದಾಗ, ಆಗ ನೆನಪಾದವರಂತೆ ಅಜ್ಜಿ ಹೆದರುತ್ತಲೇ ಮಾಮ ಸಿನೆಮಾಗೆ ಹೋಗಿರುವ ವಿಷಯ ಹೇಳಿದ್ದಾರೆ. ಎಷ್ಟನೆಯ ಸಲ ಅಂತ ಅಜ್ಜಿ ಹೇಳಿದ್ದರೆ ಗತಿ ಏನಾಗುತ್ತಿತ್ತೋ ಗೊತ್ತಿಲ್ಲ. ಸಿನೆಮಾ ಅಂತ ಕೇಳಿದ ಕೂಡಲೇ ತಾತ ಕೆಂಡಾಮಂಡಲ ಸಿಟ್ಟಾಗಿ 'ಈ ರಾತ್ರಿಯಲ್ಲಿ ಸಿನೆಮಾ? ಇಷ್ಟು ಕತ್ತಲಾದ ನಂತರ ಸಿನೆಮಾಗೆ ಹೋಗಿದ್ದಾನಾ? ಇವತ್ತು ಅವನು ಬರಲಿ, ಗತಿ ಕಾಣಿಸುತ್ತೇನೆ' ಅಂದಿದ್ದಾರೆ. ಅಜ್ಜಿಗೆ ಪಾಪ ಭಯವಾಗಿ ಟೆನ್ಷನ್ ಮಾಡಿಕೊಂಡು ಓಡಾಡುತ್ತಿದ್ದಾರೆ. ತಾತ ಎಂದೂ ಬೇಗ ಊಟ ಮಾಡಿ, ರೂಮು ಸೇರಿ ಮಲಗುವವರು ಅವತ್ತು ಕಷ್ಟ ಪಟ್ಟು ಎದ್ದೇ ಕುಳಿತಿದ್ದಾರೆ. ಮಾಮ ಸೆಕೆಂಡ್ ಶೋ ಮುಗಿಸಿ ಮನೆಯ ಹತ್ತಿರ ಬಂದರೆ ಮನೆಯೆಲ್ಲ ಬೆಳಕು! ಸಾಧಾರಣವಾಗಿ ಅಷ್ಟರಲ್ಲಾಗಲೇ ತೂಕಡಿಸುತ್ತಿರುತ್ತಿದ್ದ ಮನೆಯಲ್ಲಿ ನುಸುಳಿ, ಅಜ್ಜಿ ಕೊಡುತ್ತಿದ್ದುದನ್ನು ಸದ್ದಿಲ್ಲದೇ ತಿಂದು ಮಲಗುತ್ತಿದ್ದ ಮಾಮನಿಗೆ ಎಂದಿನಂತಿಲ್ಲದ ಮನೆಯನ್ನು ಕಂಡು ಗಾಬರಿ! ದೂರದಲ್ಲೇ ಶೆರ್ಲಾಕ್ ಹೋಮ್ಸ್‌ನ ಹಾಗೆ ನಿಂತು ಗಮನಿಸಿದಾಗ ಕೈಲಿ ಕೋಲು ಹಿಡಿದು ವರಾಂಡಾದಲ್ಲಿ ಶತಪಥ ಓಡಾಡುತ್ತಿರುವ ಅಪ್ಪ ಕಂಡಿದ್ದಾರೆ. ಓ ಇದ್ಯಾಕೋ ಎಲ್ಲೋ ಏನೋ ಎಡವಟ್ಟಾಗಿದೆ! ಇವತ್ತು ಮನೆಯ ಒಳಗೆ ಹೋದರೆ ಉಳಿಗಾಲವಿಲ್ಲ ಅಂತ ನಿರ್ಧರಿಸಿದ ಮಾಮನ survival instinct ಜಾಗೃತವಾಗಿದೆ. ಆ ಕ್ಷಣಕ್ಕೆ ಕೆಲಸ ಮಾಡಿದ ತಲೆ ಮತ್ತೊಂದು ಪ್ಲ್ಯಾನ್ ಮಾಡಿದೆ.

ತಾತ ಎರಡು ಮನೆಯವರಿಗೆ ಬಾಡಿಗೆ ಕೊಟ್ಟಿದ್ದರು. ಮಂಗಳೂರು ಕಡೆಯ ಆ ಇಬ್ಬರೂ ಮೇನ್‌ರೋಡಿಗೆ ಸೇರಿದಂತಿದ್ದ ಮನೆಯ ಒಂದು ಭಾಗವನ್ನು ಹೋಟೆಲ್ ಆಗಿ ಪರಿವರ್ತಿಸಿದ್ದರು. ಅದು ಕೊಳ್ಳೆಗಾಲದ ಮುಖ್ಯ ರಸ್ತೆಗಳಲ್ಲಿ ಒಂದಾಗಿದ್ದ ಕಾರಣ ಮತ್ತು ರಸ್ತೆಯ ಆ ಬದಿ ಅಂಗಡಿಬೀದಿಯೂ ಆಗಿದ್ದು, ಜೊತೆಗೆ ಮೂರು ಥಿಯೇಟರ್ ಕೂಡ ಇದ್ದಿದ್ದರಿಂದ ಹೋಟೆಲ್ಲಿಗೆ ಒಳ್ಳೆಯ

ವ್ಯಾಪಾರ. ಮೇನ್‌ರೋಡಿಗೆ ಸೇರಿದ ಭಾಗದಲ್ಲಿ ಒಂದು ಜಗುಲಿಯಿತ್ತು. ಹೋಟೆಲ್ ಮುಚ್ಚಿದ ನಂತರ ರಾತ್ರಿಯಲ್ಲಿ ಅದು ಕೂಲಿನಾಲಿ ಮಾಡುವವರ ಬೆಡ್‌ರೂಮಾಗಿ ಪರಿವರ್ತಿತವಾಗುತ್ತಿತ್ತು. ಅವರೆಲ್ಲ ರಾತ್ರಿ ಮಲಗಿದ್ದು, ಬೆಳಕು ಇನ್ನೂ ಮೂಡುತ್ತಿದೆ ಅನ್ನುವಾಗಲೇ ಎದ್ದು, ಅಲ್ಲಿಯೇ ಮುಖ ಗಲಬರಿಸಿ, ತಿಂಡಿ ತಿಂದು ಕೆಲಸಕ್ಕೆ ಹೋಗಿಬಿಡುವ ದಿನಚರಿಯವರು. ತಾತನಿಗೆ ಹೆದರಿ ಓಡಿ ಬಂದ ಮಾಮನಿಗೆ ಆ ಕಷ್ಟಕಾಲದಲ್ಲಿ ಆ ಜಾಗವೇ ನೆನಪಾಗಿದೆ! ಸರಿ, ಬೀಸುವ ದೊಣ್ಣೆ ತಪ್ಪಿದರೆ ಸಾಕು ಅಂತ ತೀರ್ಮಾನಿಸಿ ಅಲ್ಲಿ ಮಲಗಿದ್ದ ಯಾರದೋ ಹೊದಿಕೆಯ ಒಳಗೆ ತಾನೂ ಸೇರಿ ನಿದ್ದೆ ಹೋಗಿದ್ದಾರೆ! ಬೆಳಗಾಯಿತು... ಕೂಲಿಯವರೆಲ್ಲ ಎದ್ದು ಕೆಲಸಕ್ಕೆ ಹೊರಟು ಹೋಗಿದ್ದಾರೆ ಇವರು ಹೊದ್ದಿದ್ದ ಹೊದಿಕೆಯನ್ನೂ ತೆಗೆದುಕೊಂಡು! ಪಾಪ, ಸಿನೆಮಾ ನೋಡಿ ತಡವಾಗಿ ಬಂದು ಮಲಗಿದ ಮಾಮನಿಗೆ ಎಚ್ಚರವಾದರೂ ಹೇಗಾಗಬೇಕು? ಹಾಗಾಗಿ ಸುಖನಿದ್ರೆ ಮುಗಿಯಲೇ ಒಲ್ಲದು.

ಅದು ಮುಖ್ಯರಸ್ತೆ ಅಂತ ಮೊದಲೇ ಹೇಳಿದೆನಲ್ಲ? ತಾತ ಎಷ್ಟೋ ವರ್ಷಗಳಿಂದ ಆ ಊರಿನಲ್ಲೇ ವಕೀಲಿ ವೃತ್ತಿ ಮಾಡುತ್ತಿದ್ದುದರಿಂದ ಇಡೀ ಊರಿಗೇ ಅವರು ಮತ್ತು ಅವರ ಸಂಸಾರವೆಲ್ಲ ಗೊತ್ತು. ಇಷ್ಟು ಹೊತ್ತಾದರೂ ಈ ಏರುತ್ತಿರುವ ಬಿಸಿಲಿನಲ್ಲಿ ಅಬ್ಬೆಪಾರಿಯಂತೆ ಮಲಗಿರುವವನು ಯಾರು, ಉಸಿರಾಡುತ್ತಿದ್ದಾನಾ ಅಥವಾ ಶಿವನ ಪಾದ ಸೇರಿಬಿಟ್ಟಿದ್ದಾನಾ ಅಂತ ಹತ್ತಿರ ಬಂದು ನೋಡಿದರೆ ವಕೀಲರ ಮಗ! ಅವರಾದರೂ ಎಂಥವರಿರಬೇಕು! ಮಲಗಿದ್ದವನನ್ನು ಎಬ್ಬಿಸಿ ಮನೆಗೆ ಕಳಿಸುವುದು ಬಿಟ್ಟು ಯಾರೋ ಓಡಿಹೋಗಿ ತಾತನಿಗೆ ವಿಷಯ ತಿಳಿಸಿದ್ದಾರೆ. ತಾತನಿಗೆ ಎಂಥ ಅವಮಾನವಾಗಿರಬೇಡ! ಮನೆಯಲ್ಲಿದ್ದ ಕೆಲಸದಾಳನ್ನು ಕಳಿಸಿ ಛತ್ರಿ ಚಾಮರಗಳೊಂದಿಗೆ ಮಗನನ್ನು ಬರಮಾಡಿಕೊಂಡ ನಂತರದ ಮಾಮನ ಪಾಡನ್ನು ಹೇಳಬೇಕಾಗಿಲ್ಲ ಅಂತ ಭಾವಿಸುತ್ತೇನೆ!

ಇದೆಲ್ಲ ಕಥೆ ಕೇಳುತ್ತ ಬೆಳೆದ ನನಗೆ ಮಕ್ಕಳು ಮಾನ ತೆಗೆಯುವುದು ಅನಾದಿಕಾಲದಿಂದಲೂ ಇತ್ತು ಮತ್ತು ನನ್ನ ಅಜ್ಜಿ, ತಾತ ಕೂಡಾ ಇಂತದ್ದಕ್ಕೆಲ್ಲ ಹೊರತಾಗಿರಲಿಲ್ಲ ಅನ್ನುವ ಸಮಾಧಾನ ಮತ್ತು ವಿವೇಕವಿತ್ತು! ಹಾಗಾಗಿ ಈ ಸಣ್ಣಪುಟ್ಟ ಅವಮಾನಗಳನ್ನು ಹೇಗೋ ಸಹಿಸಿಕೊಂಡು ಬದುಕುವುದು ರೂಢಿಯಾಗಿತ್ತು. ಆದರೆ ನನ್ನ ಮಗ ಅವನ ಅಮ್ಮನನ್ನು ಇನ್ನೂ season ಮಾಡುವ ಪಣ ತೊಟ್ಟಿದ್ದ ಅನ್ನಿಸುತ್ತದೆ. ಹಾಗಾಗಿ ಮತ್ತೊಂದೆರಡು ಹೆಜ್ಜೆ ಮುಂದೆಯಿಟ್ಟು ನನ್ನ ಮಾನ ಹರಾಜು ಹಾಕಿದ ಕಿರೀಟಪ್ರಾಯವಾದ ಘಟನೆ ಹೇಳಬೇಕು...

ಒಂದು ಸಲ ನನ್ನ ಕಸಿನ್ ಒಬ್ಬಳು ನನ್ನ ಮನೆಗೆ ಬಂದಿದ್ದಳು. ಅವಳು ಸಿಕ್ಕು ಬಹಳ ದಿನವಾದ್ದರಿಂದ ಅವತ್ತು ಒಳ್ಳೆಯ ಜೋಷ್‌ನಲ್ಲಿ ಹರಟುತ್ತಿದ್ದೆವು. ಊಟ

ಮುಗಿದು ಮತ್ತೆ ಮಾತಿಗೆ ಕೂತೆವು. ನ್ಯೂಸ್ ಹೆಡ್‌ಲೈನ್ಸ್ ಮಾತ್ರ ಆಗಿತ್ತು, ಈಗ ನ್ಯೂಸ್ ಇನ್ ಡೀಟೈಲ್ ಶುರುವಾಗಿತ್ತು. ಅವಳ ಮನೆಯವರ ಬಗ್ಗೆ ಕೇಳಲು ಶುರು ಮಾಡಿದವಳು 'ನಿನ್ನ ಗಂಡ ಈಗ ಎಲ್ಲಿ ಕೆಲಸ ತೆಗೆದುಕೊಂಡಿದಾನೆ?' ಅಂದೆ. ಅವಳು ಅವನ ಕೆಲಸದ ಡೀಟೈಲ್ಸ್ ಎಲ್ಲ ಹೇಳ್ತಾ ಇರುವಾಗಲೇ ನನ್ನ ಮಗ ಅನ್ನುವ ಕಿರಾತಕ ರಂಗಪ್ರವೇಶ ಮಾಡಿದ್ದ! ಎಲ್ಲೋ ಇದ್ದವನು ಇದ್ದಕ್ಕಿದ್ದಂತೆ ಅಲ್ಲಿಗೆ ಬಂದವನೇ, ನನ್ನ ಕಿವಿಯ ಹತ್ತಿರ ಬಗ್ಗಿ 'ಅಮ್ಮ ಅಮ್ಮ ಏನೋ ಹೇಳ್ಬೇಕು' ಅಂದ. ಅದು ಬಹಳ ಡೇಂಜರ್ ಸಿಗ್ನಲ್ ಅನ್ನುವುದು ಅನುಭವದಿಂದ ಕಲಿತಿದ್ದೆ! ಮುಂಚೆ ಕೂಡಾ ಹಾಗೆ ಹೇಳಿ ಮಾನ ತೆಗೆದ ಘಟನೆಗಳ ಫ್ಲ್ಯಾಷ್‌ಬ್ಯಾಕ್ ಶುರುವಾಯಿತು...

ಒಂದು ಸಲ ಅವನ ಕ್ಲಾಸ್‌ಮೇಟ್ ಮನೆಗೆ ಹೋಗಿದ್ದೆವು. ಹೋಗುವಾಗಲೇ ದಾರಿಯುದ್ದಕ್ಕೂ ಉಪದೇಶ ಮಾಡುತ್ತಾ ಕರೆದುಕೊಂಡು ಹೋಗಿದ್ದೆ. ಅವರ ಮನೆಯವರು ಹಣಕಾಸಿನ ವಿಷಯದಲ್ಲಿ ಅಂಥಾ ಸ್ಥಿತಿವಂತರಲ್ಲ ಅನ್ನೋದು ನನಗೆ ಗೊತ್ತಿತ್ತು. ಜೊತೆಗೆ ಈ ಮುಂಚೆಯೂ ಆ ರೀತಿ ಮಾನ ಕಳೆದುಕೊಂಡ ಅನುಭವವೂ ದಾರಿದೀಪದಂತೆ ಬೆಳಗುತ್ತಿತ್ತು! ಹಾಗಾಗಿ 'ನೋಡೋ ಅವರ ಮನೆ ಚಿಕ್ಕದಿರತ್ತೆ. ನೀನು ಅಲ್ಲಿ ಏನೇನೋ ಕೇಳಿ ಅವರಿಗೆ ಬೇಜಾರು ಮಾಡಬಾರದು' ಅಂತ ಹೇಳಿಯೇ ಕರೆದುಕೊಂಡು ಹೋಗಿದ್ದೆ. ಹೂಂ ಅಂತ ತಲೆ ಆಡಿಸಿದವನು, ಅವರ ಮನೆಯೊಳಗೆ ಕಾಲಿಟ್ಟ ಕೂಡಲೇ ಕಿವಿಯಲ್ಲಿ ನಾಲ್ಕು ಮನೆಗೆ ಕೇಳುವ ಕೋಕಿಲ ಕಂಠದಲ್ಲಿ ಗುಟ್ಟು ಹೇಳಿದ್ದ! 'ಥೂ! ಇವರ ಮನೆ ಹೆಂಗಿದೆ ಅಲ್ವಾಮ್ಮ? ಚಿಕ್ಕದು. ಮತ್ತೆ ಸೋಫಾನೇ ಇಲ್ಲ ಇವರ ಮನೇಲಿ ಕೂತ್ಕೊಳಕ್ಕೆ. ಮತ್ತೆ ಅವನ ಹತ್ರ ಆಟದ ಸಾಮಾನು ಜಾಸ್ತಿ ಇಲ್ವೇ ಇಲ್ಲ...' ಅಂತ ಜೋರಾಗಿ ಹೇಳುತ್ತಾ ಹೋಗಿ ನನಗೆ ತುಂಬ ಅವಮಾನ ಆಗಿಹೋಗಿತ್ತು. ಆ ನಂತರ ಅವರಲ್ಲಿ ಕ್ಷಮೆ ಕೇಳಿ ಕೇಳಿ ಸುಸ್ತಾಗಿದ್ದೆ.

ಇನ್ನೊಮ್ಮೆ ನೆಂಟರೊಬ್ಬರ ಮನೆಗೆ ಹೋದಾಗಲೂ ಹೀಗೇ ಆಗಿತ್ತು. ಅವರ ಮನೆಯವರು ತುಂಬ ಕ್ಲೀನಾಗಿ ಮನೆ ಇಡುವ ಅಭ್ಯಾಸದವರಲ್ಲ ಅನ್ನುವುದು ನನಗೆ ಗೊತ್ತಿತ್ತು. ಹಾಗಾಗಿ ಹೋಗುವಾಗಲೇ ಯಥಾಪ್ರಕಾರ 'ಶಟ್ ಅಪ್ ಅಂದ್ರೆ ಬಾಯ್ಮುಚ್ಚಿ ಸಾರ್' ಅಂತ ಹೇಳಿಯೇ ಕರೆದುಕೊಂಡು ಹೋಗಿದ್ದೆ. ಸ್ನಾನ ಮಾಡಿಸಲು ಬಾತ್‌ರೂಮಿಗೆ ಕರೆದುಕೊಂಡು ಹೋದೆ. ಅವರ ಮನೆಯವರು ಹಿಂದೆಯೇ ಬಿಸಿನೀರಿನ ಮತ್ತು ತಣ್ಣೀರಿನ ನಲ್ಲಿಗಳ ಬಗ್ಗೆ ಹೇಳಲು ಬಂದರು. ಇವನು ಬಾತ್‌ರೂಮ್ ನೋಡಿದ ಕೂಡಲೇ ಗಂಟಲು ಹರಿದುಕೊಳ್ಳುವ ದನಿಯಲ್ಲಿ 'ಅಮ್ಮಾ ಥೂಊಊಊ ಇವರ ಮನೆ ಬಕೆಟೆಲ್ಲ ಎಷ್ಟ್ ಗಲೀಜು ಅಲ್ವಾಮ್ಮಾ? ಟಾಯ್ಲೆಟ್ಟೂ ಗಲೀಜು' ಅಂದುಬಿಟ್ಟಿದ್ದ. ನನಗಂತೂ ಇಂಥವೆಲ್ಲ ಅವಮಾನ ಸಾಕಾಗಿ

ಹೋಗಿತ್ತು. ಇವೆಲ್ಲ ಘಟನೆಗಳೂ ನೆನಪಾಗಿ 'prevention is better than cure' ಅಂದುಕೊಂಡವಳೇ, ಗುಟ್ಟು ಅಂದ ಕೂಡಲೇ ಪೇಲವ ನಗೆ ನಗುತ್ತಾ, ಅವನ ಮಾತಿಗೆ ಬ್ರೇಕ್ ಹಾಕುವವಳಂತೆ 'ಈಗ ಆಟ ಆಡ್ಕೋ ಹೋಗಮ್ಮಾ ಜಾಣ ಬಂಗಾರ. ಆಮೇಲೆ ಹೇಳುವೆಯಂತೆ ಗುಟ್ಟು' ಅಂತ ಅವನನ್ನು ಸಾಗಹಾಕಲು ನೋಡಿದೆ. ಮಾನ ತೊಳೆಯುವ ನಿರ್ಧಾರ ಮಾಡೇ ರಂಗಪ್ರವೇಶ ಮಾಡಿರುತ್ತಿದ್ದ ಅವನಾ ಅಲ್ಲಿಗೇ ಬಿಡುವವನು?

'ಅಮ್ಮಾ ಅಮ್ಮಾ, ಏನೋ ಕೇಳ್ಬೇಕು... ಈಗ್ಲೇ ಕೇಳ್ಬೇಕು... ' ಅಂತ ಹಠಕ್ಕೆ ಬಿದ್ದ. ನಾನು ಕೆಂಗಣ್ಣು ಬಿಟ್ಟು ದೃಷ್ಟಿಯಲ್ಲೇ ಗದರಿಸಿ ನೋಡಿದೆ. ಉಪಯೋಗವಾಗಲಿಲ್ಲ. 'ಏಯ್ ಸುಮ್ಮನೆ ಹೋಗು ಅಂದ್ರೆ ಅರ್ಥ ಆಗಲ್ವಾ' ಅಂತ ಬೈದೆ. ಉಹೂಂ, ಯಾವುದೂ ಪ್ರಯೋಜನಕಾರಿಯಾಗಲೇ ಇಲ್ಲ. ಇನ್ನು ಬೇರೆ ದಾರಿ ಇಲ್ಲದೇ ಅವನನ್ನು ಅಲ್ಲಿಂದ ಸಾಗಹಾಕಲು ಎದ್ದ ಕೂಡಲೇ ಅವನಿಗೆ ತನ್ನ ಪ್ಲ್ಯಾನ್ ಎಕ್ಕುಟ್ಟಿ ಹೋಗುತ್ತಿದೆ ಅನ್ನುವ ಸುಳಿವು ಸಿಕ್ಕಿಬಿಟ್ಟಿತು ಅನ್ನಿಸುತ್ತದೆ. ಮೂರೂರಿಗೆ ಕೇಳಿಸುವ ಹಾಗೆ 'ಅಮ್ಮಾ, ಮತ್ತೆ ಮತ್ತೆ ನೀನು ಹೇಳ್ತಿದ್ದೆ ಅವರ ಗಂಡನಿಗೆ ಏನೂ ಕೆಲಸಾನೇ ಇಲ್ಲಾ ಅಂತ...' ಅಂದುಬಿಟ್ಟ! ಆ ಕ್ಷಣಕ್ಕೆ ತೀವ್ರವಾಗಿ ಅನ್ನಿಸಿತು ಭೂಮಿ ಬಾಯಿ ಬಿರಿಯುವ ಹಾಗಿದ್ದರೆ ಎಷ್ಟು ಚೆನ್ನಾಗಿರುತ್ತಿತ್ತು ಎಂದು! ಈ ಕಲಿಗಾಲದಲ್ಲಿ ಭೂಮಿಯೂ ಬಿರಿಯುವುದಿಲ್ಲ ಹಾಳಾದ್ದು. ನಾನು ಪಸೆಯಾರಿದ ನಾಲಿಗೆಗೆ ಉಸಿರು ತಂದುಕೊಳ್ಳಲು ಪ್ರಯತ್ನಿಸುತ್ತ ನನ್ನೆದುರಿಗೆ ಕೂತವಳನ್ನು ನೋಡಿದರೆ ಅವಳ ಮುಖ ಕಪ್ಪಿಟ್ಟಿತ್ತು. ಶಾಕ್‌ನಿಂದ ಚೇತರಿಸಿಕೊಳ್ಳುತ್ತ damage control measures ಶುರು ಮಾಡಿದೆ.

ನಿಜಕ್ಕೂ ಆಗಿದ್ದಿಷ್ಟು:

ಅವನಿಗೆ ಮೊದಲಿನಿಂದಲೂ ಆಗಾಗ ಕನಸಿನ ಲೋಕಕ್ಕೆ ಜಾರುವ ಖಯಾಲಿ. ಅಲ್ಲಿಗೆ ಜಾರುವ ಮುನ್ನದ ಘಳಿಗೆ ಮತ್ತು ಎಚ್ಚೆತ್ತ ಘಳಿಗೆ ಎರಡನ್ನೂ ತುಂಡಾದ ದಾರ ಗಂಟು ಹಾಕುವಂತೆ ಗಂಟು ಹಾಕುವ ಅಭ್ಯಾಸ ಅವನಿಗೆ. ಅದು ಅವನ ಮಾಮೂಲು ಖಾಯಿಲೆ. ನಾನು ಗಂಡನೊಡನೆ ಯಾರದ್ದೋ ವಿಷಯ ಮಾತಾಡುವಾಗ ಕನಸಿನ ಲೋಕಕ್ಕೆ ಜಾರಿದ ಅಂತಿಟ್ಟುಕೊಳ್ಳಿ, ಮತ್ತೆ ಎಚ್ಚೆತ್ತುಕೊಂಡಾಗ ಯಾರ ವಿಷಯ ಮಾತಾಡುತ್ತಿರುತ್ತೇವೋ ಅದನ್ನು ಮೊದಲು ಮಾತನಾಡಿದ ವ್ಯಕ್ತಿಯ ವಿಷಯದ continuation ಅಂದುಕೊಳ್ಳುತ್ತಿದ್ದ. ಈ ಹಿಂದೆಯೂ ಅದರ ಅನುಭವವಾಗಿದ್ದಿದ್ದು ನಿಜ. ಆದರೆ ಯಾವುದೂ ಡ್ಯಾಮೇಜ್ ಮಾಡುವಂಥದ್ದು ಆಗಿರಲಿಲ್ಲವಾದ್ದರಿಂದ, ನಾನು ಅದರ ಕಡೆ ಹೆಚ್ಚು ಗಮನ ಕೊಡಲು ಹೋಗಿರಲಿಲ್ಲ. ಅದೀಗ ನನ್ನ ಕುತ್ತಿಗೆಗೆ ಬಂದಿತ್ತು!

ನನ್ನ ಕಸಿನ್ ಎದುರು ಕೂತು 'ನಿಜ ಹೇಳುತ್ತೇನೆ. ನಾನು ನಿನ್ನ ವಿಷಯ ಹಾಗೆ ಮಾತಾಡಿಲ್ಲ. ಅವನಿಗೆ ಈ ಥರದ ಚಾಳಿ...' ಅಂತ ಬಾಯಿ ಕಿತ್ತು ಹೋಗೋ ಅಷ್ಟು ಸಲ ಅವಳೆದುರು ಮಂಡಿಯೂರಿ ಹೇಳಿದೆ... ಹೇಳಿದೆ... ಹೇಳಿದೆ. ಪಾಪ, ಅವಳ ಸ್ಥಿತಿ ನೋಡಿ ನನಗೆ ನಿಜಕ್ಕೂ ತುಂಬ ಬೇಜಾರಾಗಿತ್ತು. ನಾನು ಮತ್ತೊಂದು ಸಲ ಹುಟ್ಟಿ ಬಂದಷ್ಟು ಕಷ್ಟ ಪಟ್ಟುಬಿಟ್ಟೆ ಅವತ್ತು.

ಅವಳು ಪರವಾಗಿಲ್ಲ ಅಂತ ನನ್ನನ್ನು ಕ್ಷಮಿಸಿ, ನನ್ನ ಮನೆಯಿಂದ ಹೊರಟ ನಂತರವೂ ನನ್ನ ಮನಸ್ಸಿನ ಕಸಿವಿಸಿ ಕಡಿಮೆಯಾಗಲೇ ಇಲ್ಲ.

'ಅವಳೇನು ಕೊನೆಗೆ ನಿಜಕ್ಕೂ ನಂಬಿದಳೋ, ನಂಬಿದ ಹಾಗೆ ನಟಿಸಿದಳೋ'

'ಎಲ್ಲ ಬರೀ ಸುಳ್ಳು! ಇವಳು ಹಾಗೆ ಹೇಳದೇ ಇದ್ದರೆ ಅಷ್ಟು ಚಿಕ್ಕಮಗು ಹಾಗೆ ಅನ್ನೋದಿಕ್ಕೆ ಹೇಗೆ ಸಾಧ್ಯ' ಅಂದುಕೊಂಡಿರಬಹುದಾ

'ಮತ್ತೆ ಮೊದಲಿನಂತೆ ಸಂಬಂಧ ಇರುತ್ತದಾ'

ಅಂತೆಲ್ಲ ತುಂಬ ಹಳಹಳಿಸಿದೆ. ಎದುರಿಗಿದ್ದ ನನ್ನ ಮಗನನ್ನು ಕಂಡಲ್ಲೆಲ್ಲಾ ಬಯ್ದೆ. ಅವನ ಅಪ್ಪ ಬಂದ ನಂತರ ಅವನೆದುರು ಮತ್ತೆ ಬಯ್ದೆ. ಅವನು ಮಾತ್ರ ತನ್ನ ಎಂದಿನ ದಡ್ಡ, ಮುಗ್ಧ ಮುಖದಲ್ಲಿ 'ಇವಳು ಯಾಕೆ ನನ್ನನ್ನ ಬಯ್ತಿದಾಳೆ' ಅನ್ನುವಂತೆಯೇ ನಿಂತಿದ್ದ. ಎಷ್ಟಂತ ಬಯ್ಯುವುದು ಹೇಳಿ? ಬಯ್ದು ಬಯ್ದು ಸಾಕಾಗಿ ಸುಮ್ಮನಾದೆ. ಆದರೂ ಮನಸ್ಸಿನಲ್ಲಿ ಅವಳು ನೊಂದುಕೊಂಡಳು ಅಂತ ಬೇಸರವಾಗುತ್ತಲೇ ಇತ್ತು. ಮನಸ್ಸು ತಡೆಯಲಾರದೇ ಮಾರನೆಯ ದಿನ ಮತ್ತೆ ಅವಳ ಮನೆಗೆ ಹೋಗಿ, ಮತ್ತೊಂದು ಸಲ ಅವಳಿಗೆ ನನ್ನ ಮಗನ ಕನಸಿನ ಲೋಕದ ಕಥೆ ಹೇಳಿ, ಮತ್ತೊಮ್ಮೆ ಹಿಂದೆ ಈ ರೀತಿ ಆದ ಘಟನೆಗಳನ್ನು ಉದಾಹರಿಸಿ, ಮತ್ತೊಮ್ಮೆ ಕ್ಷಮೆ ಬೇಡಿ... ಉಫ್! ನನ್ನ ಹೆಣ ಬೀಳುವುದೊಂದು ಬಾಕಿ ಇತ್ತಷ್ಟೇ. ಇದಕ್ಕೆಲ್ಲ ಕಾರಣನಾದ ಈ ಪುಣ್ಯಾತ್ಮ ತನ್ನ GI Joe ಲೋಕದಲ್ಲಿ ಸುಖವಾಗಿ ಆಟವಾಡಿಕೊಂಡು ಇದ್ದ, ತಾನು ಮಾಡಿರುವ ಅನಾಹುತದ ಅರಿವೇ ಇಲ್ಲದಂತೆ!

ಇದನ್ನೆಲ್ಲ ನೋಡಿದರೆ ಅನ್ನಿಸುವುದೇನೆಂದರೆ:

ಮಕ್ಕಳಿಗೆ ಏನೂ ಗೊತ್ತಿಲ್ಲದೇ ಇರುವ ವಯಸ್ಸಲ್ಲಿ ಕೂಡಾ ಅಪ್ಪ, ಅಮ್ಮನ ಮಾನ ತೆಗೆಯುವ ಉದ್ದೇಶ ಇದ್ದೇ ಇರುತ್ತದಾ?

ಪಾಠ ಹೇಳುವಾಗ ಮತ್ತು ಇನ್ನೂ ಅನೇಕ ಸಂದರ್ಭಗಳಲ್ಲಿ ಏನೇನೋ ಬಯ್ಯುತ್ತ ಇರುತ್ತೀವಲ್ಲ ಅದಕ್ಕೆ ಪ್ರತೀಕಾರವಾಗಿ pre planned ಮಾನ murder ಪ್ರೋಗ್ರಾಮ್ ಹಾಕಿರುತ್ತವಾ? ಉತ್ತರವಂತೂ ಈವರೆಗೂ ಸಿಕ್ಕಿಲ್ಲ...

ನಿಮಗೇನಾದರೂ ಗೊತ್ತಾ – ಮಕ್ಕಳೇಕೆ ಮಾನ ತೆಗೆಯುತ್ತವೆ?

ಮೈನಸ್ ಇದ್ದಿದ್ದು ಈಗ ಪ್ಲಸ್ ಆಗೋಯ್ತಲ್ಲಾ!

ಇವತ್ತು ದಾರಿಯಲ್ಲಿ ಹೋಗುತ್ತಾ ಇರುವಾಗ ಒಬ್ಬಳು ಹುಡುಗಿ ಎದುರಾದಳು. ಸುಮಾರು 20 ವರ್ಷವಿರಬೇಕು ಅವಳಿಗೆ. ಐದಡಿ ಒಂಭತ್ತೂವರೆ ಇಂಚು ಎತ್ತರವಿರುವ ನನಗಿಂತ ಅವಳು ಎತ್ತರ ಇದ್ದಳು ಅಂದರೆ ಮಿನಿಮಮ್ ಐದಡಿ ಹತ್ತಿಂಚಾದರೂ ಇದ್ದಿರಬೇಕು. ಅವಳು ತಲೆ ಎತ್ತಿ ನಡೆಯುತ್ತಿದ್ದ ರೀತಿ, confidence, ಇಡೀ ಜಗತ್ತನ್ನು ಮೇಲಿನಿಂದ ತಲೆ ನಸುಬಾಗಿಸಿ 'ಏನು ಭೂಲೋಕದಲ್ಲಿನ ಪ್ರಜೆಗಳೆಲ್ಲ ಕ್ಷೇಮವೇ' ಅಂತ ಕೇಳುವ ರೀತಿಯ ಗತ್ತು ನನ್ನ ಮನಸ್ಸಿನಲ್ಲಿ ಕಲ್ಲಿನಲ್ಲಿನ ಚಿತ್ರವೊಂದರಂತೆ ಕೊರೆದು ನಿಂತುಬಿಟ್ಟಿತು. ಇವತ್ತಿನ ದಿನ ಜಗತ್ತನ್ನೇ ಕೇರ್ ಮಾಡದಂಥ attitudeನಲ್ಲಿ ನಡೆಯುವ ನಾನು ಮೊದಲು ಈ ಎತ್ತರದ ಕಾರಣದಿಂದ ಎಷ್ಟು ಕೀಳರಿಮೆ ಅನುಭವಿಸುತ್ತಿದ್ದೆ ಅಂತ ನೆನಪಿಸಿಕೊಂಡಾಗ ಆಶ್ಚರ್ಯವೆನಿಸಿತು. ಬರೀ ಕೀಳರಿಮೆಯೊಂದೇ ಅಲ್ಲ, ಬೇಸರ, ಅವಮಾನ, ಕಷ್ಟಗಳನ್ನು ಕೂಡಾ ಅನುಭವಿಸುತ್ತಿದ್ದೆ. ನಿಮಗೆ ಸಮಯವಿದ್ದರೆ ನನ್ನ ಕಥೆ ಕೇಳುತ್ತೀರಾ...

ನಾನು ಚಿಕ್ಕವಳಿರುವಾಗ ಮನೆಯ ಮುಂದಿನ ಬಾಗಿಲ ಎರಡೂ ಬದಿಯಲ್ಲೂ ಒಂದೊಂದು ಕ್ರೋಟನ್ ಗಿಡವಿತ್ತು. ಎಡಭಾಗದ್ದು ತೆಳ್ಳಗೆ, ಎತ್ತರಕ್ಕಿದ್ದರೆ, ಬಲಭಾಗದ್ದು ಕುಳ್ಳಗೆ, ಗುಂಡುಗುಂಡಗೆ ಇತ್ತು. ಎಲ್ಲರೂ ಎಡಭಾಗದ್ದನ್ನು ರೇವತಿ ಅಂತಲೂ, ಬಲಭಾಗದ್ದನ್ನು ಭಾರತಿ ಅಂತಲೂ ಕರೆಯುತ್ತಿದ್ದರು. ಸತ್ಯಕ್ಕೂ ನಾನು ಹುಟ್ಟಿದಾಗಿನಿಂದ ಹತ್ತು ವರ್ಷ ಆಗುವವವರೆಗೂ ಇದ್ದಿದ್ದೇ ಹಾಗೆ, ಕುಳ್ಳಗೆ... ಡುಮ್ಮಗೆ. ಆಮೇಲೆ ಅದೇನಾಯಿತೋ ಗೊತ್ತಿಲ್ಲ! ಇದ್ದಕ್ಕಿದ್ದಂತೆ ಬೆಳೆದೆ, ಬೆಳೆದೆ, ಬೆಳೆದೆ... ಇವತ್ತು ಕೊಂಡ ಬಟ್ಟೆ ಇನ್ನೆರಡು ತಿಂಗಳಿಗೆ ಗಿಡ್ಡ ಅನ್ನೋ ಹಾಗೆ

ಬೆಳೆಯಲು ಶುರುವಿಟ್ಟುಕೊಂಡೆ. ಏಳನೇ ಕ್ಲಾಸ್‌ಹೊತ್ತಿಗೆ, ಅಂದರೆ ಕೇವಲ ಒಂದು ವರ್ಷದಲ್ಲಿ ಐದು ಅಡಿ ಒಂಭತ್ತೂವರೆ ಇಂಚು ಬೆಳೆದು ನಿಂತಿದ್ದೆ! ಅಷ್ಟೆತ್ತರ ಇದ್ದ ಗಲಿವರನಂಥ ನನ್ನೆದುರು, average ಎತ್ತರ ಇರುತ್ತಿದ್ದ ನನ್ನ ಕ್ಲಾಸಿನ ಹುಡುಗಿಯರೆಲ್ಲ ಲಿಲಿಪುಟ್‌ಗಳ ಥರ ಕಾಣಿಸಲಾರಂಭಿಸಿದರು. ಏಳನೇ ಕ್ಲಾಸ್ ಮುಗಿದಾಗ ಸೆಂಡ್ ಆಫ್ ದಿನ ಒಂದು ಗ್ರೂಪ್ ಫೋಟೋ ತೆಗೆಯುವುದು mandatory ತಾನೇ? ಅವತ್ತು ಫೋಟೋಗ್ರಾಫರನಿಗೆ ನನ್ನ ಕಾರಣವಾಗಿ ತಲೆ ಕೆಟ್ಟುಹೋಗಿತ್ತು! ನಾನು ಅದೆಷ್ಟು ಎತ್ತರ ಬೆಳೆದುಬಿಟ್ಟಿದ್ದೆನೆಂದರೆ ಮುಂದೆ ನಿಂತರೂ ಕಷ್ಟ, ಹಿಂದೆ ನಿಂತರೂ ಕಷ್ಟ ಅನ್ನುವಂತಾಗಿ ಹೋಗಿತ್ತು. ಫೋಟೋಗ್ರಾಫರ್ ಮೊದಲಿಗೆ ಎತ್ತರ ಜಾಸ್ತಿ ಎಂದು ನನ್ನನ್ನು ಹಿಂದಿನ ಸಾಲಿಗೆ ತಳ್ಳಿದರು. ಆಮೇಲೆ ಫೋಕಸ್ ಮಾಡುವಾಗ ನೋಡಿದರೆ ನನ್ನ ಪಕ್ಕವಿದ್ದ ಹುಡುಗಿಯರ ತಲೆಯ ಮೇಲೆ ಒಂದು ಅಡಿ ಹೆಚ್ಚು ನಾನು! Out of focus ಇದ್ದ ನನ್ನನ್ನು ಮೊದಲನೆ ಸಾಲಿಗೆ ತಂದು ನಿಲ್ಲಿಸಿದರೆ ನನ್ನ ಹಿಂದಿನ ಎರಡು ಸಾಲುಗಳಲ್ಲಿ ನನ್ನ ಹಿಂದೆ ನಿಂತಿದ್ದವರು ಕಾಣುತ್ತಲೇ ಇರಲಿಲ್ಲ! ಕೊನೆಗೆ ಹೇಗೋ ಮಾಡಿ ಫೋಟೋ ತೆಗೆಯುವಷ್ಟರಲ್ಲಿ ಫೋಟೋಗ್ರಾಫರ್‌ಗೆ ತಲೆಕೆಟ್ಟು ಮೊಸರಾಗಿ ಹೋಗಿತ್ತು...

ಈ ರೀತಿ ಅವಸರದ ಕೆಲಸಕ್ಕೆ ಎಲ್ಲೋ ಹೊರಟಿದ್ದೀನೇನೋ, ಆಮೇಲೆ ಬೆಳೆಯಲು ಸಮಯವೇ ಸಿಗುವುದಿಲ್ಲವೇನೋ ಅನ್ನುವ ಹಾಗೆ ಭರಭರ ಬೆಳೆಯುವುದಿಕ್ಕೆ ಶುರುವಾದ ನನ್ನನ್ನು ಕಂಡು ಅಮ್ಮನಿಗೆ ತಲೆ ಕೆಟ್ಟುಹೋಯ್ತು. ಆಗಾಗ ಗೋಡೆಗಾನಿಸಿ ನಿಲ್ಲಿಸಿ ನನ್ನ ಎತ್ತರ ಅಳೆಯುವ ಚಾಳಿ ಶುರುವಾಯಿತು. ನಾನು ಭರ್ತಿ 5 ಅಡಿಯ ಮೇಲೆ ಒಂಭತ್ತೂವರೆ ಇಂಚು ಬೆಳೆದು ನಿಂತುಬಿಟ್ಟಾಗ ಅಮ್ಮ ಹೌಹಾರಿಬಿಟ್ಟು ಲೆಕ್ಕಾಚಾರ ಶುರುವಿಟ್ಟುಕೊಂಡಳು – ಮೂರು ತಿಂಗಳಿಗೆ ಒಂದಿಂಚು ಅಂತ ಇಟ್ಟುಕೊಂಡರೂ ವರ್ಷಕ್ಕೆ 4 ಇಂಚು. ಈಗಿನ್ನೂ 11 ವರ್ಷ. ಇನ್ನೂ 5 ವರ್ಷ ಬೆಳೆಯುತ್ತೇನೆ ಅಂತ ಲೆಕ್ಕಕ್ಕೆ ಇಟ್ಟುಕೊಂಡರೆ ಒಟ್ಟು 20 ಇಂಚು... ಅಂದರೆ ಸುಮಾರು ಒಂದೂ ಮುಕ್ಕಾಲು ಅಡಿ! ಈಗ ಇರುವ ಐದೂ ಮುಕ್ಕಾಲು ಅಡಿಗೆ ಮತ್ತೂ ಒಂದೂ ಮುಕ್ಕಾಲು ಅಡಿ ಕೂಡಿದರೆ ಏಳೂವರೆ ಅಡಿ! ಹೀಗೆ ಗಣಿತದ ಹಾಗೆ ಲೆಕ್ಕ ಮಾಡಿದ ನಂತರ ಅಮ್ಮ ಎಷ್ಟು panic ಆಗಿಹೋದಳು ಎಂದರೆ, ನನ್ನ ಮಾವ ಡಾಕ್ಟರ್ ಹತ್ತಿರ ಕರೆದುಕೊಂಡು ಹೋಗಿ, ಬೆಳವಣಿಗೆ ನಿಲ್ಲಲು ಏನಾದರೂ ಔಷಧಿ ಇದೆಯಾ ಅಂತೆಲ್ಲ ವಿಚಾರಿಸಿದ್ದಳು! ಅವರು 'ಔಷಧಿಯೇನೋ ಇದೆ. ಆದರೆ ಮುಂದೆ ಬೇರೆ ಥರ ತೊಂದರೆಗಳು ಬರಬಹುದು. Side effects ಜಾಸ್ತಿ' ಅಂದಿದ್ದಕ್ಕೆ ಹೆದರಿ ಸುಮ್ಮನಾದಳು ಅಷ್ಟೆ. ಇಲ್ಲ ಅಂದರೆ ಅದನ್ನೂ ಟ್ರೈ ಮಾಡಿ ನೋಡಿಬಿಡುತ್ತಿದ್ದಳು ಗ್ಯಾರಂಟಿ!

ನನ್ನ ತಾತ - ಅಂದರೆ ಅಪ್ಪನ ಅಪ್ಪ - ಭರ್ತಿ ಆರಡಿ ಇದ್ದರು. ಅವರಿಗೆ ಎತ್ತರೆತ್ತರ ಬೆಳೆಯುತ್ತಿದ್ದ ನನ್ನನ್ನು ನೋಡಿ ಖುಷಿಯೋ ಖುಷಿ. ಅವರ ಮಟ್ಟ ಇನ್ಯಾವುದರಲ್ಲೂ ಮುಟ್ಟುವುದಿಲ್ಲ ಎನ್ನುವ ಅಚಲ ನಂಬಿಕೆಯಿತ್ತು ಅಂತ ಕಾಣುತ್ತದೆ, ಹಾಗಾಗಿ ಎತ್ತರದಲ್ಲಾದರೂ ತನ್ನ ಸಮ ಮುಟ್ಟಲಿ ಅಂತ ಅವರ ಆಸೆ ಇದ್ದಿರಬೇಕು! ನಾನು ಬೆಳೆಯುತ್ತಿದ್ದ ರೇಟ್ ನೋಡಿ ಖುಷಿಯಾಗಿ ಹೋಗಿ 'ನನ್ನ ಎತ್ತರ ಮುಟ್ಟಿದರೆ 500 ರೂಪಾಯಿ ಕೊಡ್ತೀನಿ' ಅಂತ ಆಮಿಷವೊಡ್ಡಿದರು! ಅಮ್ಮನಂತೂ ಆ ದುಡ್ಡಿನ ಆಮಿಷಕ್ಕೆ ಒಳಗಾಗಿ ನಾನು ಬೆಳೆದೇ ಬಿಡುತ್ತೀನೇನೋ ಅನ್ನುವ ಹಾಗೆ ಬೆಚ್ಚಿಬಿದ್ದು 'ನಿಮ್ಮಷ್ಟು ಎತ್ತರ ಆದರೆ ಆಗ 500 ರೂಪಾಯಿ ಅಲ್ಲ, 50 ಸಾವಿರ ಕೊಡಬೇಕು. ಇವಳ ಎತ್ತರಕ್ಕೆ ಗಂಡು ಎಲ್ಲಿಂದ ತರಲಿ' ಅಂತ ತುಂಬ ಟೆನ್ಷನ್ನಿನಲ್ಲಿ ಹೇಳಿದ್ದಳು! ನಾನು ಇದೆಲ್ಲ ತಾಪತ್ರಯ ಯಾಕೆ ಅಂತ ತೀರ್ಮಾನಿಸಿದವಳಂತೆ, ಅಂತೂ ಇಂತೂ ಐದೂ ಮುಕ್ಕಾಲಡಿ ಮೇಲೆ ಅರ್ಧ ಇಂಚು ಬೆಳೆದ ನಂತರ ಅಲ್ಲಿಗೇ ಬೆಳವಣಿಗೆ ನಿಂತಿತು. ನನ್ನಮ್ಮ ನೆಮ್ಮದಿಯ ನಿಟ್ಟುಸಿರುಬಿಟ್ಟಳು. ಆದರೆ ಐದಡಿ ಒಂಭತ್ತೂವರೆ ಇಂಚಿನ ಉದ್ದವನ್ನು ಕೂಡಾ ಆ ಕಾಲಘಟ್ಟದಲ್ಲಿ handle ಮಾಡುವುದು ಸುಲಭದ ಕೆಲಸವೇನೂ ಆಗಿರಲಿಲ್ಲ...

ಅದೇ ವರ್ಷ ನನಗೆ ಟೈಫಾಯ್ಡ್ ಜ್ವರ ಬಂದಿತು. ನಮ್ಮೂರಿನ ಗವರ್ನ್‌ಮೆಂಟ್ ಡಾಕ್ಟರ್ ನಮ್ಮ ಫ್ಯಾಮಿಲಿ ಫ್ರೆಂಡೇ ಆಗಿದ್ದರು. ಹಾಗಾಗಿ ಅವರ ಹತ್ತಿರವೇ ಟ್ರೀಟ್‌ಮೆಂಟ್ ಕೊಡಿಸಲು ಶುರು ಮಾಡಿದರು ಅಪ್ಪ-ಅಮ್ಮ. ಆದರೆ ಸುಮಾರು ದಿನಗಳೇ ಕಳೆದು ಹೋದಾಗಲೂ ಜ್ವರ ಇಳಿಯಲೇ ಇಲ್ಲ. ಆಗ ಅಪ್ಪ-ಅಮ್ಮನಿಗೆ ಬೇಬಿಯ ನೆನಪಾಗಿ ನಡುಗಿಬಿಟ್ಟರು. ಈ ಬೇಬಿ ಯಾರು ಅಂದರೆ ಕಬಿನಿ ಕಾಲೋನಿಯಲ್ಲಿದ್ದ ನನ್ನ ಗೆಳತಿ. ನನಗಿಂತ ಎರಡು-ಮೂರು ವರ್ಷ ದೊಡ್ಡವಳು. ಅವಳಿಗೆ ಒಂದು ಸಲ ಟೈಫಾಯಿಡ್ ಆಗಿ ನಮ್ಮೂರಿನ ಸರಕಾರಿ ಆಸ್ಪತ್ರೆಯಲ್ಲಿ ಟ್ರೀಟ್‌ಮೆಂಟ್ ಶುರುವಾಯಿತು. ಮೂರು ವಾರಗಳೇ ಕಳೆದುಹೋದರೂ ಅವಳ ಜ್ವರ ತಗ್ಗಲೇ ಇಲ್ಲ. ಆಗ ಅವಳ ಅಪ್ಪ-ಅಮ್ಮ ಅವಳನ್ನು ಮೈಸೂರಿನ ಹಾಸ್ಪಿಟಲ್ ಒಂದರಲ್ಲಿ ಅಡ್ಮಿಟ್ ಮಾಡಿದರು. ನಾವೆಲ್ಲ ಹೋಗಿದ್ದೆವು ಅವಳನ್ನು ನೋಡಲು. ಸಣ್ಣಗೆ ಹಲ್ಲಿಯಂತಾಗಿ ಹೋಗಿದ್ದ ಅವಳನ್ನು ನೋಡಿ ಬೇಜಾರು ಮಾಡಿಕೊಂಡಿದ್ದೆವು. ಆಮೇಲೆ ಕೊಳ್ಳೆಗಾಲಕ್ಕೆ ಹೋಗಿ, ಅಲ್ಲಿ ರಜೆ ಮುಗಿಸಿ ವಾಪಸ್ಸಾದ ದಿನ ಮತ್ತೊಂದು ಸಲ ಅವಳನ್ನು ನೋಡಿಕೊಂಡು ನಂತರ ನಮ್ಮೂರಿಗೆ ಹೋಗೋಣ ಅಂತ ಆಸ್ಪತ್ರೆಗೆ ಹೋದರೆ ಅವಳಿದ್ದ ಬೆಡ್ ಖಾಲಿ ಇತ್ತು. ಅಮ್ಮ ಅಲ್ಲೇ ಓಡಾಡುತ್ತಿದ್ದ ನರ್ಸ್ ಒಬ್ಬರನ್ನು 'ಇಲ್ಲಿದ್ದ ಪೇಷೆಂಟ್ ಎಲ್ಲಿ' ಅಂತ ಕೇಳಿದಳು. ಆಕೆ 'ಅವಳು ಹೋದಳಲ್ಲಾ' ಅಂದರು. ಅಮ್ಮ ಡಿಸ್ಚಾರ್ಜ್ ಆಗಿ ಊರಿಗೆ ಹೋದಳೇನೋ ಅಂತ

ಖುಷಿಯಾಗಿ 'ಹೌದಾ! ಯಾವಾಗ?' ಅಂದರೆ ಆ ನರ್ಸ್ 'ಮೊನ್ನೇನೇ ಸತ್ತೋಯ್ತು ಆ ಪಾಪು' ಅಂದಿದ್ದಳು.

ಆ ನೆನಪು ಯಾವತ್ತಿಗೂ ಕಾಡುತ್ತಲೇ ಇರುವುದರಿಂದ ನನ್ನ ವಿಷಯಕ್ಕೂ ಗಾಬರಿಯಾದ ಅಪ್ಪ-ಅಮ್ಮ ನನ್ನನ್ನು ಮೈಸೂರಿನ ಆಸ್ಪತ್ರೆಗೆ ಅಡ್ಮಿಟ್ ಮಾಡುವುದು ಒಳ್ಳೆಯದಲ್ಲವೇ ಅಂದಾಗ ನಮ್ಮ ಫ್ಯಾಮಿಲಿ ಡಾಕ್ಟರ್ ಕೂಡಾ ಅದೇ ಸರಿಯಾದ ಮಾರ್ಗ ಅನ್ನಿಸುತ್ತದೆ ಅಂದರು. ಅಲ್ಲಿದ್ದ ಅಂಕೇಗೌಡ ಡಾಕ್ಟರ್ (ನಮ್ಮ ಹೀರೋ ಅಂಬರೀಷ್ ಮಾವ) ನನಗೆ ಆ ಮುಂಚೆಯೂ ವಿಚಿತ್ರ ರೋಗಗಳು ಬಂದಾಗೆಲ್ಲ ಟ್ರೀಟ್ ಮಾಡಿದಂಥವರು. ಅವರೆಂದರೆ ನಮಗೆ ತುಂಬ ನಂಬಿಕೆ. ಅವತ್ತು ಅವರ ಹತ್ತಿರ ಹೋದಾಗ 'ಇಲ್ಲಿ 12 ವರ್ಷದ ಕೆಳಗಿನ ಮಕ್ಕಳನ್ನು ಮಾತ್ರ ನೋಡೋದು. ಇವಳನ್ನು ನಾನು ನೋಡಕ್ಕಾಗಲ್ಲ' ಅಂದಿದ್ದರು! ಅಪ್ಪ-ಅಮ್ಮ 'ಇಲ್ಲ ಡಾಕ್ಟರೇ ಇವಳಿಗೆ ಇನ್ನೂ 11 ವರ್ಷ' ಅಂತ ಹೇಳಿದರೂ ಅವರಿಗೆ ನಂಬಿಕೆಯೇ ಬಂದಿರಲಿಲ್ಲ. 'ನನ್ನ ಹತ್ತಿರಾನೇ ತೋರಿಸಬೇಕು ಅಂತ ಸುಳ್ಳು ಹೇಳ್ತಿದೀರ ಕಣ್ರೀ. ಈ ಗಣೆಮರಕ್ಕೆ ಬರೀ 11 ವರ್ಷಾನಾ?' ಅಂತ ಅರ್ಧ ಸೀರಿಯಸ್ಸಾಗಿ ಮತ್ತು ಅರ್ಧ ಹಾಸ್ಯದಲ್ಲಿ ಹೇಳಿದ್ದರು! ಕೊನೆಗೆ ಅಪ್ಪ ಸ್ಕೂಲ್‌ನಿಂದ certificate ತಂದು ತೋರಿಸುತ್ತೇನೆ ಅಂತ ಹೇಳುವ ಸ್ಥಿತಿ ಬಂದಿತ್ತು! ಅಡ್ಮಿಟ್ ಮಾಡಿಕೊಂಡ ಮೇಲೆ ಮಕ್ಕಳ ಬೆಡ್ ನನ್ನ ಉದ್ದಕ್ಕೆ ಸಾಲದು ಎಂದು ನೈಟ್‌ಡ್ಯೂಟಿ ಡಾಕ್ಟರ್‌ಗಳು ಮಲಗುತ್ತಿದ್ದ ಹಾಸಿಗೆಯಲ್ಲಿ ಮಲಗಿಸಿದ್ದರು!

ಎಲ್ಲೇ ಹೋದರೂ ನನ್ನನ್ನು ನೋಡಿದವರು ಮೊದಲಿಗೇನೇ 'ಇಷ್ಟು ಉದ್ದ ಇರೋಳಿಗೆ ಗಂಡು ಎಲ್ಲಿಂದ ಹುಡುಕ್ತೀಯೇ' ಅಂತ ಅಮ್ಮನಿಗೆ ಪ್ರಶ್ನೆ ಹಾಕುತ್ತಿದ್ದರು. ನಮ್ಮ ದೇಶದಲ್ಲಿ ಗಂಡು ಎಲ್ಲದರಲ್ಲೂ ಹೆಣ್ಣಿಗಿಂತ ಹೆಚ್ಚೇ ಇರಬೇಕು... ವಿದ್ಯೆಯಲ್ಲಿ, ಎತ್ತರದಲ್ಲಿ, ಅಂತಸ್ತಿನಲ್ಲಿ ಎಲ್ಲದರಲ್ಲೂ. ಆ ರೀತಿಯಾದ ಸ್ಥಿತಿಯನ್ನು ನಾವು ಎಷ್ಟು ಸುಲಭವಾಗಿ ಒಪ್ಪಿ ಬಿಟ್ಟಿದ್ದೆವೆಂದರೆ, ನನಗಿಂತ ಹೆಚ್ಚು ಎತ್ತರ ಇರುವ ಗಂಡು ಸಿಗದಿದ್ದರೆ ಮದುವೆಯೇ ಇಲ್ಲದೇ ಹಾಗೇ ಉಳಿಯಬೇಕೇನೋ ಎನ್ನುವಷ್ಟು! ಈಗಿನಷ್ಟು ಬುದ್ಧಿ ಇದ್ದಿದ್ದರೆ ಬೇರೆಯದೇ ಕಥೆಯಾಗುತ್ತಿತ್ತು. ಆದರೆ ಆಗ ಮಾತ್ರ ನನಗೆ ಈ ರೀತಿಯ ಮಾತು ಕೇಳಿಕೇಳಿ ಒಂಥರಾ ಕೀಳರಿಮೆ ಶುರು ಆಗಿಹೋಯ್ತು ಈ ಎತ್ತರದ ದೆಸೆಯಿಂದ. ಬರಿಯ 11 ವರ್ಷ ವಯಸ್ಸಿನ ನನ್ನನ್ನು ಎದುರಾದವರು 'ಏನು ಓದ್ತಿದೀಯಮ್ಮಾ? ಯಾವ ಕ್ಲಾಸ್' ಅಂತ ಕೇಳಿದಾಗ ನಾನು 'ಏಳನೇ ಕ್ಲಾಸ್' ಅನ್ನುತ್ತಿದ್ದೆನಲ್ಲ, ಹಾಗೆ ಹೇಳಿದ ಕೂಡಲೇ ನಮ್ಮ ಅಣ್ಣಾವ್ರ ಸಿನೆಮಾದ ಮೊದಲ ಶಾಟ್‌ನಲ್ಲಿ ಹೀರೋನನ್ನು ಕೆಳಗಿಂದ ಮೇಲಿನವರೆಗೆ ನಿಧಾನಕ್ಕೆ ಕ್ಯಾಮರಾ ಮೇಲೆಮೇಲೆ ಮಾಡುತ್ತಾ ತೋರಿಸುತ್ತಾರಲ್ಲ, ಹಾಗೆ ನನ್ನನ್ನು ಮೇಲಿನಿಂದ ಕೆಳಗಿನವರೆಗೆ ಒಂದು ಸಲ ನೋಡುತ್ತಿದ್ದರು. **'ಇಷ್ಟು ದೊಡ್ಡ ಆಕಾರಕ್ಕೆ ಬರೀ**

ಏಳನೇ ಕ್ಲಾಸ್? ಎಷ್ಟು ವರ್ಷ ಫೇಲ್ ಆಗಿದಾಳೋ' ಎಂದು ಅವರ ನೋಟ ಸಾರುತ್ತಿದೆ ಅಂತ ಅನ್ನಿಸಿ ನಾನು ಇರುವ ದೇಹವನ್ನೆಲ್ಲ ಮುದುಡಿಸಿಕೊಳ್ಳುತ್ತಿದ್ದೆ! ಅವಮಾನದಿಂದ ಮನಸ್ಸು ಕುಗ್ಗಿಹೋಗುತ್ತಿತ್ತು.

ಒಂದು ಸಲ ಮೈಸೂರಿಗೆ ನಾನು ಅಪ್ಪನ ಜೊತೆ ಹೋಗಿದ್ದೆ. ವಾಪಸ್ ಬರುವಾಗ ಸರಗೂರಿನ ಬಸ್ಸಿನಲ್ಲಿ ನಮ್ಮಿಬ್ಬರಿಗೂ ಒಂದೇ ಕಡೆ ಸೀಟ್ ಸಿಗಲಿಲ್ಲ. ಅಪ್ಪ ಹಿಂದೆ ಕೂತಿದ್ದರು ಮತ್ತು ನಾನು ಮುಂದಿನ ಸೀಟಿನಲ್ಲಿ ಕೂತಿದ್ದೆ. ಅಪ್ಪ ನನಗೆ ಏನೋ ಹೇಳಬೇಕು ಅನ್ನಿಸಿ ನನ್ನನ್ನು ಕರೆದಿದ್ದಾರೆ, ನನಗದು ಕೇಳಿಸಿಲ್ಲ. ಹಾಗಾಗಿ ಮುಂದೆ ನಿಂತಿದ್ದ ಹೆಂಗಸಿಗೆ ನನ್ನನ್ನು ಕರೆಯಲು ಸಂಜ್ಞೆ ಮಾಡಿದ್ದಾರೆ. ಆಕೆ ತೂಕಡಿಸುತ್ತ ಕೂತಿದ್ದ ನನ್ನನ್ನು ತಿವಿದು 'ನೋಡಮ್ಮಾ ನಿಮ್ಮೆಜಮಾನ್ರು ಕರೀತಿದಾರೆ' ಅಂದುಬಿಟ್ಟಿದ್ದಳು! ನನಗೆ ಮೈ ಎಲ್ಲ ಉರಿಉರಿಯಾಗಿ 'ಅವರು ನಮ್ಮಪ್ಪ' ಅಂದಿದ್ದೆ. ಹಾಗೆ ಹೇಳಿದ ಕೂಡಲೇ ಆಕೆಯ ಮತ್ತದೇ ಮೇಲಿಂದ ಕೆಳಗಿನವರೆಗಿನ ಅಣ್ಣಾವ್ರ ಸಿನೆಮಾದ ಓಪನಿಂಗ್ ಶಾಟ್‌ನಂತೆ ನೋಡಿದ್ದಳು! ದೇಹ ಉದ್ದಕ್ಕೆ ಬೆಳೆದರೆ ವಯಸ್ಸು ಗೊತ್ತಾಗುವುದಿಲ್ಲವಾ? ಅಪ್ಪನನ್ನು ಗಂಡ ಅಂದುಕೊಳ್ಳುವ ಹಾಗೆ ಕಾಣಿಸುತ್ತಿದ್ದೀನಾ? ಶತಪೆದ್ದಿ ಅಂತ ಮನಸಲ್ಲೇ ಹಿಡಿ ಶಾಪ ಹಾಕಿದ್ದೆ.

ಆ ನಂತರ 'ನನ್ನ ನಂಬಿ... ಪ್ಲೀಸ್ ಪ್ಲೀಸ್' ಅಂತ ಕೇಳುವ ಬದಲು ನಾನೇ ಉಲ್ಟಾ ಹೊಡೆಯಲು ಶುರು ಮಾಡಿಬಿಟ್ಟೆ. ವಯಸ್ಸು ಇರುವಷ್ಟು ಹೇಳಿಕೊಂಡರೆ ತಾನೇ ನಂಬದೇ ಹೋಗುವ ಪ್ರಶ್ನೆ? ನಾನೇ ಇರುವುದಕ್ಕಿಂತ ಹೆಚ್ಚು ಹೇಳಿಬಿಟ್ಟರೆ ಒಳ್ಳೆಯದಲ್ಲವೇ ಅನ್ನಿಸಿ ಆ ಮಾರ್ಗ ಅನುಸರಿಸಲು ಶುರು ಮಾಡಿದೆ. ಒಮ್ಮೆ ರಜೆಯಲ್ಲಿ ಹುಮನಾಬಾದಿಗೆ ಹೋಗಿದ್ದೆ. ಅಪ್ಪ ಆಫೀಸಿಗೆ ಹೋದಾಗ ಮನೆಯಲ್ಲಿ ಒಬ್ಬಳೇ ಇರುತ್ತೇನಲ್ಲ ಅಂತ ಯೋಚಿಸಿದ ಅಪ್ಪ, ಅಕ್ಕಪಕ್ಕದ ಮನೆಯವರ ಪರಿಚಯ ಮಾಡಿಸಿ ಆಫೀಸಿಗೆ ಹೊರಟುಹೋದರು. ಅಪ್ಪ ಆ ಕಡೆ ಹೋದ ಕೂಡಲೇ ಆ ಮನೆಯ ಆಂಟಿ 'ಏನು ಓದುತ್ತಿದ್ದೀಯ' ಅಂದರು. ನನಗೆ ಮತ್ತದೇ ಅಣ್ಣಾವ್ರ ಸಿನೆಮಾದ ಓಪನಿಂಗ್ ಶಾಟ್‌ನಂಥ ದೃಷ್ಟಿ ಎದುರಿಸಬೇಕಾದ ಆತಂಕ ಮತ್ತು ಕೀಳರಿಮೆ. ಆಗ ನಾನಿನ್ನೂ ಹತ್ತನೆಯ ಕ್ಲಾಸ್ ಪರೀಕ್ಷೆ ಬರೆದಿದ್ದೆ. ಅದನ್ನು ಹೇಳಿದರೆ ಮತ್ತೆ ಹುಬ್ಬೇರಿಸಿ ಮುಜುಗರ ಮಾಡುತ್ತಾರಲ್ಲಾ ಎಂದೆಣಿಸಿ 'ಸೆಕೆಂಡ್ ಪಿಯುಸಿ ಪರೀಕ್ಷೆ ಬರೆದಾಯ್ತು' ಅಂದುಬಿಟ್ಟೆ! ಈ ಜಗತ್ತಿನಲ್ಲಿ ಈ ಕಾರಣಕ್ಕಾಗಿ ವಯಸ್ಸನ್ನು ಇರುವುದಕ್ಕಿಂತ ಹೆಚ್ಚು ಹೇಳಿಕೊಂಡ ಏಕೈಕ ವ್ಯಕ್ತಿ ನಾನೇ ಇರಬೇಕು ಅನ್ನಿಸುತ್ತದೆ! ಆಮೇಲೆ ಅಲ್ಲಿಷ್ಟು ದಿನ ಇದ್ದು ವಾಪಸ್ ಬಂದೆ. ಮುಂದಿನ ರಜೆಯಲ್ಲಿ ಅಕ್ಕ ಅಲ್ಲಿಗೆ ಹೋದಳು. ಅವಳು ಆಗ ಸೆಕೆಂಡ್ ಪಿಯುನಲ್ಲಿದ್ದಳು. ಅವರು ಯಥಾಪ್ರಕಾರ ಏನು ಓದ್ತಿದೀಯ ಅಂದಿದ್ದಾರೆ. ಇವಳು ಸೆಕೆಂಡ್ ಪಿಯುಸಿ

ಅಂದಾಗ 'ನೀವಿಬ್ಬರೂ ಟ್ವಿನ್ಸಾ?' ಅಂದರಂತೆ. ಅಕ್ಕ ಆಶ್ಚರ್ಯದಿಂದ 'ಇಲ್ಲವಲ್ಲಾ ಅವಳು ನನಗಿಂತ ಎರಡು ವರ್ಷ ಚಿಕ್ಕವಳು' ಅಂದಳಂತೆ. ಅವರು ನಿನ್ನ ತಂಗಿ ಬಂದಿದ್ದಾಗ ಅವಳೂ ಸೆಕೆಂಡ್ ಪಿಯುಸಿ ಓದುತ್ತಿದ್ದೇನೆ ಅಂದಿದ್ದಳಲ್ಲ ಅಂದಾಗ ಅಕ್ಕ ಕಣ್ಣುಕಣ್ಣು ಬಿಟ್ಟವಳು, ಊರಿಗೆ ವಾಪಸ್ ಬಂದಮೇಲೆ 'ನಿನಗೇನು ತಿಕ್ಕಲಾ? ಯಾಕೆ ಹಾಗೆ ಹೇಳಿದೆ' ಅಂತ ಬಯ್ದಳು. 'ಹೋಗೇ ಹತ್ತನೆಯ ಕ್ಲಾಸ್ ಅಂದರೆ ಅಷ್ಟೇನಾ ಅನ್ನೋ ಹಾಗೆ ನೋಡ್ತಾರೆ. ಅದಕ್ಕೇ ಸುಳ್ಳು ಹೇಳಿದೆ' ಅಂತ ಕಾರಣ ಹೇಳಿಕೊಂಡಾಗ ಅಕ್ಕ, ಅಮ್ಮ ನನ್ನನ್ನು ವಿಚಿತ್ರವಾಗಿ ನೋಡಿದ್ದರು 'so what?' ಎನ್ನುವಂತೆ! ನನ್ನ ಸಮಸ್ಯೆ ಸುಲಭದಲ್ಲಿ ಯಾರಿಗೂ ಅರ್ಥವಾಗುತ್ತಿರಲಿಲ್ಲ.

ಇವೆಲ್ಲ ನನ್ನ ಸುತ್ತಮುತ್ತಲಿನ ಪರಿಸರ, ಜನರು ನನ್ನಲ್ಲಿ ಕೀಳರಿಮೆ ಹೆಚ್ಚಿಸಿದ ಕಥೆಯಾದರೆ, ಇನ್ನು ಪ್ರಾಕ್ಟಿಕಲ್ ಆದ ಸಮಸ್ಯೆಗಳದ್ದು ಬೇರೆಯದೇ ರೀತಿಯ ಕಾಟ...

ನಾವಿದ್ದ ಹಳ್ಳಿಯ ಸ್ಕೂಲ್‌ಗೆ ಎಂಥದ್ದೋ ಒಂದು ಯೂನಿಫಾರ್ಮ್ ಅಂತ ಹಾಕಿ ಹೋದರೆ ಅದೇ ಅವರ ಪುಣ್ಯ ಅನ್ನುವ ಹಾಗೆ ಇತ್ತು. ಹುಟ್ಟಿದಾಗಿನಿಂದ ಏಳನೆಯ ಕ್ಲಾಸಿನವರೆಗೂ ಅದೇ ಹಸಿರು ಸ್ಕರ್ಟ್ ಮತ್ತು ಬಿಳಿ ಶರ್ಟ್. ಕಾಲಿಗೊಂದು ಚಪ್ಪಲಿಯೂ ಇಲ್ಲದೇ ಶಾಲೆಗೆ ಬರುತ್ತಿದ್ದವರು ಮುಕ್ಕಾಲುಪಾಲು ಜನ. ಒಂದು ಹವಾಯಿ ಚಪ್ಪಲಿ ಏರಿಸಿ ಹೋದರೆ ಅದೇ ಅತೀ ಹೆಚ್ಚು. ಆದರೆ ಬೆಂಗಳೂರೆಂಬ ಪಟ್ಟಣದ ಕಥೆಯೇ ಬೇರೆ. ಇಲ್ಲಿ ಎಲ್ಲವೂ ಅತೀ ಶಿಸ್ತು. ವಾರಕ್ಕೆ ನಾಲ್ಕು ದಿನ ಬಿಳಿ ಶರ್ಟ್, ಹಸಿರು ಅಂಗಿಯ ಜೊತೆಗೆ ಬಿಳಿಯ ರಿಬ್ಬನ್, ಕರಿಯ ಶೂ, ನೀಲಿಯ ಸಾಕ್ಸ್. ಬುಧವಾರ ಮತ್ತು ಶನಿವಾರ ಬಿಳಿಯ ಸ್ಕರ್ಟ್, ಬಿಳಿ ಶರ್ಟ್, ಬಿಳಿಯ ಕ್ಯಾನ್ವಾಸ್ ಶೂ, ಬಿಳಿಯ ಸಾಕ್ಸ್ ಮತ್ತು ಬಿಳಿಯ ರಿಬ್ಬನ್. ಹಳ್ಳಿಯಿಂದ ಬಂದ ನಮಗೆ 'ಇದೇನಿದು ಮಂತ್ರಕ್ಕಿಂತ ಉಗುಳೇ ಜಾಸ್ತಿ' ಅನ್ನುವ ಆಶ್ಚರ್ಯ! ಮೊದಲೇ ಸ್ಕೂಲು ಶುರುವಾಗಿ ಒಂದು ತಿಂಗಳು ಕಳೆದುಹೋಗಿರುವ ಟೆನ್ಷನ್ ಮತ್ತು ಮೊದಲ ಸಲ ಇಂಗ್ಲೀಷ್ ಮೀಡಿಯಮ್‌ನಲ್ಲಿ ಪಾಠ ಅರ್ಥಮಾಡಿಕೊಳ್ಳುವ ಗಾಬರಿ. ಆದರೆ ಅದರ ಕಡೆಗೆ ಗಮನ ಕೊಡುವುದಕ್ಕಿಂತ ಯೂನಿಫಾರ್ಮ್ ಮತ್ತು ಶೂಗಳನ್ನು ಹೊಂದಿಸುವುದೇ ಜೀವನದ ಗುರಿಯಾಗಿಹೋಯಿತು. ಯೂನಿಫಾರ್ಮ್ ಅಂತೂ ಯಾವುದೋ ಅಂಗಡಿಯಲ್ಲಿ ಸಿಕ್ಕಿತು ಸಧ್ಯ. ಆದರೆ ಸ್ಕರ್ಟ್ ನನ್ನ ಎತ್ತರಕ್ಕೆ ಸ್ವಲ್ಪ ಕಡಿಮೆಯೇ ಆಗಿ ಅರ್ಧ ತೊಡೆ ಕಾಣುವಂತಿತ್ತು! ನಮ್ಮ ಹಳ್ಳಿಯ ಟೈಲರ್ ನಾವು ಹೇಳುವಷ್ಟು ಉದ್ದಕ್ಕೆ ಹೊಲಿದುಕೊಡುತ್ತಿದ್ದ ಸ್ಕರ್ಟ್ಲಂಗ (ಸ್ಕರ್ಟ್/ಲಂಗ) ಇಲ್ಲಿ ಹಾಕಿಕೊಳ್ಳುವಂತಿರಲಿಲ್ಲ. ಇಲ್ಲೆಲ್ಲ ಅವರು ಹೇಳಿದ ಅಂಗಡಿಯಲ್ಲಿನ, ಹೇಳಿದ್ದೇ ರೀತಿಯ ಸ್ಕರ್ಟ್ ಹಾಕಬೇಕಿತ್ತು. ಹಾಗಾಗಿ ಆ ತುಂಡು ಸ್ಕರ್ಟ್‌ಗೆ ಮನಸ್ಸು ಹೊಂದಿಸಿಕೊಂಡೆ. ಆದರೆ ಶೂಸಿನದ್ದು ಮಾತ್ರ ದೊಡ್ಡ ಗೋಳಾಗಿ ಹೋಯಿತು.

ಇಡೀ ರಾಜಾಜಿನಗರ ಹುಡುಕಿದರೂ ನನ್ನ ಸೈಜ಼ಿನ ಶೂ ಸಿಗುತ್ತಿಲ್ಲ. ಆಗೆಲ್ಲ ಉದ್ದಕ್ಕಿದ್ದ ಹುಡುಗಿಯರು ತುಂಬ ಕಡಿಮೆ. ಹಾಗಾಗಿ ನನ್ನಷ್ಟು ಎತ್ತರದ ಆಕಾರದ ಭಾರವನ್ನು ತಡೆಯುವಂಥ ಮೊರದಗಲ ಪಾದಗಳಿಗೆ ತಕ್ಕಂತ ಶೂ ತಯಾರಾಗುತ್ತಲೇ ಇರಲಿಲ್ಲ. ಆಗರ್ಭ ಶ್ರೀಮಂತಳಾಗಿದ್ದರೆ ಆರ್ಡರ್ ಕೊಟ್ಟು ಶೂ ಹೊಲಿಸಬಹುದಿತ್ತು. ನನ್ನಂಥವಳು ಏನು ಮಾಡಲಿ? ದಿಕ್ಕೇ ತೋಚದಂತಾಯಿತು. ಸ್ಕೂಲಿಗೆ ಚಪ್ಪಲಿ ಹಾಕಿ ಹೋದರೆ ಪನಿಷ್‌ಮೆಂಟ್ ಕರ್ಮ. ದಿನವೂ ಬಯ್ಗುಳ. ಆಗಲೇ ಎರಡು ವಾರ್ನಿಂಗ್ ಕೊಟ್ಟಾಗಿತ್ತು. ಇನ್ನು ಒಂದು ವಾರ್ನಿಂಗ್ ಮಾತ್ರ ಬಾಕಿ, ಆ ನಂತರ ಸ್ಕೂಲಿಗೆ ಬರುವಂತಿಲ್ಲ ಅನ್ನುವ ಎಚ್ಚರಿಕೆ ಹೇಳಿ ಆಗಿತ್ತು. ಆ ಕೊನೆಯ ಗಡುವಿನ ಸಮಯವೂ ಎದುರಾಗಿ, 10 ದಿನದ ಕೊನೆಯ ನೋಟೀಸ್ ಕೊಟ್ಟಿದ್ದೂ ಆಗಿತ್ತು.

ಈಗಂತೂ panic ಆಗಿಹೋದ ನಾನು ಮತ್ತು ಮನೆಯವರು ನಮ್ಮ ಹುಡುಕಾಟವನ್ನು ತೀವ್ರಗೊಳಿಸಿದೆವು. ನನಗಂತೂ ಅದೆಂಥ nightmare ಆಗಿಹೋಗಿತ್ತೆಂದರೆ ಬೀದಿಯಲ್ಲಿ ಒಂದು ಸಣ್ಣಾತಿಸಣ್ಣ ಚಪ್ಪಲಿ ಅಂಗಡಿ ಕಂಡರೂ ಮೈಕು ಕಂಡ ರಾಜಕಾರಣಿ ಥರ ಅದರ ಮುಂದೆ ನಿಂತು ದೇಹವನ್ನೆಲ್ಲ ಹಿಡಿಯಾಗಿಸಿ 'ರೀ ನಿಮ್ಮ ಹತ್ರ ಇರೋ maximum sizeದು ಯೂನಿಫಾರ್ಮ್ ಶೂಸ್ ತೋರಿಸ್ತೀರಾ?' ಅನ್ನುತ್ತಿದ್ದೆ ಏನೋ ಅಪರಾಧ ಮಾಡಿದವಳ ಹಾಗೆ. ಅವನು ಇದ್ದಬದ್ದದ್ದನ್ನೆಲ್ಲ ಕೆದಕಿ, ಹುಡುಕಿ ತಂದು, ತೊಡಿಸಿ, ನನ್ನ ಕಾಲು ಅದರಲ್ಲಿ ತೂರದೇ ಕೊನೆಗೆ ತಾರಮ್ಮಯ್ಯ ಆಡಿಸುತ್ತಿದ್ದ. ಈ ರೀತಿ ಸುಮಾರು ಸಲ ಆದ ನಂತರ ನಮ್ಮ ಕಾರ್ಯಕ್ಷೇತ್ರವನ್ನು ರಾಜಾಜಿನಗರದಾಚೆಗೆ, ಅಂದರೆ ಮಲ್ಲೇಶ್ವರ ಮತ್ತು ಮೆಜೆಸ್ಟಿಕ್‌ಗಳಿಗೂ ವಿಸ್ತರಿಸಿ ಅಲ್ಲೂ ಸಿಗದೇ ಹೋದಾಗ, ಅರ್ಧ ಬೆಂಗಳೂರಿಗೆ ನಮ್ಮ ಸಾಮ್ರಾಜ್ಯ ವಿಸ್ತರಿಸಿದೆವು. ಆದರೆ ಆ ಪಿ.ಟಿ ಮಾಸ್ಟರ್‌ಗೆ ನನ್ನ ಕಷ್ಟ ಹೇಗೆ ಗೊತ್ತಾಗಬೇಕು? ನನ್ನ ಸಕಾರಣಗಳನ್ನು ಸಬೂಬಿನ ಲೆಕ್ಕಕ್ಕೆ ಸೇರಿಸಿ ಕ್ಲಾಸಿಗೆ ಸೇರಿಸದೇ ಹೊರಗೆ ನಿಲ್ಲು ಅಂತ punishment ಕೊಟ್ಟುಬಿಟ್ಟರು. ನಾನೂ ಸುಮ್ಮನಿರುವವಳಲ್ಲ, ಆ ಪಿ.ಟಿ ಮಾಸ್ಟರ್‌ಗೆ ಒಬ್ಬಳು ಮಗಳು ಹುಟ್ಟಿ, ಅವಳು ಏಳು ಅಡಿ ಬೆಳೆದು, ಅವಳೂ ಹೀಗೆ ಕಷ್ಟ ಅನುಭವಿಸಲಿ ಅಂತ ಶಾಪ ಕೂಡಾ ಕೊಟ್ಟೆ!

ಪರಿಸ್ಥಿತಿ ಇಷ್ಟೊಂದು ಬಿಗಡಾಯಿಸಿದಾಗ ನನ್ನ ಶೂ ಹುಡುಕುವ ಕೆಲಸವನ್ನು war footingನಲ್ಲಿ ಕೈಗೆತ್ತಿಕೊಂಡೆ. ಮನೆಗೆ ಸ್ವಂತ ಗಾಡಿ ಇರುವ ಯಾವ ನೆಂಟರೇ ಬರಲಿ, ಅವರಿಗೆ ನನ್ನನ್ನು ಶೂ ಹುಡುಕಿಕೊಂಡು ಹೊಸ ಹೊಸ ಏರಿಯಾ ಬೇಟೆ ಆಡುವ ಕೆಲಸ ಒಪ್ಪಿಸಲು ಶುರು ಮಾಡಿದೆ. ಅವರಿಗೂ ಪಾಪ ಇದ್ದಬದ್ದ ಏರಿಯಾಗಳಿಗೆಲ್ಲ ಹೋಗಿ ಸಾಕಾಗಿ, ಕೊನೆಗೆ ಅದೇ ದೊಡ್ಡ ಜೋಕಾಗಿ ಹೋಗಿ 'ಹಾಳು ಬಿದ್ದೋಗ್ಲಿ, ಅತ್ಲಾಗೆ ಹುಡುಗರ ಶೂನೇ ಹಾಕ್ಕೊಂಡು ಹೋಗೇ' ಅಂತ

ಛೇಡಿಸುವುದಿಕ್ಕೆ ಶುರು ಮಾಡಿಬಿಟ್ಟರು. ನನಗೆ ಸಿಟ್ಟು ಬಂದು ಜಂಟಿ ಕಾರ್ಯಾಚರಣೆ ಬಿಟ್ಟು, ಒಂಟಿ ಕಾರ್ಯಾಚರಣೆ ಶುರು ಮಾಡಿದೆ. ನನ್ನ ಸತತ ಪ್ರಯತ್ನದ ಫಲವಾಗಿ ಕೊನೆಗೆ ಮಲ್ಲೇಶ್ವರದ ಯಾವುದೋ ಕ್ರಾಸ್‌ರೋಡಿನಲ್ಲಿ ಅಡಗಿಕೊಂಡಿದ್ದ ಒಂದು ಅಂಗಡಿಯಲ್ಲಿ ನನ್ನ ಪಾದವನ್ನು ಕಷ್ಟಪಟ್ಟು ತೂರಿಸಬಹುದಾದಂಥ ಶೂ ಸಿಕ್ಕೇಬಿಟ್ಟಿತು! ಆದರೆ ನಡೆಯಲು ಹೋದರೆ ಸಿಕ್ಕಾಪಟ್ಟೆ ಹಿಂಸೆಯಾಗುತ್ತಿತ್ತು. ಬೆರಳಿನ ತುದಿಯನ್ನು ಸ್ವಲ್ಪ ಹಿಂದಕ್ಕೆ ಎಳೆದಿಟ್ಟುಕೊಂಡರೆ ಕಷ್ಟಪಟ್ಟು ನಡೆಯಬಹುದಿತ್ತಷ್ಟೇ ಹೊರತು ಸುಖವಾಗಿ ನಡೆಯಲಂತೂ ಸಾಧ್ಯವಿರಲಿಲ್ಲ. 'ಹಾಕ್ಕೊಳ್ತಾ ಹಾಕ್ಕೊಳ್ತಾ expand ಆಗತ್ತೆ' ಅಂತ ಹುರಿದುಂಬಿಸಿದರು ಅಂಗಡಿಯ ಯಜಮಾನ! 'ಹಾಕ್ಕೊಳ್ತಾ ಹಾಕ್ಕೊಳ್ತಾ ದೊಡ್ಡದಾಗಕ್ಕೆ ಮೊದಲು ಹಾಕಿಕೊಳ್ಳೋದಿಕ್ಕೆ ಆಗಬೇಕಲ್ಲಾ' ಅಂತ ಮನಸಿನಲ್ಲಿ ಬಯ್ದುಕೊಂಡರೂ, ಇದ್ದುದರಲ್ಲಿ ಇದು ವಾಸಿ ಎಂದೆಣಿಸಿ, ಬೇರೆ ದಾರಿಯಿಲ್ಲದೇ ಅದನ್ನೇ ಕೊಂಡು ತಂದೆ. ಆದರೆ ಎಷ್ಟೇ expand ಆದರೂ ನನಗೆ ಆರಾಮವಾಗಿ ನಡೆಯುವಷ್ಟು comfortable ಆಗಲೇ ಇಲ್ಲ. ಬೆರಳುಗಳನ್ನು ಎಷ್ಟು ಹೊತ್ತು ಹಿಂದಕ್ಕೆ ಎಳೆದುಕೊಂಡು ಇಟ್ಟುಕೊಳ್ಳುವುದಕ್ಕೆ ಆಗುತ್ತದೆ ಹೇಳಿ? ಹಾಗೆ ಬೆರಳೆಲ್ಲ ಮಡಿಸಿಟ್ಟೂ ಇಟ್ಟೂ ಹೆಬ್ಬೆರಳಿನ ಉಗುರುಗಳಿಗೆ ingrown nails ಅನ್ನುವ ಖಾಯಿಲೆ ಶುರುವಾಯಿತು. ಆ ರೀತಿಯಾದರೆ ಉಗುರುಗಳು ಮುಕ್ತವಾಗಿ ಬೆಳೆಯದೇ ಬೆರಳಿನ ಚರ್ಮದೊಳಗೇ ಸೀಳಿಕೊಂಡು ಬೆಳೆಯಲು ಪ್ರಾರಂಭಿಸುತ್ತವೆ. ಆಗೆಲ್ಲ ಎರಡೂ ಅಂಚಿನ ಉಗುರುಗಳ ಸಂದಿಯಲ್ಲಿ ನೇಲ್ ಕಟರ್ ಬಲವಂತಕ್ಕೆ ಸೇರಿಸಿ ಉಗುರುಗಳಿಗೆ ಬಿಡುಗಡೆ ಕೊಡಬೇಕು. ಇಲ್ಲದಿದ್ದರೆ ಕೀವು ತುಂಬಿ ಮುಟ್ಟಲೂ ಅಸಾಧ್ಯವಾದಂಥ knocking pain ಶುರುವಾಗಿ ಬಿಡುತ್ತದೆ. ಇದರ ಜೊತೆಗೆ ಕಾಲು ಬಿಗಿಹಿಡಿದ ಪರಿಣಾಮವಾಗಿ ನೋವು ಕಾಲಿಗೂ ವಿಸ್ತರಿಸುವಾಗಲೇ ಅಂತೂ ಕೊನೆಗೊಂದು ದಿನ ಬೆರಳುಗಳು ಶೂನ ಮುಂಭಾಗವನ್ನು ಸೀಳಿಕೊಂಡು ಹೊರಗೆ ಬಿದ್ದು, ಜೈಲಿಂದ ಬಿಡುಗಡೆ ಆದ ಹಾಗೆ ನೆಮ್ಮದಿಯಾಗಿ, ಮುಕ್ತವಾಗಿ ಗಾಳಿ ಹೀರುತ್ತಾ ಸುಖವಾಗಿ ಬದುಕಲಾರಂಭಿಸಿದವು ಮತ್ತು they lived happily ever after!

ಇಡೀ ಶಾಲೆಯಲ್ಲಿ ಓಡಾಡುತ್ತಿದ್ದರೆ ಟೀಚರ್‌ಗಳಿಗಿಂತ ಎತ್ತರ ಕಾಣಿಸುತ್ತಿದ್ದ ನಾನು ಕ್ಲಾಸಿನಲ್ಲಿ, ಬಸ್ಸಿನಲ್ಲಿ ಎಲ್ಲಿಯೇ ಹೋದರೂ ಬಗ್ಗಿ ನಡೆಯುವ ಮತ್ತು ಎತ್ತರ ಕಡಿಮೆ ಕಾಣಿಸಲು ಸೊಟ್ಟಗೆ ನಿಲ್ಲುವ ಕೆಟ್ಟ ಅಭ್ಯಾಸ ಬೆಳೆಸಿಕೊಂಡೆ. ಕ್ಲಾಸಿನಲ್ಲಿ ನಿಲ್ಲುವಾಗಲೂ ಗೋಡೆಗೆ ಒರಗಿಯೇ ನಿಲ್ಲುತ್ತಿದ್ದೆ. ಟೀಚರ್‌ಗಳು ನನ್ನ ಮಾನಸಿಕ ಗೊಂದಲವನ್ನು ಅರ್ಥ ಮಾಡಿಕೊಳ್ಳುವುದಿರಲಿ, ಯಾಕೆ ಹಾಗೆ ನಿಲ್ಲುತ್ತೇನೆ ಅಂತ ಕೂಡ ಕೇಳದೇ ಒಂದೆರಡು ಸಲ warning ಕೊಟ್ಟು, ನಂತರವೂ ಹಾಗೆಯೇ ನಿಲ್ಲುವುದು ಮುಂದುವರೆಸಿದಾಗ ಅಶಿಸ್ತಿಗೆ punishment ಎಂದು ಬೆಂಚಿನ ಮೇಲೆ

ನಿಲ್ಲಿಸಲು ಶುರು ಮಾಡಿದರು! ನೆಲದ ಮೇಲೆ ನಿಲ್ಲುವುದಕ್ಕೇನೇ ಕೀಳರಿಮೆಯಿಂದ ನರಳುತ್ತಿದ್ದ ನಾನು ಬೆಂಚಿನ ಮೇಲೆ ನಿಂತಾಗ 'ಅಯ್ಯೋ! ದೇವರೇ ಭೂಮಿ ಬಾಯಿ ತೆಗೆದು ನನ್ನ ಒಳಗೆ ಕರೆದುಕೊಳ್ಳಬಾರದಾ' ಅನ್ನುವಷ್ಟು ಅವಮಾನ ಅನುಭವಿಸಿಬಿಟ್ಟೆ. ಆದರೆ ಬೆಂಚಿನ ಮೇಲೆ ನಿಲ್ಲಿಸಿದರೂ ಹಾಗೆಯೇ ಮತ್ತೆ ಹಿಂಬದಿ ಗೋಡೆಗೆ ಒರಗಿಯೇ ನಿಲ್ಲುತ್ತಿದ್ದೆ! ಟೀಚರ್ ಇದು ನನ್ನ ಉದ್ಧಟತನ ಅಂತ ತೀರ್ಮಾನಿಸಿ 'ಇದು ರಿಪೇರಿಯಾಗುವ ಹೆಣ್ಣಲ್ಲ, ಎಲ್ಲ ವ್ಯರ್ಥ' ಎಂದು ಹಾಳಾಗಿ ಹೋಗಲಿ, ಕುಕ್ಕರುಬಡಿ ಅಂತ ಮತ್ತಿಷ್ಟು ಬಯ್ದು ಕೂರಿಸಿದರು. ಅವರ ಮನಸ್ಸಿನಲ್ಲಿ ಇದು ಉದ್ಧಟ ಹೆಣ್ಣು ಅಂತ ತೀರ್ಮಾನಿಸಿ ಆಗಿತ್ತಲ್ಲ, ಹಾಗಾಗಿ ಆ ದೃಷ್ಟಿಕೋನದಿಂದ ನೋಡಿದಾಗ ನಾನು ಮಾಡಿದ್ದೆಲ್ಲ ತಪ್ಪಾಗೇ ಕಂಡು ಬಂದು, ಅದಕ್ಕೆ ಮತ್ತಿಷ್ಟು ಶಿಕ್ಷೆ ಕೊಟ್ಟು, ನಾನು ಅದರಿಂದ ಮತ್ತಷ್ಟು ಮೊಂಡತನಕ್ಕೆ ಬಿದ್ದು, ಅವರ ಉದ್ಧಟೆ ಅನ್ನೋ ಬಿರುದನ್ನ prove ಮಾಡಿಬಿಟ್ಟೆ. ಕೊನೆಕೊನೆಗೆ ಎಂಥಾ ಜಗಮೊಂಡಿಯಾದೆ ಅಂದರೆ ನಾನು ಏನಾದರೂ ಮಾಡಿಕೊಂಡು ಹಾಳಾಗಿ ಹೋಗಲಿ ಅನ್ನುವ ಹಾಗೆ ಬಿಟ್ಟುಬಿಟ್ಟರು. ನಾನು ಕೂಡಾ ಅವರ ಆಜ್ಞೆ ಶಿರಸಾವಹಿಸಿ ಅರೆಬರೆ ರೌಡಿಯ ಹಾಗೆ ಆಗಿಹೋದೆ.

ಕಾಲೇಜಿನ ಮೆಟ್ಟಿಲು ಹತ್ತಿದ ಮೇಲೆ ಎಲ್ಲರೂ ಚಂದಕ್ಕಿರುವ ready made ಡ್ರೆಸ್ ಹಾಕಿ ಬರುತ್ತಿದ್ದರೆ ನಾನು ಮಾತ್ರ ನನ್ನ ಸೈಜಿನ ಡ್ರೆಸ್ ಸಿಗದೇ ಒದ್ದಾಡುತ್ತಿದ್ದೆ. ಎಲ್ಲೆಲ್ಲೋ ಅಲೆದು ಬಟ್ಟೆ ತಂದು ಯಾವುದೋ ಟೈಲರ್ ಕೈಲಿ ಹೊಲಿಸಬೇಕಾಗಿತ್ತು. ನಿಜಕ್ಕೂ ಹೇಳುತ್ತೇನೆ, ನನಗಾಗಿ ಒಂದು ಟೈಲರನ್ನು ಭಗವಂತ ಈ ಭೂಮಿಯ ಮೇಲೆ ಸೃಷ್ಟಿ ಮಾಡುವುದು ಮರೆತುಬಿಟ್ಟಿದ್ದಾನೆ ಅನ್ನುವುದು ನನ್ನ ದೃಢ ನಂಬಿಕೆ! ಮೊದಲಿಗೆ ನಾನು ಹೇಳಿದ ಡಿಸೈನ್ ಹಾಳುಮಾಡುವುದು ತಮ್ಮ ಕರ್ತವ್ಯವೇನೋ ಅನ್ನುವಂತೆ ಹಾಳು ಮಾಡುತ್ತಿದ್ದರು. ಇದು ಸಾಲದು ಎಂದು ಯಾವತ್ತೂ ಹೇಳಿದ ಟೈಮ್‌ಗೆ ಬಟ್ಟೆ ಕೊಡದೇ, ನಾನು ಹಗಲು ರಾತ್ರಿ ಅವರ ಅಂಗಡಿಗೆ ಅಲೆದು, ಜಗಳವಾಡ್ತಾ, ಒದ್ದಾಡ್ತಾ ಅಂತೂ ಇಂತೂ ಹರಸಾಹಸ ಮಾಡಿ ಹೊಲಿಸಿ ಅದನ್ನ ಹಾಕಿಕೊಳ್ಳೋ ಅಷ್ಟರಲ್ಲಿ ಅದರ ಬಗ್ಗೆಗಿನ ಮೋಹವೇ ಹೊರಟು ಹೋಗಿರುತ್ತಿತ್ತು.

ಸಿಟಿ ಬಸ್ಸಿನಲ್ಲಿನ ಪ್ರಯಾಣವಂತೂ ಅಸಾಧ್ಯ ಹಿಂಸೆ. ಆ ವಿಷಯಕ್ಕೆ ಒದ್ದಾಡಿ, ಆಡಿ, ಎಷ್ಟೆಲ್ಲಾ ಸಂಶೋಧನೆಗಳನ್ನು ಮಾಡಿದೆನೆಂದರೆ, ಡಾಕ್ಟರೇಟ್ ತೆಗೆದುಕೊಳ್ಳುವುದೊಂದು ಬಾಕಿ! ಮುಂದಿನ ಬಾಗಿಲಿನಲ್ಲಿ ಹತ್ತಿದರೆ, ಮುಂದಿನ 3 ಅಡಿ ಉಳಿದ ಭಾಗಕ್ಕಿಂತ ಮೂರು ಇಂಚು ಎತ್ತರವಿರುತ್ತಿದ್ದು, ತಲೆ ಟಾಪಿಗೆ ತಗುಲಿಬಿಡುತ್ತಿತ್ತು. ಮಧ್ಯೆ ಬಾಗಿಲಿರುವ ಬಸ್ಸಿಗೆ ಹತ್ತಿದರೆ ಆ ಹಿಂಸೆ ಇರುತ್ತಿರಲಿಲ್ಲ. ಆದರೆ ಕೆಲವು ಬಸ್ಸುಗಳಲ್ಲಿ ಮಾತ್ರ ಮುಂದಿನ ಬಾಗಿಲಿನಿಂದ ಹತ್ತಿದರೂ ತಲೆ ಟಾಪಿಗೆ ತಗುಲುತ್ತಿರಲಿಲ್ಲ. ಹೀಗೆಲ್ಲ ಪಾಠಕ್ಕಿಂತ ಹೆಚ್ಚು ಜ್ಞಾನವೃದ್ಧಿಯಾಗಿ ಯಾವ ನಂಬರ್‌ನ ಬಸ್‌ನಲ್ಲಿ ಹತ್ತಿದರೆ

ನಾನು ಪೆಡಂಭೂತದ ಹಾಗೆ ಕಾಣಿಸುವುದಿಲ್ಲ ಅನ್ನುವುದೆಲ್ಲ ಬಾಯಿಪಾಠವಾಯಿತು. ಇದಲ್ಲದೇ ಥಿಯೇಟರ್‌ಗಳಿಗೆ ಹೋದರಂತೂ ಮಧ್ಯದ ಸೀಟ್ ಸಿಕ್ಕುಬಿಟ್ಟರೆ, ನನ್ನದು ನಾಯಿಪಾಡು. ಮುಂದಿನ ಸೀಟಿಗೆ ಕಾಲು ತಗುಲಿ ತಗುಲಿ ಮಂಡಿಯೆಲ್ಲಾ ನೋವು! ಕೆಂಪು ಬಸ್ಸಿನಲ್ಲಿ ಕೂತರೂ ಇದೇ ಕಥೆ. ನಮ್ಮ ಹಳ್ಳಿಗೆ ಸೀಟ್ ಲೆಕ್ಕದಲ್ಲಿ ಟ್ಯಾಕ್ಸಿ ಇರುತ್ತಿತ್ತು. ಒಂದು ಅಂಬಾಸಿಡರ್ ಕಾರು/ ಜೀಪಿನಲ್ಲಿ ಮಿನಿಮಮ್ 14 ಜನರನ್ನು ತುರುಕುತ್ತಿದ್ದ! ಅಲ್ಲಂತೂ ಕಾಲನ್ನು ಎಲ್ಲಿಡಲಪ್ಪಾ ಅಂತ ಅಳುವಂತಾಗುತ್ತಿತ್ತು.

ಇದೆಲ್ಲ ಹೇಗಾದರೂ ಹಾಳಾಗಿಹೋಗಲಿ, ಮದುವೆ ಆಗುವಾಗ ಕೂಡ ಈ ಎತ್ತರದ ದೆಸೆಯಿಂದ ಅದೆಷ್ಟು ಕಿರಿಕಿರಿ ಮಾರಾಯರೇ. ಬರುತ್ತಿದ್ದ ಗಂಡುಗಳಲ್ಲಿ ನನಗಿಂತ ಉದ್ದ ಇರುತ್ತಿದ್ದವರು ನೂರಕ್ಕೆ 5 ಮಂದಿ. ಅದರಲ್ಲಿ ಜಾತಕ, ಮಣ್ಣು, ಮಸಿ ಅಂತೆಲ್ಲ ಫೇಲ್ ಆದವನ್ನು ಬಿಟ್ಟರೆ, ಗಂಡು–ಹೆಣ್ಣು–ಉಪ್ಪಿಟ್ಟು–ಕೇಸರಿಬಾತಿನ ಹಂತಕ್ಕೆ ಬರುತ್ತಿದ್ದವು 3. ಅದರಲ್ಲಿ ಒಬ್ಬನು ನನಗೆ ಇಷ್ಟವಾಗುತ್ತಿರಲಿಲ್ಲ, ಉಳಿದಿಬ್ಬರಿಗೆ ನಾನು ಇಷ್ಟವಾಗ್ತಿರಲಿಲ್ಲ! ನೋಡೋದು, ಒಪ್ಪೋದು, ನಿರಾಕರಿಸೋದು ಈ ಎಲ್ಲ process ಅಸಹ್ಯ ಅನ್ನಿಸುತ್ತಿದ್ದವು. ಆದರೆ ಬೇರೆ ಇನ್ನೇನೂ ದಾರಿ ಇರಲಿಲ್ಲ. ನಾನು ಯಾರನ್ನೂ ಲವ್ ಕೂಡಾ ಮಾಡದೇ ಹೋದ್ದರಿಂದ ಇದೆಲ್ಲ ಅನುಭವಿಸೋದು ಅನಿವಾರ್ಯವಾಗಿತ್ತು!

ಏನಂದಿರಿ? ಯಾಕೆ ಲವ್ ಮಾಡಲಿಲ್ಲ ಅಂದಿರಾ? ಅದಕ್ಕೂ ಈ ಎತ್ತರವೆನ್ನುವ ಪಿಶಾಚಿಯೇ ಕಾರಣ. ಪುಟ್ಟದಾಗಿ, ಮುದ್ದಾಗಿ, ಕೋಮಲವಾಗಿ ಕಾಣದ ನನ್ನನ್ನು ಯಾವ ಹುಡುಗನೂ ಹೆಣ್ಣಿನ ಹಾಗೆ ನೋಡುತ್ತಲೇ ಇರಲಿಲ್ಲ. ಗಂಡಸಿಗೆ ಯಾವತ್ತೂ ತಾನು ಬಲಿಷ್ಠನಂತೆ, ಹೆಣ್ಣೊಬ್ಬಳಿಗೆ ರಕ್ಷಣೆ ಕೊಡುವಂತೆ ಕಾಣಿಸಬೇಕೆನ್ನುವ ಬಯಕೆ ಇರುತ್ತದೇನೋ ಗೊತ್ತಿಲ್ಲ. ಎತ್ತರೆತ್ತರಕ್ಕೆ, ಗಡುಸಾಗಿ ಕಾಣುತ್ತಿದ್ದ ನನ್ನನ್ನು ಕಂಡರೆ ಯಾರಿಗೂ ಕೋಮಲ ಭಾವನೆಯೇ ಮೂಡುತ್ತಿರಲಿಲ್ಲವೇನೋ. ಗೆಳೆಯರಿಗೆಲ್ಲ petite ಆದ ಹೆಣ್ಣುಗಳ ಮೇಲೆ ಪ್ರೀತಿ ಬೆಳೆಯುತ್ತಿತ್ತೇ ವಿನಃ ನನ್ನಂಥವಳ ಮೇಲಲ್ಲ. ಪುಟ್ಟಪುಟ್ಟದಾಗಿ ಇರುವ ನಟಿಯರಾದ ಜಯಾಬಾಧುರಿ, ಕಿರಣ್ ವೈರಾಲಿ, ಅಪರಿಚಿತ ಶೋಭಾ ಇವರನ್ನೆಲ್ಲ ಕಂಡು 'ಅದೇನು ಪುಣ್ಯವಂತೇರು ನೀವೆಲ್ಲ' ಅಂತ ಅದೆಷ್ಟು ಸಲ ಕರುಬಿದ್ದೀನೋ ನನಗೇ ಗೊತ್ತಿಲ್ಲ. ನನ್ನ ಜೊತೆ ಅತ್ಯಂತ ಪ್ರೀತಿಯಿಂದ ಒಡನಾಡುವ ಎಷ್ಟೊಂದು ಗೆಳೆಯರು, ಪ್ರೀತಿಯ ವಿಷಯಕ್ಕೆ ಬಂದಾಗ ನನ್ನನ್ನು consider ಮಾಡುತ್ತಲೇ ಇರಲಿಲ್ಲ. ಹಾಗಾಗಿ ನಾನು ಯಾರನ್ನೇ ಮೆಚ್ಚಿದರೂ, ಪ್ರೀತಿಸಿದರೂ, ಮೋಹಿಸಿದರೂ ಅದನ್ನು ನನ್ನೊಳಗೇ ಇಟ್ಟುಕೊಂಡು ಬದುಕಲು ಕಲಿತುಬಿಟ್ಟೆ. ಹೃದಯದಲ್ಲಿ ಹುಟ್ಟುವ ಪ್ರೀತಿರಾಗವನ್ನು ನನ್ನೊಳಗೆ ನಾನು ಗುನುಗಿಕೊಳ್ಳಲು ಹಿಂಜರಿಯುತ್ತಿದ್ದೆ ಅಂದಮೇಲೆ ಇನ್ನು ಲವ್ ಮಾಡುವ ಪ್ರಶ್ನೆ ಎಲ್ಲಿಂದ ಬರಬೇಕು?

ಅಂತೂ ಕೊನೆಗೊಂದು ಆರಡಿ ಎತ್ತರದ ಗಂಡು ಸಿಕ್ಕು ಮದುವೆಯಂತೂ ಆಯಿತು. ಆದರೂ ನನ್ನ ಪರಿಸ್ಥಿತಿಯೇನೂ ಸುಧಾರಿಸಲಿಲ್ಲ. ನನ್ನ ಗಂಡ ಮದುವೆಯಾದ ಹೊಸದರಲ್ಲಿ ನನಗೆ ಸರ್ಪ್ರೈಸ್ ಮಾಡಲು ಹೈದರಾಬಾದಿಗೆ ಹೋದವನು ಎರಡು ರೆಡಿಮೇಡ್ ಡ್ರೆಸ್ ಹಿಡಿದು ಬಂದ. ಪಾಪ ಅಷ್ಟು ಕಷ್ಟ ಪಟ್ಟು ತಂದರೆ ಒಂದು ಅರ್ಧಕ್ಕೂ ಏರುತ್ತಿರಲಿಲ್ಲ, ಮತ್ತೊಂದು ಕಷ್ಟಪಟ್ಟು ಹಿಡಿಸುವಂಥ ಸೈಜಿನದ್ದು. ಒಂದನ್ನು ಅಕ್ಕನಿಗೆ ಕೊಟ್ಟು ಇನ್ನೊಂದನ್ನು ನಾನು ಜಗ್ಗಿಸಿ ಎಳೆದಾಡಿ ನಾಲ್ಕು ದಿನ ಹಾಕಿಕೊಂಡೆ. ಅವತ್ತೇ ಕಡೆ... ಆ ನಂತರ ನನ್ನ ಗಂಡ ಮತ್ತೆ ಯಾವತ್ತೂ ನನಗೆ ಸರ್ಪ್ರೈಸ್ ಮಾಡುವ ಗೋಜಿಗೇ ಹೋಗಲಿಲ್ಲ!

ಒಟ್ಟಿನಲ್ಲಿ ದಿನನಿತ್ಯದ ಅಗತ್ಯಗಳಿಗೆಲ್ಲ ಒದ್ದಾಡಿಕೊಳ್ಳುತ್ತ –

ಥಿಯೇಟರಿನಲ್ಲಿ, ಬಸ್ಸಿನಲ್ಲಿ ಉದ್ದನೆಯ ಕಾಲನ್ನು ಮುದುರಿ ಒದ್ದಾಡಿಕೊಂಡು ಮಂಡಿನೋವು ಬರಿಸಿಕೊಳ್ಳುತ್ತ –

ಚಪ್ಪಲಿ ಹರಕಲಾಗಿ ಹೋದರೂ ಮತ್ತೊಂದು ಸಿಗುವವರೆಗೆ ಅದನ್ನೇ ಹಾಕಿ ಅವರಿವರಿಂದ ಅವಮಾನಿಸಿಕೊಳ್ಳುತ್ತ –

ಕುಗ್ಗಿ, ಬಗ್ಗಿ ನಡೆಯುತ್ತಿರುವಾಗಲೇ, ಇದ್ದಕ್ಕಿದ್ದಂತೆ ನಾಟಕಗಳಲ್ಲಿ ಸೀನ್‌ಗಳ ಮಧ್ಯೆ ಕ್ಷಣಮಾತ್ರ ಆವರಿಸುವ ಕತ್ತಲಿನಲ್ಲಿ ಸರಭರ ಬದಲಾಗುವ ರಂಗಸ್ಥಳದಂತೆ ಬದುಕು ಯಾವಾಗಲೋ ಬದಲಾಗಿಹೋಗಿದ್ದು ನನಗೆ ಗೊತ್ತೇ ಆಗಿರಲಿಲ್ಲ!

ಈಗ ಎಚ್ಚೆತ್ತುಕೊಂಡು ಸುತ್ತ ಕಣ್ಣು ಹಾಯಿಸಿದರೆ,

ರಸ್ತೆಯಲ್ಲಿ ಎತ್ತರೆತ್ತರದ ಹುಡುಗಿಯರು 'ಸಮಾನರಾರಿಹರು' ಅನ್ನುವ ಹಾಗೆ ನಡೆಯುತ್ತಿದ್ದಾರೆ!

ಕೆಳಗಿನಿಂದ ಮೇಲಿನವರೆಗಿನ ಅಳೆಯುವ ದೃಷ್ಟಿ ಈಗ ಇಲ್ಲವೇ ಇಲ್ಲ!

ಮ್ಯಾಕ್ಸಿಮಮ್ ಸೈಜಿನ ಚಪ್ಪಲಿ ನನಗೆ ಲೊಳಬಳ ಎನ್ನುವಷ್ಟು ದೊಡ್ಡದಾಗಿರುವ ದೃಷ್ಟಾಂತಗಳೂ ಉಂಟು!

ಬಟ್ಟೆಗಳಂತೂ ಬಿಡಿ, ಈಗ ನನ್ನ ಬದುಕಿನ 'ಸುವರ್ಣ ಯುಗ'!

ಜೊತೆಗೆ ಎದುರಾಗುವವರು ನನ್ನ ಎತ್ತರ ಎಷ್ಟೆಂದು ಕೇಳಿ, ಐದಡಿ ಒಂಭತ್ತೂವರೆ ಇಂಚು ಎಂದು ಹೇಳಿದ ಕೂಡಲೇ 'ವಾವ್' ಅನ್ನುವ ಅವರ ಉದ್ಗಾರ ಕಿವಿಗೆ ಬೀಳುತ್ತದೆ!

ಹಾಗೂ 'ಮೈನಸ್' ಇದ್ದಿದ್ದು 'ಪ್ಲಸ್' ಆಗಿ ಬದಲಾದ ಬದುಕಿನ ಗಣಿತ ನನ್ನನ್ನು ಅಚ್ಚರಿಗೊಳಿಸುತ್ತದೆ!

ವಶೀಕರಣ!

ನಾವು ಸಣ್ಣವರಿರುವಾಗ ನಾವಿದ್ದ ಹಳ್ಳಿಗೆ ರಜೆಯಲ್ಲಿ ಹಿಂಡು ನೆಂಟರು ಬರುತ್ತಿದ್ದುದು ಸಾಮಾನ್ಯವಾಗಿತ್ತು. ನಮಗೂ ರಜೆ ಎಂದರೆ ಸುವರ್ಣಯುಗ ಇದ್ದ ಹಾಗೆ. ಈಗಿನಂತೆ ಆಗೆಲ್ಲ ರಜೆಯಲ್ಲೂ ಓದು ಅಂತೆಲ್ಲ ಪ್ರಾಣ ತಿನ್ನುವ ಅಪ್ಪ-ಅಮ್ಮ ಇರಲಿಲ್ಲ. (ಸ್ಕೂಲಿದ್ದಾಗಲೇ ಓದುತ್ತಿದ್ದುದು ಅಷ್ಟು ಚೆಂದ! ಇನ್ನು ರಜೆಯಲ್ಲಿ ಬೇರೆ ಓದುವುದು?) ರಜೆಯಲ್ಲಿ ಹೋಮ್‌ವರ್ಕ್ ಕೊಟ್ಟು ಸಾಯಿಸುವ ಟೀಚರ್‌ಗಳೂ ಇರಲಿಲ್ಲ. ಹಾಗಾಗಿ ರಜೆ ಬಂತೆಂದರೆ ಒಂದೋ ನಮ್ಮ ಮನೆಗೆ ನೆಂಟರು ಬರುತ್ತಿದ್ದರು ಅಥವಾ ನಾವು ಅವರಿವರ ಮನೆಗೆ ಹೋಗುತ್ತಿದ್ದೆವು. ಹಾಗೇ ಒಂದು ರಜೆಯಲ್ಲಿ ಅಪ್ಪನ ಫ್ರೆಂಡ್ ಮಗ ನಮ್ಮ ಮನೆಗೆ ಬಂದ. ನನ್ನ ಒಡಹುಟ್ಟಿದವಳು ಒಬ್ಬಳು ಅಕ್ಕ ಮಾತ್ರ. ಹಾಗಾಗಿ ನಮಗೆ ಮೊದಲಿನಿಂದ ಗಂಡು ಜಗತ್ತಿನ ಪರಿಚಯ ಸ್ವಲ್ಪ ಕಡಿಮೆಯೇ. ನಾವೇ ಗಂಡುಬೀರಿಯರ ಹಾಗೆ ಆಡುತ್ತಿದ್ದೆವು ಅನ್ನುವುದು ಬೇರೆಯದೇ ಮಾತು. ಆದರೂ ಹೆಣ್ಣು ಪ್ರಪಂಚಕ್ಕೊಂದು ಮಿತಿ ತಾನಾಗಿಯೇ ಹಾಕಲ್ಪಡುತ್ತದೆ ಮತ್ತು ನಾವೂ ಅದನ್ನು ಸಹಜವೆನ್ನುವಂತೆ ಒಪ್ಪಿಯೂ ಬಿಟ್ಟಿರುತ್ತೇವೆ. ನಮ್ಮದು ಏನಿದ್ದರೂ ಗೆಳತಿಯರ ಮನೆ, ಸಿನಿಮಾ, ಊರಾಚೆಯ ಆಲೆಮನೆಗೊಂದು ಅಚಾನಕ್ ಭೇಟಿ. ಅಲ್ಲಿಷ್ಟು ಕಬ್ಬಿನ ರಸ ಕುಡಿಯೋದು... ಅಷ್ಟೇ! ಏನೇ ಮಾಡಿದರೂ ಕತ್ತಲಾಗುವುದರೊಳಗೆ ಮನೆ ಸೇರಿಬಿಡಬೇಕು. ಇಲ್ಲವೆಂದರೆ ಮನೆಯಲ್ಲಿ ಸಹಸ್ರ ನಾಮಾರ್ಚನೆ!

ಈಗ ಇದ್ದಕ್ಕಿದ್ದ ಹಾಗೆ ಗಂಡಸೊಬ್ಬ ಜೊತೆಯಾಗಿದ್ದರಿಂದ ನಮ್ಮ ದಿನಚರಿ ಬದಲಾಯಿತು. ನಾವು ಪೂರ್ತಿ ಕೇರಾಫ್ ರೋಡ್ ಆಗಿಬಿಟ್ಟೆವು. ಅವನ ಜೊತೆ ಬೀದಿ ಬೀದಿ ಅಲೆಯುವುದು ಮತ್ತು ಅವನಿಗೆ ಈಜು ಬರುತ್ತಿದ್ದರಿಂದ ನದಿಯಲ್ಲಿ ಈಜು ಮುಗಿಸಿ, ಕೊನೆಗೆ ಹೊಟ್ಟೆ ಹಸಿವಾದಾಗ ಮಾತ್ರ ಮನೆ ಸೇರುವ ಅಭ್ಯಾಸ ಬೆಳೆಸಿಕೊಂಡೆವು. ಮತ್ತು ಹೊಟ್ಟೆಬಿರಿಯ ತಿಂದು ಮತ್ತೆ ಮನೆ ಬಿಟ್ಟೆವೆಂದರೆ ಮುಗಿಯಿತು... ಇಡೀ ಜಗತ್ತೇ ನಮ್ಮ ಮನೆ. ಅವನ ಮುಂದಾಳತ್ವದಲ್ಲಿ ಊರೆಲ್ಲ ತಿರುಗುವ ಚಪಲ. ಹೆಣ್ಣು ಮನಸ್ಸಿಗೆ ಯಾಕೆ ಯಾವಾಗಲೂ ಗಂಡೊಬ್ಬ – ಅವನು ಚಿಲ್ಟಾರಿ ಪಿಳ್ಳೆಯೇ ಆಗಿರಲಿ – ಭದ್ರತೆಯ ಭಾವನೆ ಕೊಡುತ್ತಾನೆ ಅನ್ನುವುದು ನನಗೆ ಇವತ್ತಿಗೂ ಅರ್ಥವಾಗಿಲ್ಲ. ಅವನಾಗಿ ಕೇಳದಿದ್ದರೂ ಕೂಡಾ ನಾವಾಗೇ ನಮ್ಮ ಭದ್ರತೆಯ ಪೂರ್ತಿ ಜವಾಬ್ದಾರಿ ಅವನಿಗೆ ಒಪ್ಪಿಸಿ ನಿರಾಳವಾದೆವು. ಅವನಾದರೂ ಏನು ಬೆಳೆದ ಗಂಡಸೆಂದುಕೊಂಡಿರಾ? ನಮಗಿಂತ 4 ವರ್ಷ ದೊಡ್ಡವನು ಅಷ್ಟೇ. ಆಗ ನನಗೆ 10 ವರ್ಷ, ಅವನಿಗೆ ಹದಿನಾಲ್ಕು. ಅಷ್ಟಕ್ಕೇ ಅವನಿಗೆ ನಮ್ಮ ಜವಾಬ್ದಾರಿಯ ಪಟ್ಟ ಕೇಳದೆ ಕೂಡಾ ಲಭಿಸಿತ್ತು.

ಅಮ್ಮ ಕೂಡಾ ಈಗ ನಾವು ಎಲ್ಲಿ ಹೋದೆವು, ಬಂದೆವು ಅಂತ ತಲೆ ಕೆಡಿಸಿಕೊಳ್ಳುತ್ತಲೇ ಇರಲಿಲ್ಲ. ಕತ್ತಲಾದ ಮೇಲೂ ಏಳು, ಏಳೂವರೆಯವರೆಗೆ ನಮ್ಮನ್ನು ಕ್ಯಾರೆ ಅನ್ನುತ್ತಿರಲಿಲ್ಲ. ಅಮ್ಮನಿಗೆ ಕೂಡಾ ಈ 'ಗಂಡಸಿನ' ಮೇಲೆ ನಂಬಿಕೆ ಬಂದುಬಿಟ್ಟಿತ್ತು! ಕತ್ತಲಾದ ಮೇಲೆ ಮನೆಗೆ ಬಂದರೂ ಸಿಟ್ಟಾಗುತ್ತಲೇ ಇರಲಿಲ್ಲ. ಮನೆಯಿಂದ ಸುಮಾರು ದೂರ ನಡೆದು ಹೋದರೆ ಅಲ್ಲೊಂದು ಪುಟ್ಟ ಜೈನರ ಬಸದಿಯಿತ್ತು. ನಮ್ಮ ದೇವಸ್ಥಾನಕ್ಕಿಂತ ಬೇರೆಯದೇ ಥರವಿದ್ದ ಅದು ನಮಗೆ ಬಹಳ ಕುತೂಹಲ ತರುತ್ತಿತ್ತು. ಅದು ನಿರ್ಜನ ಪ್ರದೇಶದಲ್ಲಿ ಇದ್ದುದರಿಂದ ದಿನೇ ದಿನೇ ಹೋಗುವ ಹಾಗಿರಲಿಲ್ಲ. ಈಗ ಅವನು ಬಂದ ನಂತರ ಧೈರ್ಯವಾಗಿ ದಿನವೂ ಸಂಜೆ ಅಲ್ಲಿಗೂ ಹೋಗಿಬರಲಾರಂಭಿಸಿದೆವು. ಗೆಳೆಯ ದೇವಮಾನವನ ಹಾಗೆ ಕಾಣಲು ಶುರುವಾಗಿದ್ದ! ಹೀಗೇ ಅಲ್ಲಿಯವರೆಗೆ ಅನುಭವಿಸದ ವಿಚಿತ್ರ ಸ್ವಾತಂತ್ರ್ಯ ಅನುಭವಿಸುತ್ತ ಸುಖವಾಗಿರುವಾಗಲೇ ಇದು ನಡೆದಿದ್ದು...

ನಮ್ಮ ಕಾಲೋನಿಯಲ್ಲಿದ್ದ 10–15 ಮನೆಗಳವರು ಸೇರಿ ಕಾಲೋನಿಯಲ್ಲೇ ಒಂದು ಶಟಲ್ ಕೋರ್ಟ್ ಮಾಡಿದ್ದರು. ಯಾವ ರೀತಿಯ entertainment ಕೂಡಾ ಇಲ್ಲದ ಆ ದಿನಗಳಲ್ಲಿ ಇದೊಂದು ಟೈಮ್‌ಪಾಸ್ ಹವ್ಯಾಸ! ದಿನವೂ ಸಂಜೆ ಕಾಲೋನಿಯಲ್ಲಿನ ಎಲ್ಲರೂ ಸೇರಿ ಬ್ಯಾಡ್ಮಿಂಟನ್ ಆಡುತ್ತಿದ್ದರು. ಯಾರಿಗೂ ನೆಟ್ಟಗೆ ಆಡಲು ಬರುತ್ತಿರಲಿಲ್ಲ. ಎರಡು ಬಾರಿ ಬೀಸಿ ಹೊಡೆಯುವಷ್ಟರಲ್ಲಿ ಶಟಲ್‌ಕಾಕ್ ನೆಲಕ್ಕೆ ಬಿದ್ದಿರುತ್ತಿತ್ತು. ನನ್ನಂಥ ಚಿಲ್ಟಾರಿಗಳಿಗೆ ಬಾಲ್ ಪಿಕರ್ ಕೆಲಸ. ನಾವು

ಅದನ್ನೂ ಧನ್ಯತಾಭಾವದಿಂದ ಮಾಡುತ್ತಿದ್ದೆವು. ಆಟಕ್ಕೆ ಕಾಲೋನಿಯವರಲ್ಲದೇ, ಹೊರಗಿನವರು ಕೂಡಾ ಬಂದು ಸೇರುತ್ತಿದ್ದುದು ಸಾಮಾನ್ಯ.

ಹಾಗೆ ಆಡಲಿಕ್ಕೆ ಬರುತ್ತಿದ್ದವರಲ್ಲಿ ಪ್ರಕಾಶನೂ ಒಬ್ಬ! (ಟಿವಿಯ ಕ್ರೈಮ್ ಡೈರಿಯಲ್ಲಿ ಬರುವ ಹಾಗೆ ನಾಲ್ಕೈದು ಕ್ಯಾಮೆರಾ ಆ್ಯಂಗಲ್ಲಿನಿಂದ ಅವನನ್ನು ಚಿತ್ರಿಸಿಕೊಳ್ಳಿ!) ಅವನಿಗೆ ಸುಮಾರು 20–22 ವರ್ಷ ವಯಸ್ಸಿರಬೇಕು. ಮುಖವೆಲ್ಲ ಮುಳ್ಳುಮುಳ್ಳು, ಸೊಣಕಲ ದೇಹ, ಮಿತಭಾಷಿ, ಅವನ ವಯಸ್ಸಿಗೆ ಮೀರಿದ ಗಾಂಭೀರ್ಯ. ಯಾವತ್ತೂ ಯಾರೊಡನೆಯೂ ಮಾತಾಡುತ್ತಿರಲಿಲ್ಲ. ಆಟವಾಯಿತು, ಅವನಾಯಿತು... ಮುಗಿದ ನಂತರ ಅವನದ್ದೊಂದು ಹಳೆಯ ಲಟಾರಿ ಸ್ಕೂಟರಿನಲ್ಲಿ ಕೂತು ಹೊರಟುಬಿಡುತ್ತಿದ್ದ. ಅವನು ಅದೆಲ್ಲಿಂದ ಬರುತ್ತಿದ್ದನೋ, ಏನು ಕಥೆಯೋ ಒಂದೂ ಗೊತ್ತಿರಲಿಲ್ಲ ನಮಗೆ. ಆದರೂ ಅವನು ಎಂದೂ ಗಾಂಭೀರ್ಯದ ಎಲ್ಲೆ ದಾಟದೆ ಬದುಕುತ್ತಿದ್ದುದರಿಂದ ಕಾಲೋನಿಯಲ್ಲಿ ಅವನಿಗೆ ಯಾವತ್ತೂ ಎಂಟ್ರಿ ಇದ್ದೇ ಇರುತ್ತಿತ್ತು. ಅವನು ಎಲ್ಲರಂತೆ ಇಲ್ಲ ಅನ್ನುವುದು ಮಾತ್ರ ಎಲ್ಲರಿಗೂ ಅರ್ಥವಾಗುತ್ತಿತ್ತು. ಒಂದು ರೀತಿಯ ನಿಗೂಢತೆ ಅವನ ವ್ಯಕ್ತಿತ್ವದಲ್ಲೇ ಇತ್ತು. ಆ ನಿಗೂಢತೆ ಏನು ಅನ್ನುವುದು ಅಂದಿಗೂ, ಇಂದಿಗೂ ಅರ್ಥವಾಗಿಲ್ಲ. ಅವನು ಯಾರು, ಮನೆಯಲ್ಲಿ ಯಾರಿದ್ದಾರೆ, ಓದುತ್ತಿದ್ದಾನಾ, ಇಲ್ಲವೇ ಕೆಲಸದಲ್ಲಿದ್ದಾನಾ – ಇಂಥ ಬೇಸಿಕ್ ವಿಷಯ ಕೂಡ ತಿಳಿದಿರಲಿಲ್ಲ. ಹಳ್ಳಿಗಳಲ್ಲಿ ಎಲ್ಲರ ವಿಷಯವೂ ಎಲ್ಲರಿಗೂ ಗೊತ್ತಿರುತ್ತದೆ. ಅಂಥ ಸ್ಥಳದಲ್ಲೇ ಅವನ ವಿಷಯ ಗೌಪ್ಯವಾಗಿರುತ್ತದೆಂದರೆ ಲೆಕ್ಕ ಹಾಕಿ! ದಿನವೂ ನಿಗದಿತ ಸಮಯಕ್ಕೆ ಬರುತ್ತಿದ್ದ ಮತ್ತು ಆಟ ಮುಗಿಸಿ ಹೊರಡುತ್ತಿದ್ದ... ಅಷ್ಟು ಬಿಟ್ಟರೆ ಇನ್ಯಾವ ವಿಷಯವೂ ಗೊತ್ತಿಲ್ಲ.

ಗೆಳೆಯ ಮೊದಲೇ ಸ್ವಲ್ಪ ತಲೆಪ್ರತಿಷ್ಠೆಯವನು. ತಾನು ತುಂಬ ಬುದ್ಧಿವಂತ ಅನ್ನುವ ಸಣ್ಣ ಅಹಂಕಾರವೂ ಆ ವಯಸ್ಸಿಗೇನೇ ಬೆಳೆದು ನಿಂತಿತ್ತು. ಅದರ ಜೊತೆಗೆ ನಮ್ಮಂಥ ಹೆಣ್ಣುಗಳು ಕೊಡುತ್ತಿದ್ದ importance ಕೂಡಾ ಸೇರಿ ತಾನು ತುಂಬ ಹಿರಿಯ ಅನ್ನುವ ಹಾಗೆ ವರ್ತಿಸುತ್ತಿದ್ದ. ಅಂಥವನ ಕಣ್ಣಿಗೆ ವಿಚಿತ್ರ ಪ್ರಕಾಶ ಬೀಳುವುದೂ, ಪ್ರಕಾಶನ ಕಣ್ಣಿಗೆ ಇವನು ಬೀಳುವುದೂ ಸಹಜವೇ ಆಗಿತ್ತು. ಬಂದ ನಾಲ್ಕಾರು ದಿನಗಳಲ್ಲೇ ಇಬ್ಬರ ನಡುವೆ ಸ್ನೇಹ ಬೆಳೆಯಿತು. ನಮ್ಮ ಗೆಳೆಯನಿಗೆ ಅಲ್ಲಿಗೆ ಬಂದ ಹೊಸತರಲ್ಲಿ ನಾವಿಬ್ಬರೂ ಹೆಣ್ಣುಮಕ್ಕಳು 'ನೀನೇ ಇಂದ್ರ ಚಂದ್ರ' ಅಂತ ಜವಾಬ್ದಾರಿ ಹೊರಿಸಿದ್ದು ಖುಷಿ ಕೊಟ್ಟರೂ ಬರಬರುತ್ತಾ ಅದು ಅವನಿಗೆ ಬೋರ್ ಹೊಡೆಯಲು ಶುರುವಾಗಿತ್ತು ಅನ್ನಿಸುತ್ತದೆ. ಜವಾಬ್ದಾರಿ ಅಂದರೆ ಅವನೇನು ನಮ್ಮನ್ನು ತಲೆಯ ಮೇಲೆ ಹೊತ್ತು ಓಡಾಡುತ್ತಿರಲಿಲ್ಲವಾದರೂ, ಒಟ್ಟಿಗೆ ಹೊರಟವರು ಒಟ್ಟಿಗೇ ಮನೆಗೆ ವಾಪಸ್ ಬರಬೇಕಿತ್ತಲ್ಲ ಅದೇ ಅವನಿಗೊಂದು ದೊಡ್ಡ ತಲೆನೋವಾಗಿ ಪರಿಣಮಿಸಿತ್ತು.

ಅದೇ ಸಮಯದಲ್ಲಿ ಈ ಪ್ರಕಾಶನ ಎಂಟ್ರಿ ಆಯಿತಲ್ಲ... ಗೆಳೆಯ ಜಾಣತನದಿಂದ ನಮ್ಮನ್ನು ಸ್ವಲ್ಪಸ್ವಲ್ಪವೇ ದೂರ ಮಾಡಲು ಶುರು ಮಾಡಿದ. ನಮಗೆ ಅಸಹನೆಯಿಂದ ಉರಿ ಏಳುತ್ತಿತ್ತು. ಹೀಗೊಬ್ಬ ಗೆಳೆಯ ಸಿಕ್ಕು, ಒಂದಿಷ್ಟು ದಿನ ಸ್ವಾತಂತ್ರ್ಯದ ಸವಿ ಮತ್ತು ಸುಖ ಅನುಭವಿಸುವ ಮೊದಲೇ ಈ ಪ್ರಕಾಶನೆಂಬ ಪೀಡೆ ಅದೆಲ್ಲಿಂದ ಗಂಟು ಬಿದ್ದ ನಮ್ಮ ಹಸನಾದ ಬಾಳಿಗೆ? ಅಂತ ನಾನು, ಅಕ್ಕ ಹಿಡಿ ಶಾಪ ಹಾಕುತ್ತಿದ್ದೆವು. ಆದರೆ ಗೆಳೆಯ ತನಗಿಂತ ಆರೆಂಟು ವರ್ಷ ದೊಡ್ಡವನಿದ್ದ ಪ್ರಕಾಶನ ಅನುಯಾಯಿಯಾಗಿ ಹೋದ. ವಿಲಕ್ಷಣ ಸ್ವಭಾವದ ಪ್ರಕಾಶನಿಗೂ ಇವನ ಸಹವಾಸ ಇಷ್ಟವಾಗಿಹೋಯಿತು. ಬ್ಯಾಡ್ಮಿಂಟನ್ ಮುಗಿದು, ಎಲ್ಲರೂ ಮನೆ ಸೇರಿಕೊಂಡ ಎಷ್ಟೋ ಹೊತ್ತಿನವರೆಗೂ ಅದೇನೋ ಪಿಸುಪಿಸು, ಗುಸುಗುಸು ಅಂತೆಲ್ಲ ಮಾತಾಡುತ್ತ ಕೂರಲು ಶುರು ಮಾಡಿದರು. ನಮಗೆ ಕೆಟ್ಟ ಕುತೂಹಲ, ಅದೇನು ಮಾತಾಡಿಕೊಳ್ಳುತ್ತಾರೆ ಇವರಿಬ್ಬರೂ ಎಂದು. ಅದನ್ನು ಕಂಡುಹಿಡಿಯಲು ಅವರ ಸುತ್ತ ಸುಳಿದಾಡಲು ಶುರು ಮಾಡಿದ ಕೂಡಲೇ ಇಬ್ಬರೂ ಮಾತು ನಿಲ್ಲಿಸುತ್ತಿದ್ದರು ಅಥವಾ ಮಾತು ಬದಲಿಸುತ್ತಿದ್ದರು! ಹಾಗಾಗಿ ತಲೆ ಕೆಳಗಾಗಿ ನಿಂತರೂ ಅವರ ಸಂಭಾಷಣೆಯ ತುಣುಕೂ ನಮ್ಮ ಕಿವಿಗೆ ಬೀಳುತ್ತಿರಲಿಲ್ಲ.

ಗೆಳೆಯ ಬಂದಾಗಿನಿಂದ ರಂಗಾಗಿದ್ದ ನಮ್ಮ ಸಂಜೆಗಳು ಮತ್ತೆ ಮಂಕಾದವು, ಬಣ್ಣ ಕಳೆದುಕೊಂಡವು. ಈಗೀಗ ಇವನು ಆಟ ಮುಗಿಸಿ ಹೊರಟ ಪ್ರಕಾಶನ ಜೊತೆ ಅವನ ರೂಮಿಗೆ ಹೋಗಿ ಬರುತ್ತೇನೆ ಅಂತ ಹೇಳಿ ಅವನ ಜೊತೆಯೇ ಹೋಗಲು ಶುರು ಮಾಡಿದ. ಅವರನ್ನು ಹಿಂಬಾಲಿಸಲು ಮಾಡಿದ ಪ್ರಯತ್ನವನ್ನೆಲ್ಲ ಅವನು ಒಂದೇ ಏಟಿನಲ್ಲಿ ತುಂಡರಿಸಿಬಿಟ್ಟ. ನನ್ನನ್ನು ಹಿಂಬಾಲಿಸುವಂತಿಲ್ಲ ಎಂದು ಖಡಾಖಂಡಿತವಾಗಿ ಹೇಳಿಬಿಟ್ಟ. ನಿರಾಸೆಗೊಂಡ ನಾವು ಮೊದಲಿನ ಬದುಕಿಗೆ ಅನಿವಾರ್ಯವಾಗಿ ಹೊಂದಿಕೊಳ್ಳುವ ಪ್ರಯತ್ನಕ್ಕೆ ಇಳಿದೆವು. ಆಗ ಅವನೊಡನೆ ಹೊರಟ ಗೆಳೆಯ ಸುಮಾರು ಒಂಭತ್ತೂವರೆ, ಹತ್ತಕ್ಕೆ ವಾಪಸ್ಸಾಗುತ್ತಿದ್ದ. ಬಂದ ನಂತರವೂ ಬರಗೆಟ್ಟು ಕಾಯುತ್ತಿದ್ದ ನಮ್ಮನ್ನು ಕ್ಯಾರೆ ಎನ್ನದೇ, ಯಾವುದೋ ಪುಸ್ತಕ ಹಿಡಿದು ಕುಳಿತುಬಿಡುತ್ತಿದ್ದ. ಹಾಗೆ ಕುಳಿತವನೆದುರು ತಿಪ್ಪರಲಾಗ ಹಾಕಿದರೂ ನಮ್ಮ ಕಡೆ ಗಮನ ಹರಿಸುತ್ತಿರಲಿಲ್ಲ. ಅಂಥ ಏಕಾಗ್ರತೆ! ಅದೇನು ಓದುತ್ತಿದ್ದಾನೆ ಅನ್ನುವ ಕುತೂಹಲಕ್ಕೆ ನಾವು ಹತ್ತಿರ ಹೋಗಿ ನೋಡುವ ಪ್ರಯತ್ನ ಮಾಡಿದರೆ ಅವನು ಆ ಪುಟ್ಟ ಪುಸ್ತಕ ನಮಗೆ ಕಾಣದಂತೆ ದೊಡ್ಡ ಪುಸ್ತಕದ ನಡುವೆ ಇಟ್ಟು ಓದುತ್ತಿದ್ದನಲ್ಲ, ಅದನ್ನು ಮುಚ್ಚಿಟ್ಟುಬಿಡುತ್ತಿದ್ದ! ಈ ರೀತಿ ಸುಮಾರು ಪ್ರಯತ್ನಗಳಾದ ಮೇಲೆ ನಾವು ಸೋತು, ಊಟ ಮುಗಿಸಿ ಬಿದ್ದುಕೊಳ್ಳುತ್ತಿದ್ದೆವು. ಅವನು ಓದಿ ಮುಗಿಸಿ ಅದೆಷ್ಟು ಹೊತ್ತಿಗೆ ಮಲಗುತ್ತಿದ್ದನೋ ದೇವರಿಗೇ ಗೊತ್ತು.

ನಾವು ಬೆಳಿಗ್ಗೆ ಬೇಗನೇ ಏಳುವ ಅಭ್ಯಾಸದವರು. ಆಗಲಾದರೂ ಅದೇನು ಪುಸ್ತಕ ಎಂದು ಕದ್ದು ನೋಡುವ ಆಸೆಯಿಂದ ಎದ್ದ ಕೂಡಲೇ ಅದನ್ನು ಹುಡುಕಿದರೆ ಅಷ್ಟರಲ್ಲಾಗಲೇ ಅವನು ಅದನ್ನು ಮಾಯ ಮಾಡಿಬಿಟ್ಟಿರುತ್ತಿದ್ದ! ಅದೆಷ್ಟು ಹುಡುಕಿದರೂ ಸಿಗದ ಆ ಪುಸ್ತಕ ನಮ್ಮ ತಾಳ್ಮೆಗೆಡಿಸುತ್ತಿತ್ತು. ಒಂದು ಸಣ್ಣ ಪತ್ತೇದಾರಿ ನಡೆಸಿದ ನಂತರ ತಿಳಿಯಿತು. ಅವನು ಮಲಗುವ ಮುಂಚೆ ಎಷ್ಟೇ ನಿದ್ರೆ ಬಂದರೂ ಎದ್ದು ಅವನ ಸೂಟ್‌ಕೇಸಿನಲ್ಲಿ ಹಾಕಿ ಬೀಗ ಜಡಿದು ನಂತರವೇ ಮಲಗುತ್ತಿದ್ದ ಎಂದು! ಅಲ್ಲಿಗೆ ನಮ್ಮ ಕೊನೆಯ ಆಸೆಯ ಕಿರಣವೂ ನಂದುತ್ತಿತ್ತು! ಆ ಪ್ರಯತ್ನವನ್ನೂ ನಿಲ್ಲಿಸಿ ತೆಪ್ಪಗಾದೆವು. ಅವನ ದಿನಚರಿ ಮಾತ್ರ ಎಂದಿನ ಹಾಗೆ ಮುಂದುವರೆಯಿತು. ನಾವು ಕತ್ತಲಾದ ಮೇಲೆ ಬಂದರೆ ಅಷ್ಟು ಸ್ಟ್ರಿಕ್ಟ್ ಆಗಿ ವರ್ತಿಸುತ್ತಿದ್ದ ಅಮ್ಮ ಅವನು ತಡವಾಗಿ ಬಂದರೆ ಮಾತ್ರ ಏನೂ ಹೇಳುತ್ತಲೇ ಇರಲಿಲ್ಲ. ಸುಮ್ಮನೆ ಎದ್ದು ಅವನಿಗೆ ಊಟ ಬಡಿಸಿ ನಂತರ ಮಲಗಲು ಹೋಗುತ್ತಿದ್ದಳು ಅಷ್ಟೇ. ನಮಗೆ ಇನ್ನೆಷ್ಟು ಹೊಟ್ಟೆ ಉರಿಯಬೇಡ ಹೇಳಿ! ಯಾಕೆ ತಡ ಅಂತ ಕೂಡಾ ಕೇಳ್ತಿರಲಿಲ್ಲ ಬಾಯಿಮಾತಿಗೂ!

ಹೀಗೇ ದಿನಗಳು ಕಳೆದವು. ಒಂದು ದಿನ ಬೆಳಿಗ್ಗೆ ನಾನು, ಅಕ್ಕ ಎದ್ದವರೇ ಅವನ ಕಡೆಗೆ ಕಣ್ಣು ಹಾಯಿಸಿದರೆ ಒಂದು ಆಶ್ಚರ್ಯ ಮತ್ತು ಅದ್ಭುತ ಕಾದಿತ್ತು! ಅವನು ಪುಸ್ತಕ ಒಳಗಿಡುವುದನ್ನು ಮರೆತುಬಿಟ್ಟಿದ್ದ ಮತ್ತು ಈಗದು ಅವನ ದಿಂಬಿನಡಿಯಿಂದ ಇಣುಕುತ್ತಿತ್ತು! ನಾವು ತುಂಬಾ ದಿನದ ಕೆಳಗೆ ಪುಸ್ತಕ ಹುಡುಕುವ ಪ್ರಯತ್ನ ನಿಲ್ಲಿಸಿದ್ದರಿಂದ ಅವನಿಗೆ ಧೈರ್ಯ ಬಂದಿತ್ತು ಅಂತ ಕಾಣುತ್ತದೆ ಅಥವಾ ಎಲ್ಲೋ ತಡೆಯಲಾಗದಷ್ಟು ನಿದ್ದೆ ಬಂದಿತ್ತೇನೋ, 'ಇವೆರಡು ಕಿರಾತಕಿಯರು ನೋಡಲ್ಲ ಬಿಡು' ಅನ್ನೋ ತಪ್ಪು ಲೆಕ್ಕಾಚಾರ ಹಾಕಿ ದಿಂಬಿನಡಿಗೇ ಇಟ್ಟು ಮಲಗಿ ಬಿಟ್ಟಿದ್ದ! ನಾವು ಅದರ ಬಗ್ಗೆ ಸದಾ ಒಂದು ಜಾಗೃತ ದೃಷ್ಟಿ ಇಟ್ಟೇ ಇರುತ್ತಿದ್ದರಿಂದ ಎದ್ದ ಕೂಡಲೇ ದಿಂಬಿನಡಿ ಇಣುಕುತ್ತಿದ್ದ ಪುಸ್ತಕವೇ ಮೊದಲು ಕಣ್ಣಿಗೆ ಬಿದ್ದಿತ್ತು.

ಇಬ್ಬರೂ ಹಲ್ಲುಜ್ಜುವ ನೀರಸ ಕಾರ್ಯಕ್ರಮವನ್ನು ಮುಂದೂಡಿ ಹಳಸಲು ಮುಖದಲ್ಲಿ ಪುಸ್ತಕ ತೆರೆದೆವು. ಏನೋ ಅದ್ಭುತ ನಿರೀಕ್ಷಿಸಿದ್ದ ನಮಗೆ ಅದು ಕೈಗೆ ಸಿಕ್ಕ ನಂತರ ಸ್ವಲ್ಪ ನಿರಾಸೆಯೇ ಆಯಿತು. ಅದೊಂದು ಹಳೆಯ ಜೀರ್ಣವಾದ ಪುಸ್ತಕ. ಪುಟ ತಿರುಗಿಸಿದರೆ ಪುಸ್ತಕದ ಹಾಳೆಗಳಲ್ಲೆಲ್ಲ ಹಳೆಯ ವಾಸನೆ. ಅಯ್ಯೋ! ಇದಕ್ಕಾಗಿ ಇಷ್ಟೆಲ್ಲ ಕಷ್ಟಪಟ್ಟೆವೇ ಅಂತ ನಮ್ಮ ಮೇಲೆ ನಮಗೇ ಸ್ವಲ್ಪ ಅಸಮಾಧಾನ ಮತ್ತು ಕನಿಕರ ಎರಡೂ ಆಗಿಹೋಯಿತು. ಅಲ್ಲಲ್ಲಿ ಬೇರೆಬೇರೆ ಹೆಡಿಂಗ್ ಇದ್ದ ಪುಸ್ತಕದ ಹೆಸರು **'ವಶೀಕರಣ ಮಂತ್ರ'** ಎಂದಿತ್ತು! ಅಯ್ಯೋ! ಇದನ್ನೇನು ಅಷ್ಟು ಗುಟ್ಟಾಗಿ ಓದುತ್ತಿದ್ದ ಅನ್ನುವ ಕುತೂಹಲದೊಡನೆ ಪೇಜು ತಿರುಗಿಸುತ್ತಾ ಹೋದೆವು ನಾನು, ಅಕ್ಕ. ಒಂದೊಂದು ಛಾಪ್ಟರ್‌ನ ಹೆಸರು ಓದಿ ಗಾಬರಿಯಾಯಿತು...

ಹೆಣ್ಣನ್ನು ತನ್ನವಳಾಗಿಸಿಕೊಳ್ಳುವುದು ಹೇಗೆ,
ದೆವ್ವವನ್ನು ವಶೀಕರಿಸಿಕೊಳ್ಳುವುದು ಹೇಗೆ,
ವಿವಾಹಿತ ಹೆಣ್ಣನ್ನು ಒಲಿಸಿಕೊಳ್ಳುವುದು ಹೇಗೆ,
ಶತ್ರುಗಳನ್ನು ಮಟ್ಟ ಹಾಕುವುದು ಹೇಗೆ,
ದಾಯಾದಿ ನಿವಾರಣೆ,
ಸ್ಮಶಾನ ಪೂಜೆ...

ಅಬ್ಬಾ! ಒಂದೊಂದು ಅಧ್ಯಾಯವೂ ರೋಚಕ, ರೋಮಾಂಚಕ! ಎಲ್ಲದಕ್ಕೂ ಅದರದ್ದೇ ಆದ ಪೂಜಾ ವಿಧಾನ ಮತ್ತು ವಿವರಣೆಗಳು. ಏನೇನೋ ಮಂತ್ರಗಳು ಕೂಡಾ ಅಲ್ಲಿದ್ದವು. ಪರಿಣಾಮಗಳು ಎಷ್ಟು ದಿನದಲ್ಲಿ ಆಗಬಹುದು ಅನ್ನುವ ಭವಿಷ್ಯವಾಣಿ ಕೂಡಾ ಅಲ್ಲಿತ್ತು. ಅಯ್ಯೋ! ಈಗಲಾಗಿದ್ದರೆ ಓದಿ ಮಜವಾದರೂ ಪಡೆಯುತ್ತಿದ್ದೆವೇನೋ. ಆದರೆ ಆಗ ಗಾಬರಿಯಲ್ಲಿ ಕೈಕಾಲು ತಣ್ಣಗಾಗಿ ಹೋಯಿತು. ಓಹೋ! ಈ ಗೆಳೆಯ ಅವರನ್ನೆಲ್ಲ ಒಲಿಸಿಕೊಳ್ಳುವ ಕೈಂಕರ್ಯದಲ್ಲಿ ನಿರತನಾಗೇ ಬಿಟ್ಟಿದ್ದನಾ! ಅಂತ ಒಂದು ಕಡೆ ಮೆಚ್ಚುಗೆ, ಮತ್ತೊಂದು ಕಡೆ ಭಯ. ಅಮ್ಮನಿಗೆ, ಅಪ್ಪನಿಗೆ ಹೇಳಬೇಕೋ, ಬೇಡವೋ ಅನ್ನುವ ಜಿಜ್ಞಾಸೆ. ನಮ್ಮನ್ನು ಕಡೆಗಣಿಸಿದ್ದ ಅವನ ಮೇಲೆ ಸೇಡು ತೀರಿಸಿಕೊಳ್ಳಲು ಸಿಕ್ಕ ಸದವಕಾಶ ಕೈತಪ್ಪಿ ಹೋಗಲು ಬಿಡಬಾರದೆನ್ನುವ ಆಸೆಬುರುಕತನ. ಕೊನೆಗೆ ಆಸೆಬುರುಕತನದ್ದೇ ಮೇಲುಗೈ ಆಯಿತು.

ಅಡಿಗೆ ಮನೆಯಲ್ಲಿದ್ದ ಅಮ್ಮನಿಗೆ ಪುಸ್ತಕ ತಲುಪಿಸಿದೆವು. 'ಅಮ್ಮ ಅವನು ದಿನಾ ರಾತ್ರಿ ಇದನ್ನ ಓದ್ತಾ ಇರ್ತಾನೆ' ಅಂತ ಲೈಟಾಗಿ ಬೆಂಕಿಯನ್ನೂ ಇಕ್ಕಿದ್ದಾಯ್ತು. ಪುಸ್ತಕದ ಹೆಸರು ನೋಡಿದ ಕೂಡಲೇ ಅವಳ ಮುಖ ಕಪ್ಪಿಟ್ಟಿತು. 'ದಿನಾ ಓದ್ತಾನಾ! ಮತ್ತೆ ಮೊದಲೇ ಯಾಕೆ ಹೇಳಲಿಲ್ಲ' ಎಂದು ಕೆಂಗಣ್ಣು ಬಿಟ್ಟಳು. ಏನೋ ರಹಸ್ಯ ತಿಳಿಸುತ್ತೇವೆ ಅಂದುಕೊಂಡರೆ ನಮಗೇ ಆವಾಜ್ ಹಾಕುತ್ತಾಳಲ್ಲ ಅಂತ ಸಿಟ್ಟು ಬಂದರೂ ತೋರಿಸಿಕೊಳ್ಳದೇ ಸುಮ್ಮನೇ ನಿಂತಿದ್ದೆವು. ಅವಳು ಗಾಬರಿಯಿಂದ ಬೆವರುತ್ತಲೇ ಪುಟ ಆತುರಾತುರವಾಗಿ ತಿರುಗಿಸಿದಳು. ಒಂದೊಂದನ್ನೂ ನೋಡುತ್ತಲೇ 'ಅಯ್ಯೋ ದೇವರೇ!' ಅಂತ ಉದ್ಗರಿಸಿದಳು. ನಾವು ಅದನ್ನು ತಲುಪಿಸುವ ಮುಂಚೆಯೇ ಓದಿರದೇ ಬಿಟ್ಟಿರುವುದಿಲ್ಲ ಅನ್ನುವ ಸಂಪೂರ್ಣ ನಂಬಿಕೆ ನಮ್ಮ ಮೇಲಿದ್ದರೂ, ನಮಗೆ ಕಾಣದಿರುವ ಹಾಗೆ ಅದನ್ನು ಮುಚ್ಚಿಟ್ಟುಕೊಂಡಳು! ಪಿಳಿಪಿಳಿ ಕಣ್ಣು ಬಿಡುತ್ತಾ ನಿಂತಿದ್ದ ನಮ್ಮ ಬೆನ್ನ ಮೇಲೊಂದು ಗುದ್ದಿ 'ಥೂ! ಹಲ್ಲುಜ್ಜಿ ನಡೀರೇ ಶನಿಗಳಾ' ಎಂದು ಗದರಿಸಿದಳು.

ಅವಳ ಸ್ಥಿತಿ ನೋಡಿ ನಮಗೆ ಅದನ್ನು ಅವಳಿಗೆ ತೋರಿಸಬಾರದಿತ್ತೋ ಏನೋ ಅನ್ನುವ ಅಳುಕು ಶುರುವಾಯ್ತು. ಮುಂದೇನು ಮಾಡುತ್ತಾಳೋ ಅನ್ನುವ

ಕುತೂಹಲದಲ್ಲಿ ಮತ್ತೆ ಅಲ್ಲಿಯೇ ನಿಂತೆವು. ಈಗ ಗೆಳೆಯನನ್ನು ಎಬ್ಬಿಸಿ, ಕೂಗಾಡಿ, ಕಿರುಚಾಡಿ, ಗ್ರಹಚಾರ ಬಿಡಿಸುತ್ತಾಳೆ ಅಂತ ನಾವಿಬ್ಬರೂ ಖುಷಿಯಲ್ಲಿ ಕಾಯುತ್ತಿದ್ದರೆ, ಅವಳು ಪುಸ್ತಕ ಮತ್ತೆ ಅವನ ದಿಂಬಿನ ಅಡಿಗೇ ಇಟ್ಟು ಬಂದಳು. ಅವಳ ಪ್ಲ್ಯಾನ್ ಏನಿರಬಹುದು ಅನ್ನುವುದು ನಮಗೆ ಅರ್ಥವೇ ಆಗದೇ ಹಲ್ಲುಜ್ಜಲು ಹೋದೆವು. ಅಮ್ಮ ಏನೂ ಆಗದಂತೆ ಸೋಗು ಹಾಕಿ ಮತ್ತೆ ಕೆಲಸದಲ್ಲಿ ಮುಳುಗಿದಳು. ನಾವು ಮಳ್ಳಿಯರಂತೆ ಅವನ ಮುಂದೆಯೇ ಕುಳಿತು ಅವನು ಏಳುವುದನ್ನು ಕಾದೆವು... ಒಂದು ಡ್ರಾಮಾದ ನಿರೀಕ್ಷೆಯಲ್ಲಿ...

ಸುಮಾರು ಹೊತ್ತಿನ ನಂತರ ಅವನು ನಿದ್ದೆಯಿಂದೆದ್ದ. ಒಂದೆರಡು ನಿಮಿಷ ಕಣ್ಣುಜ್ಜಿ ಜಡವಾಗಿ ಮೈ ಚಾಚಿದವನಿಗೆ ಇದ್ದಕ್ಕಿದ್ದ ಹಾಗೆ ಪುಸ್ತಕ ಒಳಗಿಡದೇ ಮಲಗಿದ್ದುದು ನೆನಪಾಗಿರಬೇಕು... ಗಾಬರಿಯಿಂದ ಎದ್ದವನೇ ಅದಕ್ಕಾಗಿ ತಡಕಾಡಿದ. ಎಲ್ಲಿತ್ತೋ ಅಲ್ಲೇ ಅದೇ ಸ್ಥಿತಿಯಲ್ಲಿ ಇಟ್ಟು ಬಂದಿದ್ದರಿಂದ ಅವನಿಗೆ ಇದೆಲ್ಲ ನಡೆದಿರಬಹುದು ಅನ್ನುವ ಸುಳಿವೂ ಸಿಕ್ಕಲಿಲ್ಲ. ನಾವು ನೋಡಿರಲಿಕ್ಕಿಲ್ಲ ಅಂತ ಸಮಾಧಾನಗೊಂಡ ಅಂತ ಕಾಣುತ್ತದೆ. ಸೂಟ್‌ಕೇಸಿನ ಒಳಗಿಟ್ಟು ದಿನದ ಕೆಲಸದಲ್ಲಿ ಮುಳುಗಿದ.

ಸಂಜೆ ಅಪ್ಪ ಬಂದ ಮೇಲೆ ಅಮ್ಮ ರೂಮಿನ ಬಾಗಿಲು ಮುಚ್ಚಿದಳು. ಅವರಿಬ್ಬರ ರಹಸ್ಯ ಮೀಟಿಂಗ್ ಶುರು ಆಯ್ತು. ನನಗೆ, ಅಕ್ಕನಿಗೆ ತೀರದ ಕುತೂಹಲ. ಅದೇನು ನಿರ್ಧಾರ ತೆಗೆದುಕೊಳ್ಳುತ್ತಿರಬಹುದು ಎಂದು ತಿಳಿಯುವ ಆಸೆ. ಬಾಗಿಲಿಗೇ ಕಿವಿ ಅಂಟಿಸಿದರೂ ಒಂದೇ ಒಂದಕ್ಷರ ಕಿವಿಗೆ ಬೀಳಲಿಲ್ಲ. ನಾನು-ಅಕ್ಕ ಮುಖ ಮುಖ ನೋಡಿಕೊಳ್ಳುವುದರಲ್ಲೇ ಬಾಗಿಲು ದಢಾರನೆ ತೆರೆಯಿತು. ಅಲ್ಲಿ ನಿಂತಿದ್ದ ನಮ್ಮನ್ನು ನೋಡಿ ಮತ್ತೊಮ್ಮೆ ಕೆಂಗಣ್ಣು ಬಿಟ್ಟಳು.

ಆ ರಾತ್ರಿ ಅವರ ಗೇಮ್ ಪ್ಲ್ಯಾನ್ ಅರ್ಥವಾಯ್ತು! ಅವತ್ತು ರಾತ್ರಿ ಊಟಕ್ಕೆ ಕೂತಾಗ ಅಮ್ಮ, 'ನೀನು ಬಂದು ತುಂಬ ದಿನ ಆಯ್ತು ಕಣೊ, ಊರಿಗೆ ಹೋಗ್ಬೇಕು ಅಂತ ಅನ್ನಿಸ್ತಿರಬೇಕಲ್ವಾ' ಅಂತ ಪೀಠಿಕೆ ಹಾಕಿದಳು. ಅವನಿಗೆ ಮುಖದಲ್ಲಿ ಅರೆಕ್ಷಣ ಅನುಮಾನದ ಎಳೆ. ಆದರೂ ಅವನ ಟ್ರೈನಿಂಗ್ ಇನ್ನೂ ಮುಗಿದಿರಲಿಲ್ಲವಲ್ಲ, ಹಾಗಾಗಿ ಊರಿಗೆ ಹೊರಡುವ ಇಷ್ಟವಿಲ್ಲ. ಭಂಡತನದಿಂದ, 'ಇಲ್ಲ ಹಾಗೇನೂ ಅನ್ನಿಸ್ತಿಲ್ಲ. ನಂಗೆ ಇನ್ನೂ ಸ್ವಲ್ಪ ದಿನ ಇಲ್ಲೇ ಇರಕ್ಕೆ ಆಸೆ' ಅಂದು ಬಿಟ್ಟ! ಅಷ್ಟು ಸಣ್ಣ ಹುಡುಗ ಆ ಪರಿಯ ಭಂಡತನಕ್ಕಿಳಿಯಬಹುದು ಎಂದು ಎಣಿಸಿಲ್ಲದ ಅಮ್ಮ ಕಕ್ಕಾಬಿಕ್ಕಿಯಾಗಿ ಅಪ್ಪನ ಮುಖ ನೋಡಿದಳು. ಈಗ ಅಪ್ಪ ಕಣಕ್ಕಿಳಿದರು 'ಅಲ್ಲಪ್ಪಾ ನಿನಗೆ ಅನ್ನಿಸದಿರಬಹುದು... ಆದರೆ ನಿಮ್ಮ ಅಪ್ಪ, ಅಮ್ಮನಿಗೆ ಅನ್ನಿಸ್ತಿರಬಹುದು. ಅದಕ್ಕೇ ಇವತ್ತು ರಾತ್ರಿ ಹೊರಟು ಬಿಡು' ಅಂತ ಸ್ಪಷ್ಟ ಮಾತುಗಳಲ್ಲಿ ಹೇಳಿ

ಬಿಟ್ಟರು. ಅವನಿಗೆ ಆಗ ಅನುಮಾನ ಬಲವಾಯ್ತು ಅಂತ ಕಾಣುತ್ತದೆ. ಆದರೆ ಆ ದೆವ್ವ, ಸ್ತ್ರೀ, ಶತ್ರುಗಳನ್ನೆಲ್ಲ ವಶೀಕರಿಸಿಕೊಳ್ಳದೇ ಹೊರಡುವ ಮನಸ್ಸಿರಲಿಲ್ಲ! ಅದಕ್ಕೇ ಅವನು ಕೂಡಾ ನಿರ್ಧಾರದ ದನಿಯಲ್ಲಿ 'ಇಲ್ಲ ನಾನು ಇನ್ನೂ 3-4 ದಿನ ಇದ್ದು ಆಮೇಲೆನೇ ಹೊರಡೋದು' ಅಂತ ಖಡಾಖಂಡಿತವಾಗಿ ಹೇಳಿಬಿಟ್ಟ. ಅಮ್ಮ ಅಪ್ಪನೆಡೆ ಕಣ್ಣು ಚಿವುಟಿ ಸುಮ್ಮನಾಗಿಸಿದಳು. 'ಇನ್ನು 3-4 ದಿನ ತಾನೇ, ಆಮೇಲಾದರೂ ಹೊರಡುವ ಮಾತಾಡಿದನಲ್ಲ ಸಧ್ಯ' ಅನ್ನುವ ಹಾಗೆ.

ಆದರೆ ಅವನು ಬೇರೆಯದೇ ಪ್ಲ್ಯಾನ್ ಇಟ್ಟಿದ್ದ. ಅವನು 3-4 ದಿನಗಳಲ್ಲಿ ಸಂಪೂರ್ಣ ವಿದ್ಯೆ ಪಡೆದೇ ಬಿಡುವ ನಿರ್ಧಾರಕ್ಕೆ ಬಂದಿದ್ದ. ಮುಂಚೆ ರಾತ್ರಿ ಹತ್ತಕ್ಕಾದರೂ ಮನೆಗೆ ಬರುತ್ತಿದ್ದವನು ಈಗ ಇನ್ನೂ ತಡವಾಗಿ ಬರಲು ಶುರು ಮಾಡಿದ. ಪ್ರಕಾಶನೇ ಸ್ಕೂಟರಿನಲ್ಲಿ ಬಿಟ್ಟು ಹೋಗ್ತಿದ್ದ ಇವನನ್ನು. ಅಮ್ಮನಿಗೆ ದಿನಗಳು ಯುಗವಾಗುವುದೆಂದರೆ ಏನು ಎಂದು ಆಗ ಅನುಭವಕ್ಕೆ ಬಂತೇನೋ! 'ನಾಳೆ ಹುಡುಗ ದಾರಿ ತಪ್ಪಿದರೆ ನನಗಲ್ವಾ ಕೆಟ್ಟ ಹೆಸರು?' ಅಂತ ಅಪ್ಪನ ಹತ್ತಿರ ಗೊಣಗುಟ್ಟುತ್ತಿದ್ದಳು. ಒಂದು ದಿನವಂತೂ ಮಧ್ಯರಾತ್ರಿ ಕಳೆದರೂ ಪತ್ತೆಯಿಲ್ಲ. ಅವತ್ತು ಅಮಾವಾಸ್ಯೆ ಬೇರೆ! ಇನ್ನೇನು ವಶಪಡಿಸಿಕೊಂಡ ಹೆಂಗಸರು, ದೆವ್ವ, ದಾಯಾದಿಗಳ ಒಂದು ದೊಡ್ಡ ಸೈನ್ಯದ ಜೊತೆಗೇ ಬಂದುಬಿಡುತ್ತಾನೇನೋ ಅನ್ನುವ ಹಾಗೆ ಹಿಂಸೆ ಅನುಭವಿಸಿಬಿಟ್ಟಳು. ಅವನು ಬಂದ ಮೇಲೆ ಅಮ್ಮ ಸ್ವಲ್ಪ ಮಾತುಕತೆ ನಡೆಸಿದಳು ಖಾರವಾಗೇ. ಅವನೂ ನಗುತ್ತಲೇ ಉತ್ತರ ಕೊಟ್ಟ. ಎಲ್ಲಿಗೆ ಹೋಗಿದ್ದೆ ಅನ್ನುವ ಅಮ್ಮನ ಮಾತು ಕಿವಿಗೆ ಬೀಳದ ಹಾಗೆ ಮಲಗಲು ಹೋದ. ಅವನು ಅಮ್ಮನ ಇರುವನ್ನೇ ಅಲಕ್ಷಿಸಿದವನಂತೆ ಮಾಡಿದ್ದು ಅಮ್ಮನನ್ನು ಕೆರಳಿಸಿಬಿಟ್ಟಿತು! ಮರುದಿನ literally ಅವನನ್ನು ದಬ್ಬಿಕೊಂಡು, ಬಸ್ಸಿನೊಳಗೆ ತುರುಕುವವರೆಗೂ ಅಮ್ಮ ಸಮಾಧಾನಗೊಳ್ಳಲಿಲ್ಲ. ಬಸ್ಸಿಗೆ ಅವನನ್ನು ಕೂರಿಸಿ, ಬಸ್ಸು ಕಣ್ಮರೆಯಾದ ನಂತರವೇ ಅವಳು ನೆಮ್ಮದಿಯ ಉಸಿರೆಳೆದಿದ್ದು! ಅವತ್ತು ರಾತ್ರಿ ಊಟದ ಸಮಯದಲ್ಲಿ ಅಪ್ಪನ ಹತ್ತಿರ 'ಈ ಹೆಣ್ಣು ಮಕ್ಕಳೇ ವಾಸಿಯಪ್ಪ; ಸಂಜೆ ಕತ್ತಲಾಗುವುದರಲ್ಲಿ ಮನೆ ಸೇರಿಕೊಳ್ಳುತ್ವೆ, ಹೇಳಿದ ಮಾತು ಕೇಳತ್ವೆ' ಅಂತ ಹೇಳ್ತಿದ್ದಿದ್ದು ಕಿವಿಗೆ ಬಿತ್ತು...

ಉಪಸಂಹಾರ: ಈ ರೀತಿಯೆಲ್ಲ ಹಾಡಿ ಹೊಗಳಿದ 'ಹೆಣ್ಣು ಮಗಳಾದ' ನಾನು ನನ್ನ ಗೆಳತಿಯರ ಜೊತೆ ನನ್ನ ಹದಿನಾಲ್ಕನೆಯ ವಯಸ್ಸಿನಲ್ಲಿ ಹರಿಶ್ಚಂದ್ರ ಘಾಟ್ ಎಂಬ ಸ್ಮಶಾನಕ್ಕೆ ಹೋಗಿ ಅಲ್ಲಿನ ಸಮಾಧಿಗಳ ಮೇಲೆ ಹೂವಿಟ್ಟು ಅಲ್ಲೇ ಕೂತು

ಊಟ ಮಾಡಿ ಬರುತ್ತಿದ್ದೆ. ಹೀಗೆ ನಮ್ಮಮ್ಮನ 'ಹೆಣ್ಣು ಮಕ್ಕಳೇ ವಾಸಿ' ಅನ್ನುವ ನಂಬಿಕೆಯನ್ನು ಸುಳ್ಳುಮಾಡಿದ್ದೆ, ಪಾಪ. ಸಣ್ಣ ವಯಸ್ಸಿನಲ್ಲಿ ಅಷ್ಟೆಲ್ಲ ಸ್ಮಶಾನ ಪೂಜೆ ಮಾಡಿದ ಗೆಳೆಯ ದೊಡ್ಡವನಾದ ಮೇಲೆ ಎಲ್ಲರಂತೆ ಅಪ್ಪ-ಅಮ್ಮ ತೋರಿಸಿದ ಸಂಪ್ರದಾಯಸ್ಥ ಹೆಣ್ಣನ್ನು ಮದುವೆಯಾಗಿ, ಎರಡು ಮಕ್ಕಳಾಗಿ, ವಯರ್ ಬುಟ್ಟಿ ಹಿಡಿದು ಮಾರ್ಕೆಟ್ಟಿಗೆ ಹೋಗಿ, ತರಕಾರಿ ತಂದು, ಹೆಂಡತಿಗೆ ಮಲ್ಲಿಗೆ ಹೂವು ತಂದು, ಸತ್ಯನಾರಾಯಣ ಪೂಜೆ, ಅದೂ ಇದೂ ಅಂತ ಮಾಡಿಕೊಂಡು ಸದ್ಗೃಹಸ್ಥನಾಗಿ ಬಾಳಿದ! ಪಾಪ, ಅಷ್ಟೆಲ್ಲ ಕಷ್ಟಪಟ್ಟು ನಡುರಾತ್ರಿ ಪೂಜೆ ಮಾಡಿದರೂ ಯಾವ ವಿವಾಹಿತ ಸ್ತ್ರೀಯೂ ಒಲಿದ ಹಾಗೆ ಕಾಣಲಿಲ್ಲ ಅಥವಾ ಅಮ್ಮ ಅವನ ವಶೀಕರಣ ವಿದ್ಯೆ ಅಪೂರ್ಣ ಮಾಡಿ ಲೋಪ ಮಾಡಿದ್ದಳೋ, ಯಾರಿಗೆ ಗೊತ್ತು!

ವಾಸ್ತು, ವಿಜ್ಞಾನ ಇತ್ಯಾದಿ...

ಬಸವೇಶ್ವರನಗರದಲ್ಲೇ ತುಂಬ ವರ್ಷ ಸಂಸಾರ ಮಾಡಿದ್ದ ನನಗೆ ಆ ಏರಿಯಾ ಬದಲಿಸುವ ಮನಸ್ಸು ಒಂದಿನಿತೂ ಇರಲಿಲ್ಲ. ಇಲ್ಲಿ ಮನೆ ಬಿಡಿಸಿದರೆ ಮತ್ತೊಂದು ಕ್ರಾಸ್, ಈ ಲೇ ಔಟ್ ಬಿಡಿಸಿದರೆ ಮತ್ತೊಂದು ಲೇ ಔಟ್ ಅನ್ನುತ್ತ ಅಲ್ಲಲ್ಲೇ ಸುತ್ತುತ್ತಿದ್ದೆವೇ ಹೊರತು, ಬೇರೆ ಜಾಗಕ್ಕೆ ಹೋಗುವ ಮನಸ್ಸಂತೂ ಮಾಡುತ್ತಲೇ ಇರಲಿಲ್ಲ. ಕೆಲವು ಮನೆಗಳಲ್ಲಿ ಒಂದೇ ವರ್ಷ, ಕೆಲವು ಮನೆಗಳಲ್ಲಿ ಎರಡು ವರ್ಷ... ಹೀಗೆ ಇದ್ದ ನಮಗೆ ಒಂದು ಮನೆಯಲ್ಲಿ 12 ವರ್ಷ ಇರುವ ಪುಣ್ಯ ಒದಗಿಬಿಟ್ಟಿತು! ಅಷ್ಟು ವರ್ಷ ಚೆನ್ನಾಗಿದ್ದ ನಮ್ಮ ಓನರ್‌ಗೆ ಇದ್ದಕ್ಕಿದ್ದ ಹಾಗೆ ಏನಾಯಿತೋ ಗೊತ್ತಿಲ್ಲ, ಏನೇನೋ ಸಬೂಬು ಹೇಳಿ ಮನೆ ಖಾಲಿ ಮಾಡಿ ಎಂದರು. ನಮ್ಮದೇ ಮನೆ ಎನ್ನುವಂತೆ ಸುಖವಾಗಿದ್ದ ನಮಗೆ ಮನೆ ಹುಡುಕಾಟದ ಗೋಳು ಶುರುವಾಯಿತು

ಇಡೀ ಬಸವೇಶ್ವರನಗರದ ಎಲ್ಲ ಎಸ್ಟೇಟ್ ಏಜೆಂಟ್‌ಗಳೂ ನಮಗೆ ಮನೆ ತೋರಿಸಲು ಶುರು ಮಾಡಿದರು. ಸುಮಾರು ದಿನವಾದರೂ ನಮ್ಮ ಮನಸ್ಸಿಗೆ ಒಗ್ಗುವಂಥ ಯಾವ ಮನೆಯೂ ಸಿಗಲೇ ಇಲ್ಲ. ಸ್ವಲ್ಪ ಆತಂಕದಲ್ಲಿರುವಾಗಲೇ ಒಬ್ಬ ಎಸ್ಟೇಟ್ ಏಜೆಂಟ್ 'ಇಲ್ಲೊಂದು ಮನೆ ಇದೆ ನೋಡ್ತೀರಾ? ಮೊದಲೇ ಹೇಳಿಬಿಡ್ತೀನಿ... ಅದರ ವಾಸ್ತು ಒಂದು ಚೂರೂ ನೆಟ್ಟಗಿಲ್ಲ' ಎಂದರು.

'ಅಯ್ಯೋ ನೋಡ್ತೀರಾ ಅಂತ ಕೇಳೋದೇನು! ಮೊದಲು ತೋರಿಸಿ' ಅಂದೆವು.

ಆತ ಮತ್ತೆ ಎಚ್ಚರಿಕೆ ಕೊಡುವಂತೆ 'ಯೋಚನೆ ಮಾಡಿ ಹೇಳಿ. ವಾಸ್ತು ಅಲ್ಪ ಸ್ವಲ್ಪ ಕೆಟ್ಟದಾಗಿದೆ ಅನ್ನೋ ಹಾಗಿಲ್ಲ. ಎಲ್ಲವೂ ಪೂರ್ತಿ ವಿರುದ್ಧವಾಗಿದೆ. ಅಂದರೆ ಎಲ್ಲೆಲ್ಲಿ ಏನಿರಬೇಕೋ ಅಲ್ಲಲ್ಲಿ ಅದು ಬಿಟ್ಟು ಇನ್ನೆಲ್ಲಾ ಇದೆ!' ಎಂದರು.

'ಎಲ್ಲೆಲ್ಲಿ ಏನೇನು ಇರಬೇಕು ಅಂತ ಗೊತ್ತಿದ್ದರೆ ತಾನೇ ಎಲ್ಲೆಲ್ಲಿ ಏನೇನು ಇಲ್ಲ ಅಂತ ಗೊತ್ತಾಗುವುದು!' ಅಂತ ಹಾಸ್ಯ ಮಾಡಿದೆವು.

ಪರಿಸ್ಥಿತಿಯ ಗಂಭೀರತೆ ನಮಗೆ ಅರ್ಥವೇ ಆಗಿಲ್ಲ ಅನ್ನುವ ಕನಿಕರದ ಮುಖಭಾವದಲ್ಲಿ ಆತ 'ದೇವಮೂಲೆಯಲ್ಲಿ ಅಡುಗೆಮನೆ ಇದೆ, ನಾರ್ತ್ ಈಸ್ಟ್‌ನಲ್ಲಿ ನೀರಿನ ಟ್ಯಾಂಕ್ ಇದೆ, ಸೌತ್ ಈಸ್ಟ್‌ಗೆ ಮನೆ ಬಾಗಿಲಿದೆ, ದೇವರ ಮನೆ ಬಾಗಿಲು ದಕ್ಷಿಣಕ್ಕಿದೆ... ಒಟ್ಟಿನಲ್ಲಿ ಮನೆಯಲ್ಲಿ ಒಂದೂ ನೆಟ್ಟಗಿಲ್ಲ'

ಅವರ ಮಾತನ್ನು ಕಟ್ ಮಾಡಿ ನಾವು 'ಅದೆಲ್ಲ ಹಾಗಿರಲಿ, ಓನರ್ ಜೊತೆಗಿದ್ದಾರಾ, ನೀರು ಬರತ್ತಾ ಅಷ್ಟು ಹೇಳು ಸಾಕು' ಅಂದೆವು.

'ನೀರು ಬೇಕಾದಷ್ಟು ಬರತ್ತೆ, ಓನರ್ ಜೊತೆಗಿಲ್ಲ. ಅವರು ಮಹಾಲಕ್ಷ್ಮಿ ಲೇ ಔಟ್‌ನಲ್ಲಿದ್ದಾರೆ...' ಅವನ ಮಾತು ಇನ್ನೂ ಮುಂದುವರೆಯುತ್ತಾ ಇರುವಾಗಲೇ ನಾವು, 'ನಡಿ ಮತ್ತೆ ಅಷ್ಟಿದ್ದರೆ ಸಾಕು. ಆ ಓನರ್ ಒಬ್ಬರು ಪಕ್ಕ ಸೇರಿಕೊಂಡು ದಿನಾಗಲೂ ಗೇಟು ಹಾಕು, ಬಾಗಿಲು ಹಾಕು, ಮೊಳೆ ಹೊಡೆಯಬೇಡ, ನೀರು ನೆಟ್ಟಗೆ ನಿಲ್ಲಿಸು ಅಂತ ತಲೆ ತಿನ್ನದಿದ್ದರೆ ಸಾಕು. ಉಳಿದದ್ದೆಲ್ಲ ನಾನು ಅಡ್ಜಸ್ಟ್ ಮಾಡ್ಕೊಳ್ತೀನಿ. ಮೊದ್ಲು ನಡಿ ಅಲ್ಲಿಗೆ' ಅಂದೆವು.

ಅವನು ತೋರಿಸಿದ ಮನೆ ಚೆನ್ನಾಗಿತ್ತು. 40X70 ಸೈಟಿನಲ್ಲಿ ಒಂದೇ ಮನೆ. ಮೂರು ಕಾರು ನಿಲ್ಲಿಸುವಷ್ಟು ಖಾಲಿ ಜಾಗ ಸುತ್ತಲೂ. ಮನೆಯ ಮುಂದೊಂದು ಸಂಪಿಗೆ ಮರ. ಗಾಳಿ-ಬೆಳಕು-ನೀರು! ಮೂರು ರೂಮು. ಎಂಟು ಹೆಣ ಮುಚ್ಚಿ ಹಾಕುವಷ್ಟು ದೊಡ್ಡ ಸಂಪು! ರೂಮಿನಷ್ಟು ದೊಡ್ಡ ಟಾಯ್ಲೆಟ್. ಅಯ್ಯೋ! ಬಾಡಿಗೆ ಮನೆ ಹುಡುಕುವವರಿಗೆ ಇಷ್ಟಿದ್ದರೆ ಸ್ವರ್ಗಕ್ಕೆ ಕಿಚ್ಚು ಹಚ್ಚೆಂದ! ನನಗಂತೂ ಖುಷಿಯಾಗಿ ಹೋಯಿತು. ಈ ಮನೆಗೆ ಶಿಫ್ಟ್ ಆಗುವುದು ಪಕ್ಕಾ ಅಂತ ಮನಸ್ಸಿನಲ್ಲೇ ಮಂಡಿಗೆ ತಿನ್ನುವಾಗಲೇ ಎದುರಾದ ದೇವರಮನೆಯನ್ನು ನೋಡಿ 'ಬಾಗಿಲು ದಕ್ಷಿಣಕ್ಕಿದೆ' ಅಂದರು ನಮ್ಮ ಏಜೆಂಟ್.

'ಇರಲಿ ಬಿಡು, ನಾನೇನು ಅಲ್ಲಿ ಕೂತು ಎಂದೂ ಪೂಜೆ ಮಾಡುವವಳೂ ಅಲ್ಲ' ಎಂದೆ.

ದೇವಮೂಲೆಯಲ್ಲಿದ್ದ ಟಾಯ್ಲೆಟ್ ತೋರಿಸಿ 'ಇದು ಇಲ್ಲಿದ್ದರೆ ತುಂಬ ಕೆಟ್ಟದು' ಅಂದರು.

ನಾನು ಎಂದಿನ ಉಡಾಫೆ ದನಿಯಲ್ಲಿ 'ಆ ಥರ ಇದ್ದರೆ ಕೆಲಸ ಸಾಂಗವಾಗಿ ಆಗೋದಕ್ಕೆ ಏನೂ ಅಡ್ಡಿ ಇಲ್ಲ ತಾನೇ?' ಅಂತ ಛೇಡಿಸಿದೆ. ಆತ ಇದು ಯಾವುದೋ 'ಹುಚ್ಚು ಸಂಸಾರ' ಅನ್ನುವಂತೆ ನೋಡಿ 'ಅಡಿಗೆಮನೆಯ ಮೇಲೆ ವಾಟರ್ ಟ್ಯಾಂಕ್ ಇದೆ. ಆ ಜಾಗದಲ್ಲಿ ಭಾರ ಇರಬಾರದು' ಎಂದರು.

'ಅಡಿಗೆಮನೆಯಲ್ಲಿ ದಿನಾ ನಾನು ಭಾರವಾಗಿ ಇರುತ್ತೇನಲ್ಲ, ಅದು ಓಕೆನಾ?' ಅಂತ ರೇಗಿಸಿದೆ.

ಒಟ್ಟಿನಲ್ಲಿ ಆತ ಹೇಳಿದ ಎಲ್ಲ ವಾಸ್ತುದೋಷಗಳನ್ನು ಕತ್ತರಿಸಿ ಬಿಸಾಕಿ ನಾವು ಆ ಮನೆಗೆ ಬರುವುದೆಂದು ತೀರ್ಮಾನಿಸಿದೆವು.

ನಮ್ಮ ಏಜೆಂಟ್ 'ವಾಸ್ತು ಸರಿಯಿಲ್ಲ ಅಂತ ಬಾಡಿಗೆ ತುಂಬ ಕಡಿಮೆ ಇದೆ. ನೀವು ಅವರೆದುರಿಗೆ ಈ ಥರ ಎಲ್ಲ ಮಾತಾಡಿದರೆ ಅವರು ಬಾಡಿಗೆ ಡಬಲ್ ಮಾಡುತ್ತಾರೆ. ನಿಮ್ಮ ಮನೆ ಒಂದು ಸ್ವಲ್ಪವೂ ವಾಸ್ತುವಿನ ಪ್ರಕಾರ ಇಲ್ಲ. ಆದರೂ ನಮಗೆ ಮನೆ ಅರ್ಜೆಂಟ್ ಬೇಕಿರುವುದರಿಂದ ಅಡ್ಜಸ್ಟ್ ಮಾಡಿಕೊಳ್ತಿದ್ದೀವಿ ಅಂತ ನೀವು ಹೇಳಬೇಕು. ಗೊತ್ತಾಯ್ತಾ?' ಅಂತ ಒಂದಿಷ್ಟು ವ್ಯವಹಾರ ಸೂಕ್ಷ್ಮಗಳನ್ನು ಹೇಳಿಕೊಟ್ಟರು. ನಾವು ಅದರಂತೆಯೇ ನಡೆದುಕೊಂಡೆವು ಮತ್ತು ಆ ಮನೆಗೆ ಕಾಲಿಟ್ಟೆವು. ಮನೆಗೆ ಬಂದ ಸ್ನೇಹಿತರಲ್ಲಿ ಎಷ್ಟೋ ಜನ ಮನೆಯಲ್ಲಿನ ದೋಷಗಳನ್ನು ಎತ್ತಿ ಆಡಿ ತೋರಿಸುತ್ತಿದ್ದರು.

'ದೇವಮೂಲೆಯಲ್ಲಿ ಅಡಿಗೆಮನೆಯಿದೆ' ಅಂತ ಯಾರಾದರೂ ಆಘಾತಕಾರಿಯಾಗಿ ಹೇಳಿದರೆ ನಾವು 'ಭೂಮಿ ಗುಂಡಗಿದೆ. ಅಂದ ಮೇಲೆ ಮೂಲೆ ಎಲ್ಲಿಂದ ಬರುತ್ತೆ? ಬಿಡಿ' ಅಂತ ನಕ್ಕು ಬಿಡುತ್ತಿದ್ದೆವು. ಕೆಲವರು ಅಷ್ಟಕ್ಕೂ ಸುಮ್ಮನಾಗದೇ 'ದೇವಮೂಲೆಯ ವಿಷಯದಲ್ಲಿ ಮಾತ್ರ ಅಷ್ಟು ಲೈಟಾಗಿ ಮಾತಾಡಬೇಡಿ' ಅಂತ ಮುಂದೆ ಎದುರಾಗುವ ಅನಾಹುತವನ್ನು ತಡೆಯುವ ಮುಂದಾಲೋಚನೆ ಇರುವವರಂತೆ ಹೇಳಿದಾಗ 'ನಾವು ಅದಕ್ಕೇನೇ ದೇವ'ಮೂಲೆ'ಯಲ್ಲಿ ಗ್ಯಾಸ್ ಇಟ್ಟಿಲ್ಲ, ಮೂಲೆಯಿಂದ ಒಂದಡಿ ಬಿಟ್ಟು ಈ ಪಕ್ಕಕ್ಕೆ ಇಟ್ಟಿದ್ದೀವಿ. ಅಲ್ಲಿಗೆ ದೇವಮೂಲೆ ಖಾಲಿ ಇದ್ದ ಹಾಗಾಯ್ತಲ್ಲ! ಆ ದೋಷ ಪರಿಹಾರವಾದ ಹಾಗೆ ಆಯ್ತು!' ಎನ್ನುವ ನಮ್ಮ ವಾದ ಕೇಳಿ 'ಏನಾದರೂ ಮಾಡಿಕೊಂಡು ಹಾಳಾಗಿಹೋಗಿ' ಅನ್ನುವಂತೆ ಎಲ್ಲರೂ ತೆಪ್ಪಗಾಗಿದ್ದರು.

ಆ ಮನೆಯಲ್ಲಿ 6 ವರ್ಷ ಇದ್ದೆವು. ಅದೇ ಮನೆಯಲ್ಲಿರುವಾಗಲೇ ಸೈಟ್ ತೆಗೆದುಕೊಂಡೆವು. ಆ ಮನೆಯಲ್ಲಿರುವಾಗಲೇ ಮನೆ ಕಟ್ಟಿಸಿದೆವು. ಆ ಮನೆಯಲ್ಲಿರುವಾಗಲೇ ಮಗನ ಇಂಜಿನಿಯರಿಂಗ್ ಮುಗಿಯಿತು. ಆ ಮನೆಯಲ್ಲಿರುವಾಗಲೇ ನನಗೆ ಕ್ಯಾನ್ಸರ್ ಬಂದಿತು. ಆ ಮನೆಯಲ್ಲಿರುವಾಗಲೇ ನನ್ನ ಮಗನಿಗೆ ತೀರ ಗಂಭೀರ ಸ್ವರೂಪದ ಜಾಂಡೀಸ್ ಕೂಡಾ ಆಯಿತು, ಹುಷಾರೂ

ಆದ. ಒಟ್ಟಿನಲ್ಲಿ ಒಂದಿಷ್ಟು ಕೆಟ್ಟದು, ಒಂದಿಷ್ಟು ಒಳ್ಳೆಯದು ಎಲ್ಲವೂ ಆದವು. ಒಳ್ಳೆಯದೆಲ್ಲ ಆಗಿದ್ದಕ್ಕೆ ಆ ಮನೆಗೆ ಯಾವ ಕ್ರೆಡಿಟ್ ಅನ್ನೂ ಕೊಡುವುದಿಲ್ಲವಾದ್ದರಿಂದ, ಆದ ಕೆಟ್ಟದ್ದಕ್ಕೆಲ್ಲ ಡೆಬಿಟ್ ಕೂಡಾ ಕೊಡುವುದಿಲ್ಲ. ಆಗಿದ್ದೆಲ್ಲ ಆಯಿತು, ಅಷ್ಟೇ...

ಈ ರೀತಿ ಮನೆ ಬದಲಿಸುವ ಕೆಲಸ ಸಾಕಾಗಿ, ಇನ್ನಾದರೂ ನಮಗೊಂದು ಸೈಟ್ ಕೊಂಡು, ಮನೆ ಕಟ್ಟಿಸಿ, ಒಂದು ಜಾಗದಲ್ಲಿ ಸ್ಥಾವರವಾಗುವ ಯೋಚನೆ ಮಾಡಿದೆವು. ಕೈಯಲ್ಲಿ ತುಂಬ ದುಡ್ಡು ಇರಲಿಲ್ಲ. ಹಾಗಾಗಿ ಊರಾಚೆ ಇದ್ದ ನಮ್ಮದೊಂದು ಸೈಟನ್ನು ಮಾರಿ ಬಸವೇಶ್ವರನಗರದಲ್ಲಿ ಚಿಕ್ಕದಾದರೂ ಪರವಾಗಿಲ್ಲ, ಒಂದು ಸೈಟ್ ತೆಗೆದುಕೊಂಡೇ ಬಿಡಬೇಕು ಎಂದು ತೀರ್ಮಾನ ಮಾಡಿದೆವು. ಮನೆ ಮತ್ತು ಸೈಟು ಕೊಳ್ಳಲು, ಮಾರಲು ಬೆಂಗಳೂರಿನಲ್ಲಿ ಏಜೆಂಟ್ ಅನ್ನುವ ಪೂಜಾರಿ ಇಲ್ಲದೇ ಅಸಾಧ್ಯ. ಹಾಗಾಗಿ ನಾವೂ ಯಾವುದೋ ಏಜೆಂಟನನ್ನು ಸಂಪರ್ಕಿಸಿದೆವು. ಅವನು ಆ ಏರಿಯಾದಲ್ಲಿ ಇರುವ ರೇಟಿಗಿಂತ ಕಡಿಮೆ ರೇಟ್ ಹೇಳಿದಾಗ ನಮ್ಮ ಲೆಕ್ಕಾಚಾರ ಎಲ್ಲ ತಲೆಕೆಳಗಾದ ಅನುಭವವಾಯ್ತು. ಅದ್ಯಾಕೆ ಆ ಏರಿಯಾದಲ್ಲಿನ ಉಳಿದ ಸೈಟಿಗಿಂತ ನಮ್ಮ ಸೈಟಿಗೆ ಮಾತ್ರ ಕಡಿಮೆ ಬೆಲೆ ಅಂತ ವಾದಕ್ಕೆ ನಿಂತಾಗ ಅವನು 'ನಿಮ್ಮದು ಸೌತ್ ಫೇಸಿಂಗ್ ಸೈಟು ಸಾರ್... ಅದಕ್ಕೆ ಯಾವಾಗ್ಲೂ ಬೆಲೆ ಕಡಿಮೆ' ಅಂದ.

'ಒಳ್ಳೆ ಕಥೆ ಆಯ್ತಲ್ಲ ನಿಂದು! ಹಾಗಿದ್ರೆ ಪ್ರಪಂಚದಲ್ಲಿ ಸೌತ್ ಫೇಸಿಂಗ್ ಸೈಟ್‌ಗಳೇ ಇಲ್ವೇನಯ್ಯಾ...' ಅಂತ ದನಿ ಎತ್ತರಿಸುವಾಗಲೇ ಅವನು ನಮ್ಮ ವಾದ ತುಂಡರಿಸಿ

'ನೋಡಿ, ಒಪ್ಪಿಗೆಯಾದರೆ ಮಾತ್ರ ಮುಂದುವರೆಯೋಣ. ಇಲ್ಲ ಅಂದರೆ ಬಿಡಿ. ಒಟ್ಟಿನಲ್ಲಿ ಸೈಟು ಅಷ್ಟಕ್ಕೆ ಮಾತ್ರ ಹೋಗೋದು' ಅಂತ ಕಡ್ಡಿ ತುಂಡು ಮಾಡಿದ ಹಾಗೆ ಹೇಳಿ ಮಾತು ಮುಗಿಸಿಬಿಟ್ಟ.

ಬೇರೇನು ಮಾಡುವ ಹಾಗಿದ್ದೆವು ಹೇಳಿ? ಅವನು ಹೇಳಿದಷ್ಟಕ್ಕೆ ಸೈಟು ಮಾರಿ ಕೈ ತೊಳೆದುಕೊಂಡಿದ್ದಾಯಿತು...

ಸೈಟು ಮಾರಾಟವಾದ ಮೇಲೆ ಮತ್ತೊಂದನ್ನು ಕೊಳ್ಳಲು ಅನ್ವೇಷಣೆ ಶುರುವಾಯಿತು. ಹೇಗೂ ಮಾರುವಾಗ ದಕ್ಷಿಣ ಮುಖದ ಸೈಟಿಗೆ ಕಡಿಮೆ ಬೆಲೆ ಅಂತ ಗೊತ್ತಾಗಿತ್ತಲ್ಲ, ಹಾಗಾಗಿ ನಮಗೆ ಅದೇ ಇರಲಿ, ಸ್ವಲ್ಪ ಹಣವೂ ಉಳಿಯುತ್ತದೆ. ಹೇಗೂ ನಮಗೆ ವಾಸ್ತುವಿನಲ್ಲಿ ನಂಬಿಕೆಯೂ ಇಲ್ಲವಲ್ಲ ಅಂತ ತೀರ್ಮಾನಿಸಿದೆವು. ನಮ್ಮ ಏಜೆಂಟ್ ತೋರಿಸುತ್ತಿದ್ದ ಸೈಟಿನಲ್ಲಿ ಒಂದು ದಕ್ಷಿಣ ಮುಖದ್ದು ಆಫರ್

ಬಂದಾಗ ರೋಗಿ ಬಯಸಿದ್ದೂ ಹಾಲು ಅನ್ನ, ವೈದ್ಯ ಹೇಳಿದ್ದೂ ಹಾಲು ಅನ್ನ ಅನ್ನುವ ಗಾದೆಯಂತೆ ಹಿರಿಹಿರಿ ಹಿಗ್ಗಿದೆವು. ರೇಟ್ ವಿಚಾರಿಸಿದರೆ ಮಾಮೂಲಿನ ರೇಟೇ ಹೇಳುತ್ತಾನೆ! ನಾವು ಒಂದು ಸೈಟ್ ಮಾರಾಟ ಮಾಡಿದ ಅನುಭವದ ಆಧಾರದ ಮೇಲೆ 'ಏ ಸೌತ್ ಫೇಸಿಂಗ್ ಅಲ್ವೇನಪ್ಪಾ... ಕಡಿಮೆ ಮಾಡಕ್ಕೆ ಹೇಳು' ಅಂದೆವು. ಅವನು 'ಏನ್ ಸಾರ್ ನೀವು... ಪ್ರಪಂಚದಲ್ಲಿ ಸೌತ್ ಫೇಸಿಂಗ್ ಸೈಟ್ ಇರದೇ, ಎಲ್ಲ ನಾರ್ತ್ ಫೇಸಿಂಗೇ ಇರಕ್ಕೆ ಸಾಧ್ಯಾನಾ ಸಾರ್? ಅದಕ್ಕೆಲ್ಲ ಯಾರು ಕೇರ್ ಮಾಡ್ತಾರೆ! ಪೂರ್ವಕ್ಕೆ ಬಾಗಿಲು ಇಟ್ಟುಕೊಂಡರಾಯಿತು' ಅಂದ!

'ಅರ್ರೇ! ನಮ್ಮ ಸೈಟ್ ಮಾರುವಾಗ ಆ ಥರ ಹೇಳಿದರಲ್ಲ' ಎಂದರೆ 'ಅವನು ಏಜೆಂಟ್ ಸರಿಯಿಲ್ಲ ಸರ್. ನಾನಾಗಿದ್ರೆ ಒಳ್ಳೇ ರೇಟ್ ಕೊಡಿಸ್ತಿದ್ದೆ' ಅಂದ. ಈಗ ಹೇಗೂ ಆ ಸೈಟ್ ಇಲ್ಲ ಅನ್ನುವ ನಂಬಿಕೆ ಇದ್ದುದರಿಂದ ಅವನು ಏನು ಬೇಕಾದರೂ ಹೇಳಬಹುದಿತ್ತು! ನೋಡಿ, ವಾಸ್ತುವಿನ ಎಲ್ಲ ಸಮಸ್ಯೆಗಳಿಗೂ ಪರಿಹಾರವೆನ್ನುವುದು ಇದ್ದೇ ಇರುತ್ತದೆ, ಅದು ನಾವು ಕೊಳ್ಳುವುದಕ್ಕೆ ಹೊರಟಿದ್ದೀವೋ ಅಥವಾ ಮಾರುವುದಕ್ಕೆ ಹೊರಟಿದ್ದೀವೋ ಅನ್ನುವುದರ ಮೇಲೆ ಅವಲಂಬಿಸಿರುತ್ತದೆ ಅಷ್ಟೇ!

ಅಪ್ಪನ ಮನೆಗೆ ಬಾಡಿಗೆಗೆ ಬಂದವರೊಬ್ಬರು ಒಮ್ಮೆ ಮನೆಗೆಷ್ಟು ಬಾಗಿಲು ಅಂತ ಎಣಿಸಿ, 13 ಬಾಗಿಲಿರುವ ಮನೆ ಇದಾದ್ದರಿಂದ, ವಾಸ್ತು ಸರಿಯಿಲ್ಲ ಅಂತ ನಿರಾಕರಿಸಿ ಹೋದಾಗಲೇ ನಮಗೆ ಮನೆಗೆ ಎಷ್ಟು ಬಾಗಿಲಿತ್ತು ಅನ್ನುವ ವಿಷಯ ತಿಳಿದದ್ದು.

ನನ್ನ ನೆಂಟರೊಬ್ಬರ ಮನೆಯಲ್ಲಿ ಆರೋಗ್ಯದ ಸಮಸ್ಯೆಗಳು ಬರುತ್ತಲೇ ಇದ್ದವು. ಅಂಥ ಸಮಯದಲ್ಲಿ ಇರೋ ಮೂಢನಂಬಿಕೆಯೆಲ್ಲ ಜಾಗೃತವಾಗುವುದರಿಂದ ಅವರೂ ವಾಸ್ತುತಜ್ಞನನ್ನು ಕರೆಸಿದ್ದಾರೆ. ಅವನು ಸಂಪ್ ಇದ್ದ ಜಾಗದಲ್ಲಿ ನೀರು ಇರಬಾರದು ಅಂತ ಸಂಪನ್ನೇ ಮುಚ್ಚಿಸಿ ಹಾಕಿಬಿಡಲು ಸಲಹೆ ಕೊಟ್ಟಿದ್ದ ಮತ್ತು ಆ ಮನೆಯವರು ಅದನ್ನು ಶಿರಸಾವಹಿಸಿ ಪಾಲಿಸಿದ್ದರು. ಇದ್ದ ಸಂಪನ್ನು ಮಣ್ಣು ಹಾಕಿ ಮುಚ್ಚಿ, ಈಗ ಬೋರ್‌ವೆಲ್ ಕೆಟ್ಟರೆ ನೀರಿಗಾಗಿ ಪರದಾಡುತ್ತ ಅಂತೂ ಜೀವನ ಸಾಗಿಸುತ್ತಿದ್ದಾರೆ.

ಇನ್ನೊಬ್ಬ ಗೆಳತಿಯ ಮನೆಯಲ್ಲಿ ಏನೋ ಸಮಸ್ಯೆಯೆಂದು ವಾಸ್ತುಬ್ರಹ್ಮನನ್ನು ಕರೆಸಿ ಕೇಳಿದ್ದಕ್ಕೆ ಟಾಯ್ಲೆಟ್ ಇರುವ ಜಾಗದಲ್ಲಿ ಟಾಯ್ಲೆಟ್ ಮತ್ತು ವಾಶ್ ಬೇಸಿನ್ ಇರುವ ಜಾಗದಲ್ಲಿ ವಾಶ್ ಬೇಸಿನ್ ಇರಬಾರದು ಅನ್ನುವ ತೀರ್ಪು ಕೊಟ್ಟ ಪರಿಣಾಮವಾಗಿ ಟಾಯ್ಲೆಟ್ಟನ್ನು ಹಿತ್ತಲ ಬಾಗಿಲಿದ್ದ ಕಡೆ ವರ್ಗಾಯಿಸಿ, ವಾಶ್ ಬೇಸಿನನ್ನು ಟಾಯ್ಲೆಟ್ ಜಾಗದಲ್ಲಿಟ್ಟು, ಹಿತ್ತಲ ಬಾಗಿಲನ್ನು ವಾಶ್ ಬೇಸಿನ್ ಕಡೆ ಸರಿಸಿ ಇಡಲು ಸಾವಿರಾರು ರೂಪಾಯಿ ಖರ್ಚು ಮಾಡಿದ್ದರು!

ಇನ್ನು ನಮ್ಮ ಮನೆ ಕಟ್ಟುವಾಗಲಂತೂ ಸಾವಿರಾರು ಸಲಹೆಗಳು ಸುತ್ತಮುತ್ತಲಿದ್ದ ಛೋಟಾ ಮೋಟಾ ವಾಸ್ತುಶಾಸ್ತ್ರಜ್ಞರಿಂದ! ಮನೆಗೆ ಸಮ ಸಂಖ್ಯೆಯಲ್ಲಿ ಮಾತ್ರ

ಬಾಗಿಲು ಇರಬೇಕಂತೆ. ಮುಳುಗುವ ಸೂರ್ಯನನ್ನು ನೋಡಬಾರದು, ಹಾಗಾಗಿ ಇಲ್ಲಿ ಬಾಗಿಲಿಡಬೇಡಿ, ಅಲ್ಲಿ ಕಿಟಕಿ ಇಡಬೇಡಿ, ಇಲ್ಲಿ ತಗ್ಗು ಇರಬಾರದು, ಇಲ್ಲಿ ಭಾರ ಇರಬಾರದು, ಇಲ್ಲಿ ತಗ್ಗು ಇರಲೇಬೇಕು... ಒಂದೇ, ಎರಡೇ! ಎಲ್ಲಕ್ಕಿಂತ ಕಿರೀಟಪ್ರಾಯವಾದದ್ದು ಅಂದರೆ ಟಾಯ್ಲೆಟ್‌ನಲ್ಲಿ ಕಮೋಡ್ ಯಾವ ದಿಕ್ಕಿಗೆ ಇರಬೇಕು ಅಂತ ಕೂಡ ಇರುವ ವಾಸ್ತುಶಾಸ್ತ್ರ! ನಾನಂತೂ ಅಂಥದ್ದನ್ನೆಲ್ಲ ಹೇಳಿದಾಗ ಪಕ್ಕೆ ಹಿಡಿಯುವವರೆಗೆ ನಕ್ಕು ಬಿಡುತ್ತಿದ್ದೆ. ಕಮೋಡ್‌ಗೂ ಒಂದು ದಿಕ್ಕು! ಬೇರೆ ದಿಕ್ಕಿಗೆ ಕೂತರೆ ಆಗಬೇಕಾದ ಕೆಲಸ ಆಗೋಲ್ವಾ? ಅಂತ ನಕ್ಕು ನಕ್ಕು ಸುಸ್ತಾಗುತ್ತಿದ್ದೆ. ತಾರಸಿಯ ಎತ್ತರವೂ ಸಮ ಸಂಖ್ಯೆಯಲ್ಲಿಯೇ ಇರಬೇಕಂತೆ... ಬೆಸ ಸಂಖ್ಯೆಯಲ್ಲಿದ್ದರೆ ಕೆಡುಕಂತೆ. ಕೇಳುವವರಿದ್ದರೆ ಹೇಳುವವರು ಮನೆಗೆ ತಾರಸಿಯೇ ಇರಬಾರದು ಅಂತಲೂ ಹೇಳುತ್ತಾರೋ ಏನೋ!

ನಾವು 12 ವರ್ಷ ಒಂದು ಬಾಡಿಗೆ ಮನೆಯಲ್ಲಿದ್ದೆವು ಅಂದೆನಲ್ಲ, ಆಗ ಆ ಮನೆಯ ಓನರ್ ಒಂದು ದಿನ ಇದ್ದಕ್ಕಿದ್ದ ಹಾಗೆ ತರಾತುರಿಯಿಂದ ಬಂದರು. 'ನಾಳೆ ಒಂದು ದಿನ ರಜೆ ಹಾಕಿ ಮನೆಯಲ್ಲಿರಿ. ಸ್ವಲ್ಪ ರಿಪೇರಿ ಕೆಲಸವಿದೆ' ಅಂದರು. ನಾವು ಏನೂ ಹೇಳದೆಯೇ ಮತ್ತಿನ್ನೇನು ರಿಪೇರಿ ಕೆಲಸ ಎಂದು ಅರ್ಥವಾಗದೇ ಹುಬ್ಬೇರಿಸಿದೆವು. ಅವರು ಏನೋ ಅನಾಹುತ ಆಗಿಹೋದವರಂತೆ 'ಆ ಮನೆ ಮೂರು ರಸ್ತೆಗಳು ಕೂಡುವಲ್ಲಿ ಇದೆ. ಅದು ಅಶುಭ ಹಾಗೂ ಅಲ್ಲಿ ವಾಸಿಸುವವರಿಗೆ ಅದರಿಂದ ಕೆಟ್ಟದಾಗುತ್ತದೆ' ಅಂದರು! ನಮಗೆ ನಗಬೇಕೋ, ಅಳಬೇಕೋ ತಿಳಿಯಲಿಲ್ಲ. ಆ ಮನೆಯಲ್ಲಿ ನಾವು ಸುಮಾರು ಹತ್ತು ವರ್ಷದಿಂದ ಇದ್ದೆವು. ಏನೆಂದರೆ ಏನೂ ಕೆಡುಕೂ ಆಗಿರಲಿಲ್ಲ ಮತ್ತು ಅದ್ಭುತವಾದ ಒಳ್ಳೆಯದ್ದೂ ಆಗಿರಲಿಲ್ಲ. ಎಲ್ಲರ ಹಾಗೆ ನಮ್ಮ ಬದುಕೂ ಏರಿಳಿತಗಳಿಂದ ಕೂಡಿ ಸಾಗಿತ್ತು. ಈಗ ಇದೇನು ಈ ಹೊಸ ವಿಷಯ! ಅಂತ ಬೆರಗಾದೆವು. ಆಯಿತು, ಈಗೇನು ಪರಿಹಾರ ಅದಕ್ಕೆ? ಎಲ್ಲ ಅಡ್ಡಕಸಬಿ ಮೂಢ ನಂಬಿಕೆಗಳಿಗೂ ಪರಿಹಾರವೆನ್ನುವುದು ಇದ್ದೇ ಇರುತ್ತದೆ. ಹಾಗೆಯೇ ಮೂರು ದಾರಿ ಕೂಡುವಲ್ಲಿನ ಅಶುಭಕ್ಕೆ ಕೂಡಾ ಒಂದು ಪರಿಹಾರ ಇದ್ದೇ ಇತ್ತು! ಒಂದು ಸಣ್ಣ ಟೈಲ್... ಅದರ ಮೇಲೆ ಗಣೇಶನ ಚಿತ್ರ! ಅದನ್ನು ಕಾಂಪೌಂಡ್ ಗೋಡೆಯ ಮೇಲೆ ಮೆತ್ತಿದರಾಯ್ತು. ಬಂದ ಎಲ್ಲ ಕೆಡುಕೂ ಹಾಗಿಂದ ಹಾಗೇ ವಾಪಸ್ ಹೋಗುತ್ತವೆ ಅಂದರು! 'ಇಷ್ಟು ಸುಲಭವಾ ಕೆಡುಕನ್ನು ದೂರ ಇಡುವುದು?' ನನ್ನ ತಲೆಹರಟೆ ಮಾತಿಗೆ ಕಿಲುಬುಕಾಸಿನ ಕಿಮ್ಮತ್ತನ್ನೂ ಕೊಡದೇ ಮಾರನೆಯ ದಿನ ಮನೆಯಲ್ಲಿರಬೇಕೆಂದೂ, ಗಾರೆ ಕೆಲಸದವನು ಬರುತ್ತಾನೆಂದೂ ಹೇಳಿ ಜಾಗ ಖಾಲಿ ಮಾಡಿದರು.

ಮಾರನೆಯ ದಿನ ಹರಟೆಮಲ್ಲ ಗಾರೆ ಕೆಲಸದವನೊಬ್ಬ ಮನೆಯೊಳಗೆ ಕಾಲಿಟ್ಟ. ನಾನು ನನ್ನ ತಲೆಹರಟೆ ಮುಂದುವರೆಸಲು ಸಹಾಯವಾಗುವಂತೆ

ಬೇಗನೆ ಅಡಿಗೆ ಕೆಲಸ ಮುಗಿಸಿ ಕೂತಿದ್ದೆ. ಅವನು ಟೈಲ್ಸ್, ಗಾರೆ ಎಲ್ಲ ಸಿದ್ಧಮಾಡಿಕೊಳ್ಳುತ್ತಿರುವಾಗಲೇ ಅವನನ್ನು ಮಾತಿಗೆಳೆದೆ 'ಅದು ಸರಿ ಕಣಪ್ಪಾ, ಹತ್ತು ವರ್ಷದಿಂದ ಇದೇ ಮನೆಯಲ್ಲೇ ಇದ್ದೀವಿ ಮತ್ತು ಏನೂ ಕೆಡುಕು ಆಗಿಲ್ಲಾ. ಇದೇನು ಈ ಹೊಸಾ ವಿಷಯ' ಅಂದೆ ಸಣ್ಣ ಕಿಡಿಗೇಡಿ ನಗುವಿನ ಜೊತೆ. ನಮ್ಮ ಮನೆ ಮೇಲೆ ನಿಲ್ಲಿಸಿದ್ದ ಆನೆಯ ಬೊಂಬೆ ತೋರಿಸಿ 'ಇದು, ಮತ್ತೆ ಗಣೇಸ ಎರ್ಡೂ ಒಂದೇ ಅಲ್ವಾ ತಾಯಿ! ಅದ್ಕೆ ಕೆಡ್ಕಾಗಿಲ್ಲ' ಅಂದ! ಭಪ್ಪರೇ ಮೇಸ್ತ್ರಿ! ಅಂದುಕೊಂಡೆ. ಆ ಮನೆಯ ಹೆಸರು ಆನೆಮನೆ ಅಂತ. ನಮ್ಮ ಓನರ್ ಅಪ್ಪನ ಮನೆತನದ ಬಿಸಿನೆಸ್‌ನ ಲಾಂಛನವಂತೆ ಅದು. ಹಾಗಾಗಿ ನಮ್ಮ ಮನೆಯ ಮೇಲೊಂದು ಆನೆಯ ಬೊಂಬೆ ಇಟ್ಟಿದ್ದರು. ಅದನ್ನ ಬೇಕೆಂದಾಗ 'ಗಣೇಸ'ನನ್ನಾಗಿ ಮಾರ್ಪಡಿಸಿಟ್ಟ ಮೇಸ್ತ್ರಿಯ ಜಾಣತನವನ್ನ ಮನಸಲ್ಲೇ ಮೆಚ್ಚಿದೆ. ಅವತ್ತು ಅಷ್ಟಕ್ಕೆ ಮಾತ್ರ ಮುಗಿಯುವಂತಿರಲಿಲ್ಲ ಅವನ ವಾಸ್ತು ರಿಪೇರಿ ಕೆಲಸ...

ಆ ಕೆಲಸ ಮುಗಿಸಿ ಒಳಬಂದ ಅವನು 'ಓಓಓಓ... ನೋಡ್ರವ್ವಾ ಈ ಕಾರ್ ನಿಲ್ಸೋ ಗರಾಜು ತಗ್ಗಿನಾಗೈತೆ. ಅದ್ಕೆ ಮತ್ತೆ ನಿಮ್ಮ ಕೆಡುಕನ್ನ ಹೊಡೆದು ಹಾಕಿ ವ್ಯಾಪಾರ ಚೆನ್ನಾಗಿ ಆಗೋ ಹಾಗೆ ಮಾಡಿದೆ' ಅಂತ ಗಣೇಶನ ಜೊತೆಗೆ ಆ ತಗ್ಗನ್ನೂ ನಮ್ಮ ಒಳಿತಿಗೆ ಪಾಲುದಾರನಾಗಿಸಿದ! ನಮ್ಮ ಮನೆಯ ಲೆವೆಲ್ಲಿಗಿಂತ ಮೂರು ಅಡಿ ಕೆಳಗಿನ ಲೆವೆಲ್ಲಿನಲ್ಲಿದ್ದ ನಮ್ಮ ಕಾರ್ ಗರಾಜನ್ನು ನೋಡುತ್ತಾ ನಾನು 'ಓಹೋ! ಅದೆಷ್ಟು ಸುಲಭ ಬಿಸಿನೆಸ್ ಉತ್ತಮವಾಗೋದು! ಎಲ್ಲ ಬಿಸಿನೆಸ್ ಮಾಡುವವರೂ ಸುಮ್ಮನೇ ಗರಾಜನ್ನು ತಗ್ಗಿನಲ್ಲಿ ಇಡಿಸಿದರಾಯ್ತು. ಲಾಭ ಗ್ಯಾರಂಟಿ! ನಾನು, ನನ್ನ ಗಂಡ ಕಷ್ಟ ಪಟ್ಟು ಎಷ್ಟೆಲ್ಲ ಟೂರ್ ಮಾಡಿ, ಆರ್ಡರ್ ತಂದು, ಮಾಡಿದ ಕೆಲಸಕ್ಕೆ ದುಡ್ಡು ಬರಲಿಲ್ಲ ಅಂತ ಊಟ ತಿಂಡಿ ಬಿಟ್ಟು ಬಡಿದಾಡಿದೆವಲ್ಲಪ್ಪಾ. ಏನೂ ಮಾಡದೇ ಸುಮ್ಮನೇ ಇದ್ದಿದ್ರೂ ಅದೆಲ್ಲ ಆಗೇ ಆಗ್ತಿತ್ತು ಅಂತೀಯಾ?' ಅಂದೆ ವ್ಯಂಗ್ಯವಾಗಿ. ಅವನು ವಿಚಲಿತನಾಗದೇ 'ಇದು ತಗ್ನಾಗೆ ಇದ್ದಿದ್ಕೇ ನೀವು ಮಾಡಿದ್ದು ಫಲ ಕೊಡ್ತು ತಾಯಿ. ಇಲ್ಲಾಂದಿದ್ರೆ ನೀವು ಏನು ಮಾಡಿದ್ರೂ ಅಷ್ಟೇಯಾ. ಒಂದು ಪೈಸಾನೂ ಕೈಗೆ ಹತ್ತುತ್ತಿರಲಿಲ್ಲ' ಅಂದ. ನಾನು ಇನ್ನಿಷ್ಟು ರೇಗಿಸಲು 'ಅದೆಲ್ಲ ಸರಿ. ಮತ್ತೆ ಈ ಆನೆ ಬೊಂಬೆ ಮತ್ತು ತಗ್ಗಿನ ಗರಾಜು ನಮ್ಮ ಕೆಡುಕನ್ನೆಲ್ಲ ಒಳ್ಳೆಯದಾಗಿ ಮಾಡ್ತಾನೇ ಇದೆ. ಅಂದಮೇಲೆ ಮತ್ತೆ ಈಗ ಹೊಸದಾಗಿ ಈ ಗಣೇಶನನ್ನು ಬೇರೆ ಇಲ್ಲಿ ತಂದು ಕೂರಿಸಿದ್ಯಾಕೆ?' ಅಂದೆ. ಅವನು ಈ ಮಾತಿಗೆ ತಬ್ಬಿಬ್ಬಾಗುತ್ತಾನೆ ಎಂದು ನಾನು ಎಣಿಸಿದ್ದೆ. ಆದರೆ ಅವನು ಕಿಂಚಿತ್ತೂ ವಿಚಲಿತನಾಗದೇ 'ಈಗ ಆಗ್ತಿರೋ ಕೆಟ್ಟದನ್ನ ಹೊಡೆದು ಹಾಕಕ್ಕೆ ಅವೆರಡೂ ಸಾಕು ತಾಯಿ. ಆದರೆ ಇನ್ನೂ ಒಳ್ಳೇದಾಗಬೇಕು ಅಂದ್ರೆ ಈ ಗಣೇಸನ್ನ ಹಾಕ್ಲೇಬೇಕು. ಅದನ್ನ ಹಾಕಿದ್ಮೇಲೆ ನೋಡಿ ಬೇಕಿದ್ರೆ, ನಿಮ್ಮ

ವ್ಯಾಪಾರ ದುಪ್ಪಟ್ಟಾಗ್ತೈತೆ. ಮಾಡಿದ ಕೆಲ್ಸಕ್ಕೆ ಬೇಗ್ಬೇಗ ಕಾಸೂ ಬತ್ತೈತೆ' ಅಂದ. ಮುಂದೆ ಮಾತನಾಡುವುದು ವೇಸ್ಟ್ ಅನ್ನಿಸಿ ನಾನೂ ಸುಮ್ಮನಾಗಿದ್ದೆ!

ವಾಸ್ತುಶಾಸ್ತ್ರ ಪುರಾತನ ಕಾಲದ್ದು ಅಂತ ಕೆಲವರು ಹೇಳುತ್ತಾರೆ. ನನಗೆ ಅದರ ಬಗ್ಗೆ ಗೊತ್ತಿಲ್ಲವಾದ್ದರಿಂದ ಆ ಮಾತು ಸತ್ಯವೇ ಅಂತ ಇಟ್ಟುಕೊಳ್ಳೋಣ. ಆದರೆ ಎಲ್ಲ ರಂಗಗಳನ್ನೂ ಕ್ವ್ಯಾಕ್‌ಗಳು ಹಾಳುಗೆಡವಿರುವ ಹಾಗೆ, ಇಲ್ಲೂ ಕೂಡಾ ಸೇರಿಕೊಂಡು ಬಾಯಿಗೆ ಬಂದ ಸಲಹೆ ಕೊಡುವುದರಿಂದಲೇ ಇವೆಲ್ಲ ನಗೆಪಾಟಲಾಗಿದೆಯೇನೋ.

ಒಂದು ದಿನ ಸಂಜೆ ಅಮ್ಮನ ಮನೆಗೆ ಹೋದೆ. ಕಾಲಿಟ್ಟ ಕೂಡಲೇ ನೋಡಿದರೆ ಕಳ್ಳ ಗೋರಾಡಿ ಹೋದ ಮನೆಯ ಹಾಗೆ ಆಗಿಹೋಗಿದೆ! 'ಅಯ್ಯೋ ಏನಾಯ್ತು' ಅಂತ ಗಾಬರಿಯಲ್ಲಿ ಕೇಳಿದೆ. ಅಮ್ಮ ಶಾಂತವಾಗಿ 'ದೊಡ್ಡಪ್ಪನ ಫ್ರೆಂಡ್ ಇರಲಿಲ್ಲವೇನೇ... ಅದೇ ಕುಲಕರ್ಣಿ? ಅವರ ತಮ್ಮ ಬಂದಿದ್ದರು' ಅಂದಳು. 'ನಾನು ಕೇಳ್ತಿರೋದಕ್ಕೂ, ಅವರು ಬಂದಿದ್ದಕ್ಕೂ ಏನು ಸಂಬಂಧ! ಮನೆ ಯಾಕೆ ಹೀಗಾಗಿದೆ?' ಅಂದೆ. ಆಗ ಅಮ್ಮ ಬಾಯಿಬಿಟ್ಟಳು – ಕುಲಕರ್ಣಿಯವರ ತಮ್ಮ ವಾಸ್ತುಶಾಸ್ತ್ರಜ್ಞ ಎಂದು. ಆಗಲೂ ನನ್ನ confusion ಪೂರ್ತಿ ಕ್ಲಿಯರ್ ಆಗಲಿಲ್ಲ. ಆಗ ಅಮ್ಮ ನ್ಯೂಸ್ ಇನ್ ಡೀಟೈಲ್ ಶುರು ಮಾಡಿದಳು 'ನಾನು ನೇತು ಹಾಕಿದ್ದ ಕುದುರೆಯ ವಾಲ್ ಪೋಸ್ಟರ್ ಅಲ್ಲಿರಬಾರದು. ಕುದುರೆ ಚಂಚಲ. ಆ ಪೋಸ್ಟರ್ ಅಲ್ಲಿದ್ದರೆ ಮನಸ್ಸೂ ಚಂಚಲವಾಗುತ್ತದೆ ಅಂತ ಹೇಳಿ ಅದನ್ನ ಕೆಳಕ್ಕೆ ತೆಗೆದಿಡಿ ಅಂದರು ಕಣೆ' ಅಂದಳು. 'ಅಯ್ಯಯ್ಯಾ! ಹತ್ತು ರೂಪಾಯಿನ ಕುದುರೆ ಪೋಸ್ಟರ್ ಕಣಮ್ಮಾ ಅದು, ಜೀವಂತ ಕುದುರೆ ಕೂಡಾ ಅಲ್ಲ. ಅದರಲ್ಲಿ ಕಾಣ್ತಿರೋ ಕುದುರೆ ಓಡುತ್ತಲೂ ಇಲ್ಲ. ಇನ್ನು ನಿನ್ನ ಮನಸ್ಸನ್ನೇನು ಚಂಚಲ ಮಾಡತ್ತಂತೆ ಮಣ್ಣು' ಅಂದೆ. ಅಮ್ಮ 'ಅಯ್ಯೋ ಹೋಗಲಿ ಬಿಡು. ಅದೊಂದು ಪೋಸ್ಟರ್ ಅಲ್ಲಿಂದ ತೆಗೆದರೆ ಕಳೆದುಕೊಳ್ಳೋದೇನು' ಅಂದಳು. ನಾನೂ ಸುಮ್ಮನಾದೆ.

ಆಮೇಲೆ ರೂಮಿಗೆ ಹೋದರೆ ಅಲ್ಲಿದ್ದ ಆನೆಯ ಚಿತ್ರ ಹಿಂದುಮುಂದಲಾಗಿಸಿ ನೇತು ಬಿದ್ದಿದೆ! ನನಗೆ ಆಶ್ಚರ್ಯವಾಗಿ 'ಇದನ್ನೂ ಆಯಪ್ಪನೇ ಹೇಳಿದ್ದಾ?' ಅಂದೆ. ಅಮ್ಮ ಸ್ವಲ್ಪ ನಾಚಿಕೆಯಿಂದ ನಗುತ್ತಾ 'ಹೂಂ, ಅದನ್ನೂ ಅವರೇ ಹೇಳಿದ್ದು. ಆ ಜಾಗದಲ್ಲಿ ಭಾರ ಇರಬಾರದಂತೆ' ಅಂದಳು! ಆನೆಯೇನೋ ಭಾರ ಅನ್ನುವುದು ಗೊತ್ತಿತ್ತು... ಆದರೆ ಆನೆಯ ಪೋಸ್ಟರ್ ಕೂಡಾ ಭಾರವೇ? ನಾನಂತೂ ಜೋರಾಗಿ ನಗಲು ಪ್ರಾರಂಭಿಸಿದ್ದೆ ಅಷ್ಟರಲ್ಲಾಗಲೇ. ಆ ನಂತರ ಹಾಲಿನಲ್ಲಿ ನೋಡಿದರೆ ಗೋಡೆಯ ಒತ್ತಿಗೆ ಇರುತ್ತಿದ್ದ ಪಾಟ್ ಒಂದು ಹಾಲಿನ ನಡುವಿಗೆ ಬಂದು ಕೂತಿದೆ! 'ಇದೇನು ಅದ್ಭುತ ವಾಸ್ತುಶಾಸ್ತ್ರ, ಪೇಳುವಂತವಳಾಗು' ಎಂದೆ. ಅಮ್ಮ ಕೂಲಾಗಿ ಆ ಜಾಗದಲ್ಲಿ ಭಾರ ಇರಬೇಕಂತೆ! ಅಂದಳು. ಪಾಟ್ ನಮ್ಮ ಅದೃಷ್ಟವನ್ನೆಲ್ಲ ಬದಲಿಸುವಷ್ಟು

ಭಾರದ ವಸ್ತುವೇ? ಜೊತೆಗೆ ಭಾರ ಇಟ್ಟರೆ ಅದೃಷ್ಟ ಬದಲಾಗುತ್ತದೆನ್ನುವ ಭೋಳೆ ಪುರಾಣ ಹೇಳಿದ್ದಾದರೂ ಯಾರು ಅಂದೆ ಸ್ವಲ್ಪ ಅಸಮಾಧಾನದಿಂದ.

ಅಷ್ಟರಲ್ಲಿ ಇದ್ದಕ್ಕಿದ್ದ ಹಾಗೆ ಮೂಲೆಯಲ್ಲಿ ಚಾಕ್ ಪೀಸ್‌ನಿಂದ ಒಂದು + ಗುರುತು ಹಾಕಿದ್ದು ಕಂಡಿತು. ಅದೂ ನಮ್ಮ ಬೊಗಳೆ ವಾಸ್ತುಶಾಸ್ತ್ರಜ್ಞನ ಸಲಹೆ ಅಂತ ಊಹಿಸದ ನಾನು ಅದು ಯಾಕೆ ಆ ಮೂಲೆಯಲ್ಲಿ ಚಾಕ್‌ಪೀಸಿನಿಂದ + ಮಾರ್ಕ್ ಬರೆದಿದ್ದೀಯ ಅಂದೆ. ಅಮ್ಮ ಕೊಟ್ಟ ಉತ್ತರವಂತೂ ಶತಮಾನದ ಜೋಕು ಅನ್ನುವ ಪಟ್ಟಿಯಲ್ಲಿ ಸೇರಿಸುವಂತಿತ್ತು. 'ಅಲ್ಲಿ ನೆಗೆಟಿವ್ ಎನರ್ಜಿ ಇದೆಯಂತೆ ಕಣೇ. ಅದನ್ನು ಪಾಸಿಟಿವ್ ಎನರ್ಜಿ ಮಾಡೋದಿಕ್ಕೆ ಒಂದು ಪ್ಲಸ್ ಮಾರ್ಕು ಹಾಕಿ ಅಂದರು' ಅಂದಳು! ನಾನಂತೂ ಉರುಳಾಡಿ ಉರುಳಾಡಿ ನಕ್ಕೆ. ಆಮೇಲೆ ಅಮ್ಮನನ್ನು ಛೇಡಿಸುವಂತೆ 'ನೆಗೆಟಿವ್ ಎನರ್ಜಿ ಇರುವಾಗ ಅಲ್ಲಿ + sign ಹಾಕಿದ್ರೆ (– X + = -) ಆಗಿ ಹೋಗತ್ತೆ ಅಲ್ವೇನೇ ಅಮ್ಮ? ಅಲ್ಲಿ ಮೈನಸ್ ಮಾರ್ಕ್ ಹಾಕ್ಬೇಕಿತ್ತು. ಆಗ (– X - = +) ಆಗ್ತಿತ್ತು ಅಂದೆ. ಅಮ್ಮ 'ಅಯ್ಯೋ ಹೋಗೇ ಗಣಿತ ಶಾಸ್ತ್ರಕ್ಕೂ, ವಾಸ್ತುಶಾಸ್ತ್ರಕ್ಕೂ ವ್ಯತ್ಯಾಸ ಇರಬೇಕು ಅನ್ನಿಸತ್ತೆ' ಅಂದಳು. ಅವಳೂ ಇಂಥದ್ದನ್ನೆಲ್ಲ ನಂಬುವವಳಲ್ಲವಾದರೂ ನನ್ನ ಹಾಗೆ ವಾದ ಮಾಡುತ್ತ ಸಮಯ ಹಾಳುಮಾಡದೇ ಅದೊಂದು + ಸೈನ್ ಹಾಕಿದ್ರೆ ಕಳೆದುಕೊಳ್ಳೋದೇನು ಅನ್ನುವ ಥರದವಳು. ನಾನು, 'ಆದರೂ ಅವನು ಹೀಗೆಲ್ಲ ಹೇಳಿದಾಗ ಹಾಳಾಗಿಹೋಗಲಿ ಅಂತಲೂ ಮಾಡಬಾರದು. ಅವರಿಗೆ ಅನಾವಶ್ಯಕವಾಗಿ ಸಪೋರ್ಟ್ ಮಾಡಿದ ಹಾಗೆ ಆಗತ್ತೆ' ಅಂದೆ. 'ಕುಲಕರ್ಣಿ ಅವರ ತಮ್ಮ ಅಲ್ಲವೇನೇ... ಆ ಥರ ಹೇಳಕ್ಕಾಗತ್ತಾ?' ಅಂದಳು ಧರ್ಮಸಂಕಟದಿಂದ...

ಕಾಲ ಮುಂದುವರೆಯುತ್ತಿದೆ... ವಿಜ್ಞಾನ ಬೆಳೆಯುತ್ತಿದೆ... ಜೊತೆಗೆ ಅಷ್ಟೇ ಸರಿಸಮನಾಗಿ ಮೂಢನಂಬಿಕೆಗಳೂ ಬೆಳೆಯುತ್ತಲೇ ಇವೆ. ದಿನ ಬೆಳಗಾದರೆ ಪೇಪರ್‌ನಲ್ಲಿ, ಟಿವಿಗಳಲ್ಲಿ ವಾಸ್ತುವಿನ ಬಗ್ಗೆ ಪುಟಗಟ್ಟಳೆ ಲೇಖನಗಳು, ಕಾರ್ಯಕ್ರಮಗಳು.

ಒಮ್ಮೆ ಟಿವಿಯಲ್ಲಿ ವಾಸ್ತುವಿಗೆ ಸಂಬಂಧಿಸಿದ ಕಾರ್ಯಕ್ರಮವೊಂದು ಪ್ರಸಾರವಾಗುತ್ತಿತ್ತು. ನನಗೆ ಭವಿಷ್ಯದ ಕಾರ್ಯಕ್ರಮ, ವಾಸ್ತು ಕಾರ್ಯಕ್ರಮ ಅಂದರೆ ತುಂಬ ಇಷ್ಟ... ಅದರಲ್ಲಿನ ಕಾಮೆಡಿಯನ್ನಂತೂ ತುಂಬ ಇಷ್ಟ ಪಡುತ್ತೇನೆ. ಅವತ್ತಿನ ದಿನದ ಕಾರ್ಯಕ್ರಮದಲ್ಲಿ ಯಾರೋ ಹುಡುಗ ವಾಸ್ತುಶಾಸ್ತ್ರಜ್ಞನಿಗೆ ಫೋನ್ ಮಾಡಿದ. ಮಾಡಿ, 'ನಮ್ಮ ಮನೆ ಬಾಗಿಲು ಪೂರ್ವಕ್ಕಿದೆ. ಎರಡು ವರ್ಷದ ಕೆಳಗೆ ಕಟ್ಟುವಾಗ ಮೊದಲು ಅದು ಪಶ್ಚಿಮಕ್ಕಿತ್ತು. ಅಲ್ಲಿಟ್ಟರೆ ನಮ್ಮ ತಂದೆಯವರ ಆರೋಗ್ಯಕ್ಕೆ ತೊಂದರೆ ಆಗುತ್ತದೆ ಅಂತ ಯಾರೋ ವಾಸ್ತು ಎಕ್ಸ್‌ಪರ್ಟ್ ಹೇಳಿದರು. ಅದಕ್ಕೇ

ಬಾಗಿಲನ್ನು ಪಶ್ಚಿಮದಿಂದ ತೆಗೆಸಿ ಪೂರ್ವಕ್ಕೆ ಇಡಿಸಿದೆವು...' (ನನಗೆ ಆ ದಿಕ್ಕುಗಳ ಹೆಸರುಗಳು ಸರಿಯಾಗಿ ನೆನಪಿಲ್ಲ, ಒಟ್ಟಿನಲ್ಲಿ ಯಾವುದೋ ದಿಕ್ಕಿನಲ್ಲಿದ್ದುದನ್ನು ಇನ್ಯಾವುದೋ ದಿಕ್ಕಿಗೆ ಬದಲಿಸಿದ್ದರು ಅನ್ನುವುದಷ್ಟು ನೆನಪಿದೆ). ಆ ಹುಡುಗನ ಮಾತು ಮುಗಿಯುವ ಮುಂಚೆಯೇ ಈ ವಾಸ್ತುಶಾಸ್ತ್ರಜ್ಞ 'ನಿಮ್ಮ ಹುಟ್ಟಿದ ದಿನಾಂಕ ಹೇಳಿ' ಅಂದ. ಆ ಹುಡುಗ ಹೇಳಿದ. ಈತ ಗುಣಿಸಿದ, ಭಾಗಿಸಿದ, ಕೂಡಿದ, ಕಳೆದ... ಎಲ್ಲ mathematical operations ಕೂಡಾ ಮುಗಿದ ಮೇಲೆ 'ಒಳ್ಳೆಯದಾಯ್ತು. ನೀವು ಪೂರ್ವಕ್ಕೆ ಬಾಗಿಲು ಬದಲಿಸಿದ್ದು ತುಂಬ ಒಳ್ಳೆಯದಾಯ್ತು. ಒಂದು ದೊಡ್ಡ ಗಂಡಾಂತರದಿಂದ ಪಾರಾದಿರಿ. ನಿಮ್ಮ ತಂದೆಯವರ ಆರೋಗ್ಯಕ್ಕೆ ಇನ್ನು ಯಾವ ತೊಂದರೆಯೂ ಇರೋದಿಲ್ಲ' ಅಂದರು. ಆ ಹುಡುಗ ಈತನ ಎಲ್ಲ ಪಾಂಡಿತ್ಯ ಪ್ರದರ್ಶನವಾಗುವವರೆಗೂ ಸುಮ್ಮನಿದ್ದ. ವಾಸ್ತುತಜ್ಞ ಎಲ್ಲ ಮುಗಿದ ನಂತರ ಬಹಳ ಕಕ್ಕುಲತೆಯಿಂದ 'ಈಗ ತಂದೆಯವರ ಆರೋಗ್ಯ ಹೇಗಿದೆ?' ಅಂದರು. ಆ ಹುಡುಗ ತಣ್ಣಗೆ 'ನಮ್ಮಪ್ಪ ಸತ್ತು ಹೋಗಿ ಒಂದೂ ಮುಕ್ಕಾಲು ವರ್ಷ ಆಯ್ತು' ಅಂದ! ನನ್ನಂತವಳಾಗಿದ್ದರೆ ಆ ಕ್ಷಣದಲ್ಲಿ ಅವಮಾನದಿಂದ ಸತ್ತು ಹೋಗಿರುತ್ತಿದ್ದೆ. ಆದರೆ ಆ ಭಂಡ ಏನೂ ಆಗದವನಂತೆ 'ಏನಾಗಿತ್ತು ಅಪ್ಪನಿಗೆ' ಅಂತ ಕೇಳಿದರು. ಅವನು 'ಹಾರ್ಟ್ ಅಟ್ಯಾಕ್' ಅಂದ. ವಾಸ್ತುತಜ್ಞ 'ನೋಡಪ್ಪಾ... ಬಾಗಿಲಿನ ದಿಕ್ಕು ಬದಲಿಸಿದ್ದರಿಂದ ನಿಮ್ಮಪ್ಪನಿಗೆ ಸುಖವಾದ ಸಾವು ಬಂತು. ಇಲ್ಲಾಂದರೆ ಕೆಟ್ಟ ಖಾಯಿಲೆಯಾಗಿ ಇನ್ನೂ ನೋವಿನಿಂದ ನರಳಿ ಸಾಯ್ತಿದ್ದರು' ಅಂದ!

ನಾನು ಛಾನೆಲ್ ಬದಲಿಸಿದೆ... ಅದೊಂದು ಮಾತ್ರ ನನ್ನ ಕೈಲಿತ್ತು ಅಷ್ಟೇ...

ಸುಮ್ಮನೊಂದು ಸಿಗರೇಟ್ ಪುರಾಣ...

'ಥೂ ಥೂ ಹಾಳು ವಾಸನೆಯಪ್ಪಾ... ಇದೆಂಥ ದುರಭ್ಯಾಸ' ಜೋರಾಗೇ ಹೇಳಿದೆ ನನ್ನ ಗಂಡನಿಗೆ ಕೇಳಿಸುವಂತೆ, ಅಥವಾ ಅವನಿಗೆ ಕೇಳಿಸಲೆಂದೇ ಜೋರಾಗಿ ಹೇಳಿದೆ!

ಅವನು ಎಂದಿನಂತೆ ನಿರ್ವಿಕಾರ ಮುಖದಲ್ಲಿ ಕುಳಿತಿದ್ದ ತನಗೆ ಅಲ್ಲವೇನೋ ಅನ್ನುವಂತೆ. ನನ್ನ-ಅವನ ಮಧ್ಯೆ ಹೊಗೆಯ ತೆರೆ, ಅವನ ಆಕೃತಿ ಮಸುಕಾಗಿಸುವ ಹಾಗೆ. ಸ್ವಲ್ಪ ಹೊತ್ತು ಹಾಡಿದ್ದೇ ಹಾಡಿದೆ...

'ಲಂಗ್ಸ್ ಎಲ್ಲ ನೆಗೆದುಬಿದ್ದು ಹೋಗತ್ತೆ... ಆಮೇಲೆ ನೀನೇ ಅನುಭವಿಸುವವನು'

'ಒಂದು ಸಿಗರೇಟ್ ಸೇದಿದರೆ 5 ನಿಮಿಷ ಆಯಸ್ಸು ಕಡಿಮೆ ಆಗುತ್ತಂತೆ... 18ನೇ ವರ್ಷದಿಂದ ಸೇದಿ ಸೇದಿ ಇನ್ನೂ ನೀನು ಬದುಕಿರೋದೇ ನಿನ್ನ ಪುಣ್ಯ'

'ನನ್ನ ಫ್ರೆಂಡ್ ಡಾಕ್ಟರ್ ಇದ್ದಾಳಲ್ಲ ಅವಳ ಹಾಸ್ಪಿಟಲ್‌ಗೆ ಹೋಗಿ ನೋಡಿಕೊಂಡು ಬಾ ಸಿಗರೇಟ್ ಸೇದಿ ಎಂತೆಂಥ ರೋಗ ಬಂದು ನರಳುವ ಜನರೆಲ್ಲ ಇದ್ದಾರೆ ಅಂತ'

ಹೀಗೇ ಸುಮಾರು ಹೊತ್ತು ಸೀರಿಯಲ್‌ಗಳ ಡೈಲಾಗ್‌ನಂತೆ ಒಂದೇ ಮಾತನ್ನು ಬೇರೆ ಬೇರೆ ಪದಗಳಲ್ಲಿ ಹಾಡಿದೆ, ಆ ನಂತರ ತೆಪ್ಪಗಾದೆ. ಇದು ಅವನಿಗೇನೂ ಹೊಸತಲ್ಲ... ನನಗೆ ಕೂಡಾ! ಹೆಂಡಂದಿರು ಅವರವರ ಗಂಡಂದಿರಿಗೆ ಈ ರೀತಿ ಹೇಳಿದ್ದೇ ಹೇಳಿ, ಎಲ್ಲ ಒಂದು ritualನ ಥರ ಆಗಿಹೋಗುತ್ತದೇನೋ ಅಲ್ಲವಾ?

ಹೀಗೆಲ್ಲ ಹೇಳುತ್ತಿರುವ ನನಗೂ ನಿಜಕ್ಕೂ ಹೇಳಬೇಕೆಂದರೆ ಇದರಲ್ಲೆಲ್ಲ ಸತ್ಯಾಂಶ ಎಷ್ಟಿದೆ ಅನ್ನುವ ಅನುಮಾನವೂ ಇದೆ. ಸಿಗರೇಟ್ ಸೇದಿದವರೆಲ್ಲ ಈ ರೀತಿ ನಿಜಕ್ಕೂ ಸತ್ತುಹೋಗುತ್ತಾರಾ? ಅಥವಾ ಸೇದದವರೆಲ್ಲ ಅಜರಾಮರರಾಗಿ ಭೂಮಿಯ ಮೇಲೆ

ಗೂಟ ಬಡಿದುಕೊಂಡು ನೂರು ವರ್ಷ ಬದುಕಿರುತ್ತಾರಾ? ಅಂತೆಲ್ಲ ಪ್ರಶ್ನೆಗಳು ನನ್ನಲ್ಲೂ ಇವೆ. ಮಹಾಭಾರತದ ಕರ್ಣ ಹುಟ್ಟುವಾಗಲೇ ಕುಂಡಲ ಜೊತೆಗಿತ್ತಂತಲ್ಲ, ಹಾಗೆ ಬಾಯಲ್ಲಿ ಸಿಗರೇಟು ಇಟ್ಟುಕೊಂಡೇ ಹುಟ್ಟಿದರೇನೋ ಅನ್ನುವ ಭ್ರಮೆ ಹುಟ್ಟಿಸುವಂತಿದ್ದರು ನನ್ನ ದೊಡ್ಡಪ್ಪ. ಸದಾ ತುಟಿಗಳ ಮಧ್ಯೆ ಸಿಗರೇಟೊಂದನ್ನು ಸಿಕ್ಕಿಸಿಯೇ ಇರುತ್ತಿದ್ದರು. ಅದೂ ಎಷ್ಟು ಕಲಾತ್ಮಕವಾಗಿ ಸಿಕ್ಕಿಸಿರುತ್ತಿದ್ದರೆಂದರೆ ಬಾಯಲ್ಲಿ ಸಿಗರೇಟ್ ಇಟ್ಟು ಹಚ್ಚಿದ ನಂತರ ಅದನ್ನು ಬೆರಳಿಗೆ ಮತ್ತೆ ಸೋಕಿಸಿಯೂ ಕೂಡಾ ಸೋಕಿಸದೆ ಕೆಳತುಟಿಯಲ್ಲಿನ ಒಂದು ತಗ್ಗಿನಂತಹ ಗುಳಿ ಮಧ್ಯೆ ಇಟ್ಟು ಪೂರ್ತಿ ಸಿಗರೇಟು ಖಾಲಿ ಆಗುವವರೆಗೆ ಹೊರ ತೆಗೆಯದೇ ಸೇದಿ ಮುಗಿಸುವುದಲ್ಲದೇ ಜೊತೆಜೊತೆಗೆ ಹಾಗೆಯೇ ಮಾತು ಕೂಡಾ ಆಡುತ್ತಿದ್ದರು. ಅವರು 85 ವರ್ಷ ಬದುಕಿದ್ದರು. ಅವರ ತಮ್ಮ ಒಬ್ಬರಿದ್ದರು. ಪಾಪ, ಇಡೀ ಜನ್ಮದಲ್ಲೇ ಒಂದೇ ಒಂದು ಸಿಗರೇಟ್ ಸೇದಲಿಲ್ಲ, ಒಂದೇ ಒಂದು ಹನಿ ಮದ್ಯ ಕುಡಿಯಲಿಲ್ಲ. ಬೇರೆಯೆಲ್ಲ ಕುಡಿಯುವ ಮಾತು ಹಾಗಿರಲಿ, ಹೆಚ್ಚು ಕಾಫಿಯನ್ನು ಕೂಡಾ ನಾಲಿಗೆಗೆ ಸೋಕಿಸದ ನನ್ನ ದೊಡ್ಡಪ್ಪನ ತಮ್ಮ ಪಾಪ ಕೂತಕೂತಲ್ಲಿಯೇ ತಮ್ಮ 60ನೆಯ ವರ್ಷಕ್ಕೇನೇ ಶಿವನ ಪಾದ ಸೇರಿದ್ದರು! ಇದೆಲ್ಲ ನನಗೆ ಗೊತ್ತಿಲ್ಲದ್ದೇನಲ್ಲ. ಆದರೂ ನನ್ನ ಗಂಡ ಸಿಗರೇಟು ಸೇದುವಾಗ ಸುಮ್ಮನಿರಲು ಆಗುತ್ತಲೇ ಇರಲಿಲ್ಲ. ಹಾಗೆ ಸುಮ್ಮನಿದ್ದರೆ 'ಹೆಂಡತಿಯ ಸ್ಥಾನಕ್ಕೆ' ಏನೋ ಚ್ಯುತಿಯಾದಂತೆ ಹಳಹಳಿ!

ಒಂದು ಮಾತು ಹೇಳಿದರೆ ನೀವು ನನ್ನನ್ನು ಸ್ತ್ರೀ ಕುಲದಿಂದ ಆಚೆ ಅಟ್ಟುತ್ತೀರೋ ಏನೋ ಗೊತ್ತಿಲ್ಲ, ಆದರೂ ನಾನು ಹೇಳಲೇಬೇಕು... ನನಗೆ ಸಿಗರೇಟಿನ ವಾಸನೆಯೆಂದರೆ ತುಂಬ ಇಷ್ಟ! ನನ್ನ ಗಂಡನಿಗೆ ಸಿಗರೇಟು ಚಟ ಅಂಟಿದ್ದು ಅವನ ಹದಿನೆಂಟನೆಯ ವಯಸ್ಸಿನಲ್ಲಿ ಕಾಲೇಜಿನಲ್ಲಿ ಓದುತ್ತಿರುವಾಗಲಂತೆ. ಆ ಕಾಲಕ್ಕೆ ಅವನು ಎದುರಾಗಿದ್ದರೆ ಸಿಗರೇಟ್ ಸೇದುತ್ತಾನೆ ಅನ್ನುವ ಒಂದೇ ಕಾರಣಕ್ಕೆ ಅವನನ್ನು ಮೋಹಿಸಿ ಬಿಡುತ್ತಿದ್ದೆ ಅಂತ ಕಾಣುತ್ತದೆ! ನಾನು ಕಾಲೇಜು ಓದುತ್ತಿರುವ ದಿನಗಳಲ್ಲಿ ಬೆರಳುಗಳ ಮಧ್ಯೆ ಸಿಗರೇಟು ಸಿಕ್ಕಿಸಿ ಹೊಗೆ ಬಿಡುತ್ತಿದ್ದ ಹುಡುಗರೆಲ್ಲ 'ಹೀರೋ' ಥರ, ಧೀರೋದಾತ್ತ ಗಂಡಸಿನ ಥರ ಕಾಣುತ್ತಿದ್ದರು! ನನ್ನ ಕ್ಲಾಸಿನ ಹುಡುಗನೊಬ್ಬ ಸಿಗರೇಟು ಸೇದುತ್ತ ಬರುತ್ತಿದ್ದವನು, ಕಾಲೇಜು ಹತ್ತಿರವಾದ ಹಾಗೆ ಅದನ್ನು ನೆಲಕ್ಕೆಸೆದು ಕಾಲಲ್ಲಿ ಹೊಸಕುತ್ತಿದ್ದ ರೀತಿಯಂತೂ ಮನಮೋಹಕ! 'ಹೀರೋ' ಸಿನೆಮಾದ ಜಾಕಿ ಶ್ರಾಫ್ ನೆನಪಿದ್ದಾನಾ ನಿಮಗೆ? ಇಡೀ ಸಿನೆಮಾದಲ್ಲಿ ಇಂಜಿನ್ ಹಾಗೆ ಸಿಗರೇಟು ಸೇದಿ ಹೊಗೆ ಬಿಡುತ್ತಲೇ ಇರುತ್ತಿದ್ದ. ನಾನಂತೂ ಆ ಸಿನೆಮಾ ನೋಡಿದ ಮೇಲೆ ಆ ಕಾರಣಕ್ಕೇನೇ ಅವನ ಫ್ಯಾನ್ ಆಗಿ ಹೋಗಿದ್ದೆ!

ಇಂಥ ನನಗೆ ಮದುವೆಯಾದ ಹೊಸತರಲ್ಲಿ ನನ್ನ ಗಂಡ ಸೇದುತ್ತಿದ್ದ ಸಿಗರೇಟಿನ ವಾಸನೆಯೇ ಮತ್ತೇರಿಸುತ್ತಿತ್ತು. ಎಲ್ಲರಿಗೂ ವಾಕರಿಕೆ ತರಿಸುವ ವಾಸನೆ ನನಗೆ 'ಘಮ್' ಅಂತ ಪರಿಮಳ ಬೀರುತ್ತಿದೆಯೇನೋ ಅನ್ನಿಸುತ್ತಿತ್ತು. ನನ್ನ ಗಂಡನ ಮನೆಯವರೆಲ್ಲ ತುಂಬ ಒಳ್ಳೆಯವರು ಪಾಪ! ಅವನ ಜೊತೆ ಹುಟ್ಟಿದ ಯಾವ ಅಣ್ಣಂದಿರಿಗೂ ಇಂಥ ಯಾವುದೂ ಅಭ್ಯಾಸವಿಲ್ಲ. ನನ್ನ ಗಂಡನ ಅಕ್ಕಂದಿರೆಲ್ಲ 'ಇವನೊಬ್ಬನಿಗೆ ಈ ಥರ ಸಿಗರೇಟಿನ ಚಟ ಎಲ್ಲಿ ಅಂಟಿತೋ' ಅಂತ ಸದಾಕಾಲ ಕೊರಗುತ್ತಿದ್ದರು. ಮದುವೆಯಾದ ಮೇಲೆ ಸಿಗರೇಟ್ ಬಿಡಿಸುವ power of attorney ನನಗೆ ಕೊಟ್ಟರು! 'ಅವನ ಹಾಳು ಅಭ್ಯಾಸ ಹೇಗಾದರೂ ಮಾಡಿ ಬಿಡಿಸು' ಎಂದು ಹೊಣೆ ಹೆಗಲಿಗೇರಿಸಿದರು! (ಏನೋ ಅವನು ನಾನು ಹೇಳಿದ್ದನ್ನೆಲ್ಲ ಶಿರಸಾವಹಿಸಿ ಪಾಲಿಸುವ ಪತಿ ಇದ್ದ ಹಾಗೆ!) ನನಗೋ ಮನಸಿನಲ್ಲಿ ಸಂಕಟ – 'ಛೇ! ನಾನು ಬಯ್ದಿದ್ದನ್ನು ತುಂಬ ಸೀರಿಯಸ್ಸಾಗಿ ತೆಗೆದುಕೊಂಡು, ಹೊಸ ಹೆಂಡತಿಯ ಮಾತು ಕೇಳಿಯೇ ಬಿಟ್ಟು ಸಿಗರೇಟು ಬಿಟ್ಟೇಬಿಟ್ಟರೆ ಆ ಪರಿಮಳದ ಸೌಭಾಗ್ಯ ಇರುವುದಿಲ್ಲವಲ್ಲ ಇನ್ನು ಮುಂದೆ... ಬೆರಳುಗಳಲ್ಲಿನ ಆ ಪರಿಮಳ ಕೂಡಾ ಇರುವುದಿಲ್ಲ...' ಎಂದು. ನಾನು exaggerate ಮಾಡ್ತಿದೀನಿ ಅಂದುಕೊಳ್ಳಬೇಡಿ ಮತ್ತೆ! ಇದೆಲ್ಲ ಸಂಪೂರ್ಣ ಸತ್ಯ.

ಅದ್ಯಾವುದೋ ಒಂದು ಕನ್ನಡ ಸಿನೆಮಾದ ಒಂದು ಸೀನ್ ನೆನಪಿಗೆ ಬರುತ್ತಿದೆ. ಆ ಸಿನೆಮಾದಲ್ಲಿನ ನಾಯಕಿಗೆ ಯಾವುದೇ ಹುಡುಗ ಅವಳನ್ನು ಲವ್ ಮಾಡುತ್ತೇನೆಂದರೆ, ಅವಳಿಂದ ಒಂದಿಷ್ಟು ಕಂಡೀಷನ್ಸ್ ಎದುರಾಗುತ್ತಿರುತ್ತದೆ...

ನೀವು ಸಿಗರೇಟು ಸೇದ್ತೀರಾ

ಕುಡೀತೀರಾ

ಗುಟ್ಕಾ ತಿನ್ತೀರಾ...

ಈ ಥರದ ಪ್ರಶ್ನೆಗಳನ್ನು ಕೇಳುತ್ತಿರುತ್ತಾಳೆ. ಸುಮಾರು ಜನ ಅವಳ ಪ್ರೇಮಿಯಾಗಲು ಬಂದವರು ನಾನಾ ಮಾನದಂಡಗಳಲ್ಲಿ ಫೇಲ್ ಆಗುತ್ತಾರೆ. ಕೊನೆಗೊಂದು ದಿನ ಒಬ್ಬ ಬರುತ್ತಾನೆ. ಇವಳು ಅವನಿಗೂ ಈ ಪ್ರಶ್ನೆಗಳನ್ನು ಹಾಕುತ್ತಾಳೆ. ಅವನು ಖುಷಿಯಿಂದ ಎಲ್ಲದಕ್ಕೂ 'ಇಲ್ಲ' 'ಇಲ್ಲ' ಎನ್ನುವ ಉತ್ತರ ಕೊಡುತ್ತಾ ಹೋಗುತ್ತಾನೆ. ಅವನಿಗೆ ಎಲ್ಲ ಪರೀಕ್ಷೆಯಲ್ಲೂ ಪಾಸ್ ಆದೆ, ಇನ್ನು ಇವಳು ಒಲಿಯುತ್ತಾಳೆ ಅನ್ನುವ ಹೋಪ್. ಆಗ ಇದ್ದಕ್ಕಿದ್ದ ಹಾಗೆ ಆ ನಾಯಕಿ 'ಥು! ಯಾವ ಅಭ್ಯಾಸವೂ ಇಲ್ಲವಾ? ನಿಮ್ಮನ್ನು ಲವ್ ಮಾಡಕ್ಕಾಗಲ್ಲ' ಅಂದುಬಿಡುತ್ತಾಳೆ. ಈ ಹುಡುಗ ಕಕ್ಕಾಬಿಕ್ಕಿಯಾಗಿ 'ಅಯ್ಯೋ! ಇದೇನು ಈ ಥರಾನೂ ಇರತ್ತಾ?' ಅಂದಾಗ ಅವಳು, 'ನೀನು ಸಿಗರೇಟು ಸೇದ್ತಿರಬೇಕು, ನಾನು ಬಂದು ಅದನ್ನು ಬಿಡಿಸಬೇಕು. ನಿನಗೆ ಕುಡಿಯೋ ಅಭ್ಯಾಸ ಇರಬೇಕು, ನಾನು

ಅದನ್ನು ಬಿಡಿಸಬೇಕು! ಒಂದೂ ಅಭ್ಯಾಸ ಇಲ್ಲದೇ ಹೋದರೆ ನನಗೇನು ಕೆಲಸ? ನಿನ್ನ ಲವ್ ಮಾಡೋದಿಕ್ಕೆ ಆಗಲ್ಲ' ಅನ್ನುತ್ತಾಳೆ! ನಾನೂ ಈ ಹೀರೋಯಿನ್ ಲೆಕ್ಕದವಳೇ ಅನ್ನಿ. ನನಗೆ ಇಷ್ಟ ಇದ್ದರೂ ಕೂಡಾ ಈ ದುರಭ್ಯಾಸ (?) ಬಿಡಿಸಬೇಕೆಂದು ಪಣ ತೊಟ್ಟೇ ಬಿಟ್ಟೆ. ಅದರ ಬಗ್ಗೆ ಇರುವ ಮೋಹಕ್ಕಿಂತಲೂ, ನನ್ನ ಪವರ್ ಎಷ್ಟು ಅಂತ ಸಾಬೀತು ಪಡಿಸುವ ಛಾಲೆಂಜ್ ಆಗಿಹೋಯಿತು ಈ ವಿಷಯ!

'ಸಿಗರೇಟು ಬಿಡುವುದು ಕಷ್ಟವೇನಿಲ್ಲ... ನಾನೇ ಹಲವಾರು ಸಲ ಬಿಟ್ಟಿದ್ದೀನಿ' ಅನ್ನುವ ಸವಕಲು ಜೋಕ್ ಒಂದಿದೆಯಲ್ಲ, ಹಾಗಾಯ್ತು ಇಲ್ಲಿಂದ ಮುಂದಿನ ಕಥೆ. ನನ್ನ ಗಂಡ ಅದೆಷ್ಟು ಸಲ ಸಿಗರೇಟ್ ಬಿಟ್ಟನೋ, ಅದೆಷ್ಟು ಸಲ ಮತ್ತೆ ಶುರು ಹಚ್ಚಿಕೊಂಡನೋ, ಲೆಕ್ಕವಿಲ್ಲ!

ಈ ಛಾಲೆಂಜ್ ತೆಗೆದುಕೊಂಡ ಹೊಸದರಲ್ಲಿ ನನಗೆ ಅದೇನು ಹುಮ್ಮಸ್ಸು! ನನ್ನ ಕೈಯಲ್ಲಿ ಆಗದ್ದು ಏನಿದೆ ಅನ್ನುವ ಹುಂಬತನ ಬೇರೆ. ಅದೇ ಹುಮ್ಮಸ್ಸಿನಲ್ಲಿ ಒಂದು 'ತುಘಲಕ್ ನಿರ್ಧಾರ' ಕೈಗೊಂಡುಬಿಟ್ಟೆ. ಅದೇನೆಂದರೆ ಮನೆಯೊಳಗೆ ಸಿಗರೇಟು ಸೇದುವ ಹಾಗಿಲ್ಲ ಅಂತ ನಾನು ತೆಗೆದುಕೊಂಡ ಏಕಪಕ್ಷೀಯ ತೀರ್ಮಾನ! ಆಗಿನ್ನೂ ಮದುವೆಯಾದ ಹೊಸದು. ಗಂಡಸಿನ ಲೋಕ ನನಗೆ ಸಂಪೂರ್ಣ ಹೊಸದು. ನಾನು ಈ ರೀತಿ ಘೋಷಿಸಿದ ಕೂಡಲೇ ನನ್ನ ಗಂಡ ಕೋಲೆಬಸವನ ಹಾಗೆ ತಲೆಯಾಡಿಸಿದ. ನನ್ನ ಶಕ್ತಿಯ ಬಗ್ಗೆ ಅದೆಂಥ confidence ಹುಟ್ಟಿಬಿಟ್ಟಿತು ಗೊತ್ತಾ? ಇದೇ ರೀತಿ ಆಗಾಗ ಒಂದೊಂದು ಶಾಸನ ಹೊರಡಿಸಿ ಈ ಅಭ್ಯಾಸ ತೊಲಗಿಸುವುದು ಇನ್ನೆಷ್ಟರ ಮಾತು ಅಂತ ಮನಸ್ಸಿನಲ್ಲೇ ಸಂಭ್ರಮ.

ಈ ಘೋಷಣೆಯಾದ ಮರುದಿನ ಬೆಳಗ್ಗೆ ಎಂದಿನಂತೆ ಸೂರ್ಯವಂಶಿಯಾದ ನಾನು ಏಳುವಷ್ಟರಲ್ಲಿ ಮನೆಯ ಮುಂಬಾಗಿಲು ಹಾರು ಹೊಡೆದಿತ್ತು. ಇದೇನಪ್ಪಾ ಬಾಗಿಲು ಹಾಕುವುದನ್ನೇ ಮರೆತೆನೋ ಏನೋ ಎಂದು ಗಾಬರಿಯಿಂದ ಬಾಗಿಲಿನ ಹತ್ತಿರ ಬಂದಾಗ ಗೇಟಿನ ಪಕ್ಕ ನಿಂತು ವಾಯುಮಾಲಿನ್ಯದಲ್ಲಿ ನಿರತನಾಗಿದ್ದ ನನ್ನ ಗಂಡ ಕಂಡ. ಆಗ ಗೊತ್ತಾಯಿತು ನನ್ನ ತುಘಲಕ್ ನಿರ್ಧಾರದ ಅನರ್ಥ. ನಾನು ಮನೆಯೊಳಗೆ ಸಿಗರೇಟ್ ಸೇದುವ ಹಾಗಿಲ್ಲ ಎಂದು ತಾನೇ ಹೇಳಿದ್ದು? ಅದಕ್ಕೇ ಗೇಟಿನ ಪಕ್ಕ ನಿಂತು ಆರಾಮವಾಗಿ ಹೊಗೆ ಬಿಡುತ್ತಿದ್ದಾನೆ!

ಓಹೋ, ಇದು ವರ್ಕ್‌ಔಟ್ ಆಗುವುದಿಲ್ಲ ಅಂತ ತಿಳಿದುಕೊಂಡ ನಾನು ಗೇಟಿನ ಹತ್ತಿರವೂ ಸಿಗರೇಟು ಸೇದುವ ಹಾಗಿಲ್ಲ ಅಂತ ಫರ್ಮಾನು ಹೊರಡಿಸಿದೆ.

ಈ ಬಾರಿ ನನ್ನ ನಿರ್ಧಾರ ಸರಿಯಾಗಿಯೇ ಇರುತ್ತದೆ ಅನ್ನುವ ಭ್ರಮೆ! ಮರುದಿನ ಏಳುವಷ್ಟರಲ್ಲಿ ಯಥಾಪ್ರಕಾರ ಮುಂಬಾಗಿಲು ಪೂರ್ತಿ ತೆರೆದಿದೆ. ನೋಡಿದರೆ ನನ್ನ ಗಂಡ ಸಿಗರೇಟಿನ ಸುಖ ಅನುಭವಿಸುತ್ತಾ ಗೇಟು ತೆಗೆದು ನಡು ಬೀದಿಯಲ್ಲಿ ನಿಂತಿದ್ದಾನೆ ಪುಣ್ಯಾತ್ಮ! ಅಯ್ಯೋ, ನೋಡಿದವರು ಏನೆಂದುಕೊಂಡಾರು ಅನ್ನುವ ಪರಿವೆ ಬೇಡವೇ? ಈ ರೀತಿ ಬೀದಿಯಲ್ಲಿ ನಿಂತು ಸೇದಿದರೆ ಇದು ನನ್ನದೇ ನಿರ್ಧಾರವೆಂದು ಇಡೀ ಜಗತ್ತಿಗೆ ನಾನೇ ಸಾರಿದ ಹಾಗಾಗುತ್ತದೆ ಮತ್ತು ಅವನು ನನಗೆ ಹೆದರಿ ನಡುಗುವ ಒಂದು ಮರುಕದ ಕಥೆಗೆ ನಾನೇ ಇಂಬು ಕೊಟ್ಟ ಹಾಗಾಗುತ್ತದೆ ಅಂತ ಜ್ಞಾನೋದಯವಾಗಿ ಹೋಯಿತು! ಕೂಡಲೇ ನನ್ನ ನಿರ್ಧಾರಗಳನ್ನೆಲ್ಲ ಹಿಂತೆಗೆದುಕೊಂಡು 'ಮನೆ ಒಳಗೆ ಬಂದು ಸೇದಿ ಹಾಳಾಗು' ಅಂತ ಪ್ರೀತಿಯಿಂದ ಕೇಳಿಕೊಂಡೆ ಮತ್ತು ಅವನು ಅದನ್ನು ಚಾಚೂ ತಪ್ಪದೆ ಪಾಲಿಸಿದ! Back to square one! ಮತ್ತೆ ಮೊದಲಿನ ಹಾಗೆ ಎಲ್ಲ ಸುಸೂತ್ರ!

ನನ್ನ 'ಹೆಂಡತಿತನಕ್ಕೆ' ಈ ಸೋಲು ತುಂಬ ಪೆಟ್ಟು ಕೊಟ್ಟಿತ್ತು. ಇದೇನು ಈ ಹೊಸತರಲ್ಲೇ ಇಷ್ಟು ಪವರ್‌ಲೆಸ್ ನೀನು ಅಂದುಕೊಂಡವಳೇ ಹೊಸ ಛಲದೊಂದಿಗೆ ಹೊಸ ಮಾರ್ಗ ಯೋಚಿಸಲಾರಂಭಿಸಿದೆ. ಆಗ ಇನ್ನೊಂದು ಅದ್ಭುತ ಪ್ಲ್ಯಾನ್ ಹೊಳೆಯಿತು. ಇದಂತೂ ಮತ್ತಿಷ್ಟು ಹಾಸ್ಯಾಸ್ಪದ ಅನ್ನುವುದು ಆಮೇಲೆ ತಿಳಿಯಿತು! ಅದೇನೆಂದರೆ ಮನೆಯಲ್ಲಿದ್ದ ash tray ತೆಗೆದು ಕಸದಬುಟ್ಟಿಗೆ ಸೇರಿಸಿದರೆ ಸಿಗರೇಟು ಸೇದುವುದನ್ನು ಬಿಟ್ಟುಬಿಡುತ್ತಾನೆ ಅನ್ನುವ ಪೆದ್ದುಪೆದ್ದು ಐಡಿಯಾ! ಈ ತುಘಲಕ್ ನಿರ್ಧಾರ ಮನಸ್ಸಿಗೆ ಬಂದಿದ್ದೇ ತಡ, ನೋಡಲು ಮುದ್ದಾಗಿದ್ದ ಕೆಂಪು ash tray ಕಸದಬುಟ್ಟಿ ಸೇರಿತು. ನಾನು ನಿರಾಳದ ನಿಟ್ಟುಸಿರುಬಿಟ್ಟೆ. ಮರುದಿನ ಬೆಳಿಗ್ಗೆ ಏಳುವಷ್ಟರಲ್ಲಿ ಅಡುಗೆಮನೆಯಲ್ಲಿ ಬಿಸಾಡಿದ್ದ ತೆಂಗಿನ ಕರಟವನ್ನು ಆಷ್ ಟ್ರೇ ಮಾಡಿಕೊಂಡಿದ್ದ. ಕೂಗಾಡಿ, ಎಗರಾಡಿ ಅಂಥ ಕೊಳಕನ್ನೆಲ್ಲ ಮನೆಯೊಳಗೆ ಇಡಬಾರದು ಎಂದೆ. ಮಾರನೆಯ ದಿನ ನೋಡಿದರೆ ಬೆಂಕಿಕಡ್ಡಿಯನ್ನೆಲ್ಲ ಆಚೆ ಸುರಿದು ಖಾಲಿ ಮಾಡಿದ ಬೆಂಕಿಪೆಟ್ಟಿಗೆಯಲ್ಲಿ ಬೂದಿ ಹಾಕಲು ಶುರು ಮಾಡಿದ. ಕರ್ಮ ಕರ್ಮ ಅಂತ ತಲೆ ಚಚ್ಚಿಕೊಂಡು, ಎಸೆದ ತಪ್ಪಿಗೆ ಮತ್ತೆ ನಾನೇ ಅಂಗಡಿಗೆ ಓಡಿ ಹೊಸದೊಂದು ash tray ತಂದಿಟ್ಟೆ.

ನಂತರ ಮತ್ತೊಂದು ಅದ್ಭುತ ಐಡಿಯಾ ನನ್ನ ತಲೆಯಲ್ಲಿ ಮೊಳಕೆಯೊಡೆಯಿತು. ಎದುರಿಗೆ ಸಿಗರೇಟ್ ಪ್ಯಾಕ್ ಇದ್ದರೆ ಮನಸ್ಸು ದುರ್ಬಲವಾಗುತ್ತದೆ. ಆಗ ನೆಪ ಹುಡುಕಿಕೊಂಡು ಸಿಗರೇಟ್ ಸೇದುವ ಚಪಲ ಬೆಳೆಸಿಕೊಳ್ಳುತ್ತಾನೆ. ಆಫೀಸಿನಲ್ಲಿ ಟೆನ್ಷನ್ ಶುರುವಾದ ಕೂಡಲೇ ಪ್ಯಾಕ್ ಕೈಗೆತ್ತಿಕೊಳ್ಳುತ್ತಾನೆ. ಅದಕ್ಕೇ ತರುವಾಗಲೇ ಸಂಖ್ಯೆಗೆ ಕಡಿವಾಣ ಹಾಕಿ, ಒಂದೊಂದಾಗಿ ತರಿಸಿದರೆ ಆ ಅಭ್ಯಾಸ ಹಾಗೇ ಬಿಟ್ಟು

ಹೋಗುತ್ತದೆ ಅನ್ನುವ ಮತ್ತೊಂದು ತುಘಲಕ್ ನಿರ್ಧಾರ ಕೈಗೊಂಡೆ. ಆ ನಿರ್ಧಾರ ಜಾರಿಯಾದ ಕೂಡಲೇ ಎಡವಟ್ಟಾಯಿತು. ನಮ್ಮ ಆಫೀಸಿನ ಹುಡುಗನಿಗೆ ಈಗ ಪ್ರತಿ ಹತ್ತು ನಿಮಿಷಕ್ಕೊಂದು ಸಲ ಅಂಗಡಿಗೆ ಹೋಗಿ ಎರಡೆರಡಾಗಿ ಸಿಗರೇಟು ತರುವ ಕೆಲಸವಾಯಿತು. ಒಬ್ಬನ ಸಂಬಳ ಪೂರ್ತಿ ಸಿಗರೇಟ್ ತರುವುದಕ್ಕೇ ಆಗಿಹೋಗುತ್ತಿತ್ತು. ಇದಕ್ಕೆ ಬೇರೆ ಸಮಯ ಹಾಳು ಅಂತ ಆ ಯೋಜನೆಯನ್ನೂ ರದ್ದುಪಡಿಸಿದೆ.

ಹೀಗೇ ಹೊಸ ಮಾರ್ಗಗಳನ್ನು ಹುಡುಕಿ ನಾನು ಸೋತು ಹೋದೆ. ಅವನು ಮಾತ್ರ ಮೊದಲಿಗೆ 15–20 ಸಿಗರೇಟ್ ಸೇದುತ್ತಿದ್ದವನು ಈಗದನ್ನು 30ಕ್ಕೆ ಏರಿಸಿದ್ದ! ಈ ರೀತಿಯ ಚಟಗಳನ್ನೆಲ್ಲ ಯಾರೋ ಬಿಡಿಸುವುದು ಅಸಾಧ್ಯವಂತಲೂ, ಅದು ಅವರವರ ಎದೆಯೊಳಗಿಂದ ಹುಟ್ಟುವ ನಿರ್ಧಾರಗಳಾಗಬೇಕಂತಲೂ ಜ್ಞಾನೋದಯವಾಯ್ತು. ನನಗೆ ಹೇಗೂ ಸಿಗರೇಟಿನ ಬಗ್ಗೆ ಪರ್ಸನಲ್ ಆದ ದ್ವೇಷ ಇಲ್ಲದ್ದರಿಂದ ಬಿಡಿಸುವ ಛಾಲೆಂಜ್‌ನಲ್ಲಿದ್ದ ಆಸಕ್ತಿ ಕಡಿಮೆಯಾಯ್ತು. ನಾನು ಯುದ್ಧರಂಗದಿಂದ ಕದನವಿರಾಮ ಘೋಷಿಸಿ ಹಿಂದೆಗೆದ ನಂತರ ಅವನು ನಾಲ್ಕೈದು ವರ್ಷ ಅನಭಿಷಿಕ್ತ ರಾಜನಂತೆ ಮೆರೆದ... ನನ್ನ ಮಗ ದೊಡ್ಡವನಾಗುವವರೆಗೆ!

ನನ್ನ ಮಗನಿಗೆ ಸಿಗರೇಟಿನ ವಾಸನೆ ಕಂಡರೆ ಆಗುತ್ತಿರಲಿಲ್ಲ. ನಾನು ಬೇರೆ ಸೋತ ಅವಮಾನದಲ್ಲಿ ಸದಾ ವಟಗುಟ್ಟುತ್ತಿರುತ್ತಿದ್ದೆ ಸಿಗರೇಟು ಸೇದದವರಿಗೂ ಅದು ಹೇಗೆ ಕೆಟ್ಟದು ಮಾಡುತ್ತದೆ ಎಂದು. ಹಾಗಾಗಿ ಅವನು ಈ ಮಹತ್ಕಾರ್ಯದಲ್ಲಿ ಅಮ್ಮನಿಗೆ ಸಾಥ್ ಕೊಡುವ ನಿರ್ಧಾರ ತೆಗೆದುಕೊಂಡ ಅಂತ ಕಾಣುತ್ತದೆ. ನನ್ನ ಚಳುವಳಿಗೆ ಒಬ್ಬ ಜೊತೆಗಾರ ಸಿಕ್ಕಿದ್ದ! ನನ್ನ ಗಂಡ ಸಿಗರೇಟು ಹಚ್ಚಿದ ಕೂಡಲೇ ಎಲ್ಲಿಂದಲೋ ಬೇತಾಳದ ಹಾಗೆ ಪ್ರತ್ಯಕ್ಷವಾಗಿ ಅಪ್ಪನ ಕೈಲಿನ ಸಿಗರೇಟು ಕಿತ್ತು ಆರಿಸಲು ಶುರು ಮಾಡಿದ. ಎಲ್ಲ ಗಂಡಸರೂ ಹೆಂಡತಿಯ ಮಾತನ್ನು ಕೇಳದಿದ್ದರೂ ಮಕ್ಕಳ ಮಾತನ್ನು ಅಲ್ಪಸ್ವಲ್ಪ ಗೌರವಿಸುತ್ತಾರೆ! ಅದೇ ರೀತಿ ಅವನೂ ಮೊದಮೊದಲಲ್ಲಿ ಗೋಣಿ ಎತ್ತೆತ್ತಿ ಒಗೆದ! ಮಗ ಇನ್ನೂ ಚಿಕ್ಕವನಿದ್ದಾನಲ್ಲ ಅಂತಲೋ ಏನೋ ಸಿಗರೇಟು ಕಿತ್ತು ಆರಿಸಿದಾಗ ಸುಮ್ಮನಾಗಿಬಿಡುತ್ತಿದ್ದ. ಸ್ವಲ್ಪ ದಿನಗಳಾದ ಮೇಲೆ, ಒಂದನ್ನು ಕಿತ್ತೆಸೆದ ಕೂಡಲೇ ಮತ್ತೊಂದನ್ನು ತೆಗೆದುಕೊಂಡು ಹಚ್ಚಲು ಶುರು ಮಾಡಿದ. ಆಗ ನನ್ನ ಮಗನಿಗೂ ನನ್ನ ಥರವೇ ರಣೋತ್ಸಾಹ ಮೂಡಿಬಿಟ್ಟಿತು.

ಅವನು ಸಿಗರೇಟ್ ಪ್ಯಾಕನ್ನೇ ಮಾಯ ಮಾಡುವ ನಿರ್ಧಾರ ಮಾಡಿದ. ಆದರೆ ಅಪ್ಪ ಕಾಸು ಕೊಟ್ಟಿದ್ದಾನಲ್ಲ ಹೇಗೆ ಎಸೆಯುವುದು ಅನ್ನುವ ಸಂಕಟ. ಅದಕ್ಕೇ ನನ್ನ ಗಂಡ ಇಟ್ಟಿರುತ್ತಿದ್ದ ಸಿಗರೇಟ್ ಪ್ಯಾಕ್‌ಗಳನ್ನು ಎತ್ತಿ ಕಸದ ಬುಟ್ಟಿಗೆ ಎಸೆಯುವ ಬದಲು, ವಾರ್ಡ್‌ರೋಬಿನ ಮೇಲೆ ಜಾಗ ಇರುತ್ತದಲ್ಲ ಅಲ್ಲಿಗೆ ಎಸೆಯಲು ಶುರು ಮಾಡಿದ. ನಾನೂ ಅವನ ಜೊತೆ ಕೈಜೋಡಿಸಿದೆ. ಸೇದಬಾರದು ಎಂದ ಮೇಲೆ

ಕಸದ ಬುಟ್ಟಿಯೇನು, ವಾರ್ಡ್‌ರೋಬ್ ಏನು ಅನ್ನುವ ಸಾಮಾನ್ಯ ಜ್ಞಾನ ಕೂಡ ಇರದ ಮೂಢರು ನಾವು! ನಾವು ಅತ್ಯಂತ ಗುಟ್ಟಿನಲ್ಲಿ ಸಿಗರೇಟ್ ಪ್ಯಾಕ್‌ಗಳನ್ನು ಗಾಯಬ್ ಮಾಡಲು ಶುರು ಮಾಡಿದೆವು. ನನ್ನ ಗಂಡ ಕೂಡಾ ಒಂದು ದಿನವೂ 'ಇಲ್ಲಿ ಇಟ್ಟಿದ್ದ ಪ್ಯಾಕ್ ಏನಾಯ್ತು' ಅಂತ ಕೂಡಾ ಕೇಳಲಿಲ್ಲ. ನಮ್ಮಿಬ್ಬರಿಗೆ ಖುಷಿಯೋ ಖುಷಿ! 'ಗೊತ್ತೇ ಆಗಿಲ್ಲ' ಅಂತ ಮುಸಿಮುಸಿ ನಗುತ್ತಿದ್ದೆವು. ಹೀಗೇ ಸುಮಾರು ತಿಂಗಳು ಕಳೆಯಿತು.

ಒಂದು ದಿನ ಅವನು ಟಾಯ್ಲೆಟ್‌ಗೆ ಹೊರಟ ಸಮಯ. ಅವನ ದಿನದ ಸಿಗರೇಟ್ ಬೋಣಿ ಆಗುತ್ತಿದ್ದುದು ಟಾಯ್ಲೆಟ್‌ನಲ್ಲೇ. ಆ ಸಮಯದಲ್ಲಿ ನಾನು ಅಡಿಗೆಮನೆಯಲ್ಲಿದ್ದವಳು ಯಾತಕ್ಕೋ ಆಚೆ ಬಂದೆ. ನನ್ನ ಗಂಡ ಕೈಯಲ್ಲಿ ಒಂದು ಖುರ್ಚಿ ತೆಗೆದುಕೊಂಡು ಹೋಗುತ್ತಿದ್ದುದು ಕಾಣಿಸಿತು. ಬೆಳಬೆಳಗ್ಗೆಯೇ ಏನು ಮಾಡುತ್ತಿರಬಹುದು ಅನ್ನುವ ಕುತೂಹಲಕ್ಕೆ ಅವನಿದ್ದ ಕಡೆ ಹೆಜ್ಜೆ ಹಾಕಿದವಳು ದಂಗಾಗಿ ನಿಂತುಬಿಟ್ಟೆ, ನನ್ನ ಗಂಡ ಕೂಲಾಗಿ ಖುರ್ಚಿ ಹಾಕಿ ಹತ್ತಿ ನಿಂತು, ನಾವು ಮೇಲೆ ಎಸೆದಿದ್ದೆವಲ್ಲ ಆ ಪ್ಯಾಕ್‌ನಿಂದ ಒಂದು ಸಿಗರೇಟು ತೆಗೆದುಕೊಂಡು ಸೀದಾ ಟಾಯ್ಲೆಟ್ ಕಡೆ ನಡೆದ! ಆಮೇಲೆ ಗಂಡ ಕೆಲಸಕ್ಕೆ ಹೊರಟ ಮೇಲೆ ಹತ್ತಿ ಅಟ್ಟ ನೋಡಿದರೆ ಅಲ್ಲಿ ಏನಿತ್ತು? ನಾವು ಎಸೆದಿದ್ದ ಪ್ಯಾಕ್‌ಗಳು ಅವತ್ತವತ್ತೇ ಮಾಯವಾಗುತ್ತ ಹೋಗಿ ಖಾಲಿಯಾಗಿದ್ದ ವಾರ್ಡ್‌ರೋಬ್ ಅಟ್ಟ ನಮ್ಮನ್ನು ಅಣಕಿಸಿತು! ಅದಕ್ಕೇ ಅವನು ಎಂದೂ ಪ್ಯಾಕ್‌ಗಳ ಬಗ್ಗೆ ವಿಚಾರಿಸಿರಲಿಲ್ಲ. ನಾವೇನೋ ಅದ್ಭುತ ಕಾರ್ಯಾಚರಣೆ ಮಾಡುತ್ತಿದ್ದೇವೆ ಅನ್ನುವ ಭ್ರಮೆಯಲ್ಲಿದ್ದವರಿಗೆ ತುಂಬ ಬೇಜಾರಾಗಿ ಹೋಯಿತು.

ಮುಗಿಯಿತು .. ಅಲ್ಲಿಗೆ ನಮ್ಮ ತಾಳ್ಮೆ ಪೂರ್ತಿ ಮುಗಿಯಿತು. ಇದೆಲ್ಲ ವ್ಯರ್ಥ ಅನ್ನುವ ವೈರಾಗ್ಯ ಭಾವನೆ ಆವರಿಸಿ ನಾವಿಬ್ಬರೂ 'ಎಂಥದ್ದಾದರೂ ಮಾಡಿಕೊಳ್ಳಲಿ ಬಿಡು... ಅವನ ಹಣೇಲಿ ಬರೆದದ್ದಾಗಲಿ' ಅಂತ ಶಸ್ತ್ರತ್ಯಾಗ ಮಾಡಿದೆವು. ಮಗ ಸಿಗರೇಟಿನ ಹೊಗೆಯ ವಾಸನೆ ಅವನ ರೂಮಿನ ಒಳಗೆ ಬಾರದಂತೆ ಬಾಗಿಲು ಭದ್ರಪಡಿಸಿ ಬದುಕುವ ಮಾರ್ಗ ಕಂಡುಹಿಡಿದುಕೊಂಡ. ನನಗೆ ಆ ವಾಸನೆ ಯಾವತ್ತೂ ಇಷ್ಟವೇ ಆದ್ದರಿಂದ ತಲೆ ಕೆಡಿಸಿಕೊಳ್ಳದೆ ಬದುಕಲು ಶುರು ಮಾಡಿದೆ. ಅವನು ನೆಮ್ಮದಿಯಾದ. ಹೀಗೇ ದಿನ ಕಳೆಯುತ್ತ ಕೊನೆಗೆ ಸೇದುತ್ತಿದ್ದ ಸಿಗರೇಟಿನ ಸಂಖ್ಯೆ 40ಕ್ಕೂ ಮುಟ್ಟಿತ್ತು. ನಾವು ನಿರ್ಲಿಪ್ತರಾದೆವು.

ಅದೆಲ್ಲ ಆಗಿ 15 ವರ್ಷಗಳೇ ಕಳೆದಿರಬೇಕು. ಹೀಗಿರುವಾಗಲೇ 'ನಾನು ಮೊನ್ನೆ ಆಗಸ್ಟ್ 15ರಿಂದ ಸಿಗರೇಟು ಸೇದುವುದನ್ನು ಬಿಟ್ಟುಬಿಟ್ಟೆ' ಅಂತ ಘೋಷಿಸಿದ ಒಂದು ದಿನ! ನಾನು, ನನ್ನ ಮಗ ತೆರೆದ ಬಾಯಿ ಮುಚ್ಚಲೇ ಇಲ್ಲ. ಕಾರಣ

ಕೇಳಿದರೆ ಉತ್ತರವೇ ಇಲ್ಲ ಅವನಿಂದ. ಕೇಳಿ ಕೇಳಿ ಸುಸ್ತಾಗಿ ಒಟ್ಟಿನಲ್ಲಿ all is well that ends well ಅಂತ ಸುಮ್ಮನಾದೆವು. ಮನಸ್ಸಿನಲ್ಲಿ 'ಅಯ್ಯೋ ಇರು ಇನ್ನೆಷ್ಟು ದಿನದ ಹಾರಾಟವೋ ನಿನ್ನದು...' ಅನ್ನುವ ಸಿನಿಕತನವೂ ನಮ್ಮಲ್ಲಿ ಮನೆ ಮಾಡಿತ್ತು. ಅದಾಗಿ ತಿಂಗಳೆರಡು, ಮೂರು ಕಳೆದಿರಬೇಕು. ಆದರೂ ಅವನು ಮತ್ತೆ ಸಿಗರೇಟು ಮುಟ್ಟಲಿಲ್ಲ! ನಾವು ಈ ಅದ್ಭುತವನ್ನು ಬೆರಗಿನಿಂದ ಗಮನಿಸುತ್ತ ಉಳಿದೆವು.

ಒಂದು ದಿನ ಇದ್ದಕ್ಕಿದ್ದ ಹಾಗೆ ಊರಿನಿಂದ ಅವನ ಅಕ್ಕ ಫೋನ್ ಮಾಡಿದಾಗ 'ಸಿಗರೇಟು ಬಿಟ್ಟವನು ಮತ್ತೆ ಶುರು ಮಾಡಿಲ್ಲ ಅಲ್ವೇನೇ' ಅಂತ ವಿಚಾರಿಸಿದರು. ನನಗೆ ತಲೆಯಲ್ಲಿ ಮಿಂಚು ಹೊಳೆಯಿತು! ಅಂದರೆ ಅವರಿಗೆ ಇವನು ಸಿಗರೇಟ್ ಬಿಟ್ಟ ಕಾರಣವೂ ತಿಳಿದಿರಬೇಕಲ್ಲವೇ ಎಂದುಕೊಂಡು ವಿಚಾರಿಸಿದೆ. ನನ್ನ ಊಹೆ ಸುಳ್ಳಾಗಿರಲಿಲ್ಲ. ಅವರಿಗೆ ಅವನು ಸಿಗರೇಟು ಬಿಟ್ಟ ಕಾರಣ ತಿಳಿದಿತ್ತು. ಅವರ ಗಂಡ–ಅಂದರೆ ನನ್ನ ಭಾವ– ಕೂಡ ಅತೀ ಸಿಗರೇಟು ಸೇದುತ್ತಿದ್ದರು. ಅವರಿಗೆ ಸಣ್ಣ ವಯಸ್ಸಿನಲ್ಲೇ ಪಾರ್ಶ್ವವಾಯುವಾಗಿ ತುಂಬ ಕಷ್ಟ ಪಟ್ಟು, ಸುಮಾರು 62 ವರ್ಷಕ್ಕೆಲ್ಲ ತೀರಿಕೊಂಡಿದ್ದರು. ಇವನು ಆ ಸಮಯದಲ್ಲಿ ಅಲ್ಲಿಗೆ ಹೋಗಿ 10 ದಿನ ಅಲ್ಲಿಯೇ ಉಳಿದುಕೊಂಡಿದ್ದ. ಆಗ ಅತ್ತಿಗೆ, ಡಾಕ್ಟರ್ ಬೇಡ ಬೇಡವೆಂದರೂ ಸಿಗರೇಟಿನ ವ್ಯಾಮೋಹ ಬಿಡದೆ, ಅದರಿಂದ ಭಾವ ಅನುಭವಿಸಿದ ಆರೋಗ್ಯದ ತೊಂದರೆಗಳನ್ನೆಲ್ಲ ವಿವರಿಸಿ ಹೇಳಿ ನೊಂದು ಕಣ್ಣೀರು ಹಾಕಿಕೊಂಡು, ಇವನಿಗೂ ಸಿಗರೇಟು ಬಿಡು ಅಂತ ಬೆನ್ನು ಬಿದ್ದಿದ್ದರಂತೆ. ಸಾವಿನ ಭಯ ಕಾಡಿತೋ ಅಥವಾ ಪ್ರೀತಿಯ ಅಕ್ಕನ ಮಾತು ಎದೆಗೆ ತಟ್ಟಿತೋ ಏನೋ ಗೊತ್ತಿಲ್ಲ... ಒಟ್ಟಿನಲ್ಲಿ ಆ ನಿಮಿಷದಲ್ಲಿ ನಿರ್ಧಾರ ತೆಗೆದುಕೊಂಡಿದ್ದ. ಅವತ್ತು ಬಿಟ್ಟವನು ಅದಾಗಿ 7–8 ವರ್ಷವಾಗಿರಬೇಕು, ಒಂದೇ ಒಂದು ಸಿಗರೇಟು ಮುಟ್ಟಿಲ್ಲ... ಏನೆಲ್ಲ ಕಷ್ಟಪಟ್ಟರೂ ಬಿಡದವ ಈಗ ತನಗೇ ಬೇಕೆಂದಾಗ ಸಂಪೂರ್ಣ ಬಿಟ್ಟಿದ್ದ ಯಾವ de-addiction ಮತ್ತು ಡಾಕ್ಟರ್‌ಗಳ ಸಹಾಯ ಕೂಡಾ ಇಲ್ಲದೇ.

ತನ್ನ 18ನೆಯ ವಯಸ್ಸಿನಿಂದ ಸಿಗರೇಟು ಸೇದಿ ಅದೇನೆಲ್ಲ ತೊಂದರೆಯಾಯಿತೋ ನನಗೆ ಗೊತ್ತಿಲ್ಲ, ಆದರೆ ಒಂದು ಉಪಕಾರವಂತೂ ಆಯಿತು. ಅದರ ವಾಸನೆ ಕುಡಿದು ಕುಡಿದು ನನ್ನ ಮಗನಿಗೆ ಅದರ ಮೇಲೆ ಎಂಥ ದ್ವೇಷ ಎಂದರೆ ಅವನ ಜೀವನದಲ್ಲಂತೂ ಖಂಡಿತ ಸಿಗರೇಟು ಮುಟ್ಟುವುದಿಲ್ಲ... ಇದು ಖಂಡಿತ. ಅಂತೂ ಈ ರೀತಿಯಲ್ಲಾದರೂ ನನ್ನ ಗಂಡ ಅವನ ಮಗನ ಬದುಕಿಗೆ ದಾರಿದೀಪವಾದ ಅನ್ನಬೇಕು! ಆದರೆ ಇವತ್ತಿಗೂ ಬಸ್ಸಿನಲ್ಲಿ ಹೋಗುವಾಗ ಯಾರಾದರೂ ಸಿಗರೇಟ್ ಸೇದುವಾಗ ಉಳಿದವರು ಮುಖ ಸಿಂಡರಿಸಿದರೆ, ನಾನು ಅದರ ಗಾಢ ಪರಿಮಳವನ್ನು ಹಳೆಯ ಪ್ರಿಯತಮ ಅಚಾನಕ್ ಎದುರಾದಂತೆ ಬಳಿಗೆಳೆದುಕೊಳ್ಳುತ್ತೇನೆ!

ಹಳೆಯ ಪ್ರೇಮ ಹುಡುಕಿ ಬಂದಾಗ

ಇಂದು ಮಧ್ಯಾಹ್ನ ಗೆಳತಿಯ ಮನೆಗೆ ಹೋಗುವ ಕಾರ್ಯಕ್ರಮವಿತ್ತು. ಹಾಗಾಗಿ ಬೇಗ ಬೇಗ ಕೆಲಸ ಮುಗಿಸಬೇಕೆನ್ನುವ ತರಾತುರಿಯಲ್ಲಿ ಮನೆ ತುಂಬ ಹಾರಾಡುತ್ತಿದ್ದೆ. ಅಷ್ಟರಲ್ಲಿ ಫೋನು ಕಿರುಚಲು ಶುರು ಮಾಡಿತು. ಅಯ್ಯೋ ಥು! ಈ ಕೆಲಸದ ಮಧ್ಯೆ ಇದರದ್ದೊಂದು ಗೋಳು ಅಂತ ಬಯ್ದುಕೊಂಡು ನೋಡಿದರೆ ಅವಳದ್ದೇ ಫೋನು. ಸ್ಕೂಲಿನಲ್ಲಿ ಓದುವ ದಿನಗಳಿಂದ ನೋಡಿದ್ದೇನಲ್ಲ, ಅವಳು ಯಾವತ್ತೂ ಹಾಗೆಲ್ಲ ಅನಾವಶ್ಯಕ ಕಾಲ್ ಮಾಡುವವಳೇ ಅಲ್ಲ. ಅದೂ ಮಧ್ಯಾಹ್ನ ಅವಳದ್ದೇ ಮನೆಗೆ ಹೊರಟಿರುವಾಗ ಯಾಕೆ ಕಾಲ್ ಮಾಡುತ್ತಿದ್ದಾಳೆ ಅಂದುಕೊಳ್ಳುತ್ತಾ ಕಾಲ್ ತೆಗೆದೆ. ಆ ಕಡೆಯಿಂದ ಪಿಸುದನಿಯಲ್ಲಿ 'ಈಗಲೇ ಬರ್ತೀಯಾ ನಮ್ಮನೆಗೆ? ಅರ್ಜೆಂಟು ಕಣೇ...' ಅಂದಳು. ನನಗೆ ಗಾಬರಿಯಾಯಿತು - ಏನಾದರೂ ತೊಂದರೆ ಆಗಿದೆಯಾ? ಅಯ್ಯೋ! ಮನೆಯಲ್ಲಿರುವವರೆಲ್ಲ ಇಷ್ಟು ಹೊತ್ತಿಗೆ ಕೆಲಸ, ಕಾಲೇಜು ಅಂತ ಹೊರಟಿರುತ್ತಾರೆ. ಇವಳೊಬ್ಬಳೇ ಮನೆಯಲ್ಲಿರುತ್ತಾಳೆ! ನನ್ನ ಕಲ್ಪನೆ ನಾಗಾಲೋಟದಲ್ಲಿ ಓಡಿ 'ಏನೇ ಏನಾದರೂ ಸೀರಿಯಸ್ ಪ್ರಾಬ್ಲಮ್ಮಾ? ದೇವರೇ, ಭಯ ಆಗ್ತಿದೆ...' ಅನ್ನುವಷ್ಟರಲ್ಲಿ 'ಅಯ್ಯೋ! ಅವೆಲ್ಲ ಏನೂ ಆಗಿಲ್ಲ ಮಾರಾಯ್ತಿ. ಚಂದ್ರ ಬಂದಿದಾನೆ... ಚಂದ್ರ...' ಅಂದಳು. ಚಂದ್ರನಾ? ಯಾವ ಚಂದ್ರ? ಜಗತ್ತಿಗೇ ಗೊತ್ತಿರೋ ಒಬಾಮ ಬಂದಿರೋ ಹಾಗೆ ಅವಳು ಹೇಳಿದ್ದಕ್ಕೆ ನಾನು ನಗುತ್ತಾ 'ಯಾರೇ ಅದೂ?' ಅಂತ ತರಲೆ ಮಾಡುವಷ್ಟರಲ್ಲಿ ಅವಳು ಪಿಸು ದನಿಯಲ್ಲಿ 'ಅಯ್ಯೋ ಕಾಲೇಜಲ್ಲಿ ನನ್ನ ಜೊತೆ ಇದ್ದನಲ್ಲ... ಆ ಚಂದ್ರ! ಅದೇ ನನ್ನ ಮೇಲೆ ಕವಿತೆ ಬರೀತಿದ್ದ ಅಂತ ಹೇಳಿದ್ದೆನಲ್ಲ, ಅವನು ಕಣೇ... ಇದ್ದಕ್ಕಿದ್ದ ಹಾಗೆ ಪ್ರತ್ಯಕ್ಷ ಆಗಿದಾನೆ ಎಲ್ಲಿಂದಲೋ. ನನಗೆ ಎದೆ ಹೊಡ್ಕೊಳ್ತಿದೆ. ಪ್ಲೀಸ್ ಬಾ ಬೇಗ' ಅಂದಳು. ನಾನು ಅಶ್ಚರ್ಯದಿಂದ ಬಾಯಿ

ತೆಗೆದು ನಿಂತೆ. ಇಷ್ಟು ವರ್ಷದ ನಂತರ ಕಾಲೇಜಿನ ದಿನಗಳ ಮೋಹಿತನೊಬ್ಬ ಇದ್ದಕ್ಕಿದ್ದ ಹಾಗೆ ಎಲ್ಲಿಂದ ಧುತ್ತೆಂದು ಅವತರಿಸಿದ? ಇಂಥ ಪ್ರೇಮ ಜಗತ್ತಿನಲ್ಲಿ ಇದೆಯಾ? ಇಪ್ಪತ್ತು ವರ್ಷಗಳ ಕೆಳಗೆ ಪ್ರೀತಿಸುತ್ತಿದ್ದವನೊಬ್ಬ ಈಗಲೂ ಅದೇ ನೆನಪಿನಲ್ಲಿ ಅವಳನ್ನು ಹುಡುಕಿ ಬಂದನೆಂದರೆ ಎಂಥ ಚೆಂದ! ನನಗ್ಯಾಕೋ ಸಣ್ಣ ರೋಮಾಂಚನ ಶುರುವಾಯಿತು. 'ಆಹ್! ಬಂದೆ ಈಗಲೇ ಹಾರಿಕೊಂಡು...' ಅಂತ ಫೋನಿಟ್ಟೆ.

ಅರ್ಧಂಬರ್ಧ ಆಗಿದ್ದ ಅಡಿಗೆಯನ್ನು ಅಲ್ಲಲ್ಲಿಗೇ ಬಿಟ್ಟು ಸರಸರನೇ ರೆಡಿಯಾಗಲು ಹೊರಟೆ. ಸ್ನಾನ ಮಾಡುವಾಗ, ಪೌಡರ್ ಹಚ್ಚುವಾಗ, ಚಪ್ಪಲಿ ಹಾಕುವಾಗ, 'ಆ ದೇವರೆ ನುಡಿದಾ ಮೊದಲ ನುಡಿ... ಪ್ರೇಮಾ... ಪ್ರೇಮಾ' ಅಂತ ಗುನುಗುತ್ತಿದ್ದೆ. ಆ ಹಾಡು ಗೆಳತಿಯ ಪ್ರಿಯವಾದ ಹಾಡು... ಆ ಕಾಲದಲ್ಲಿ... ಅವನೊಡನೆ ಪ್ರೇಮಕ್ಕೆ ಬಿದ್ದ ದಿನಗಳಲ್ಲಿ ಮತ್ತು ಅವನು ಅವಳ ಆರಾಧನೆಗೆ ತೊಡಗಿದ ದಿನಗಳಲ್ಲಿ. ಎಷ್ಟು ಕನಸುಗಣ್ಣಿಂದ ಹಾಡುತ್ತಿದ್ದಳು ಅವಳು ಆ ಹಾಡನ್ನು. ಅವನಂತೂ ಎಂತೆಂಥ ಕವಿತೆ ಕಟ್ಟಿ ಹಾಡುತ್ತಿದ್ದ ಅವಳ ಮೇಲೆ. 'ನಿನ್ನ ಹೆಜ್ಜೆಯ ಮೇಲೆ ಹೆಜ್ಜೆಯಿಡ ಹೊರಟಾಗಲೇ ತಿಳಿದದ್ದು/ನಾವು ಒಟ್ಟಾಗಿ ನಡೆದಾಗಿದೆಯೆಂದು...' ಅಂತ ಬರೆದಿದ್ದ ಎಂದು ಅವಳು ಹೇಳಿದ್ದು ಈಗ ಮೊನ್ನೆ ಮೊನ್ನೆಯೇನೋ ಅನ್ನುವ ಹಾಗೆ ನೆನಪಿದೆ. ಛು! ಈ ಪ್ರೇಮ ಅನ್ನುವುದು ಯಾವ ವಯಸ್ಸಿಗೂ ಯಾಕಿಷ್ಟು ಮಧುರ ಅನ್ನಿಸುತ್ತದೋ ಅಂತ ಪುಳಕಗೊಳ್ಳುತ್ತಾ ಆಟೋ ಹತ್ತಿದೆ...

ಬೆಂಗಳೂರಿನ ಕೆಟ್ಟ ರಸ್ತೆಯಲ್ಲಿ ಹೋಗುತ್ತಿರುವ ಆಟೋ ಕೂಡಾ ಇವತ್ತು ಪುಷ್ಪಕ ವಿಮಾನ ಅನ್ನಿಸಿಬಿಟ್ಟಿತು ನನಗೆ. ಆಹ್! ಇಂಥದ್ದೊಂದು ಮಧುರ ಪ್ರೇಮ ನನ್ನನ್ನು ಹುಡುಕಿ ಬರಲಿ ಅಂತ ನಾನು ಎಷ್ಟು ಸಲ ಅಂದುಕೊಂಡಿಲ್ಲ? ಸ್ಕೂಲಿನಲ್ಲಿರುವಾಗ ನನ್ನನ್ನು ಹಿಂಬಾಲಿಸಿದವನು, ಕಾಲೇಜಿನಲ್ಲಿರುವಾಗ ನಾನು ಹಿಂಬಾಲಿಸಿದವನು ಯಾರಾದರೂ, ಎಂದಾದರೂ ಹಳೆಯ ಪ್ರೇಮದ ಅಮಲಿನಲ್ಲಿ ಒಂದು ದಿನ ನನಗೆದುರಾಗಲಿ ಅಂತ ಹಲುಬಿದ್ದೆಷ್ಟು ಸಲ. ಹಾಗೊಮ್ಮೆ ಬಂದು ನಿಂತದ್ದೇ ಆದರೆ, ಬದುಕು ಈಗಿರುವುದಕ್ಕಿಂತ ಅದೆಷ್ಟು ರಮ್ಯವಾಗಿರುತ್ತದೋ ಅಂತೆಲ್ಲ ಅಂದುಕೊಂಡಿದ್ದೆ ಸಾವಿರಾರು ಸಲ. ನಾನು ಸ್ಕೂಲಿನಲ್ಲಿರುವಾಗ ಶನಿವಾರದ ದಿನ ಮಾರ್ನಿಂಗ್ ಕ್ಲಾಸ್ ಇರುತ್ತಿತ್ತು. ದಿನಾ ಸೂರ್ಯ ನಡುನೆತ್ತಿಗೆ ಬಂದಾಗ ಶುರುವಾಗುವ ಸ್ಕೂಲಿಗೆ, ಮಧ್ಯಾಹ್ನದ ಊಟವನ್ನೂ ಮುಗಿಸಿ ಅಲ್ಲಾಡಿಕೊಂಡು ಹೋಗುತ್ತಿದ್ದ ನಮಗೆ ಶನಿವಾರವೆಂದರೆ ಶಿಕ್ಷೆ. ತಡೆಯಲಾಗದ ನಿದ್ದೆಯನ್ನು ಕಷ್ಟಪಟ್ಟು ದೂರತಳ್ಳಿ, ತಡವಾಯಿತೆಂದು ಸ್ನಾನ ಕೂಡ ಮಾಡದೇ ಮುಖ ಗಲಬರಿಸಿ, ಕಾಫಿ ಅರ್ಧಂಬರ್ಧ ಕುಡಿದು ಓಡು ನಡಿಗೆಯಲ್ಲಿ ಹೊರಡುತ್ತಿದ್ದೆವು ನಾನು ಮತ್ತು ನನ್ನ ಗೆಳತಿ ಸುಜಿ.

ಹೀಗೇ ಒಂದು ಶನಿವಾರ 'ಅವನು' ಎದುರಾಗಿದ್ದು! ಸಾಧಾರಣ ರೂಪದ ಅವನ ಕಡೆ ಗಮನ ಹರಿದಾಗ, ಧುತ್ತೆಂದು ಗಮನಕ್ಕೆ ಬಂದಿದ್ದು ಅವನ ಕಣ್ಣುಗಳು. ಆಗೆಲ್ಲ ಹೀಗೆಯೇ... ರೆಪ್ಪೆ, ಕೂದಲು, ಕಣ್ಣು ಎಲ್ಲವೂ ಆಕರ್ಷಣೆಯ ಮಾನದಂಡವಾಗಿದ್ದ ಕಾಲ! ಇಷ್ಟಿಷ್ಟಗಲದ ಕಣ್ಣುಗಳ ಒಡೆಯನನ್ನು ನಾವು ಬಾಯಿ ಬಿಟ್ಟುಕೊಂಡು ಒಂದೆರಡು ಸಲ ನೋಡಿದ ಕೂಡಲೇ ಆ ಹೈದನಿಗೆ ಒಂಥರಾ ಥ್ರಿಲ್ ಆಗಿಹೋಗಿ instant ಪ್ರೇಮ ಹುಟ್ಟೇ ಬಿಟ್ಟಿತ್ತು. ಅವತ್ತಿನಿಂದ ಮೊದಲುಗೊಂಡು, ಸ್ಕೂಲಿನ ಜೀವನ ಮುಗಿಯುವವರೆಗೂ ಅವನು ಆ ತಿರುವಿನಲ್ಲಿ ನಾವು ಬರುವಷ್ಟರಲ್ಲಿ ಜೀವನದ ಆದ್ಯ ಕರ್ತವ್ಯವೇ ಅದೇನೋ ಅನ್ನುವ ಹಾಗೆ ಕಾದು ನಿಂತಿರುತ್ತಿದ್ದ. ನಮ್ಮನ್ನು ಕಂಡ ಕೂಡಲೇ ಕಣ್ಣಲ್ಲೊಂದು ಮಿಂಚು. ಅವನ ಹೆಸರು ತಿಳಿಯದ ನಾವು ಅವನಿಗೆ 'ದೊಡ್ಡ ಕಣ್ಣು' ಅಂತಲೇ ಕರೆದುಕೊಂಡೆವು ಕೊನೆಯವರೆಗೂ. ಮಾತಿಲ್ಲ, ಕಥೆಯಿಲ್ಲ, ಬರೀ ರೋಮಾಂಚನ!

ನಮ್ಮನ್ನು ಸ್ಕೂಲಿನವರೆಗೆ ಹಿಂಬಾಲಿಸುತ್ತಿದ್ದ. ನಾವು ಅರ್ಧ ಗಾಬರಿಯಲ್ಲಿ, ಅರ್ಧ ಪುಳಕದಲ್ಲಿ ಸ್ಕೂಲು ತಲುಪುತ್ತಿದ್ದೆವು. ಗೇಟಿನ ಒಳಗೆ ಓಡಿ, ಪ್ರೇಯರ್‌ಗೆ ನಿಂತಿರುತ್ತಿದ್ದ ಸಾಲನ್ನು ಸೇರಿ ನಿಂತು, ಮೆಲ್ಲನೊಂದು ಬಾರಿ ಹಿಂದಿರುಗಿದರೆ ಎರಡೇ ಬೆರಳಲ್ಲಿ ಬೈ ಅನ್ನುವ ಸಂಜ್ಞೆ ಮಾಡುತ್ತಾ ಹೊರಡುತ್ತಿದ್ದ. ಆಗ ಹೊರಟವನು ಹನ್ನೆರಡು ಘಂಟೆಗೆ ಸ್ಕೂಲು ಬಿಡುವ ಸಮಯಕ್ಕೆ ಮತ್ತೆ ಹಾಜರ್. ಸುಜಿ ಮತ್ತು ನಾನು ಇಬ್ಬರೂ ಮನೆ ತಲುಪುವವರೆಗೂ ಹಿಂಬಾಲಿಸಿದ ಅವ, ನಂತರವೇ ಹೊರಡುತ್ತಿದ್ದ. ಅವಳು 'ನಿನಗಾಗಿ ಬರುತ್ತಾನೆ' ಅನ್ನುತ್ತಲೂ, ನಾನು 'ಅವಳಿಗಾಗಿ ಬರುತ್ತಾನೆ' ಅಂತ ಪ್ರಕಟವಾಗಿಯೂ ಹೇಳಿಕೊಳ್ಳುತ್ತಾ ಮತ್ತು 'ನನಗಾಗೇ ಬರುತ್ತಾನೆ' ಅಂತ ಮನಸ್ಸಿನಲ್ಲೇ ಮುದಗೊಳ್ಳುತ್ತಾ, ಗೊಳ್ಳುತ್ತಾ ಸ್ಕೂಲು ಮುಗಿಸಿದೆವು! ಆಮೇಲೇನಾಯ್ತು? ಅನ್ನುವ ಪ್ರಶ್ನೆ ನಿಮ್ಮದು ಅಂತ ನನಗೆ ಗೊತ್ತು, ಏನೂ ಆಗಲಿಲ್ಲ! ಎರಡು ವರ್ಷ ಹಿಂಬಾಲಿಸಿದ ಅವನು ನಂತರ ಕಣ್ಣಿಗೆ ಬೀಳಲಿಲ್ಲ ಅಷ್ಟೇ. ಕೊನೆಗೂ ಅವನು ನಮ್ಮಿಬ್ಬರಲ್ಲಿ ಯಾರನ್ನು ಮೆಚ್ಚುತ್ತಿದ್ದ ಅನ್ನುವುದೂ ತಿಳಿಯದ ಹಾಗೆ ಈ ಲವ್ ಸ್ಟೋರಿ ಮುಕ್ತಾಯವಾಗಿತ್ತು.

ಯಾವಾಗಲೋ ಎಲ್ಲಾದರೂ ಅಗಲ ಕಣ್ಣುಗಳ ವ್ಯಕ್ತಿಯನ್ನು ನೋಡಿದರೆ ಅವ ನೆನಪಾಗುತ್ತಿದ್ದ. ಛೇ! ಅಮರ ಪ್ರೇಮ ಕಥೆಯೊಂದು ಮುರುಟಿ ಹೋಯಿತಲ್ಲಾ ಅಂತ ಅಂದುಕೊಳ್ಳುವಷ್ಟರಲ್ಲೇ ಕಾಲೇಜಿನಲ್ಲಿ ಮತ್ತೊಬ್ಬ ಎದುರಾದ. ಯಥಾಪ್ರಕಾರ ಅವ ನನ್ನನ್ನು ನೋಡಿದ, ನಾನೂ ಅವನನ್ನು ನೋಡಿದೆ. ಉಳಿದ ಕಥೆಯೆಲ್ಲ ಡಿಟ್ಟೋ ಡಿಟ್ಟೋ! ಕಾಲೇಜಿನ ಓದು ಮುಗಿಯುವವರೆಗೂ ಅದೇ ರಾಗ, ಅದೇ ಹಾಡು. ನಮ್ಮ ಕಾಲೇಜಿನಲ್ಲಿ ಹೆಣ್ಣು ಮಕ್ಕಳೆಲ್ಲ ರೈಟಿಸ್ಟ್‌ಗಳು ಮತ್ತು ಗಂಡು ಮಕ್ಕಳು

ಲೆಫ್ಟಿಸ್ಟ್‌ಗಳು! ಎಡಬದಿಯ ಮೆಟ್ಟಿಲು ಹುಡುಗರಿಗಾಗಿ, ಬಲಗಡೆಯದ್ದು ನಮಗೆ. ಒಟ್ಟಿಗೇ ಮೆಟ್ಟಿಲು ಹತ್ತಿದರೆ, ಮಕ್ಕಳೇ ಆಗಿಹೋಗುತ್ತವೇನೋ ಅಂತ ನಂಬಿದ್ದರು ನಮ್ಮ ಕಾಲೇಜಿನ ಪ್ರಿನ್ಸಿಪಾಲ್! ಕಾಲೇಜಿನ ಮೆಟ್ಟಿಲು ಹತ್ತುವಾಗ ಬೇರೆ ಬೇರೆಯಾಗೇ ಹತ್ತಿದರೂ, ಒಂದೇ ಕ್ಲಾಸ್ ರೂಮಿನಲ್ಲಂತೂ ಕುಳಿತುಕೊಳ್ಳುತ್ತಿದ್ದೆವು. ಮೆಟ್ಟಿಲು ಹತ್ತಿ ರೂಮಿಗೆ ಬಂದ ನಂತರ ಅನಾಹುತವೇನೂ ಆಗುವುದಿಲ್ಲ ಅಂತ ನಂಬಿಕೆ ಇದ್ದಿರಬೇಕು ನಮ್ಮ ಕಾಲೇಜಿನ ಪೂಜ್ಯ ಗುರುವೃಂದಕ್ಕೆ! ಇಷ್ಟೆಲ್ಲ ಎಚ್ಚರಿಕೆಯ ನಡುವೆಯೂ ಅನೇಕ ಪ್ರೇಮ ಹುಟ್ಟುತ್ತಿತ್ತು, ಸಾಯುತ್ತಿತ್ತು. ನನಗೂ ಕೂಡ ಅವನೊಬ್ಬ ಸಿಕ್ಕಾಪಟ್ಟೆ ಇಷ್ಟವಾದ. ಸ್ಕೂಲಿನಲ್ಲಿ ತುಂಬ ಅಪ್ರಬುದ್ಧಳಾಗಿದ್ದೆ ಮತ್ತು ಈಗ ಸಿಕ್ಕಾಪಟ್ಟೆ ಪ್ರಬುದ್ಧಳಾಗಿ ಹೋಗಿರುವುದರಿಂದ ಇದು ಅಮರ ಪ್ರೇಮವೇ ಅಂತ ನಾನಂತೂ ತೀರ್ಮಾನಿಸಿದ್ದೆ. 'ನಿನ್ನ ಸಾವಿರ ಭಾವ ಧುಮ್ಮಿಕ್ಕುವ ಕಣ್ಣಲ್ಲಿ ನನ್ನದೊಂದು ನೆನಪಿನ ಹನಿಯಾದರೂ ಇರಲಿ' ಅಂತ ಕವನ ಕೂಡ ಬರೆದೆ. ಅವನನ್ನು ಹಿಂಬಾಲಿಸಿದ್ದೇ ಹಿಂಬಾಲಿಸಿದ್ದು. ಆಮೇಲೆ? ಆಮೇಲೇನು! ಏನೂ ಇಲ್ಲ. ಆಗ ವಿದಾಯ ಹೇಳಿದ ನಾವು ಮತ್ತೆ ಎಂದೂ ಭೇಟಿಯಾಗಲಿಲ್ಲ. ಆಗಾಗ ಮುಂದಲೆ ಉದುರಿದ ಮಧ್ಯ ವಯಸ್ಕನೋ, ಹೊಟ್ಟೆ ಒಂದಿಷ್ಟು ಡುಬ್ಬಾದವನೋ, ಗರುಡ ಮೂಗಿನವನೋ, ಅಗಲ ಕಣ್ಣಿನವನೋ ಎದುರಾದರೆ ಅರೆಕ್ಷಣ ನಿಂತು ಅವರೇ ಇರಬಹುದಾ ಅಂತ ಅಂದುಕೊಳ್ಳುತ್ತಿದ್ದೆ. ಅಂದುಕೊಂಡಿದ್ದೇ ಬಂತು ಅಷ್ಟೇ. ಎಂದೂ, ಆ ಇಬ್ಬರೂ ಎದುರಾಗಲೇ ಇಲ್ಲ. ಆ ರೀತಿಯ 'ಪ್ರೇಮಿಗಳ' ಮುಖಾಮುಖಿಯ ಸಂಭವವನ್ನು ಇವತ್ತಿಗೂ ನಾನು ತಳ್ಳಿ ಹಾಕಿಲ್ಲ. ನನ್ನ ಆ ನಂಬಿಕೆ ತೀರಾ ಹುಸಿಯಾದದ್ದಂತೂ ಅಲ್ಲ ಅಂತ ಈಗ ಪ್ರೂವ್ ಆಗಿದೆ ಬೇರೆ! ಅವಳನ್ನು ಹುಡುಕಿ ಅವ ಬಂದಿದ್ದಾನಂತೆ! ಎಂಥ ಚೆಂದ...

ನನ್ನ ಪಕ್ಕದ ಮನೆಯಲ್ಲೇ ಅವಳು ಇದ್ದಿದ್ದು. ಬೇರೆ ಬೇರೆ ಕಾಲೇಜು. ಆದರೆ ದಿನವೂ ಕಾಲೇಜಿನ ಎಲ್ಲ ವಿಷಯಗಳೂ 'ಲೈವ್ ಟೆಲಿಕಾಸ್ಟ್' ಆಗುವಷ್ಟು ಗಾಢ ಸ್ನೇಹ ನಮ್ಮದು. ಈ ಚಂದ್ರನ ಬಗ್ಗೆ ಅದೆಷ್ಟು ಕಿವಿ ಕಚ್ಚಿಕೊಂಡಿದ್ದೆವು ಗೊತ್ತೇ? ಇವಳಿಗಿಂತ ಒಂದು ವರ್ಷ ದೊಡ್ಡವನಾಗಿದ್ದ ಅವನು ಕಾಲೇಜಿನಲ್ಲಿ ಇವಳನ್ನು ಕಂಡು ಹುಚ್ಚನಾಗಿದ್ದ. ಅವಳ ಮೇಲೆ ಕವಿತೆ ಬರೆಯುತ್ತಿದ್ದ. ಸಿಕ್ಕಾಪಟ್ಟೆ ಆರಾಧಿಸುತ್ತಿದ್ದ ಅಂತ ಅವಳು ಹೇಳುತ್ತಿದ್ದಳು. ಕಾಲೇಜು ಮುಗಿದ ಮೇಲೆ ಅವನ ಮನೆಯ ವಿರುದ್ಧ ದಿಕ್ಕಿನಲ್ಲಿದ್ದ ಇವಳ ಮನೆಯವರೆಗೆ ಜೊತೆಯಲ್ಲೇ ಹೆಜ್ಜೆ ಹಾಕುತ್ತಿದ್ದ. ಹಾಗೆ ನಡೆಯುವಾಗ ಎಲ್ಲೋ ಓದಿದ್ದನ್ನು, ಕಟ್ಟಿದ ಕವಿತೆಯನ್ನು ಮೆಲುದನಿಯಲ್ಲಿ ಹಾಡುತ್ತಿದ್ದನಂತೆ. ನಾಟಕಗಳಲ್ಲೂ ನಟಿಸುತ್ತಿದ್ದ ಅವನು, ಒಂದು ಸಲ ಸ್ಟೇಜಿನ ಮೇಲೆ ನಿಂತಾಗ ಹೀರೋಯಿನ್‌ಗೆ ಹೇಳಬೇಕಾದ ಡೈಲಾಗ್ ಹೇಳುವಾಗ ಅದು

ಸ್ಟೇಜ್ ಅನ್ನುವುದನ್ನೂ ಮರೆತು, ಮುಂದಿನ ಸಾಲಿನಲ್ಲೇ ಕೂತಿದ್ದ ಇವಳನ್ನೇ ನೋಡುತ್ತಾ ಹೇಳಿಬಿಟ್ಟಾಗ, ಅವನ ಗೆಳೆಯರು ಮತ್ತು ಇವಳ ಗೆಳತಿಯರು ರೇಗಿಸಿ ಸಾಯಿಸಿ ಬಿಟ್ಟಿದ್ದರಂತೆ! ಅವಳು ತನ್ನ ಈ ಪ್ರೇಮ ಕಥೆಯನ್ನು ಹೇಳಿಕೊಳ್ಳುವಾಗ ನನ್ನ ಅಮರ ಪ್ರೇಮದ ಕಥೆ ಡಲ್ ಅನ್ನಿಸಿಬಿಡುತ್ತಿತ್ತು ನನಗೆ.

ಆಮೇಲೆ ಅವನು ಕೊನೆಯ ವರ್ಷದ ಓದು ಮುಗಿಸಿ ಹೊರಟ. ಇವಳೂ ಓದು ಮುಗಿಸಿದಳು. ಅವನು ಒಂದು ಪತ್ರ ಬರೆದು ಮದುವೆಯಾಗೋಣ ಅಂತ ಕೇಳುವಷ್ಟರಲ್ಲಿ ಇವಳಿಗೆ ಮದುವೆ ಆಗಿಹೋಗಿತ್ತು. ಸರಿ, ಅಲ್ಲಿಗೆ ಕಥೆ ಅಂತ್ಯ ಕಂಡಿತ್ತು. ಅಲ್ಲಿಂದ ಮುಂದೆ ನಾನು, ಅವಳು ಆಗೀಗ ಭೇಟಿಯಾದಾಗ ಅವನ ಮಾತು ಬರುತ್ತಿತ್ತು. ಅವಳು ತುಂಬ ಪ್ರೀತಿಯಿಂದ ಆ ಕ್ಷಣಗಳನ್ನು ನೆನೆಯುತ್ತಿದ್ದಳು. ಈಗ ಹೇಗಿದ್ದಾನೋ? ಅವ ಎದುರಾದರೆ? ಅನ್ನುತ್ತಿದ್ದೆ ನಾನು ಆಗೀಗ. 'ಎಲ್ಲಿಂದ ಬರುತ್ತಾನೆ! ಸುಮ್ಮನಿರು ಸಧ್ಯ. ಅದೆಲ್ಲ ಆಗ ಹೋಗುವ ಮಾತಲ್ಲ' ಅನ್ನುವಾಗಲೇ ಎಷ್ಟೋ ವರ್ಷದ ನಂತರವೂ ನೆನಪಿನಲ್ಲಿ ಉಳಿದಿದ್ದ ಅವನ ಕವಿತೆಯ ಸಾಲುಗಳನ್ನು ಹೇಳುತ್ತಿದ್ದಳು. ಅವನು ಹೊರಟುಹೋದ ಇಪ್ಪತ್ತು ವರ್ಷಗಳ ಸುದೀರ್ಘ ಅವಧಿಯಲ್ಲಿ ಅವನ ಮಾತು ತುಂಬ ಸಲ ಬಂದು ಹೋಗಿತ್ತು. ಹೋದ ಬಾರಿ ಭೇಟಿಯಾದಾಗಲೂ ಅವನ ಬಗ್ಗೆ ಮಾತಾಡಿದ್ದೆವು. ಇತ್ತೀಚಿನ ದಿನಗಳಲ್ಲಿ ಅವನ ಬಗ್ಗೆ ಮಾತಾಡುವಾಗ ನಾನು, ಬಿಳಿ ಕುದುರೆಯನ್ನೇರಿ ಆ ರಾಜಕುಮಾರ ಬಂದು ಬಿಡುತ್ತಾನೇನೋ ಅಂದಾಗ ಅವಳು ಬಿದ್ದು ಬಿದ್ದು ನಕ್ಕಿದ್ದಳು, ಅದು ಅಸಾಧ್ಯವೆನ್ನುವಂತೆ.

ಈಗ ನೋಡಿದರೆ ನನ್ನ ಕಲ್ಪನೆ ಸತ್ಯವಾಗಿ ಹೋಗಿದೆ! ಅವನು ನಿಜಕ್ಕೂ ಅವಳ ಮನೆಗೆ ಬಂದಿದ್ದಾನಂತೆ... ಈ ಭೇಟಿ ಹೇಗಿರಬಹುದು! ಕಳೆದು ಹೋದ ಪ್ರೇಮ ಎಂದೋ ಎದುರಾಗೇ ಬಿಡಬಹುದೆನ್ನುವ ನನ್ನ ಕಲ್ಪನೆ, ಅವಳ ವಿಷಯದಲ್ಲಿ ನಿಜವಾಗಿತ್ತು! ನೆನಪಿನ ಯಾತ್ರೆಯಲ್ಲಿರುವಾಗಲೇ ಅವಳ ಮನೆ ಬಂದಾಗಿತ್ತು. ಅವರಿಬ್ಬರ ನಡುವಿನಲ್ಲಿ ನನ್ನನ್ನು ಯಾಕೆ ಕರೆದಳು ಅನ್ನುವ ಪ್ರಶ್ನೆ ಆಗ ತಲೆಯಲ್ಲಿ ಹೊಳೆಯಿತು. ನಾನು ನಿಜಕ್ಕೂ ಇಲ್ಲಿ ಬರಬೇಕಿತ್ತಾ? ಯಾತಕ್ಕೆ? ಇಬ್ಬರೇ ಮನೆಯಲ್ಲಿ ಕೂತಿರುತ್ತಾರಲ್ಲ, ಇಬ್ಬರೂ ಸೇರಿ ನಗು, ಸೆಳೆತ, ಪುಳಕ ಎಲ್ಲ ಹೆಕ್ಕುತ್ತ ಕೂತಿರಬಹುದು. ನಾನು ಯಾಕೆ ಇಲ್ಲಿಗೆ ಬಂದೆ, ಈ ಅಮರ ಪ್ರೇಮಿಗಳ ನಡುವೆ? ಅವಳು ಕರೆದ ಕೂಡಲೇ ಓಡಿಬಂದೆನಲ್ಲ ಬುದ್ಧಿಗೇಡಿ ಅಂತ ನನ್ನನ್ನು ನಾನು ಬಯ್ದುಕೊಳ್ಳುತ್ತಲೇ ಆ ಮನೆ ತಾಜ್‌ಮಹಲೇನೋ ಅನ್ನುವಷ್ಟು ಪ್ರೀತಿಯಿಂದ ಒಳಹೊಕ್ಕೆ...

ಈ ಬದಿಯ ಸೋಫಾದಲ್ಲಿ ಅವಳು ಮತ್ತು ಅದರ ವಿರುದ್ಧ ದಿಕ್ಕಿನ ಸೋಫಾದಲ್ಲಿ ಅವನು ಕೂತಿದ್ದರು. ತಕ್ಕ ಮಟ್ಟಿಗೆ ಸುಂದರವಾಗಿದ್ದ ಅವನನ್ನು

ರೋಮಿಯೋ ಮತ್ತೆ ಹುಟ್ಟಿ ಬಂದಿದ್ದಾನೋ ಅನ್ನುವಂತೆ ಭಕ್ತಿಭಾವದಿಂದ ನೋಡಿದೆ. ನನ್ನನ್ನು ನೋಡುತ್ತಲೇ ಅವಳು ಜೀವ ಸಂಚಾರವಾದವಳ ಹಾಗೆ ಧಿಗ್ಗನೆ ಎದ್ದಳು. ಆತುರದಿಂದ ಇಬ್ಬರನ್ನೂ ಪರಿಚಯಿಸಿದವಳೇ ನಾನು ಬರುವುದನ್ನೇ ಕಾಯುತ್ತಿದ್ದವಳಂತೆ – ಕಾಫಿ ಮಾಡ್ತೀನಿ ಅನ್ನುತ್ತಾ ಒಳಕ್ಕೆ ಓಡಿದಳು. ಅಪರಿಚಿತ ವ್ಯಕ್ತಿಯೊಡನೆ ಆ ಹಾಲಿನಲ್ಲಿ ನಾನೊಬ್ಬಳೇ ಏನು ಮಾತಾಡಬೇಕು ಅಂತ ತೋಚದೇ ಎರಡು ನಿಮಿಷ ತಿಣುಕಾಡಿದೆ. ಆಮೇಲೆ ಮೌನವಾಗಿ ಕೂತಿರುವುದು ಸೌಜನ್ಯವಲ್ಲ ಅನ್ನಿಸಿ ವಿಷಯಗಳನ್ನು ಕೆದಕಿ ಕೆದಕಿ, ಅವನ ಮನೆ, ಸಂಸಾರ, ಹೆಂಡತಿ, ಮಕ್ಕಳು, ಕೆಲಸ, ಲೋನು, ಇನ್ಸೂರೆನ್ಸು, ಚಿನ್ನದ ರೇಟು, ಬೆಂಗಳೂರಿನ ಮನೆ ಬಾಡಿಗೆ, ಆಫೀಸಿನ ಪ್ರೊಮೋಷನ್, ಬಾಸ್ ಕಾಟ, ಬೆಂಗಳೂರಿನ ಟ್ರಾಫಿಕ್ ಜಾಮ್, ಮೆಟ್ರೋ ಪ್ರಾಜೆಕ್ಟ್, ಬೀದಿ ನಾಯಿ ಕಾಟ, ಮೊಬೈಲ್ ಫೋನು... ಉಫ್! ಜಗತ್ತಿನ ವಿಷಯವನ್ನೆಲ್ಲ ಮಾತಾಡಿ ಮುಗಿಸಿದರೂ ಕಾಫಿ ಮಾಡಲು ಹೋದವಳ ಪತ್ತೆಯಿಲ್ಲ! ನನಗೆ ಮಾತಾಡಿ ಆಡಿ, ಆರ್ಟಿಫಿಷಿಯಲ್ಲಾಗಿ ನಕ್ಕು ನಕ್ಕು ಕಿವಿಯ ಹಿಂದಿನ ಗುಬುಟೆಯೆಲ್ಲ ನೋಯಲು ಶುರುವಾಯಿತು. ಇನ್ನು ಸಾಧ್ಯವೇ ಇಲ್ಲ ಅನ್ನುವ ಸ್ಥಿತಿ ತಲುಪಿದಾಗ ಚಡಪಡಿಕೆ ಶುರುವಾಯಿತು.

ಇವಳೇನು ಚಿಕ್ಕಮಗಳೂರಿಗೋ, ಮಡಿಕೇರಿಗೋ ಕಾಫಿ ತೋಟ ಖರೀದಿಸಲು ಹೋಗಿದ್ದಾಳೇನೋ... ಇನ್ನು ಅದರಲ್ಲಿ ಕಾಫಿ ಬೆಳೆಸಿದ ನಂತರ, ಅದೇ ಬೀಜ ಹುರಿದು, ಹುಡಿಹುಡಿಯಾಗಿ ಪುಡಿ ಮಾಡಿಯೇ ಕಾಫಿ ಮಾಡುತ್ತಾಳೇನೋ ಅಂತ ಮನಸ್ಸಿನಲ್ಲೇ ಅವಳನ್ನು ಬಯ್ದುಕೊಂಡೆ. ಅಳಿದುಳಿದ ಕಾವೇರಿ ನೀರಿನ ಸಮಸ್ಯೆ, ಜಯಲಲಿತಾ, ಕನ್ನಡ ಅನ್ನುವ ಎಲ್ಲ ಲೋಕಲ್ ವಿಷಯಗಳೂ ಮುಗಿದುಹೋಯಿತು! ಇನ್ನು ನನ್ನಿಂದ ಅಲ್ಲಿ ಕೂತಿರಲು ಸಾಧ್ಯವೇ ಆಗಲಿಲ್ಲ. 'ಬಂದೆ ಇರಿ' ಅನ್ನುತ್ತಾ ಅವಳನ್ನು ಹುಡುಕಿ ಒಳಗೆ ಹೊರಟೆ. ನಾನಿಲ್ಲಿ ಅಪರಿಚಿತನೊಬ್ಬನೊಡನೆ ಈ ಪಾಡು ಪಡುತ್ತಾ ಕೂತಿದ್ದರೆ, ಅಡಿಗೆಮನೆಯಲ್ಲಿ ಆ ಮಹಾಮಾತೆ ಗ್ಯಾಸಿನ ಮೇಲೆ ನೀರಿಟ್ಟು ಬಿಸಿಯಾಗುವುದನ್ನು ಕಾಯುತ್ತಾ ನಿಂತಿದ್ದಾಳೆ. ಗ್ಯಾಸಿನ ಉರಿ ಸಿಮ್‌ನಲ್ಲಿದ್ದಿದ್ದು ನೋಡಿದರೆ ಅವಳಿಗೆ ಕಾಫಿ ಆಗಬೇಕೆನ್ನುವ ಉದ್ದೇಶಕ್ಕಿಂತ 'ಈ ಕಾಫಿ ಅನ್ನುವುದು ಎಂದೂ ಆಗದೇ ಇರಲಿ' ಅನ್ನುವ ಉದ್ದೇಶವೇ ಹೆಚ್ಚಿದ್ದ ಹಾಗೆ ಕಂಡಿತು ನನಗೆ!

ನಾನು ಒಂದಿಷ್ಟು ಅಸಹನೆ, ಮತ್ತಿಷ್ಟು ಸಣ್ಣ ಸಿಡುಕಿನಲ್ಲಿ – ಅಯ್ಯೋ ತಾಯಿ ಬೇಗ ಮುಗಿಸಿ ಬಂದು ಆಯಪ್ಪನನ್ನು ಮಾತಾಡಿಸುವ ಛಾರ್ಜ್ ತೆಗೆದುಕೊಳ್ಳಮ್ಮಾ ಅಂದರೆ, ಬಂದಿರುವಾತ ನನ್ನದೇ ಹಳೆಯ ಪ್ರೇಮಿಯೇನೋ ಅನ್ನುವ ಹಾಗೆ 'ಹೋಗೇ, ನಾನು ಇಷ್ಟು ಹೊತ್ತೂ ಮಾತಾಡಿಸಲಿಲ್ವಾ, ಇನ್ನೊಂದಿಷ್ಟು ಹೊತ್ತು ನೀನೇ ಮಾತಾಡಿಸ್ತಿರು' ಅಂದಳು ಗದರು ದನಿಯಲ್ಲಿ! 'ಇದೊಳ್ಳೆ ಕರ್ಮವಾಯಿತಲ್ಲ,

ಆಗಲ್ವೇ... ನೀನು ಬೇಗ ಬಾ. ನಾನು ಎಷ್ಟಂತ ಮಾತಾಡಿಸಲಿ' ಅಂದರೆ ಕೆಟ್ಟ ಮುಖ ಮಾಡಿಕೊಂಡು 'ಅಯ್ಯೋ ಮಾತಾಡಕ್ಕೆ ಏನೂ ಹೊಳೀತಿಲ್ವೇ' ಅಂದಳು. ನಾನೊಳ್ಳೆ ಜಾತ್ರೆಗೆ ಬಲಿಕೊಡಲು ತಂದ ಕುರಿಯಾದೆನಲ್ಲ ಅಂತ ಹಳಹಳಿಸಿದೆ. 'ನೀನೇ ಹಾಗಂದರೆ ನನ್ನ ಗತಿ ಏನು. ನನಗೆ ಅವರು ಪರಿಚಯವೇ ಇಲ್ಲ. ಇನ್ನೆಷ್ಟು ಮಾತಾಡಿಸಲಿ. ಆಗಲ್ವೇ ಬೇಗ ಬಾ' ಅಂತ ಪಿಸುಗುಟ್ಟಿದೆ. ಆ ಅಮರಪ್ರೇಮಿಗೆ ನಮ್ಮ ಮಾತು ಕೇಳಿಸಿ ನೊಂದಾನೆಂಬ ಆತಂಕ ಬೇರೆ.

ವಾಪಸ್ ಬಂದು ಕೂತೆ. ಇನ್ನು ಮಾತಾಡಲು ಜಗತ್ತಿನಲ್ಲಿ ಹೊಸ ಘಟನೆಯೊಂದು ಘಟಿಸಬೇಕಿತ್ತು ಅಷ್ಟೇ! ಇದ್ದ ಬಿದ್ದ ಎಲ್ಲ ಟಾಪಿಕ್ ಮುಗಿದುಹೋಗಿತ್ತು. ಸರಿ ಮೌನವೇ ಇರಲಿ ಅಂತ ತೀರ್ಮಾನಿಸಿ ಮೊಬೈಲ್ ನೋಡುತ್ತಾ ಕೂತೆ. ಯಾವ ಯಾವದೋ ಪರಿಚಿತರಿಗೆಲ್ಲ ಮೆಸೇಜ್ ಮಾಡಿ ಆರೋಗ್ಯ ವಿಚಾರಿಸಿದೆ. ಫ಼ಾರ್ವರ್ಡ್ ಮೆಸೇಜುಗಳನ್ನು ದ್ವೇಷಿಸುವ ನಾನು, ವಾಟ್ಸಪ್ಪಿನಲ್ಲಿ ಬಂದ ಮೆಸೇಜುಗಳನ್ನೆಲ್ಲ ಓದಿದ್ದೂ ಆಯ್ತು. ಇನ್ನು ತಾಳ್ಮೆ ಮುಗಿಯಿತು ಅನ್ನುವಷ್ಟರಲ್ಲಿ ಅಂತೂ ಕಾಫಿ ಟ್ರೇ ಜೊತೆ ಪ್ರತ್ಯಕ್ಷಳಾದಳು ಪುಣ್ಯಾತ್ಗಿತ್ತಿ. ಮೂವರೂ ಮೌನವಾಗಿ ಕಾಫಿ ಕುಡಿದೆವು. ಕಾಫಿ ಕುಡಿದೊಡನೆ, ಕಪ್ಪುಗಳನ್ನು ಕೈಯಲ್ಲೇ ಹಿಡಿದು ಘಂಟೆಗಟ್ಟಳೆ ಹರಟುವ ದುರಭ್ಯಾಸಿಗಳು ನಾವು. ಆದರೆ ಇವತ್ತು ಅವಳದ್ದು ಅದೇನು ಚುರುಕು... ಅದೇನು ಶುಭ್ರತೆ... ಕೂಡಲೇ ಕಾಫಿ ಕಪ್ಪುಗಳನ್ನೊಯ್ದು ತೊಳೆದಿಟ್ಟು ಬಂದಳು. ಕಾಲ ಅಲ್ಲೇ ನಿಂತುಹೋಗಿದೆಯೇನೋ ಅನ್ನುವಷ್ಟು ಹತಾಶೆ ಮೂಡಿತು ನನ್ನಲ್ಲಿ.

ಇದ್ದಕ್ಕಿದ್ದ ಹಾಗೆ ಆತ 'ನಾನು ಇನ್ನು ಹೊರಡುತ್ತೇನೆ' ಎಂದ! ನಿಜಕ್ಕೂ ಹೇಳುತ್ತೇನೆ, ಆ ನಿಮಿಷದಲ್ಲಿ ಜಗತ್ತಿನ ಅತೀ ಮಧುರವಾದ ಮೂರು ಪದಗಳು ಅವೇ ಏನೋ ಅನ್ನಿಸಿಬಿಟ್ಟಿತು ನನಗೆ. ಅವಳಂತೂ ಅದಕ್ಕಾಗೇ ಕಾದಿದ್ದವಳ ಹಾಗೆ 'ಹೌದಾ, ಸರಿ' ಅಂದಳು. ಮತ್ತೊಂದಿಷ್ಟು ವಿದಾಯದ ಮಾತುಗಳಾದ ಮೇಲೆ ಅಂತೂ ಕೊನೆಗೊಮ್ಮೆ ಆತ ಹೊರಟ. ಬಾಗಿಲವರೆಗೂ ಕಳಿಸಿ ಬರಲು ಅವಳು ಹೊರಟಳು. ನಾನು ನೆಮ್ಮದಿಯಲ್ಲಿ ಕೈ ಹರಡಿ ಸೋಫಾದಲ್ಲಿ ಬಿದ್ದುಕೊಂಡಾಗ 'ಅಮರ ಪ್ರೇಮವೊಂದು ಮತ್ತೆ ಹುಡುಕಿ ಬಂದರೆ ಹೀಗಿರುತ್ತದಾ... ಅವಳಿಗೆ ನಿಜಕ್ಕೂ ಏನನ್ನಿಸಿತು ಅಂತ ಕೇಳಬೇಕು ಅಂದುಕೊಳ್ಳುವಷ್ಟರಲ್ಲಿ ತಲೆಯೊಳಗೊಂದು ಮಿಂಚು ಹೊಳೆಯಿತು – 'ಕೇಳೋದೇನು ಮಣ್ಣಾಂಗಟ್ಟಿ! ಅವಳಿಗೆ ಏನಾದರೂ ಅನ್ನಿಸಿದ್ದಿದ್ದರೆ ಫೋನ್ ಮಾಡಿ ನನ್ನನ್ನು ಯಾಕೆ ಬರಹೇಳುತ್ತಿದ್ದಳು' ಎಂದು!

ದೇವರೇ! ನನ್ನ ಬದುಕಿನಲ್ಲಿ ಯಾವತ್ತೂ ಇಂಥ ಪ್ರೇಮ ಮತ್ತೆ ಹುಡುಕಿ ಬರದಿರಲಪ್ಪಾ ಅಂತ ಕಾರಿಜೆಂಡಮ್ ಸೇರಿಸಿ ಫ್ರೆಷ್ ಬೇಡಿಕೆ ಸಲ್ಲಿಸಿದೆ ಗಣೇಶನಿಗೆ...

ಒಳ್ಳೆಯ ಮನೆಯಲ್ಲಿ ಹುಟ್ಟುವುದು ಒಂದು ಭಾಗ್ಯವಾ?

ಒಳ್ಳೆಯ ಮನೆಯಲ್ಲಿ ಹುಟ್ಟುವುದು ಒಂದು ಭಾಗ್ಯವೆನ್ನುತ್ತಾರಲ್ಲ, ಅದು ಒಳ್ಳೆಯವರಿಗೆ ಮಾತ್ರ ಅಪ್ಲೈ ಆಗುತ್ತದೆ. ಅಪ್ಪಿ ತಪ್ಪಿ ಎಲ್ಲರೂ ಒಳ್ಳೆಯವರೇ ಇರುವ ಮನೆಯಲ್ಲಿ, ತುಂಬ ಒಳ್ಳೆಯವಳೇನೂ ಅಲ್ಲದ ನನ್ನಂಥವರು ಹುಟ್ಟಿದರೆ ಏನಾಗಬಹುದು? ಯಾಕೆ ಹೇಳುತ್ತೀರಿ ಆ ಪಡಿಪಾಟಲು! ನಾನು ಹೆಜ್ಜೆಹೆಜ್ಜೆಗೂ ಎದುರಿಸಿದ ಕಷ್ಟಗಳೇನು, ಇಷ್ಟೆಲ್ಲ ಒಳ್ಳೆಯವರು ಒಟ್ಟಾಗಿ ಒಂದೇ ಮನೆಯಲ್ಲಿ ಸೇರಿದ್ದರಿಂದ ನನ್ನಂಥವರು ಹೇಗೆಲ್ಲ ಹಿಂಸೆ ಅನುಭವಿಸಬೇಕಾಯಿತು ಅನ್ನುವ ದುಃಖದ ಕಥೆಯನ್ನೆಲ್ಲ ಇವತ್ತು ನಿಮ್ಮಲ್ಲಿ ಹೇಳಿಕೊಳ್ಳಬೇಕೆನಿಸುತ್ತಿದೆ...

ನಮ್ಮ ಮನೆಯಲ್ಲಿದ್ದುದು ನಾಲ್ಕು ಜನ... ಅಪ್ಪ-ಅಮ್ಮ-ಅಕ್ಕ-ನಾನು. ನನ್ನ ಅಪ್ಪ ಸರಕಾರಿ ಕೆಲಸದಲ್ಲಿದ್ದರು. ನಾವು ಇರುತ್ತಿದ್ದುದೆಲ್ಲ ಸಣ್ಣ ಪುಟ್ಟ ಹಳ್ಳಿಗಳಲ್ಲಿ. ಅಲ್ಲೆಲ್ಲ 'ಇಂಜಿನೀರ್' ಅಂದರೆ ಭಾರತ ದೇಶದ ಪ್ರಧಾನ ಮಂತ್ರಿ ಇದ್ದ ಹಾಗೆ! ಅಷ್ಟು ಗೌರವ. ಮೊದಲೇ ವಿನಯವಂತರಾದ ಅಪ್ಪ ಸರಕಾರಿ ಕೆಲಸದಲ್ಲಿ ತಲೆ ಬಾಗಿಸಿ, ಬಾಗಿಸಿ ಅಭ್ಯಾಸವಾಗಿ ಇನ್ನಿಷ್ಟು ವಿನಯವಂತರಾಗಿ ಹೋಗಿದ್ದರು. ಅಮ್ಮನಂತೂ ಯಾವುದೇ ಒಂದು ಪದ ಆಡುವಾಗಲೂ ಅಕ್ಕ-ಪಕ್ಕದ ಮನೆಯವರಿಗೆ ಕೇಳಿಬಿಟ್ಟರೆ ಅನ್ನುವ ಆತಂಕಕ್ಕೆ ಮನೆಯ ಕಿಟಕಿ ಮುಚ್ಚಿಯೇ ಆಡುವಷ್ಟು ತಗ್ಗಿ-ಬಗ್ಗಿ ನಡೆಯುವ ಸ್ವಭಾವ. ಅಕ್ಕ ಯಾವ ಮಾತಿಗೂ, ಜಗಳಕ್ಕೂ ಬೀಳದೆ ಬೆಣ್ಣೆಯಲ್ಲಿ ಕೂದಲು ಎಳೆದ ಹಾಗೆ ಬದುಕುವ ಸ್ವಭಾವದವಳು. ತಾನಾಯಿತು, ತನ್ನ ಪಾಡಾಯಿತು ಅಂತ ಇಡೀ ಸಂಸಾರವೇ ಬದುಕುವಾಗ ಕೊನೆಯಲ್ಲಿ ಏತಿ ಅಂದರೆ ಪ್ರೇತಿ ಅನ್ನುವಂಥ ನಾನು ಹುಟ್ಟಿಬಿಟ್ಟು ಅವರಿಗೂ ಕಷ್ಟ ತಂದಿಟ್ಟು, ನಾನೂ ಭಯಂಕರ ಹಿಂಸೆ ಅನುಭವಿಸಿಬಿಟ್ಟೆ!

ನಾನು ತೊಂದರೆ ಅನುಭವಿಸುವುದಕ್ಕೆ ಕಾರಣಗಳು ಬೇಕಾದಷ್ಟು ಇದ್ದವು. ಅಪ್ಪಿ ತಪ್ಪಿ ಇರಲಿಲ್ಲವೆಂದರೆ, ನನ್ನ ಗೆಳತಿ ಹೇಳುವಂತೆ ಆರ್ಡರ್ ಕೊಟ್ಟು ತೊಂದರೆಗಳನ್ನು ಹೊಲಿಸಿಕೊಳ್ಳುವ ಛಾತಿಯೂ ನನ್ನಲ್ಲಿತ್ತು! ಯಾವುದಾದರೂ ಸರಿ ಕಾಣದಿದ್ದರೆ

ಅಲ್ಲೇ ಕಡ್ಡಿ ತುಂಡು ಮಾಡಿದ ಹಾಗೆ ಮೂತಿಗೆ ಅಪ್ಪಳಿಸುವ ಹಾಗೆ ಹೇಳಿಬಿಡುವ ದರಿದ್ರ ಗುಣ, ಸ್ವಲ್ಪ ಜಾಸ್ತಿ ಸಿಡುಕು, ಜಗತ್ತನ್ನೇ ಬದಲಿಸುತ್ತೇನೆ ಅನ್ನುವ ಕ್ರಾಂತಿಕಾರಿ ಬುದ್ಧಿ, ನಾನು ಸರಿಯಿದ್ದೂ ಯಾರಾದರೂ ನನ್ನದು ತಪ್ಪು ಅಂದುಬಿಟ್ಟರೆ 'ಬಾ ನೀನು ಹೀಗೆ ಅಂದೆಯಲ್ಲ... ನೀ ಹೇಳಿದ್ದನ್ನೇ ಸತ್ಯ ಮಾಡಿ ತೋರಿಸಿಬಿಡುತ್ತೇನೆ' ಅನ್ನುವಂಥ ತಿಕ್ಕಲುತನ, ನಾನು ಹೇಳುತ್ತಿರುವುದು ಸತ್ಯ ಅನ್ನಿಸಿದರೆ ಜುಟ್ಟು ಜುಟ್ಟು ಹಿಡಿದು, ತೋಳು ತೋಳು ಮಡಚಿ ಜಗಳವಾಡುವ ಅಮೋಘ ಸ್ಥೈರ್ಯ! ಒಟ್ಟಿನಲ್ಲಿ ಜಗತ್ತಿನ ದೃಷ್ಟಿಯಲ್ಲಿ ನೆಟ್ಟಗಿದೆ ಅನ್ನಿಸುವಂಥ ಒಂದೂ ಗುಣ ಇರಲಿಲ್ಲ ನನ್ನಲ್ಲಿ. ಹಾಗಾಗಿ ತೊಂದರೆಗಳ ಸರಮಾಲೆ ಕೊರಳಿಗೆ ನಾನೇ ಸ್ವಂತ ಪ್ರತಿಭೆಯಿಂದ ನೇತು ಹಾಕಿಕೊಳ್ಳುತ್ತಿದ್ದೆ. ಅಮ್ಮ ಆಗಾಗ (ಆಗಾಗ ಯಾಕೆ... ಈಗಲೂ!) ನಿಟ್ಟುಸಿರು ಬಿಡುತ್ತಾ 'ನೀನು ಅದ್ಯಾರನ್ನ ಹೋತುಕೊಂಡೆಯೋ ಕಣೇ' ಅನ್ನುತ್ತಿರುತ್ತಾಳೆ. ಹಾಗೆ ಹೇಳುವುದರ ಹಿಂದಿನ ಅರ್ಥ ನನಗೆ ಗೊತ್ತಿಲ್ಲವೇ? ಎಲ್ಲರೂ ನೆಟ್ಟಗಿದ್ದೀವಿ ಮನೆಯಲ್ಲಿ... ನೀನು ಮಾತ್ರ ಯಾಕೆ ಹೀಗೆ ಸೊಟ್ಟ ಅಂತ ನೇರ ಕೇಳಲಾರದ ಸಂದಿಗ್ಧಕ್ಕೆ ಬಿದ್ದು ಈ ರೀತಿ ನಯವಾಗಿ ಹೇಳುತ್ತಾಳಷ್ಟೇ! ಇವರೆಲ್ಲ ಬರೀ ನನ್ನಿಂದಾದ ತೊಂದರೆಯನ್ನೇ ಬೆಟ್ಟದಷ್ಟು ಹೇಳಿಕೊಳ್ಳುತ್ತಾರೆ. ಆದರೆ ಇವರಿಂದ ನನಗಾದ ತೊಂದರೆಯನ್ನು ಒಮ್ಮೆಯಾದರೂ ಗುರುತಿಸಿದ್ದಾರಾ? ಇಲ್ಲ, ಇಲ್ಲ! ಬರೀ ನನ್ನ ಬಗ್ಗೆ ಬೆರಳು ತೋರಿಸುವುದೇ ಆಯಿತು! ಇವರ ಒಳ್ಳೆಯತನದಿಂದ ನನಗೆ ಅದೆಷ್ಟು ತೊಂದರೆಯಾಗಿದೆ ಅನ್ನುವುದರ ಬಗ್ಗೆ ಸ್ವಲ್ಪವೂ ಚಿಂತಿಸುವುದಿಲ್ಲ ಇವರು. ಇವರ ಒಳ್ಳೆಯತನ ನನ್ನ ಕುತ್ತಿಗೆಗೆ ಹಲವಾರು ಸಲ ಉರುಳಾದ ಕಥೆ ಹೇಳುತ್ತೇನೆ, ಕೇಳಿ!

ಮೊದಲಿಗೆ ನನ್ನಪ್ಪನ ಕಥೆಯಿಂದ ಶುರು ಮಾಡುತ್ತೇನೆ...

ನನ್ನ ಅಪ್ಪನ ಕೆಲಸದ ಸೈಟ್‌ಗೆ ನಮ್ಮ ಸ್ಕೂಲಿನ ಮಾರ್ಗವಾಗೇ ಹೋಗಬೇಕು. ಅವರು ಆಫೀಸಿಗೆ ಹೋಗುವಾಗ ಬೈಕಿನಲ್ಲಿ ಹೋಗುತ್ತಿದ್ದರೂ, ದಾರಿಯುದ್ದಕ್ಕೂ ಸಿಗುವ ಪರಿಚಿತರಿಗೆಲ್ಲ ಒಂದು ಕೈ ಎತ್ತಿ ಸಲಾಮು ಹೊಡೆಯುತ್ತ ಹೋಗುವ ಅಭ್ಯಾಸ. ಹಳ್ಳಿಗಳಲ್ಲಿ ಡಾಕ್ಟರ್‌ಗಳು, ಇಂಜಿನಿಯರ್‌ಗಳು ಮತ್ತು ಟೀಚರ್‌ಗಳೆಂದರೆ ಅಪಾರ ಗೌರವ. ಅಪ್ಪ ಎಷ್ಟು ಗೌರವ ತೆಗೆದುಕೊಳ್ಳುತ್ತಿದ್ದರೋ ಅಷ್ಟೇ ಗೌರವ ಕೊಡುತ್ತಲೂ ಇದ್ದರು. ನನಗೊಬ್ಬರು ಟೀಚರ್, ಹೆಸರು ರಮಾ ಮೇಡಂ ಎಂದು. ಅವರು ಭಲೇ ಕಠೋರವಾಗಿ ಬದುಕುವ ಅಭ್ಯಾಸವಿದ್ದವರು. ತುಂಬ ಸ್ಟ್ರಿಕ್ಟ್. ಊರವರಿಗೆಲ್ಲ ನಮಸ್ಕಾರ ಹೊಡೆಯುತ್ತಿದ್ದ ಅಪ್ಪ ನಮ್ಮ ಟೀಚರ್ ಅನ್ನುವ ಕಾರಣಕ್ಕೆ ಈ ರಮಾ ಮೇಡಂಗೆ ವಿಶೇಷವಾದ ಗೌರವ ಸಲ್ಲಿಸುವಂತೆ ಬೈಕನ್ನು ನಿಲ್ಲಿಸಿ ನಮಸ್ಕಾರ ಹಾಕಿ ಹೋಗುತ್ತಿದ್ದರು. ಆಯ್ತಪ್ಪಾ ಅವರು ನಮಸ್ಕಾರ ಹಾಕಿದರು, ಇವರು ಅದನ್ನು ಸ್ವೀಕರಿಸಿ ಖುಷಿ ಪಡಬಾರದೇ? ಅದಾದ ನಂತರ ಕ್ಲಾಸಿಗೆ ಬರುತ್ತಿದ್ದರಲ್ಲ, ಆಗ

'ನಿಮ್ಮಪ್ಪ ಸಿಕ್ಕಿದ್ದರು. **ಬೈಕು ನಿಲ್ಲಿಸಿ** (ಈ ಪದಗಳನ್ನು ಒತ್ತಿ ಒತ್ತಿ ಆಡುತ್ತಿದ್ದರು) 'ನಮಸ್ಕಾರ ಮೇಡಂ' ಅಂದರು. ಅದೇನು ವಿನಯ, ಅದೇನು ಒಳ್ಳೆಯತನ!' ಅಂತ ಕೊರೆಯಲು ಶುರು ಮಾಡುತ್ತಿದ್ದರು. ನನಗೋ ಒಂದು ನಮಸ್ಕಾರ ಹೇಳಿದ್ದರಲ್ಲಿ ಒಳ್ಳೆಯತನ ಏನು ಕಂಡಿತು ಇವರಿಗೆ ಅಂತ ಒಂದೇ ಕಿರಿಕಿರಿ. ಅದೂ ಒಂದು ದಿನವಾದರೆ ಸರಿ, ಎರಡು ದಿನವಾದರೆ ಸರಿ, ದಿನವೂ ಅದದನ್ನೇ ಹೇಳಿ ಹೇಳಿ ಪ್ರಾಣ ತಿನ್ನುತ್ತಿದ್ದರು. ನಾನು ಕೇಳಿ ಕೇಳಿ ಸಾಕಾಗಿ ಒಂದು ದಿನ 'ಅಪ್ಪ ನಿಮಗೊಬ್ಬರಿಗೆ ಸ್ಪೆಷಲ್ ಅಂತ ಏನಿಲ್ಲ ಮಿಸ್, ಎಲ್ರಿಗೂ ನಮಸ್ಕಾರ ಹೇಳ್ತಾನೇ ಹೋಗ್ತಾರೆ. ಅದು ಅವರ ಅಭ್ಯಾಸ' ಅಂದುಬಿಟ್ಟೆ. ಪಾಪ ನಮ್ಮ ಮೇಡಂ ತಾವೇನೋ ಅತೀ ಮುಖ್ಯ ವ್ಯಕ್ತಿ ಅಂತ ಎಣಿಸಿ ಭಾರತ ರತ್ನ ಸಿಕ್ಕ ಥರ ಬೀಗುತ್ತಿರಬೇಕಾದರೆ ನನಗೆ ತೆಪ್ಪಗಿರಲು ಏನು ಧಾಡಿ? ಈ ರೀತಿ ಅವರನ್ನು ಎಲ್ಲರ ಜೊತೆ ಸಮಾನ ಅಂತ ಪರಿಗಣಿಸುವ ಹಾಗೆ ಹೇಳಿಬಿಟ್ಟೆನಲ್ಲಾ ಅವರ 'ಅಹಂ'ಗೆ ಭಯಂಕರ ಪೆಟ್ಟು ಬಿದ್ದುಬಿಟ್ಟಿತು. ನನ್ನನ್ನು ಕಂಡರೆ ಆಕೆಗೆ ಅಸಹನೆ ಶುರುವಾಗಿ ಹೋಯ್ತು. ನನ್ನದೇ ತಪ್ಪು ಅಂತಿಟ್ಟುಕೊಳ್ಳಿ. ಏನೋ ಹೇಳಿಕೊಂಡು ಖುಷಿ ಪಡಲಿ ಅಂತ ಸುಮ್ಮನಿರದೇ ಯಾಕೆ ಹೇಳಬೇಕಿತ್ತು ಹಾಗೆ? ಯಾಕೆಂದರೆ ನಾನು ಇದ್ದಿದ್ದೇ ಹಾಗೆ!

ಸರಿ, ಅವರ ಈಗೋಗೆ ಪೆಟ್ಟು ಬಿದ್ದ ನಂತರ ಪೆಟ್ಟು ತಿಂದ ಹುಲಿಯ ಹಾಗೆ ರಮಾ ಮೇಡಂ ತಾನು ಎಲ್ಲರ ಸಮನಲ್ಲ, ಚೂರು ಸ್ಪೆಶಲ್ ಅಂತ ಪ್ರೂವ್ ಮಾಡಲು ಹೊರಟರು. ಅಪ್ಪ ಒಂದು ದಿನ ಸಿಕ್ಕಾಗ 'ಸರ್, ನಮ್ಮ ಸ್ಕೂಲಿಗೆ ಒಂದಿಷ್ಟು ಗೋದ್ರೆಜ್ ಕುರ್ಚಿಗಳನ್ನು ಕೊಡಿ ಸರ್' ಎನ್ನುವ ಅಹವಾಲಿಟ್ಟರು. ಅಪ್ಪನಿಗೂ ಆ ರೀತಿ ಗೌರವ ಕೊಟ್ಟಿದ್ದಕ್ಕೆ ಖುಷಿಯಾಗಿಹೋಗಿರಬೇಕು. ಸರಿ, ಮುಂದಿನ ಸಲ ಮೈಸೂರಿಗೆ ಹೋದಾಗ ನಾಲ್ಕು ಛೇರ್ ತಂದು ಕೊಟ್ಟೇ ಬಿಟ್ಟರು. ರಮಾ ಮೇಡಂ ಆ ಕುರ್ಚಿಗಳ ಕೆಳಗೆ NV ಅಂತ ಬರೆಸಿ, ಬೀಗುತ್ತ ಜೀವನ ಸಾರ್ಥಕವಾದ ಹಾಗೆ ಭಾವಿಸಿದರು! ಈಗ ಅವರಿಗೆ ನನ್ನ ಮಾತನ್ನು ಸುಳ್ಳು ಮಾಡಿದ ಹೆಮ್ಮೆ ಮೂಡಿತ್ತು. ಎಲ್ಲರಿಗೂ ಹಾಗೇ ನಮಸ್ಕಾರ ಮಾಡ್ತಾರೆ ಅಂದಿದ್ದೆನಲ್ಲವಾ ನಾನು! ಎಲ್ಲರಿಗೂ ನಮಸ್ಕಾರವನ್ನೇನೋ ಮಾಡುತ್ತಾರೆ, ಆದರೆ ಎಲ್ಲರಿಗೂ ಛೇರ್ ತಂದುಕೊಡುತ್ತಾರಾ ಅಂತ ಒಳಗೊಳಗೇ ಸಂಭ್ರಮಿಸಿಬಿಟ್ಟರು ಅಂತ ಕಾಣುತ್ತದೆ. ಈಗ ಅವರು 'ಎಲ್ಲರ ಹಾಗೆ ಒಬ್ಬರಾದ ರಮಾ ಮೇಡಂ ಆಗಿರಲಿಲ್ಲ. ಅವರು ಅಪ್ಪನಿಂದ ಸ್ಕೂಲಿಗೆ ಕುರ್ಚಿ ತೆಗೆದುಕೊಳ್ಳುವ ಶಕ್ತಿ ಇರುವವರು ಅಂದ ಮೇಲೆ ಸ್ಪೆಶಲ್ ಇರಲೇಬೇಕು ತಾನೇ? ಹಾಗಂತ ಭ್ರಮಿಸಿ, ಏನೋ ಛೇರ್ ಕೊಟ್ಟವರ ಮಗಳು ಅಂತ ಒಂದಿಷ್ಟು ಎಕ್ಸ್‌ಟ್ರಾ ಪ್ರೀತಿ ತೋರಿಸುತ್ತಾರೇನೋ ಅಂತ ನಾನು ಅಂದುಕೊಳ್ಳುತ್ತಿದ್ದರೆ, ಅದಕ್ಕೆ ತದ್ವಿರುದ್ಧವಾಗಿ ಅವರು ನನ್ನನ್ನು ಮುಂದಿನ ಎರಡು ವರ್ಷ ಅರೆದು ಹಾಕಿಬಿಟ್ಟರು.

ಅವರ ಕಾಟವೈಖರಿ ಹೀಗಿರುತ್ತಿತ್ತು! ಪಾಠ ನಡೆಯುವಾಗ ನನ್ನನ್ನು ನಿಲ್ಲಿಸಿ ಪ್ರಶ್ನೆ ಕೇಳುತ್ತಿದ್ದರು. ನಾನು ಉತ್ತರ ಹೇಳಿಬಿಟ್ಟೆನೋ ಬದುಕಿದೆ. ಇಲ್ಲದಿದ್ದರೆ ಶುರು...

'ಎಂಥಾ ಅಪ್ಪನಿಗೆ ಎಂಥ ಮಗಳು! ನಿಮ್ಮಪ್ಪ ನೋಡಿದರೆ ಹಾಗಿದ್ದಾರೆ ಪಾಪ. ನೀನು ನೋಡಿದರೆ ಹೀಗೆ...'

'ಆತ ದಾರಿಯಲ್ಲಿ ಸಿಕ್ಕರೆ ಎಂಥಾ ಗೌರವದಿಂದ ನಮಸ್ಕಾರ ಹೇಳಿ ಹೋಗ್ತಾರೆ... ನೀನು ನೋಡಿದರೆ ಈ ಥರ ಇದ್ದೀಯ...'

'ಪಾಪ ಸ್ಕೂಲ್‌ಗೆ ಖರ್ಚೆ ಬೇರೆ ಕೊಟ್ಟಂತ ಒಳ್ಳೆ ಮನುಷ್ಯ ಆತ. ಕೇಳಿದ ಕೂಡಲೇ ಒಂದು ಮಾತೂ ಆಡದೆ ತಂದು ಕೊಟ್ಟೇ ಬಿಟ್ಟರು... ಎಂಥಾ ಅಪ್ಪನಿಗೆ ಎಂಥಾ ಮಗಳು...'

ಹೀಗೆ ಶುರು ಮಾಡಿ ನನ್ನ ಜನ್ಮ ಜಾಲಾಡಿ ಬಿಡುತ್ತಿದ್ದರು. ಪ್ರಶ್ನೆಗೆ ಉತ್ತರ ಹೇಳದಿರುವುದಕ್ಕೂ, ಅಂಥಾ ಒಳ್ಳೆಯ ಅಪ್ಪ ಇರೋದಿಕ್ಕೂ ಏನು ಸಂಬಂಧ ಅಂತ ನನಗೆ ಕೊನೆಗೂ ತಿಳಿಯಲಿಲ್ಲ! ಮಾರ್ಕ್ಸ್ ಕಡಿಮೆ ಬಂದರೂ ಇದೇ ಡೈಲಾಗ್, ಶಾಲೆ ಅಪರೂಪಕ್ಕೆ ತಪ್ಪಿಸಿದರೂ ಇದೇ ಡೈಲಾಗ್, ಕ್ಲಾಸಿನಲ್ಲಿ ಮಾತಾಡಿ ಸಿಕ್ಕು ಬಿದ್ದರೂ ಇದೇ ಡೈಲಾಗ್! ಒಂದು ದಿನದ ಕಥೆಯಲ್ಲ ಇದು. ನಿತ್ಯದ ಕಥೆ. ಸುಖವಾಗಿ ಬದುಕಿದ್ದ ನನಗೆ ಬೇತಾಳದ ಹಾಗೆ ಬೆನ್ನು ಬಿದ್ದುಬಿಟ್ಟರು. ಆಗಿನ ನನ್ನ ಸ್ಥಿತಿ ಸುಮ್ಮನೆ ಕಣ್ಮುಚ್ಚಿ ಕಲ್ಪಿಸಿಕೊಳ್ಳಿ... ನಂತರ ಹೇಳಿ **ನಿಜಕ್ಕೂ ಒಳ್ಳೆಯ ಮನೆಯಲ್ಲಿ ಹುಟ್ಟುವುದು ಅಂಥ ಭಾಗ್ಯವಾ?**

ಇನ್ನು ಅಮ್ಮ! ಪಾಪದವಳು. ತನ್ನದೇ ತಪ್ಪಿದ್ದರೂ, ಜಗತ್ತೇ ತಪ್ಪು ಮಾಡಿದ್ದರೂ ಎದುರು ವಾದಿಸದೇ ಸುಮ್ಮನೆ ಇದ್ದು ಬಿಡುತ್ತಿದ್ದಳು. ಅದರಲ್ಲೂ ನನ್ನ ವಿಷಯ ಯಾರಾದರೂ ಶುರು ಮಾಡಿದರಂತೂ ನಿಂತ ಕಾಲಲ್ಲಿ ವಿಷಯ ಕೇಳುವುದಕ್ಕೂ ಮುಂಚೆಯೇ ನನ್ನದು ತಪ್ಪು ಅಂತ ತೀರ್ಮಾನಿಸಿ, ಹೇಳುತ್ತಿರುವವರಲ್ಲಿ ಕ್ಷಮೆಯೂ ಬೇಡಿಬಿಡುತ್ತಿದ್ದಳು ನನ್ನ ಪರವಾಗಿ! ನಾನು ತಪ್ಪು ಮಾಡಿಯೇ ಇರುತ್ತೀನೆಂದು ಎಷ್ಟೊಂದು ನಂಬಿಕೆ ನೋಡಿ ನನ್ನ ಮೇಲೆ! ನಾನೂ ತಕ್ಕ ಮಟ್ಟಿಗೆ ಆ ನಂಬಿಕೆಯನ್ನು maintain ಮಾಡುತ್ತಿದ್ದೆ ಅನ್ನಿ!

ಈಗ ಸರಿಯಾಗಿ ಮಾಡುತ್ತೇನೆ ನೋಡಿ. ನಾವು ಎಂದೂ ಶಾಲೆಗೆ ಹೋಗದೇ ಬಂಕ್ ಮಾಡುತ್ತಿದ್ದ ಬೇಜವಾಬ್ದಾರಿತನದವರೇನೂ ಆಗಿರಲಿಲ್ಲ. ಕ್ಲಾಸಿಗೆ ಹೋಗುತ್ತಿದ್ದೆವು. ಆದರೆ ಪಾಠ ಕೇಳುತ್ತಿರಲಿಲ್ಲ. ಅದೇನು ಕಾರಣವಿಲ್ಲದೆ ಏನೂ ಅಲ್ಲ. ಸರಗೂರಿನಿಂದ ಬೆಂಗಳೂರಿಗೆ ನಾವು ಶಿಫ್ಟ್ ಆಗುವ ಮುನ್ನ ನನಗೆ ಹೈಸ್ಕೂಲಿನಲ್ಲಿ ಪ್ರಥಮ ಭಾಷೆ, ದ್ವಿತೀಯ ಭಾಷೆ ಅಂತೆಲ್ಲ ಇರುತ್ತದೆ ಅನ್ನುವುದೂ ಗೊತ್ತಿರಲಿಲ್ಲ. ಅಪ್ಲಿಕೇಷನ್‌ನಲ್ಲೂ ಆ ವಿಷಯ ಹಾಕಿರಲಿಲ್ಲ ನಾವು. ಸ್ಕೂಲಿಗೆ ಅಡ್ಮಿಷನ್ ಮುಗಿಸಿ

ಸರಗೂರಿಗೆ ವಾಪಸ್ ಆದೆವಾ? ಆ ನಂತರ ಆ ಶಾಲೆಯ ಸೆಕ್ರೆಟರಿ ನನ್ನ ಮಾಮನ ಗೆಳೆಯರು, ಅವರೊಂದು ದಿನ ಫೋನ್ ಮಾಡಿ ಯಾವುದು ಪ್ರಥಮ ಭಾಷೆ ಅಂತ ನಾವು ಅಪ್ಲಿಕೇಷನ್‌ನಲ್ಲಿ ನಮೂದಿಸಿಲ್ಲ ಅಂದರಂತೆ. ಆಗೆಲ್ಲ ಫೋನ್ ಅನ್ನುವುದು ಇರಲಿಲ್ಲ ನಮ್ಮ ಹಳ್ಳಿಯಲ್ಲಿ. ಹೇಗೆ ಕಾಂಟ್ಯಾಕ್ಟ್ ಮಾಡುವುದು ತಿಳಿಯದೇ ಮಾಮ ಪಾಪ ಸಂಸ್ಕೃತ ಅನ್ನುವುದು ಸ್ಕೋರಿಂಗ್ ಭಾಷೆ. ನಾನು ಚೆನ್ನಾಗಿ ಮಾರ್ಕ್ಸ್ ತೆಗೆಯಲಿ ಎಂದೆಣಿಸಿ ನನ್ನ ಪರವಾಗಿ ಸಂಸ್ಕೃತ ಎಂದು ಬರೆಸಿಯೂ ಬಿಟ್ಟರು. ನಾನು ಶಾಲೆ ಶುರುವಾದ 15 ದಿನಗಳ ನಂತರ ಬೆಂಗಳೂರಿಗೆ ಬಂದೆ. ಅಷ್ಟರಲ್ಲಿ ಸಂಸ್ಕೃತ ಅನ್ನುವ ಕಬ್ಬಿಣದ ಕಡಲೆಯ ಬೇಸಿಕ್ ಪಾಠಗಳೆಲ್ಲ ಮುಗಿದು ಹೋಗಿತ್ತು. ನನಗೆ ವರ್ಣಮಾಲೆ ಕೂಡ ತಲೆಗೆ ಹತ್ತುತ್ತಿಲ್ಲ. ಮತ್ತೊಮ್ಮೆ ನನ್ನೊಬ್ಬಳಿಗೆ ಯಾರು ಕಲಿಸುತ್ತಾರೆ? ಹಾಗಾಗಿ ನನ್ನ ರೇಸ್ ಅನ್ನು ಒಂದಿಷ್ಟು ಮೀಟರ್‌ಗಳ ಅಂತರದಿಂದ ಶುರು ಮಾಡಿದೆ. ನಾನಾಗಿ ನಾನೇ ಕಲಿತದ್ದರಿಂದ ರಾಮಃ ರಾಮೌ ರಾಮಾಃ ಅನ್ನುವ ಸೂತ್ರ ಎಂದಿಗೂ ತಲೆಗೆ ಅಂಟಲೇ ಇಲ್ಲ. ಆಗೆಲ್ಲ ಸಂಸ್ಕೃತ ಪರೀಕ್ಷೆಯಲ್ಲಿ ಹೆಚ್ಚುಕಡಿಮೆ 75% ಉತ್ತರಗಳನ್ನು ಕನ್ನಡದಲ್ಲಿ ಬರೆಯಬಹುದಿತ್ತು. ಹಾಗಾಗಿ ಪಾಸ್ ಅಂತೂ ಆಗುತ್ತಿದ್ದೆ ಹೇಗೋ. ಆದರೆ ಪಾಠ ಕೇಳುವುದರಲ್ಲಿ ಯಾವ ಆಸಕ್ತಿಯೂ ಉಳಿಯದೆ ಆ ಕ್ಲಾಸಿನಲ್ಲಿ ಪಾಠದ ಕಡೆ ಹೆಚ್ಚು ಗಮನ ಕೊಡುತ್ತಿರಲಿಲ್ಲ. ಇನ್ನು ಇಂಗ್ಲಿಷ್ ಕ್ಲಾಸುಗಳಂತೂ ದೇವರೇ ಗತಿ. ಕನ್ನಡ ಮಾಧ್ಯಮದಲ್ಲಿ ಏಳನೆಯ ತರಗತಿಯವರೆಗೆ ಓದಿದ್ದ ನನಗೆ ಈ ಇಂಗ್ಲೀಷ್ ಅದೆಷ್ಟು ಕಾಟ ಕೊಡುತ್ತಿತ್ತು ಅನ್ನುವುದು ಹೇಳಲಾಗುವುದಿಲ್ಲ. ಇನ್ನು ಮೂರನೆಯ ಭಾಷೆ ಕನ್ನಡ ಕ್ಲಾಸಿನಲ್ಲಿ ಮಾತ್ರ ಪ್ರೀತಿಯಿಂದ ಪಾಠ ಕೇಳುತ್ತಿದ್ದೆ. ವಿಜ್ಞಾನ ಅನ್ನುವುದು ಏನೇ ಮಾಡಿದರೂ ತಲೆಯಿಂದಾಚೆಯೇ ಉದುರಿ ಹೋಗುತ್ತಿತ್ತು. ಫಿಸಿಕ್ಸ್, ಕೆಮಿಸ್ಟ್ರಿ, ಬಯಾಲಜಿ... ಯಾವುದೂ ಒಂದಕ್ಷರ ಅರ್ಥವಾಗುತ್ತಿರಲಿಲ್ಲ. ಗಣಿತವಂತೂ ತಲೆ ಪೀಸ್ ಪೀಸ್ ಮಾಡುತ್ತಿತ್ತು. ಸಮಾಜ ವಿಜ್ಞಾನ ಕ್ಲಾಸ್ ಬಂತೆಂದರೆ ಆಕಳಿಕೆ, ತೂಕಡಿಕೆ ಎಲ್ಲ ಒಟ್ಟೊಟ್ಟಿಗೇ ಧಾಳಿಯಿಡುತ್ತಿದ್ದವು. ಪಿಟಿ ಕ್ಲಾಸು ನಮಗೆ ಜಗತ್ತಿನ ಅತೀ ಬೋರಿಂಗ್ ಸಮಯ ಅನ್ನಿಸುತ್ತಿತ್ತು. ಹಾಗಾಗಿ ದಿನಕ್ಕೊಂದು ಭಾಗಕ್ಕೆ ನೋವು ಬರಿಸಿಕೊಂಡು ಅದನ್ನು ಸ್ಕಿಪ್ ಮಾಡುತ್ತಿದ್ದೆವು. ಲೈಬ್ರರಿ ಪೀರಿಯಡ್ ಒಂದು ಮಾತ್ರ ಆಸಕ್ತಿದಾಯಕವಾಗಿರುತ್ತಿತ್ತು.

ಈ ಥರದ ಪರಿಸ್ಥಿತಿಯಲ್ಲಿ ನಾನೇನು ಮಾಡಬೇಕಿತ್ತು ನೀವೇ ಹೇಳಿ. ನಾನು ಮತ್ತು ಇನ್ನಿಬ್ಬರು ಗೆಳತಿಯರು ಕಥೆ, ಕವಿತೆ ಹುಚ್ಚು ಹತ್ತಿಸಿಕೊಂಡಿದ್ದೆವು. ಜೊತೆಗೊಂದಿಷ್ಟು 'ಸಾಹಿತ್ಯ ಸೇವೆ' ಬೇರೆ ಶುರು ಹಚ್ಚಿಕೊಂಡಿದ್ದೆವು. ಕ್ಲಾಸಿನಲ್ಲಿ ಕೂತು ಸುಮ್ಮನೇ ಸಮಯ ಹಾಳುಮಾಡುವುದು ಯಾಕೆ ಎಂದು ಇಂಥ ಕೆಲಸಕ್ಕೆಲ್ಲ ಪ್ರಶಸ್ತ

ಸ್ಥಳ ಅಂತ ಕ್ಲಾಸ್ ರೂಮನ್ನು ಆಯ್ಕೆ ಮಾಡಿಕೊಂಡಿದ್ದೆವು! ನಾವು ಟೀಚರ್‌ಗಳಿಗೆ ಯಾವ ತೊಂದರೆಯನ್ನೂ ಕೊಡುತ್ತಿರಲಿಲ್ಲ, ನಿಜಕ್ಕೂ ನನ್ನನ್ನು ನಂಬಿ! ನಮ್ಮ ಪಾಡಿಗೆ ನಾವು ಕೂತು ಕಥೆ, ಕಾದಂಬರಿ, ಕವನ ಓದಿಕೊಳ್ಳುತ್ತಿದ್ದೆವು. ಕವನಗಳನ್ನು ಬರೆದುಕೊಳ್ಳುತ್ತಿದ್ದೆವು. ಸಿನಿಮಾ ಹಾಡಿನ ಲಿರಿಕ್ಸ್ ಬಗೆ ಚರ್ಚಿಸುತ್ತಿದ್ದೆವು!

ಇನ್ನು ಯೂನಿಫಾರ್ಮ್ ಜೊತೆಗೆ ಕೈ ಭರ್ತಿ ಬಣ್ಣ ಬಣ್ಣದ ಗಾಜಿನ ಬಳೆಗಳು, ಬೈತಲೆಯ ತುಂಬ ಸಿಂಧೂರ ಮೆತ್ತಿಕೊಂಡು ಉಪೇಂದ್ರ ಅದೇ ಹೆಸರಿನ ಸಿನೆಮಾದಲ್ಲಿ ಕಂಡಂತೆ ವಿಚಿತ್ರವಾಗಿ ಕಾಣಿಸಿಕೊಳ್ಳುತ್ತಿದ್ದೆವು ನಾವು ಮೂವರು ಗೆಳತಿಯರು. 'ಆ ರೀತಿ ಯಾಕೆ ಸಿಂಧೂರ ಹಚ್ಚಿಕೊಳ್ಳುವುದು ಮದುವೆಯಿಲ್ಲ, ಮುಂಜಿಯಿಲ್ಲ' ಅಂತ ಟೀಚರ್ ಬಯ್ದರೆ ಒಂಥರಾ 'ಅಯ್ಯೋ ಮೂರ್ಖರೇ, ನಿಮಗೇನು ಗೊತ್ತು ಇದರ ಸೌಂದರ್ಯ' ಅನ್ನುವ ಲುಕ್ ಕೊಟ್ಟು ಟೀಚರ್‌ಗಳ ಮಾತನ್ನು ಕ್ಯಾರೆ ಅನ್ನದೇ ಅಲ್ಲಿಂದ ಹೊರಟುಬಿಡುತ್ತಿದ್ದೆವು. ನಮ್ಮ ಬಯಾಲಜಿ ಟೀಚರ್‌ಗೆ ಹೆಣ್ಣುಮಕ್ಕಳ ಮೈ ಮುಟ್ಟಿಕೊಂಡು ಮಾತನಾಡುವ ಅಭ್ಯಾಸ. ನನ್ನ ಗೆಳತಿ ಕನ್ನಡಕ ಬಿಚ್ಚಿಟ್ಟರೆ ಅದನ್ನು ತೊಡಿಸಲು ಬರುವುದು, ಬಯಾಲಜಿ ಲ್ಯಾಬಿನಲ್ಲಿ ಮೈಕ್ರೋಸ್ಕೋಪಿನಡಿಯಲ್ಲಿ ಗಿಡದ ತೆಳ್ಳನೆಯ ಸ್ಲೈಸ್ ಕತ್ತರಿಸಿ ಇಡಲು ನಮ್ಮಂಥ ಹೆಣ್ಣು ಮಕ್ಕಳಿಗೆ ಆಯಾಸವಾಗುತ್ತದೆ ಎಂದು ತಾವೇ ನಮ್ಮ ಕೈ ಹಿಡಿದು ಕತ್ತರಿಸಲು ಸಹಾಯಹಸ್ತ ನೀಡಲು ಬರುತ್ತಿದ್ದರು. ಅವರ ನಡವಳಿಕೆಯನ್ನು ವಿರೋಧಿಸದೇ ಹೇಗೆ ಇರಲಿಕ್ಕಾಗುತ್ತದೆ? ಇದರಲ್ಲಿ ಯಾವುದು ಬೇರೆಯವರಿಗೆ ತೊಂದರೆ ಕೊಡುವಂಥ ಗುಣವಾಗಿತ್ತು ನೀವೇ ಹೇಳಿ...

ಹತ್ತನೆಯ ಕ್ಲಾಸಿನ ಪಬ್ಲಿಕ್ ಪರೀಕ್ಷೆ ಹತ್ತಿರವಾಗುತ್ತಿದ್ದ ಸಮಯ. ಒಂದು ದಿನ ಕ್ಲಾಸಿನಲ್ಲಿ ಒಂದು ಹಾಡಿನ ಬಗ್ಗೆ ಜೋರು ಡಿಸ್ಕಷನ್‌ನಲ್ಲಿದ್ದ ಹೆಡ್‌ಮಾಸ್ಟರ್ ನಮಗೆ ಬಂದು ನಿಂತು ಗಮನಿಸುತ್ತಿರೋದು ಗೊತ್ತೇ ಆಗಬೇಡವಾ! ನಾವಾದರೂ ಯಾವುದೋ ಪೋಲಿ ಹಾಡಿನ ಬಗ್ಗೆಯೇನೂ ಮಾತಾಡುತ್ತಿರಲಿಲ್ಲ... ಕನ್ನಡದ ಕುಲದೇವಿ ಹಾಡಿನ ಬಗ್ಗೆ ಮಾತಾಡುತ್ತಿದ್ದೆವು ಅಷ್ಟೇ! ಸರಿ, ಅವರ ರೂಮಿಗೆ ಕರೆಸಿ ಬಾಯಿಗೆ ಬಂದಷ್ಟು ಬೈದರು. ಸಮಯದ ಬೆಲೆ ಗೊತ್ತಿಲ್ಲ ಅಂತ ಕೊರೆದರು. ನಮ್ಮ ಕಾಟ ಸಹಿಸಿ ಸಹಿಸಿ ಸಾಕಾಗಿದ್ದವರು ಹಾಲ್ ಟಿಕೆಟ್ ಕೊಡುವುದಿಲ್ಲ ಅಂತ ಸ್ಕೂಲಿಂದ ಒದ್ದು ಓಡಿಸಿಬಿಟ್ಟರು, ಅಪ್ಪ-ಅಮ್ಮನನ್ನು ಕರೆದುಕೊಂಡು ಬನ್ನಿ ಅನ್ನುವ ಆಜ್ಞೆಯೊಡನೆ. ಅಪ್ಪ ಬೇರೆ ಊರಲ್ಲಿ ಕೆಲಸದಲ್ಲಿದ್ದರು. ಸಧ್ಯ ಒಳ್ಳೆಯದೇ ಆಯಿತು ಅಂತ ಅಮ್ಮಂದಿರನ್ನು ಕಾಡಿ ಬೇಡಿ ಹೆಡ್ ಮಾಸ್ಟರ್ ಮುಂದೆ ನಿಲ್ಲಿಸಿದೆವು ನಾವು ಮೂವರು. ಅಮ್ಮ ಅಂದರೆ ಕರುಣಾರ್ದ್ರ ಹೃದಯಿ, ಹೇಗೋ ಕಾಪಾಡುತ್ತಾಳೆ ಅಂತ ನಾನು ಭ್ರಮಿಸಿದ್ದೆ. ಅಲ್ಲಿ ಆಗಿದ್ದೇ ಬೇರೆ! ನಮ್ಮ ಹೆಡ್ ಮಾಸ್ಟರ್ ರೂಮಿಗೆ ಉಳಿದ

ಟೀಚರ್‌ಗಳನ್ನೂ ಕರೆಸಿದ್ದರು. ಒಬ್ಬೊಬ್ಬರಾಗಿ ಅವರ ಕಂಪ್ಲೈಂಟ್ ಬಾಕ್ಸ್ ತೆರೆದಿಟ್ಟು ಕೂತರು. ನನ್ನ ಒಂದಿಷ್ಟು ಕಲ್ಯಾಣಗುಣಗಳನ್ನು ಹೇಳಿದರು. ಅಮ್ಮ ಅವಳ ಇಡೀ ಜೀವನದಲ್ಲಿ ದನಿಯನ್ನೂ ಎತ್ತದ ಪಾಪದವಳಿಗೆ ನನ್ನ ಮೇಲಿನ ಕಂಪ್ಲೈಂಟ್‌ಗಳ ಸುರಿಮಳೆ ಕೇಳಿ ತಬ್ಬಿಬ್ಬಾದಳು. ಅವರು ಇನ್ನೂ ತಾರಕಕ್ಕೇರುವ ಮುನ್ನವೇ ಅಮ್ಮನಿಗೆ ಸಿಟ್ಟು ನೆತ್ತಿಗೇರಿ ಅವಳೇ ಸಿಕ್ಕಾಪಟ್ಟೆ ಕೂಗಾಡಿ ಬಯ್ಯುವುದಕ್ಕೆ ಶುರು ಮಾಡಿಬಿಟ್ಟಳು. ಈಗ ತಬ್ಬಿಬ್ಬಾಗುವ ಸರದಿ ನಮ್ಮ ಮೇಷ್ಟರುಗಳದ್ದು! ಅಮ್ಮ ದೈನ್ಯದಿಂದ ಏನೋ ಬೇಡುತ್ತಾಳೆ, ಒಂದಿಷ್ಟು ಬಯ್ದು ಮುಗಿಸಿ ನಂತರ ಹಾಲ್ ಟಿಕೆಟ್ ಕೊಡುವಾ ಅಂತ ಎಣಿಸಿದ್ದವರಿಗೆ ಏನು ಮಾಡಬೇಕೆಂದೇ ತೋಚದೇ, ಕೊನೆಗೆ ನಮ್ಮ ಹೆಡ್ ಮಾಸ್ಟರೇ ಅಮ್ಮನಿಗೆ ಸಮಾಧಾನ ಮಾಡುವ ಸ್ಥಿತಿ ಬಂದುಬಿಟ್ಟಿತು! ಈ ಪ್ರಹಸನ ಮುಗಿದರೆ ಸಾಕೆಂದು ಹಾಲ್ ಟಿಕೆಟ್ ಕೈಗಿತ್ತು ನಮ್ಮನ್ನು ಸಾಗ ಹಾಕಿದ್ದರು!

ಹಾಲ್ ಟಿಕೆಟ್ ಕೈಗೆ ಸಿಕ್ಕ ನಂತರ ದಾರಿಯಲ್ಲಿ ಬರುವಾಗ ಮಾತಾಡಲು ಉಸಿರು ಬಂದಿತ್ತು. 'ಅಲ್ಲ ಅಮ್ಮ, ಸಮಯ ಪರಿಪಾಲನೆ ಬಗ್ಗೆ ಈಗ ಮಾತಾಡ್ತಾರಲ್ಲ, ಇವರೇ ಸೆಪ್ಟೆಂಬರ್‌ವರ್ಗೂ ಹ್ಯಾಮ್ಲೆಟ್ ಕಥೆ ಹೇಳ್ಕೊಂಡು ಸಮಯ ವೇಸ್ಟ್ ಮಾಡಿದಾರೆ ಗೊತ್ತಾ! ಬರೀ ಸುಳ್ಳು ಹೇಳ್ತಾರೆ ಈಗ' ಅಂತ ಬಾಲ ಬಿಚ್ಚಿದೆ. ಅಮ್ಮನಿಗೆ ಅದೆಲ್ಲ ಕಥೆ ಬೇಕಿರಲಿಲ್ಲ. ಒಟ್ಟಿನಲ್ಲಿ ಮೇಷ್ಟರಿಗೆ ಗೌರವ ಕೊಡಬೇಕು ಅನ್ನುವುದು ಅವಳ ವಾದ. 'ಅಲ್ಲಾ, ಅದು ಹೇಗೆ ಗೌರವ ಕೊಡುವುದು, ನೀನೇ ಹೇಳು! ಆ ಸರ್ ಶನಿವಾರ ಮ್ಯಾಥ್ಸ್ ಕ್ಲಾಸಿಗೆ ಬರೋದಿಲ್ಲ ನಾವು, ಅಂತ ಅಂದರಲ್ಲ, ಅದರ ಕಥೆ ಹೇಳ್ತೀನಿ ಕೇಳು. ಶನಿವಾರದ ದಿನ ತಿಂಡಿಗೆ 10 ನಿಮಿಷ ಬ್ರೇಕ್ ಕೊಡ್ತಾರೆ. ಅಲ್ಲಿ ಸಿಗೋದು ಬರೀ ಇಡ್ಲಿ ಮಾತ್ರ. ಗಂಟಲಿಗೆ ಹಿಡಿಯುತ್ತೆ. ನೀರು ಕುಡಿಯಕ್ಕೂ ಟೈಮ್ ಸಾಲಲ್ಲ. ಅಷ್ಟು ಹೊತ್ತಿಗೆ ಸರ್ ಬಂದು 'ನೀರು ಕುಡ್ಕೊಂಡು ಬನ್ರೀ' ಅಂತಾರೆ. ನೆಕ್ಸ್ಟ್ ಕ್ಲಾಸ್ ಅವರದ್ದೇ ಇರುತ್ತೆ. ಸರಿ ಪರ್ಮಿಷನ್ ಕೊಟ್ರಲ್ಲ ಅಂತ ನೀರು ಕುಡಿಯಕ್ಕೆ ಹೋದ್ರೆ ಅಷ್ಟರಲ್ಲಿ ಬೆಲ್ ಆಗಿಹೋಗತ್ತೆ! ಆಮೇಲೆ ನೀರು ಕುಡಿದು ಕ್ಲಾಸ್ ಒಳಗೆ ಬರಕ್ಕೆ ಪರ್ಮಿಷನ್ ಕೇಳಿದ್ರೆ ಒಳಗೆ ಸೇರಿಸಲ್ಲ ಅಂತಾರೆ. 'ನೀವೇ ಕಳ್ಸಿದ್ರಲ್ಲ ಸರ್ ಆಗ' ಅಂತ ಕೇಳಿದರೆ 'ಅದು ಕ್ಲಾಸ್ ಹೊರಗೆ ಇದ್ದಾಗ ಕೊಟ್ಟ ಪರ್ಮಿಷನ್. ಈಗ ಕ್ಲಾಸ್ ಶುರುವಾಗೋಗಿದೆ' ಅಂತಾರೆ. ಇದೆಲ್ಲ ನ್ಯಾಯವಾ ಹೇಳು' ಅಂದರೆ ಅವಳು ಕೊನೆಗೆ ಒಂದೇ ಮಾತು ಹೇಳಿದಳು, 'ಅವರು ಗುರುಗಳು. ಅವರಿಗೆ ಗೌರವ ಕೊಡಲೇಬೇಕು' ಅಂತ. ಅಲ್ಲಿಗೆ ಮಾತು ಮುಗಿಯಿತು!

ನಾನು ಮತ್ತು ನನ್ನ ಗೆಳತಿ ಯಾವುದೋ ಸಂಘಕ್ಕೆ ಸೇರಿದ್ದೆವು. ಅದಕ್ಕೆ ಮುಖ್ಯ ಕಾರಣವೊಂದಿತ್ತು. ಅಲ್ಲೊಬ್ಬ ವಿಕ್ಷಿಪ್ತ ಟೀಮ್ ಲೀಡರ್ ಇದ್ದ! ಅವನ ಗಡ್ಡ, ಆ ದನಿಯಲ್ಲಿನ ಕೆಚ್ಚು, ಆ ಕಣ್ಣಲ್ಲಿನ ಕಿಡಿ ಎಲ್ಲವನ್ನೂ ನಾವಿಬ್ಬರೂ ಮೆಚ್ಚುತ್ತಿದ್ದೆವು.

ಕ್ರಾಂತಿ ಅನ್ನುವ ಹುಚ್ಚಿಗಿಂತ ಅವನಿಗೋಸ್ಕರ ಸಭೆಗಳಿಗೆ ಹೋಗಿ ಬರೋದಿಕ್ಕೆ ಶುರು ಮಾಡಿಕೊಂಡೆವು! ಅಮ್ಮ ಈ ಗಲಾಟೆಗಳೆಲ್ಲ ಆದಮೇಲೆ ಅಲ್ಲಿಗೂ ಹೋಗುವ ಲೈಸೆನ್ಸ್ ಕ್ಯಾನ್ಸಲ್ ಮಾಡಿಬಿಟ್ಟಳು. ಒಳ್ಳೆಯವರ ಮನೆಯಲ್ಲಿ ಹುಟ್ಟಿದ್ದಕ್ಕೆ ಒಂದು ಕ್ರಾಂತಿ ಮಾಡಲಿಕ್ಕೂ ಅವಕಾಶ ಸಿಗಲಿಲ್ಲ ನಮಗೆ! ಇಷ್ಟಕ್ಕೇ ಮುಗಿಸಿದಳಾ ಅಂದರೆ ಉಹುಂ, 'ಕಾಲೇಜಿನಲ್ಲಿ ಕಾನೂನು ಕೈಗೆ ತಗೊಳ್ಳೋ ಅಂತ ಕೆಲಸ ಮಾಡಿದರೆ ನಾನು ಮಾತ್ರ ಈ ಥರ ಹಲ್ಲು ಗಿಂಜ್ಕೊಂಡು ಬರಲ್ಲ. ಕಾಲೇಜಿನಿಂದ ಒದ್ದು ಓಡಿಸಿದರೆ ಮನೆಯಲ್ಲೇ ಇರಬೇಕಾಗತ್ತೆ' ಅಂತ ಆಜ್ಞೆ ಹೊರಡಿಸಿದಳು. ಹಾಗಾಗಿ ಅಲ್ಲಿಂದ ಮುಂದೆ ನಾನು ಒಂದು ಗಲಾಟೆಯಿಲ್ಲದ, ಕ್ರಾಂತಿಯಿಲ್ಲದ ಸಪ್ಪೆ ಸಪ್ಪೆ ಬದುಕು ಸಾಗಿಸಬೇಕಾಯ್ತು. ಇಡೀ 5 ವರ್ಷದ ಕಾಲೇಜು ಜೀವನದಲ್ಲಿ ಒಂದೆರಡು ಕ್ರಷ್ ಬಿಟ್ಟರೆ ಮತ್ತೇನೂ ಹೇಳಿಕೊಳ್ಳುವಂಥದ್ದು ಇಲ್ಲವೇ ಇಲ್ಲ! ಎಂಥ ರಂಗುರಂಗಾಗಿದ್ದ ಬದುಕನ್ನು ಕಪ್ಪು-ಬಿಳುಪಿನ ಚಿತ್ರ ಮಾಡಿಟ್ಟುಬಿಟ್ಟಳು. ಈಗ ಹೇಳಿ **ಒಳ್ಳೆ ಮನೆಯಲ್ಲಿ ಹುಟ್ಟುವುದು ಒಂದು ಭಾಗ್ಯವಾ?**

ಇವರಿಬ್ಬರೇನೋ ಅಪ್ಪ-ಅಮ್ಮ, ಸರಿ ಸ್ಟ್ರಿಕ್ಟ್ ಆಗಿ ಇದ್ದಿದ್ದು ಹೇಗೋ ಸಹಿಸಿಕೊಳ್ಳಬಹುದು. ಆದರೆ ಜೊತೆಗೆ ಹುಟ್ಟಿದ ಅಕ್ಕನಾದರೂ ನೆಟ್ಟಗಿರಬೇಡವಾ? ನಂಬಿದರೆ ನಂಬಿ, ಬಿಟ್ಟರೆ ಬಿಡಿ, ಅವಳೂ ಒಳ್ಳೆಯವಳು! ನನಗಿಂತ ಓದಿನಲ್ಲಿ ಜಾಣೆ ಬೇರೆ. ಯಾವಾಗ ಓದುತ್ತಿದ್ದಳೋ ದೇವರಿಗೇ ಗೊತ್ತು. ಒಳ್ಳೆಯ ಮಾರ್ಕ್ಸ್ ತೆಗೆಯುತ್ತಿದ್ದಳು. 'ನಾನು ಹಾಗೂ ಹೀಗೂ 65-70 ಮಾರ್ಕ್ ಗಡಿಯಲ್ಲಿರುತ್ತಿದ್ದೆ ಅಷ್ಟೇ!' ಯಾರಾದರೂ 'ನೀನು ಕತ್ತೆ' ಅಂದರೂ ನಕ್ಕು ಎದುರಿಗಿದ್ದವರನ್ನು ಇರಿಟೇಟ್ ಮಾಡುವಂಥ ಛಾತಿಯಿದ್ದವಳು. ಮೌನವಾಗಿ ತನಗೇನು ಬೇಕೋ ಅದನ್ನು ಸಾಧಿಸಿಕೊಳ್ಳುತ್ತಿದ್ದಳು. ಹೊರ ಪ್ರಪಂಚದ ಜೊತೆಗೆ ಪೂರಾ ನಯದ ನಡವಳಿಕೆ, ಟೀಚರ್‌ಗಳ ಕಣ್ಮಣಿ. ಪಾಪ ಹತ್ತನೆಯ ಕ್ಲಾಸಿಗೆ ಇಂಗ್ಲೀಷ್ ಮೀಡಿಯಮ್ ತೆಗೆದು ಒದ್ದಾಡುತ್ತಿದ್ದಾಳೆ ಅನ್ನುವ ಕನಿಕರ ಬೇರೆ ಸಂಪಾದಿಸಿದ್ದಳು!

ಸ್ಕೂಲಿನಲ್ಲಿ ನನ್ನ ಎದುರಿನ ರೂಮೇ ಅವಳ ಕ್ಲಾಸ್ ರೂಮ್. ನನ್ನನ್ನು ಆಚೆ ನಿಲ್ಲಿಸಿದರೆ ನೇರವಾಗಿ ಅವಳ ರೂಮಿಗೆ ನನ್ನ ದರ್ಶನ ಭಾಗ್ಯ! ಎಂದೋ ಒಂದು ಸಲವಾದರೆ ಸರಿ... ಯಾವಾಗಲೂ ಆಚೆ ನಿಂತಿರುತ್ತಿದ್ದ ನನ್ನನ್ನು ಕಂಡು ಅವಳಿಗೆ ಸಿಕ್ಕಾಪಟ್ಟೆ ಸಿಟ್ಟು ಬರುತ್ತಿತ್ತು. ಜೊತೆಗೆ ಟೀಚರ್‌ಗಳು ಬೇರೆ 'ನೋಡಮ್ಮ ನಿನ್ನ ತಂಗಿ ಕಥೆ' ಅಂತ ಅವಳೆದುರು ಪುರಾಣ ಊದಿ ಊದಿ ಅವಳಿಗೆ ಸಾಕಾಗಿ ಹೋಗುತ್ತಿತ್ತು. ಅಲ್ಲಿ ಹಲ್ಲುಕಚ್ಚಿ ಸಹಿಸಿಕೊಂಡು ಮನೆಗೆ ಬಂದ ಮೇಲೆ ಹೀನಾಮಾನಾ ಬಯ್ಯುತ್ತಿದ್ದಳು. ಆ ಟೀಚರ್‌ಗಳು ಕೂಡ ನಾನು ತಪ್ಪು ಮಾಡಿದ ಕೂಡಲೇ ಶುರು ಪುರಾಣ, 'ನಿಮ್ಮ ಅಕ್ಕ ನೋಡಿದರೆ ಅಷ್ಟು ಜಾಣೆ, ಅಷ್ಟು ಮೃದು, ಅಷ್ಟು ಮಾರ್ಕ್ಸ್ ತೆಗೀತಾಳೆ, ಅಷ್ಟು

ವಿನಯ. ನೀನು ನೋಡಿದರೆ ಹೀಗೆ... ಹಾಗೆ... ಹೇಗೆ ಹೇಗೋ' ಅಂತ ಅವಳ ಗುಣಗಾನ ಶುರು ಮಾಡಿಬಿಡುತ್ತಿದ್ದರು. ಇದೊಳ್ಳೆ ಕರ್ಮವಾಯಿತಲ್ಲ ಅವಳ ಹಾಗೆ ನಾನು ಯಾಕಿರಲಿ, ಹೇಗಿರಲಿ ಮತ್ತು ಯಾಕೆ ಇರಬೇಕು ಅಂತೆಲ್ಲ ನನಗೆ ಸಿಟ್ಟು ಏರಿ ಬಂದರೂ ಮಾತಾಡುವ ಹಾಗಿಲ್ಲ. ಮಾತಾಡಿದರೆ ಅವಳನ್ನು ಮತ್ತೆ ಕರೆಸುತ್ತಿದ್ದರು, ನನ್ನನ್ನು ಬಯ್ಯುತ್ತಿದ್ದರು ಮತ್ತು ಅವಳು ಮತ್ತಿಷ್ಟು ಸಿಟ್ಟಾಗುತ್ತಿದ್ದಳು...

ಒಂದು ಸಲ ನಾನು ಇನ್ನೂ 7ನೆಯ ಕ್ಲಾಸ್‌ನಲ್ಲಿದ್ದೆ. ಅವಳು, ನಾನು ಬೇರೆ ಬೇರೆಯ ಸ್ಕೂಲ್. ಅವಳ ಸ್ಕೂಲಿನಲ್ಲಿ ಇಬ್ಬರು ತರುಣ ಉಪಾಧ್ಯಾಯರು. ಆಗಿನ್ನೂ ಕೆಲಸಕ್ಕೆ ಸೇರಿದ್ದರು. ನನ್ನ ಸ್ಕೂಲಿಗೆ ಹೋಗುವ ದಾರಿಯಲ್ಲಿ ದಿನಾ ಎದುರಾಗುತ್ತಿದ್ದ ನನ್ನನ್ನು ಅವರಲ್ಲಿ ಒಬ್ಬ ಟೀಚರ್ ರೇಗಿಸುತ್ತಿದ್ದರು ಪಡ್ಡೆ ಹುಡುಗರ ಹಾಗೆ! ನಾನು ಅವರಿಬ್ಬರಿಗೂ ಕಾಣದ ಹಾಗೆ ಹೋಗಬೇಕು ಅಂತ ರಸ್ತೆಯಂಚಿನ ಯಾವುದೋ ಮರದ ಮರೆಯಲ್ಲೋ, ಅಂಗಡಿಯ ಮರೆಯಲ್ಲೋ ನಿಂತರೂ ಬಿಡದೇ ಅಲ್ಲಿಗೇ ಬಂದು ರೇಗಿಸಿ ಹೋಗುತ್ತಿದ್ದರು. ಟೀಚರ್‌ನ ಹೇಗೆ ಬಯ್ಯುವುದು? ಹಾಗಾಗಿ ಕಷ್ಟಪಟ್ಟು ಸುಮ್ಮನಿರುತ್ತಿದ್ದೆ. ಅದೊಂದು ಬುಧವಾರ ನನಗೆ ಚೆನ್ನಾಗಿ ನೆನಪಿದೆ... ಆಕಾಶ ನೀಲಿಯ ಹೊಸ ಲಂಗ, ಬ್ಲೌಸ್ ಹಾಕಿ ಹೋಗಿದ್ದೆ. ಎದುರಾದ ಆತ 'ನಿನಗೆ ಈ ಡ್ರೆಸ್ ಎಷ್ಟು ಚೆನ್ನಾಗಿ ಕಾಣುತ್ತೆ...' ಅಂತ ರೇಗಿಸೋದಿಕ್ಕೆ ಶುರು ಮಾಡಿದ ಕೂಡಲೇ ಅಷ್ಟು ದಿನದಿಂದ ತಡೆ ಹಿಡಿದಿಟ್ಟಿದ್ದ ಸಿಟ್ಟು ಭುಗಿಲೆದ್ದು 'ನಾಚ್ಕೆ ಆಗೋಲ್ವೇನ್ರೀ ಟೀಚರ್ ಆಗಿ ನೀವೇ ಹೀಗೆ ರೇಗ್ಸಕ್ಕೆ? ಥೂ ನಿಮ್ಮಂಥವರಿಂದ ನಾವು ಪಾಠ ಬೇರೆ ಕಲೀಬೇಕು' ಅಂದುಬಿಟ್ಟಿದ್ದೆ! ಆತನ ಮುಖ ಅವಮಾನದಿಂದ ಕೆಂಪಾಗಿ ಹೋಗಿತ್ತು. ಅಷ್ಟು ಸಾಲದು ಅಂತ ಆತನ ಜೊತೆಗಿದ್ದ ಮತ್ತೊಬ್ಬ ಟೀಚರ್ ಸ್ಕೂಲಿಗೆ ಹೋದವರೇ, ಅದನ್ನು ಜೋರಾಗಿ ಎಲ್ಲರಿಗೂ ಕೇಳಿಸುವ ಹಾಗೆ ಅಕ್ಕನ ಹತ್ತಿರ ಹೇಳಿಬಿಟ್ಟಿದ್ದರು! 'ನಿನ್ನ ತಂಗಿ ಇವತ್ತು ಇವನಿಗೆ ಸರಿಯಾಗಿ ಮರ್ಯಾದೆ ತೆಗೆದಳು' ಅಂತ ಅವರು ಎಲ್ಲರೆದುರು ಜೋರಾಗಿ ಹೇಳಿ, ಆ ಬಯ್ಯಿಸಿಕೊಂಡಿದ್ದ ಟೀಚರ್‌ಗೆ ಮಹಾ ಅವಮಾನವಾಗಿ, ಅದರ ಪರಿಣಾಮವಾಗಿ ಅಕ್ಕ ಅವರ ಕೋಪಕ್ಕೆ ಆಗಾಗ ತುತ್ತಾಗುತ್ತಿದ್ದಳಂತೆ. ಅದಕ್ಕೆ ಪ್ರತೀಕಾರವಾಗಿ ನನಗೆ ಮತ್ತೆ ಬಯ್ಗುಳ! ರೇಗಿಸುತ್ತಿದ್ದ ಅವರ ಕಾಟ ತಪ್ಪಿತು ಅಂದರೆ ಇವಳ ಕಾಟ ಈಗ! ಇವಳು ಒಳ್ಳೆಯವಳಾಗಿದ್ದಕ್ಕೆ ಮತ್ತೆ ಅಪ್ಪ-ಅಮ್ಮನಿಂದ ಕೌಂಟರ್ ಬಯ್ಗುಳ ಬೇರೆ... ನಿಮ್ಮಕ್ಕ ನೋಡು ಒಂದು ತೊಂದರೆ ತಂದುಕೊಳ್ಳಲ್ಲ. ನೀನು ಮಾತ್ರ ಯಾಕೆ ಹೀಗೆ ಎಂದು...

ಇಷ್ಟೆಲ್ಲ ಕೇಳಿದ ನಂತರ ಈಗ ಹೇಳಿ... **ಒಳ್ಳೆಯ ಮನೆಯಲ್ಲಿ ಹುಟ್ಟುವುದು ನಿಜಕ್ಕೂ ಒಂದು ಭಾಗ್ಯವಾ?**

ಸೇಲಮ್ಮಿನ ಗಂಡುಗಲಿ

ಸೇಲಮ್‌ನಲ್ಲಿದ್ದ ನನ್ನ ಮಾಮನಿಗೆ ಇಬ್ಬರು ಮಕ್ಕಳು. ಶೀನ ನನಗಿಂತ 4 ವರ್ಷ ದೊಡ್ಡವನು ಮತ್ತು ನಿಮ್ಮಿ ನನ್ನ ಜೊತೆಯವಳು, ಶೀನಿ ಅಕ್ಕನ ದೋಸ್ತು. ನಾವಿಬ್ಬರೂ ಸಣ್ಣ ವಯಸ್ಸಿನಿಂದ ಭಾರೀ ಪ್ಯಾಲಿ ಪ್ಯಾಲಿ. ಬೇಸಿಗೆ ರಜೆಯಲ್ಲಿ ಅಜ್ಜಿ ಮನೆಯಲ್ಲಿ ಝುಂಡಾ ಹೊಡೆಯುತ್ತಿದ್ದ ದಿನಗಳಲ್ಲಿ ನಮ್ಮಿಬ್ಬರ ಮಧ್ಯೆ ತುಂಬ ಸ್ನೇಹ ಬೆಳೆದಿತ್ತು. ದೊಡ್ಡ ಹಂಡೆಯ ಒಲೆ ಉರಿ ಇದ್ದ ಬಚ್ಚಲಿನಲ್ಲಿ ಜಾಯಿಂಟ್ ವೆಂಚರ್ ಸ್ನಾನಮಾಡುವುದು, ಮನೆಯ ಅಂಗಳದಲ್ಲಿದ್ದ ಆಕಾಶಮಲ್ಲಿಗೆ ಹೂಗಳನ್ನು ಹೆಕ್ಕುವುದು (ಅಂಥಾ ಮುದ್ದಾದ ಆಕಾಶ ಮಲ್ಲಿಗೆ ಅನ್ನುವ ಹೆಸರು ಬಿಟ್ಟು, ಅದನ್ನು ಪೀಪಿ ಹೂವು ಎನ್ನುತ್ತಿದ್ದಂಥ ಅರಸಿಕ ಶಿಖಾಮಣಿಗಳು ನಾವು!), ಆ ಊರಿನ ಗೆಳತಿಯರ ಬಗ್ಗೆ ಗಾಸಿಪ್ ಮಾಡುವುದು, ಪುಸ್ತಕ ಕೊಂಡೊಯ್ದ ಗೆಳತಿ ಅದನ್ನು ವಾಪಸ್ ಮಾಡಲಿಲ್ಲವೆಂದು ಕೊಲೆ ಸಂಚು ಹೂಡುವುದು... ಇವೆಲ್ಲ ನಮ್ಮ ಮಧ್ಯದ ಬಂಧವನ್ನು ಹೆಚ್ಚಿಸಿದ್ದವು! ಅದಾದ ನಂತರ ಅಜ್ಜ ಕೊಳ್ಳೆಗಾಲದ ಆ ಮನೆಯನ್ನು ಮಾರಿ ಊರು ಬಿಟ್ಟಾಗಿನಿಂದ, ಭೇಟಿ ಇಲ್ಲದೆ ನಮ್ಮ ಸ್ನೇಹ ಸ್ವಲ್ಪ ಮಂಕಾಗಿತ್ತು. ಆದರೆ, ಅವಳು ಸೆಕೆಂಡ್ ಪಿಯುಸಿ ಮುಗಿಸಿದವಳು ಬೆಂಗಳೂರಿನಲ್ಲಿ ಇಂಜಿನಿಯರಿಂಗ್ ಸೇರುವ ಉದ್ದೇಶದಿಂದ, ನಮ್ಮ ಮನೆಗೆ ಬಂದು ಸ್ವಲ್ಪ ದಿನವಿದ್ದಳು. ಹೊರನಾಡ ಕನ್ನಡಿಗರಿಗೆ ಮೀಸಲಾಗಿದ್ದ ಸೀಟಲ್ಲಿ

ಒಂದನ್ನು ಪಡೆಯುವುದು ಅವಳ ಉದ್ದೇಶವಾಗಿತ್ತು. ಆಗ ಕನ್ನಡದ ಗಂಧಗಾಳಿ ತಿಳಿಯದ ಅವಳಿಗೆ ಅಕ್ಷರಗಳನ್ನು ಬರೆದುಕೊಟ್ಟು ಅಭ್ಯಾಸ ಮಾಡಿಸುತ್ತಿದ್ದೆ ನಾನು. ಅವಳು ತಿದ್ದುವ ಸಮಯದಲ್ಲಿ ನಾನೊಬ್ಬಳೇ ಸುಮ್ಮನೆ ಕೂತಿರಬೇಕಲ್ಲಾ ಅನ್ನುವ ಬೇಜಾರಿಗೆ ನಾನೂ ತಮಿಳು ಅಕ್ಷರಗಳನ್ನು ಕಲಿಯಲು ಶುರು ಮಾಡಿದ್ದೆ. ಆಮೇಲೆ ವಿಷ್ಣುವರ್ಧನನ ನಾಗರಹಾವು ಮತ್ತೆ ಥಿಯೇಟರಿಗೆ ಬಂದಿದೆ ಅಂತ ಗೊತ್ತಾಗಿ, 7 ಸಲ ಹೋಗಿ ಟಿಕೆಟ್ ಇಲ್ಲದೇ ಜೋಲು ಮೋರೆ ಹಾಕಿ ವಾಪಸ್ಸಾಗಿ, ಆ ನಂತರ ಎಂಟನೆಯ ಸಲಕ್ಕೆ ಟಿಕೆಟ್ ಬ್ಲ್ಯಾಕಿನಲ್ಲಿ ಕೊಂಡು ಕುಡಿಮೀಸೆಯ ವಿಷ್ಣುವನ್ನು ನೋಡಿ ಬೆಚ್ಚಗಾಗಿದ್ದೆವು ಒಟ್ಟೊಟ್ಟಿಗೇ! ದಿನಾ ಭಾಷ್ಯಂ ಸರ್ಕಲ್ಲಿಗೆ ವಾಕಿಂಗ್ ಹೋಗಿ, ಎದುರಾಗುವ ಸುಂದರರನ್ನು ಕಂಡು ಪುಳಕಿತರಾದೆವು ಒಟ್ಟೊಟ್ಟಿಗೇ... ಇದೆಲ್ಲದರ ಕಾರಣದಿಂದ ನಮ್ಮಿಬ್ಬರ ಮಧ್ಯೆ ಮತ್ತೆ ಸ್ನೇಹ ಗಟ್ಟಿಯಾಗಿ ಹೋಗಿತ್ತು.

ಅವಳು ಊರಿಗೆ ವಾಪಸ್ ಹೊರಡಬೇಕಾಗಿ ಬಂದಾಗ, ಮತ್ತೆ ಶುರುವಾಗಿದ್ದ ಈ ನಂಟಿನ ಕಾರಣವಾಗಿ ನನ್ನನ್ನೂ ಸೇಲಮ್‌ಗೆ ಬರಲು ಬಲವಂತ ಮಾಡಿದಳು. ಬೇಸಿಗೆಯ ರಣ ಉರಿಯಲ್ಲಿ ಸೇಲಮ್! ಎಂಥಾ ಒಳ್ಳೆಯ ಪ್ಲ್ಯಾನರ್‌ಗಳು ನಾವು! ಆದರೆ ಆ ಯೌವನದ ಉತ್ಸಾಹದಲ್ಲಿ ಬಿಸಿಲು, ಛಳಿ, ಮಂಜು ಎಲ್ಲ ಗೊತ್ತಾಗುತ್ತಲೇ ಇರಲಿಲ್ಲ. ಅವಳು ತೀರಾ ಬಲವಂತ ಮಾಡಿ ನನ್ನನ್ನೂ ಜೊತೆಗೆ ಕರೆದುಕೊಂಡು ಹೋದಳು. ಅಲ್ಲಿ ಅಜ್ಜಿ, ಅಜ್ಜ ಕೂಡಾ ಇದ್ದಿದ್ದರಿಂದ ನಾವೆಲ್ಲ ಸೇರಿ ಮಜದ ದಿನಗಳನ್ನು ಕಳೆಯಲು ಶುರು ಮಾಡಿದೆವು. ನಮ್ಮ ಅತ್ತೆಯಂತೂ ಸಿಕ್ಕಾಪಟ್ಟೆ ಒಳ್ಳೆಯವರು. ಅವರು ಒಂದು ದಿನಕ್ಕೆ ತಿನ್ನಲು ಹಾಕುತ್ತಿದ್ದುದು ಮುಂದಿನ ಮೂರು ದಿನಕ್ಕೆ ಸಾಲುವಷ್ಟಿರುತ್ತಿತ್ತು. ಒಂದು ಸಲಕ್ಕೆ ಬಟ್ಟಲಿನಲ್ಲಿ ಆರು ಜಾಮೂನು ಇಡುತ್ತಿದ್ದಂಥ ಅತ್ತೆ, ಸಂಜೆಯಾದರೆ ಉದ್ದಿನ ವಡೆ-ಪಕೋಡಾ-ಕೇಸರಿ ಬಾತು ಅಂತ ಮಾಡಿ ನಮ್ಮ ಕಂಠದವರೆಗೂ ತುರುಕುತ್ತಿದ್ದರು. ಇದ್ದಕ್ಕಿದ್ದ ಹಾಗೆ ರಾತ್ರಿ ಮಲಗಿದ್ದ ನಮ್ಮನ್ನು ಎಬ್ಬಿಸಿ, 'ಡಿಕಾಕ್ಷನ್ ಉಳಿದು ಹೋಗಿದೆ ಅಂತ ಕಾಫಿ ಮಿಕ್ಸ್ ಮಾಡಿಬಿಟ್ಟಿದೀನಿ. ಕುಡಿದು ಬಿಡ್ರೋ' ಅನ್ನುತ್ತಿದ್ದರು! ಹೊತ್ತಲ್ಲದ ಹೊತ್ತಲ್ಲಿ, ಗೊತ್ತಾದ ಕೆಲಸವಲ್ಲದೇ ಮತ್ತೇನನ್ನೋ ಮಾಡುವುದು ನನಗೆ ಇಂದಿಗೂ ತುಂಬ ಪ್ರಿಯವಾದ ಕೆಲಸ! ಹಾಗಾಗಿ ಆ ನಡು ರಾತ್ರಿಯಲ್ಲಿ ಕೊಳಗ ಕಾಫಿ ಕುಡಿದು, ಮತ್ತಿಷ್ಟು ಹೊತ್ತು ಹರಟಿ ಮಲಗುತ್ತಿದ್ದೆವು.

ನನ್ನ ಮಾಮ ತುಂಬ ಭಯದ ಸ್ವಭಾವದವರು. ಅದಕ್ಕೆ ದನಿಗೂಡಿಸಲು ನನ್ನ ಪುಕ್ಕಲು ಅಜ್ಜಿಯೂ ಇದ್ದರು. ಹಾಗಾಗಿ ಹೊರಗಡೆ ತಿರುಗಾಡುವುದಕ್ಕೆ ಮಾತ್ರ ಮಾಮ ಬಿಡುತ್ತಲೇ ಇರಲಿಲ್ಲ. ನಾವು ಭಂಡತನಕ್ಕೆ ಬಿದ್ದು ಹೊರಟು ಬಿಡುತ್ತಿದ್ದೆವು. ಆದರೆ, ಹೋದವರು ಸ್ವಲ್ಪ ಸಮಯದಲ್ಲಿ ವಾಪಸ್ ಬಾರದಿದ್ದರೆ, ಸೆಖೆಗೆ ಬನಿಯನ್,

ಶರ್ಟು ಎಲ್ಲ ಕಳಚಿ ಕೂತಿರುತ್ತಿದ್ದ ಮಾಮ ಹಾಗೆಯೇ ನಮ್ಮನ್ನು ಹುಡುಕಲು ಹೊರಟು ಬಿಡುತ್ತಿದ್ದರು! ಒಂದು ದಿನ ಶ್ಯಾವಿಗೆ ತರಲು ಹೋದ ನಮಗೆ ಒಬ್ಬಳು ಗೆಳತಿ ಸಿಕ್ಕಿಬಿಟ್ಟಳು. ಒಂದರ್ಧ ಘಂಟೆ ತಡವಾಗಿಹೋಗಿ, ನಾವಿಬ್ಬರೂ ಅರ್ಜೆಂಟಿನಲ್ಲಿ ವಾಪಸ್ ಬರುತ್ತಿದ್ದರೆ, ಕತ್ತಲಿನಲ್ಲಿ ಬರೀ ಪಂಚೆ ಧರಿಸಿದ್ದ ಒಂದು ಆಕಾರ ಎದುರಾಯ್ತು. ನಾವು, 'ನೋಡು ಬರೀ ಪಂಚೇಲಿ, ಕಾಲಿಗೆ ಚಪ್ಪಲಿಯೂ ಇಲ್ದೇ ಯಾರೋ ಬೀದಿ ಸುತ್ತುತ್ತಿರೋದು' ಅಂತ ಆಡಿಕೊಂಡ ನಂತರ ಬೆಳಕು ಮುಖದ ಮೇಲೆ ಬಿದ್ದಾಗ ನೋಡಿದರೆ ಅದು ನನ್ನ ಮಾಮ! ಅಬ್ಬಾ, ಅವತ್ತು ಅದಕ್ಕಾಗಿ ತುಂಬ ಇರಿಟೇಟ್ ಆಗಿದ್ದೆವು ನಾವಿಬ್ಬರೂ, ಆದರೆ ಇವತ್ತು ಆ ಮಾಮನ ಪ್ರೀತಿ ನೆನೆದು ಖುಷಿಯೆನ್ನಿಸುತ್ತದೆ. ಇಂಥಾ ಸುಖದ ವಾತಾವರಣದಲ್ಲಿ ದಿನ ಕಳೆದಿದ್ದೇ ಗೊತ್ತಾಗಲಿಲ್ಲ. ನಾನು ಬೆಂಗಳೂರನ್ನು ಮರೆತು ಅಲ್ಲೇ ಝಾಂಡಾ ಊರಿದೆ!

ಹಾಗೊಂದು ದಿನ ನಾನು ಮತ್ತು ನಿಮ್ಮಿ ಪಟ್ಟಾಂಗ ಹೊಡೆಯುತ್ತಿರಬೇಕಾದರೆ ಶೀನನ ಫ್ರೆಂಡ್ ಒಬ್ಬ ಬಂದ. ಕಿಸಿ ಪಿಸಿ ನಗುತ್ತಾ, ಮಾತಾಡುತ್ತ ಕೂತಿದ್ದ ನಾವಿಬ್ಬರೂ 'ಶ್ರೀನಾಥ್ ಇದ್ದಾನ?' ಅಂತ ದನಿ ಬಂದ ಕಡೆ ತಿರುಗಿದವರೇ ಅವನನ್ನು ಕಂಡು ಸ್ತಬ್ಧರಾಗಿ ಹೋಗಿದ್ದೆವು... ಕಡೆದ ಕಲ್ಲಿನಂತಿದ್ದ ಅವನು! ಸ್ವಲ್ಪ ಕಪ್ಪು ಅನ್ನಬಹುದಾದ ಬಣ್ಣ, ಬಾವುಟದಂಥ ಮೂಗು, ಮುದ್ದಾದ ನಗು... ದೇವರೇ! ಸಂಪೂರ್ಣ ವಶೀಕರಣಕ್ಕೊಳಗಾದೆವು ನಾವಿಬ್ಬರೂ. ಅವನು ವಿಜಿ, ಬೆಂಗಳೂರಿನಲ್ಲಿ ಚಾರ್ಟರ್ಡ್ ಅಕೌಂಟೆನ್ಸಿ ಪರೀಕ್ಷೆ ತೆಗೆದುಕೊಂಡಿದ್ದನಂತೆ. ಹಾಗಾಗಿ ರಜೆಗೆ ಅಮ್ಮನ ಮನೆಗೆ ಬಂದಿದ್ದವನು, ಗೆಳೆಯನನ್ನು ನೋಡಲು ಬಂದಿದ್ದ. ಬಂದವನು ಆರಾಮವಾಗಿ ನಮ್ಮಿಬ್ಬರ ಜೊತೆ ಮಾತಿಗೆ ಕೂತೇಬಿಟ್ಟ. ಭಲೇ ಸರಸಿ ಮಾತುಗಾರ. ನನಗೋ ಆಗ ಇಂಗ್ಲೀಷ್ ಆರಾಮವಾಗಿ ಮಾತಾಡಲು ಬರುತ್ತಿರಲಿಲ್ಲ ಬೇರೆ. ಅವನೋ ಇಂಗ್ಲೀಷ್ ಸರಸ್ವತಿ! ಕೀಳರಿಮೆಯಲ್ಲೇ ಅವನೆದುರು ಕೆಟ್ಟ ಪಟ್ಟ ಇಂಗ್ಲೀಷ್ ಮಾತಾಡುತ್ತ ಕೂತೆ. ನಿಮ್ಮಿ ಅವನನ್ನು ಚಿಕ್ಕಂದಿನಿಂದ ನೋಡುತ್ತ ಬೆಳೆದವಳು, ಆದರೂ ಈಗ ಅವನನ್ನು ಕಂಡು ಮರುಳಾಗಿ ಹೋಗಿದ್ದಳು! ಅಬ್ಬಾ... ಯೌವನದ ಕರಾಮತ್ತೇ! ಶೀನ ಹೊರಗೆ ಹೋಗಿದ್ದವನು ವಾಪಸ್ ಬಂದ. ಆದರೆ ನಮ್ಮ ಜೊತೆ ಹರಟುತ್ತ ಕೂತ ವಿಜಿ ಏಳುವ ಲಕ್ಷಣ ತೋರಿಸಲಿಲ್ಲ! ಅವನನ್ನು ಹೊರಡಿಸುವ ಪ್ರಯತ್ನ ಮಾಡಿದ ನಮ್ಮ ಶೀನ ಕೊನೆಗೆ ಅದು ವ್ಯರ್ಥ ಅಂತ ಅರ್ಥವಾಗಿ ಸುಮ್ಮನಾಗಿದ್ದ. ಆ ರಾತ್ರಿ ನಾನು ಮತ್ತು ನಿಮ್ಮಿ ತುಂಬ ಹೊತ್ತು ನಿದ್ರಿಸಲಿಲ್ಲ!

ಮರುದಿನದಿಂದ ಅವನು ದಿನವೂ ಬರಲು ಶುರು ಮಾಡಿದ. ನಾವು ರೂಮಿನಲ್ಲಿ ಕೂತಿದ್ದರೆ ಸೀದಾ ಅಲ್ಲಿಗೇ ಬಂದು ಹರಟಲು ಶುರು ಮಾಡಿದ. ನನ್ನ ಮಾಮ ತುಂಬ ಸ್ಟ್ರಿಕ್ಟ್, ಜೊತೆಗೆ ಅಜ್ಜ-ಅಜ್ಜಿ ಬೇರೆ ಸಪೋರ್ಟಿಗೆ. ಅವರಿಗೆಲ್ಲ ಗಂಡೊಬ್ಬನು

ಹೆಣ್ಣು ಹೈಕ್ಳ ಜೊತೆ ರೂಮಿಗೇ ಬಂದು ಕೂತು ಇಷ್ಟೆಲ್ಲ ಮಾತಾಡುವುದು ಇರಿಸು ಮುರುಸಾಗುತ್ತಿತ್ತು. ಆದರೆ ಆಡುವ ಹಾಗಿಲ್ಲ, ಅನುಭವಿಸುವ ಹಾಗಿಲ್ಲ. ಶೀನಿಗೂ ಬಹುಶಃ ಇಷ್ಟವಿರಲಿಲ್ಲ ಅನ್ನಿಸುತ್ತದೆ. ಹಾಗಾಗಿ ವಿಜಿ ಬರುವ ಮೊದಲೇ ಇವನೇ ಅವರ ಮನೆಗೆ ಹೋಗಲು ಶುರು ಮಾಡಿದ! ಆ ಭಂಡ ವಿಜಿ 'ಅವ್ರಿಬ್ರೂ ಬರ್ಲಿಲ್ವಾ? ಸರಿ ನಡಿ, ನಾನೇ ನಿಮ್ಮನೆಗೆ ಬರ್ತೀನಿ' ಅಂತಂದು ಬಂದು ಬಿಡುತ್ತಿದ್ದ. ಇವ ವಿಧಿಯಿಲ್ಲದೇ ಅವನನ್ನು ಕರೆ ತರುತ್ತಿದ್ದ. ಹರಟೆ, ಹರಟೆ, ಹರಟೆ... ಜೊತೆ ಜೊತೆಗೆ ಸಿಕ್ಕ ಸಿಕ್ಕ ತಮಿಳು ಸಿನೆಮಾ ಎಲ್ಲ ನೋಡಲು ಶುರು ಮಾಡಿದೆವು... ಅವನೂ ಜೊತೆಗಿರುತ್ತಿದ್ದ ಅನ್ನುವುದನ್ನು ಬಿಡಿಸಿ ಹೇಳಬೇಕಿಲ್ಲ ಅಲ್ಲವಾ!

ಬರ ಬರುತ್ತಾ ಮನೆಯಲ್ಲಿ ದೊಡ್ಡವರ ಮುಖದಲ್ಲಿ ಸ್ವಲ್ಪ ಬೇಸರ ಕಾಣಿಸಲು ಶುರುವಾಯ್ತು. ವಿಜಿಯ ವಶೀಕರಣದಲ್ಲಿದ್ದ ನಮಗೆ ಅದೆಲ್ಲ ಅರ್ಥವಾಗುತ್ತಿದ್ದರೂ ಅವನು ಬಂದರೆ ಮಾತಾಡದೇ ರೂಮಿನಲ್ಲಿ ಉಳಿಯಲು ಆಗುತ್ತಲೇ ಇರಲಿಲ್ಲ. ಈ ಮನೆಯಲ್ಲಿನ ಅಶಾಂತಿ ತಪ್ಪಿಸಲು ನಾವಿಬ್ಬರೂ ಅವನು ಬರುವ ಮೊದಲು ನಾವೇ ಅವನ ಮನೆಯ ಕಡೆ ಹೊರಟು ಬಿಡಲು ಶುರು ಮಾಡಿದೆವು. ದೇವಸ್ಥಾನಕ್ಕೋ, ಎಲ್ಲಿಗೋ ಹೋಗುತ್ತೇವೆ ಅಂತ ಹೇಳಿ ಸುಳ್ಳು ಹೇಳಿದ್ದಕ್ಕೆ ದೇವರು ಶಾಪ ಕೊಟ್ಟಾನೆಂಬ ಹೆದರಿಕೆ. ಹಾಗಾಗಿ ಭರಭರನೇ ದೇವರಿಗೊಂದು ನಮಸ್ಕಾರ ಹಾಕಿ ಅವನ ಮನೆಯ ಮುಂದೆ ಬರುತ್ತಿದ್ದೆವು. ಅದು ಹೇಗೋ ವಿಜಿ ಸಾಧಾರಣವಾಗಿ ಹೊರಗೆ ನಿಂತಿರುತ್ತಿದ್ದ. ನಮ್ಮನ್ನು ಒಳ ಬರಲು ಕರೆಯುತ್ತಿದ್ದ. ನಾವು ಅವನ ಮನೆಗೇ ಹೋಗಿ ಹರಟಲು ಶುರು ಮಾಡಿದೆವು. ಅವನ ತಾಯಿ ಮತ್ತು ಮನೆಯ ಉಳಿದ ಸದಸ್ಯರೆಲ್ಲ ತುಂಬ ಆರಾಮ ಜೀವಿಗಳು. ನಾವು ಹೋದರೆ ತಲೆಯೇ ಕೆಡಿಸಿಕೊಳ್ಳುತ್ತಿರಲಿಲ್ಲ. ನಮ್ಮ ಮನೆಯವರು ಮಾತ್ರ ಯಾಕೆ ಹೀಗೆ ಅಂತ ನಾವು ತಲೆ ಕೆಡಿಸಿಕೊಳ್ಳುತ್ತಿದ್ದೆವು. ಉತ್ತರ ಸಿಗಲಿಲ್ಲ. ಒಂದೊಂದು ಸಲ ಅವನು 'ಹೊರಗೆ ವಾಕಿಂಗ್ ಹೋಗೋಣ್ವಾ?' ಅನ್ನುತ್ತಿದ್ದ. ನಾವಿಬ್ಬರೂ ವಾಕಿಂಗ್ ಏನು... ಅವ ಕರೆದರೆ ಸೈಬೀರಿಯಾಕ್ಕೂ ಹೋಗಲು ತಯಾರಾಗಿದ್ದೆವು! ಕುಣಿಯುತ್ತಾ ಅವನ ಜೊತೆ ಹೊರಡುತ್ತಿದ್ದೆವು. ಅವ ದಾರಿಯುದ್ದಕ್ಕೂ ಸಿಗರೇಟು ಹಚ್ಚಿ, ಸೇದುತ್ತಾ ಬರುತ್ತಿದ್ದ. ಸಿಗರೇಟು ಸೇದುವವರನ್ನು ಕಂಡರೆ ನನಗೆ ತುಂಬ ಪ್ರೀತಿ! ಅವನನ್ನು ಬಿಟ್ಟ ಕಣ್ಣಿಂದ ನೋಡುತ್ತಾ ನಡೆಯುತ್ತಿದ್ದೆ... ಬ್ಯಾಕ್‌ಗ್ರೌಂಡಿನಲ್ಲಿ 'ಅಂದಿ ಮಳ್ಳೈ ಪೊಳಿಗಿರದು...' ಅನ್ನುವ ರಾಜ ಪಾರ್ವೈ ಸಿನೆಮಾದ ಹಾಡು ಪ್ಲೇ ಆಗುತ್ತಿತ್ತು... ಸೇಲಮ್‌ನ ಉರಿ ಬೆರೆತ ಬಿರು ಬೇಸಿಗೆಯಲ್ಲೂ!

ಅವನು ಮನೆಗೆ ಬರುವುದು ಕಡಿಮೆ ಮಾಡಿದ. ನಾವು ಅವನು ಸಿಕ್ಕಿದ್ದನ್ನು ಹೇಳುತ್ತಲೇ ಇರಲಿಲ್ಲ. ಹಾಗಾಗಿ ಮನೆಯಲ್ಲಿ ಶಾಂತಿ ನೆಲೆಸಿತು. ಮಾಮನ ಮಗ

ಶೀನಿಗೆ ಮಾತ್ರ ಗೊತ್ತಿತ್ತು, ಆದರೂ ಸುಮ್ಮನಾಗಿ ಬಿಟ್ಟಿದ್ದ ಪಾಪದವನು. ಒಂದು ದಿನ ಮಾತ್ರ ಅವನ ಅಸಹನೆ ಇನ್‌ಡೈರೆಕ್ಟ್ ಆಗಿ ಹೊರಬಿದ್ದಿತ್ತು. ವಿಜಿ ಸಿಗರೇಟು ಸೇದುವುದನ್ನು ಕಂಡ ನಮಗೆ, ನಾವೂ ಒಂದು ಸಲ ಅದನ್ನು ಸೇದಿ ಹೇಗಿರುತ್ತೆ ಅಂತ ನೋಡಿಬಿಡುವ ಆಸೆ ಹುಟ್ಟಿಬಿಟ್ಟಿತು! ಶೀನಿ ಧರ್ಮಭೀರು. ತುಂಬ ಸಾಧು. ಸಿಗರೇಟು ಮುಟ್ಟಿದವನೂ ಅಲ್ಲ. ಅಂಥ ಪಾಪದವನಿಗೆ ನಾವು ಒಂದು ಸಿಗರೇಟು ತಂದುಕೊಡು ಅಂತ ದುಂಬಾಲು ಬಿದ್ದೆವು. ಅವನು 'ನಿಮ್ಮಿಬ್ರಿಗೆ ತಲೆ ಕೆಟ್ಟಿದೆಯೇನ್ರೇ' ಅಂತ ಉಗಿದು ಸೊಪ್ಪು ಹಾಕಿದ. ನಾವಿಬ್ಬರೂ ಹಠಕ್ಕೆ ಬಿದ್ದೆವು. ಅವನು ಸಾಧ್ಯವಿಲ್ಲ ಅಂತ ನಿರಾಕರಿಸಿದ. ನಾವು 'ಈಗೇನಪ್ಪಾ ಫೈನಲ್ಲಾಗಿ ಹೇಳು, ತರ್ತೀಯೋ ಇಲ್ವೋ' ಅಂತ ಈಗಿನ ರೌಡಿ ಸಿನೆಮಾಗಳಲ್ಲಿ ಮಾತಾಡುವ ರೀತಿ ಬೆದರಿಕೆ ಹಾಕಿದಾಗ ಅವನಿಗೆ ಸಿಟ್ಟು ನೆತ್ತಿಗೇರಿ 'ತರಲ್ಲ ಹೋಗ್ರೇ' ಅಂತ ನಿರಾಕರಿಸಿ ಬಿಟ್ಟ. 'ಇದೇ ಮಾತಾ? ಸರಿ ಬಿಡು ವಿಜಿಗೆ ಹೇಳಿದ್ರೆ ತಂದುಕೊಟ್ಟು, ಅವನೇ ಸೇದೋದೂ ಕಲಿಸ್ತಾನೆ' ಎಂದು ಬಿಟ್ಟೆವು! ಶೀನಿ 'ಅಯ್ಯೋ ಏನೋ ಹೇಳ್ತಿದಾವೆ. ಅಷ್ಟೆಲ್ಲಾ ಧೈರ್ಯ ಎಲ್ಲಿಂದ ಬರಬೇಕು' ಅಂದುಕೊಂಡು ಅದನ್ನೇ ಸವಾಲಾಗಿ ಸ್ವೀಕರಿಸಿ 'ಸರಿ, ಅವನ ಹತ್ರ ಹೋಗಿ ಕಲಿತ್ರೆ ನಿಮ್ಗೆ ಹತ್ತು ರೂಪಾಯಿ ಕೊಡ್ತೀನಿ, ಬೆಟ್ಸ್?' ಅಂದ. ನಾವಿಬ್ಬರೂ ಆ ಬೆಟ್ಸನ್ನು ಸ್ವೀಕರಿಸಿದೆವು ಕಣ್ಣು ರೆಪ್ಪೆ ಕೂಡಾ ಪಿಳುಕಿಸದೇ. ಅವನು ಹೋಗಿ ಮಲಗಿದ ಮೇಲೆ ಅನ್ನಿಸಿರಬೇಕು 'ಈ ಹೆಮ್ಮಾರಿಯರು ಅವನನ್ನು ಕೇಳಿದರೂ ಆಶ್ಚರ್ಯ ಇಲ್ಲ' ಅಂತ. ಮಲಗಿದ್ದವನು ಮಧ್ಯರಾತ್ರಿಯಲ್ಲಿ ರೂಮಿಗೆ ಬಂದು 'ನನ್ನ ಬೆಟ್ಸ್ ವಾಪಸ್ ತಗೊಂಡಿದೀನಿ. ಅವನನ್ನ ಕೇಳ್ಬೇಡ್ರೇ... ಹೋಗಿ ಆಮೇಲೆ ಎಲ್ಲ ಫ್ರೆಂಡ್ಸ್‌ಗೂ ಹೇಳ್ಕೊಂಡು ಬರ್ತಾನೆ. ನೀವಿಬ್ಬರೂ ಪೀಡೆಗಳು ಸುಮ್ಮನಿರಿ' ಅಂದಿದ್ದ!

ಹೀಗಿರುವಾಗ ಒಂದು ದಿನ ಅಲ್ಲಿಂದ 30–40 ಕಿಲೋಮೀಟರ್ ದೂರದಲ್ಲಿದ್ದ ಏರ್ಕಾಡಿಗೆ ಹೋಗುವ ಪ್ಲ್ಯಾನ್ ಹಾಕಿದೆವು. ಬೆಳಿಗ್ಗೆಯೇ ಎದ್ದು ಬಿಸಿಬೇಳೆ ಬಾತ್ ಮಾಡಿ ಡಬ್ಬಿಗೆ ಹಾಕಿಕೊಟ್ಟ ಅತ್ತೆ 'ವಿಜಿನ ಕರೀಬೇಡಿ' ಅಂದರು! ನಮ್ಮ ಅಜ್ಜ–ಅಜ್ಜಿ–ಮಾಮ ಎಲ್ಲರ spokesperson ಆದ ನಮ್ಮತ್ತೆಯ ಮಾತದು ಅನ್ನುವುದು ನಮಗೆ ಗೊತ್ತಿತ್ತು. ನಾವು ಒಳಗೊಳಗೇ ನಗುತ್ತಾ 'ಅವನು ಬರ್ತಿಲ್ಲ' ಅಂದೆವು. ಶೀನಿ ಕೂಡಾ ಆ ಪ್ರೋಗ್ರಾಮನ್ನು ಗುಟ್ಟಾಗಿಟ್ಟಿದ್ದ ವಿಜಿಗೆ ತಿಳಿಯದಂತೆ. ಆದರೆ ದೇವರು ನಮ್ಮ ಪರವಾಗಿದ್ದ! ನಾವೆಲ್ಲ ಮನೆಯಿಂದ ಮೂಲೆಗೆ ಬಂದು ಎಡಕ್ಕೆ ತಿರುಗಿದರೆ ಬಸ್ ಸ್ಟಾಪ್ ಮತ್ತು ನೇರಕ್ಕೆ ಹೋದರೆ ಅಲ್ಲೂ ಒಂದು ಬಸ್ ಸ್ಟಾಪ್. ಆದರೆ ನೇರಕ್ಕೆ ಹೋದರೆ ವಿಜಿಯ ಮನೆ ಸಿಗುತ್ತಿತ್ತು. ಹಾಗಾಗಿ ಶೀನಿ ಎಡಕ್ಕೆ ತಿರುಗಲು ಹೇಳಿದ. ನಾವು ಎಡಕ್ಕೆ ಇನ್ನೇನು ತಿರುಗಬೇಕು... ಅಷ್ಟರಲ್ಲಿ ವಿಜಿ ಎದುರಾಗಿಬಿಟ್ಟ!

ನನ್ನ ಮತ್ತು ನಿಮ್ಮಿಯ ಕಣ್ಣಲ್ಲಿ ನಕ್ಷತ್ರ! ಅವನು ಎಲ್ಲಿಗೆ ಅಂತ ಕೇಳಿದ ನಂತರ ಕೂಲಾಗಿ 'ಏರ್ಕಾಡಿಗಾ? ನಾನೂ ಬರ್ತೀನಿ' ಅಂದವನೇ ನಿಂತ ಕಾಲಲ್ಲಿ ನಮ್ಮ ಜೊತೆ ನಡೆಯಲು ಶುರು ಮಾಡಿದ. ಶೀನಿ ಬೇಡ ಅಂತ ಹೇಗೆ ಹೇಳಲು ಸಾಧ್ಯ? ಸುಮ್ಮನಾಗಿಬಿಟ್ವಿ. ನಾನು, ನಿಮ್ಮಿ, ಶೀನಿ ಮತ್ತು ವಿಜಿ ಏರ್ಕಾಡಿನ ಬಸ್ ಹತ್ತಿದೆವು. ಮನೆಯವರಾರಿಗೂ ಅದರ ಸುಳಿವೂ ಇಲ್ಲ!

ಅಲ್ಲಿ ಓಡಾಡಿದೆವು, ಕಾರ್ಡ್ಸ್ ಆಡಿದೆವು, ನಕ್ಕೆವು, ಒಗಟು ಹೇಳಿಕೊಂಡೆವು. ತೆಲುಗಿನವನಾದ ಅವನು ತೆಲುಗು ತ್ಯಾಟ ಅಂತಲೂ, ನಾನು ಕನ್ನಡ ಕಸ್ತೂರಿ ಅಂತಲೂ ಹೋರಾಡಿದೆವು. ತೆಲುಗು ಮಾತೃಭಾಷೆಯ ನಾನು 'ಅದೇನಂಥಾ ತ್ಯಾಟ ಇಲ್ಲ ಬಿಡು' ಅಂತ ಹರಕು ಮುರುಕು ಇಂಗ್ಲೀಷಿನಲ್ಲಿ ರೇಗಿಸಿದೆ. ಊಟ ಮಾಡಿದೆವು. ಕ್ವೀನ್ಸ್ ಪಾಯಿಂಟ್ ಅಂತನ್ನಿಸುತ್ತದೆ, ಆ ಹೆಸರಿನ ಜಾಗದಲ್ಲಿ ಕೂತು ಅದರ ಸೌಂದರ್ಯದಲ್ಲಿ ಕಳೆದು ಹೋದೆವು. ಆ ಜಾಗವೇ ಚೆಂದವಿತ್ತೋ, ವಿಜಿ ಇದ್ದ ಅಂತ ಅಷ್ಟೊಂದು ಚೆಂದವಾಗಿ ಕಂಡಿತೋ ನನಗೆ ಇವತ್ತಿಗೂ ಗೊತ್ತಿಲ್ಲ. ಒಟ್ಟಿನಲ್ಲಿ ಬೆಳಿಗ್ಗೆ ಹೋದವರಿಗೆ ಕತ್ತಲು ಆವರಿಸಿದ್ದೂ ಗೊತ್ತಾಗದ ಹಾಗೆ ಮಾತಿನಲ್ಲಿ ಮುಳುಗಿ ಹೋಗಿದ್ದೆವು. ಕತ್ತಲಾದ ಮೇಲೆ ಮನೆಯ ನೆನಪಾಯ್ತು. ಬನಿಯನ್ನು, ಶರ್ಟು, ಚಪ್ಪಲಿ ಇಲ್ಲದೇ ಬಸ್ ಸ್ಟಾಪಿನ ಪಕ್ಕ ನಿಂತಿರುವ ಮಾಮನ ಚಿತ್ರ ಕಣ್ಣೆದುರು ಬಂತು. ಗಾಬರಿಯಾಗಿ ಸೇಲಮ್ ಬಸ್ಸು ಹಿಡಿಯಲು ಹೊರಟೆವು. ಆ ಅಂಕು ಡೊಂಕಿನ ಹಾದಿಯಲ್ಲಿ ಆ ಬಸ್ಸು ಅಲ್ಲಾಡಿಕೊಂಡು ಊರು ತಲುಪುವಷ್ಟರಲ್ಲಿ ಕತ್ತಲಾಗಿ ಎರಡು ಘಂಟೆ ಕಳೆದು ಹೋಗಿತ್ತು. ನಾವು ಬಯ್ಗುಳ ಸುರಿಮಳೆಯ ನಿರೀಕ್ಷೆಯಲ್ಲಿ ಮನೆಯ ಕಡೆ ಓಡಿದೆವು...

ಕಾಂಪೌಂಡಿನಲ್ಲಿ ಖುರ್ಚಿ ಹಾಕಿ ಕೂತ ಅಜ್ಜ-ಅಜ್ಜಿ, ಅತ್ತಿಂದಿತ್ತ ಓಡಾಡುತ್ತಿದ್ದ ಮಾಮ ಮತ್ತು ಮೆಟ್ಟಿಲ ಮೇಲೆ ಕೂತಿದ್ದ ಅತ್ತೆ ಕಂಡರು. ಅರ್ರೆ! ಮಾಮ ನಮ್ಮನ್ನು ಹುಡುಕಲು ಹೋಗಿಲ್ಲದೇ ಮನೆಯಲ್ಲೇ ಇದ್ದಾರೆ! ನಮಗಂತೂ ಆಶ್ಚರ್ಯ. ನನ್ನ ಮಾಮನ ಸ್ವಭಾವದ ಲೆಕ್ಕಕ್ಕೆ ತೆಗೆದುಕೊಂಡರೆ ಅಷ್ಟು ಹೊತ್ತಿಗೆ ಪೊಲೀಸ್ ಕಂಪ್ಲೇಂಟೇ ಕೊಟ್ಟಿರಬೇಕಿತ್ತು! ಮತ್ತೆ... ಇದು ಹೇಗೆ... ಈ ಶಾಂತಿ... ಈ ನೆಮ್ಮದಿ... ಈ ವಾತಾವರಣ! ನಾವು ಗೇಟಿನೊಳಗೆ ಕಾಲಿಡುತ್ತಿರುವಂತೆಯೇ ಮಾಮ ಬಯ್ಯಲು ಶುರು ಮಾಡಿದರು. ಆದರೆ ಆ ದನಿಯಲ್ಲಿ ಗಾಬರಿಯಿರಲಿಲ್ಲ, ಚೂರು ಸಿಟ್ಟು ಮಾತ್ರವಿತ್ತು! ಹೇಗೆ... ಯಾಕೆ... ಸಾಧ್ಯವೇ ಅಂತೆಲ್ಲ ಮತ್ತೆ ಆಶ್ಚರ್ಯ. ಅವರು, 'ಇಷ್ಟು ಹೊತ್ತು ಮಾಡಿ ಬಂದಿದೀರಲ್ಲ, ನಿಮಗೆ ಒಂಚೂರಾದ್ರೂ ಬುದ್ಧಿ ಬೇಡ್ವಾ? ಅಲ್ಲೆಲ್ಲಾ ಕತ್ತಲಾದ ಮೇಲೆ ಹುಡುಗಿಯರಿದ್ರೆ ಏನೇನೆಲ್ಲಾ ನಡೆಯತ್ತೆ ಅಂತ ಕೇಳಿದೀವಿ. ಬೆಳಕಿರುವಾಗ ಎದ್ದು ಬರಬೇಕು ಅಂತ ಜ್ಞಾನ ಬೇಡ್ವಾ? ನಾನು

ತಲೆ ಕೆಟ್ಟು ಮೂರು ಸಲ ಬಸ್ ಸ್ಟ್ಯಾಂಡಿಗೆ ಹೋಗಿ ಬಂದೆ (ಹಂಗೆ ಹೇಳಿ ಮತ್ತೆ!). ಟೆನ್ಷನ್ನಲ್ಲಿ ಒದ್ದಾಡ್ತಿರುವಾಗ ಎದುರು ಮನೆ ಹುಡುಗಿ ವಿಜಿ ನಿಮ್ಮ ಜೊತೆ ಹೋಗೋದನ್ನ ನೋಡಿದ್ದವಳು ಹಾಗಂತ ಹೇಳಿದ್ಲು. ಆಮೇಲೆ ನಮಗೆ ಸಮಾಧಾನ ಆಯ್ತು ನೋಡು. ಆ ಹುಡುಗ ತುಂಬ ಧೈರ್ಯಸ್ಥ, ಒಳ್ಳೆ ಶಕ್ತಿ ಕೂಡಾ. ದೇಹ ಕೂಡಾ ಗಟ್ಟಿಮುಟ್ಟಾಗಿದೆ (ನಾನು-ನಿಮ್ಮಿ ಸಣ್ಣ ನಗೆ ವಿನಿಮಯ ಮಾಡಿಕೊಂಡೆವು!) ಯಾರಾದ್ರೂ ತೊಂದರೆ ಕೊಡಕ್ಕೆ ಬಂದ್ರೂ ನಿಮ್ಮನ್ನ ಕಾಪಾಡ್ತಾನೆ ಅಂತ ನೆಮ್ಮದಿ ಆಯ್ತು ನೋಡು... ಇಲ್ಲಾಂದ್ರೆ ಇಷ್ಟು ಹೊತ್ಗೆ ನಮ್ಮ ಗತಿ ಏನಾಗಿರ್ತಿತ್ತು...' ಅವರು ಹೇಳುತ್ತ ಹೋದರು... ನಾವು ಚಲನೆಯಿಲ್ಲದೇ ನಿಂತಿದ್ದೆವು! ಯಾವ ವಿಜಿಯನ್ನು ಕಂಡರೆ ಉರಿಯುತ್ತಿದ್ದರೋ, ಇವತ್ತು ಅದೇ ವಿಜಿ ನಮ್ಮ ಜೊತೆ ಇದ್ದಾನೆ ಮತ್ತು ಕಷ್ಟ ಬಂದರೆ ನಮ್ಮನ್ನು ಕಾಪಾಡ್ತಾನೆ ಅಂತ ನೆಮ್ಮದಿ ಪಡೆದರಂತೆ! ಮನುಷ್ಯರು ನಮ್ಮ ನಮ್ಮ ಅನುಕೂಲಕ್ಕೆ ತಕ್ಕಂತೆ ಹೇಗೆಲ್ಲಾ ವರ್ತಿಸುತ್ತೇವೆ ಅನ್ನುವ ಅರಿವಿನಲ್ಲಿ ದಿಗ್ಭ್ರಾಂತರಾಗಿ ನಿಂತಿದ್ದೆವು...

ಅವತ್ತು ನಮ್ಮ ರಕ್ಷಕನಾಗಿ ಕಂಡ ವಿಜಿ ಮರುದಿನದಿಂದ ನಮ್ಮ ಮನೆಯೊಳಗೆ ಮತ್ತೆ ಮುಕ್ತ ಪ್ರವೇಶ ಪಡೆದ ಅಂದುಕೊಳ್ಳುತ್ತಿರಬೇಕು ನೀವು... ಇಲ್ಲ, ಅವನ ಸ್ಥಿತಿಯಲ್ಲಿ ಯಾವ ಬದಲಾವಣೆಯೂ ಆಗಲಿಲ್ಲ. ಮತ್ತೆ ನಾನು ಊರಿಗೆ ವಾಪಸ್ಸಾಗುವ ದಿನದವರೆಗೂ ಅವನನ್ನು ಅವನ ಮನೆಯಲ್ಲಿ, ಸಿನೆಮಾ ಥಿಯೇಟರಿನಲ್ಲಿ, ರಸ್ತೆಯಲ್ಲಿ ಮಾತ್ರವೇ ಭೇಟಿಯಾದೆವು ಮತ್ತು ಆ ನಂತರ ಮತ್ತೆಂದೂ ಭೇಟಿಯಾಗಲಿಲ್ಲ...

ನನ್ನನ್ನೂ, ಮಕ್ಕಳನ್ನೂ ನೆಮ್ಮದಿಯಾಗಿ ಬದುಕಲು ಬಿಡಿ

ಹೆದರಿಕೆ ಅನ್ನುವುದು ಮನುಷ್ಯನ ಮೂಲ ಸ್ವಭಾವಗಳಲ್ಲಿ ಒಂದು. ಜಗತ್ತಿನಲ್ಲಿ ನೀವು ತುಂಬ ಹೆದರುವುದು ಯಾವುದಕ್ಕೆ ಅಂತ ಯಾರನ್ನಾದರೂ ಪ್ರಶ್ನಿಸಿದರೆ ಅವರ ಉತ್ತರ ಏನೇನಿರಬಹುದು? ಸಾವು? ಬದುಕು? ದೆವ್ವ-ಭೂತ? ಕತ್ತಲು? ಬೆಂಕಿ? ಹೀಗೆ ನಾನಾ ಉತ್ತರಗಳು ದೊರೆಯಬಹುದು. ಆ ಭಯಕ್ಕೆ ಯಾವುದೋ ಸಣ್ಣ ವಯಸ್ಸಿನ ಘಟನೆ ಮೂಲವಿರಬಹುದು ಅಥವಾ ಏನೂ ಇಲ್ಲದೆಯೂ ಹಾಗೊಂದು ಭಯ ಹುಟ್ಟಬಹುದು. ಈಗ ನನ್ನನ್ನು ಅದೇ ಪ್ರಶ್ನೆ ನೀವು ಕೇಳಿದಿರಿ ಎಂದಿಟ್ಟುಕೊಳ್ಳಿ. ನಾನು ಅತ್ಯಂತ ಹೆದರುವುದು ಎರಡೇ ಎರಡು ವಿಷಯಕ್ಕೆ:

ಮೊದಲನೆಯದು, ಹೊಸದಾಗಿ ಮದುವೆಯಾದವರ ಮನೆಗೆ ಹೋಗುವುದು, ಮತ್ತು ಎರಡನೆಯದು, ಆಗ ತಾನೇ ಮಾತು ಕಲಿತ ಮಗುವಿರುವ ಮನೆಗೆ ಹೋಗುವುದು!

Surprised? ಈ ಭಯಕ್ಕೆ ಕಡಿಮೆ ಚರಿತ್ರೆಯೇನೂ ಇಲ್ಲ! ಇವೆರಡು ಕಾರಣದಿಂದ ಎದುರಾದ nightmare ಅನುಭವಗಳನ್ನು ಮರೆಯುವುದು ಹೇಗೆ! ಅರ್ಥವಾಗ್ತಿಲ್ಲ ಅಲ್ವಾ? ಇರಿ, ಡೀಟೈಲಾಗಿ ಹೇಳ್ತೀನಿ...

ಹೊಸತಾಗಿ ಮದುವೆಯಾದವರ ಮನೆಗೆ ಮೊದಲ ವಿಸಿಟ್ ಇದೆಯಲ್ಲ ಅದು ಅತ್ಯಂತ ಕಷ್ಟಕಾಲ ನನ್ನ ಪಾಲಿಗೆ! ಮದುವೆ ಮುಗಿದ ಕೂಡಲೇ ಹೋದರೆ ಮಾತ್ರ ಕಷ್ಟ ಅಂತಲೇನೂ ಇಲ್ಲ. ಅದು ಮುಗಿದ ನಂತರ ಒಂದು ವರ್ಷವೇ ಬಿಟ್ಟು ಹೋದರೂ ಪರಿಸ್ಥಿತಿ ಏನೇನೂ ಬದಲಾಗಿರುವುದಿಲ್ಲ... ಒಟ್ಟಿನಲ್ಲಿ ಮೊದಲನೆಯ

ವಿಸಿಟ್ ಅಂತ ಮಾತ್ರ ಲೆಕ್ಕಕ್ಕಿಟ್ಟುಕೊಳ್ಳಿ. ಈ ಸಸ್ಪೆನ್ಸ್ ಮಾತೆಲ್ಲ ಬಿಟ್ಟು ವಿಷಯಕ್ಕೆ ಬರುತ್ತೇನೆ. ಮೊದಲ ಸಲ ಹೋದಾಗ ನಿಮ್ಮನ್ನು ಎದುರುಗೊಳ್ಳುವುದು ಏನು ಅಂತ ನೆನಪಿಸಿಕೊಳ್ಳಿ... ಮದುವೆಯಾದ ಕೂಡಲೇ ಹೋದರೆ ಮದುವೆಗೆ ಮಾಡಿ ಉಳಿದುಹೋಗಿರುವ ಸ್ವೀಟ್ಸ್ ಮತ್ತು ನಂತರ, ಯಾವತ್ತೇ ಹೋದರೂ ಮದುವೆಯ ಫೋಟೋ ಆಲ್ಬಮ್ ಮತ್ತು ವೀಡಿಯೋ! ಮದುವೆಯ ಸಿಹಿತಿಂಡಿ ಸ್ವಲ್ಪ ಹಳೆಯದಾದರೂ ಅಡ್ಡಿಯಿಲ್ಲ, ಹೇಗೋ ತಿಂದು ಮುಗಿಸಿಬಿಡಬಹುದು. ನಿಜವಾದ ಕಷ್ಟ ಅನ್ನೋದು ಶುರುವಾಗುವುದು ನಮ್ಮ ವೆಂಕಟಸುಬ್ಬಯ್ಯನವರ ಡಿಕ್ಷನರಿಯಷ್ಟು ದಪ್ಪದ ಮೂರ್ನಾಲ್ಕಾರೆಂಟು ಆಲ್ಬಮ್‌ಗಳನ್ನು ಆ ಮನೆಯವರು ಹೊರಲಾರದೆ ಹೊತ್ತು ತಂದಾಗ! ನನಗಂತೂ ಆ ದೃಶ್ಯ ಕಂಡ ಕೂಡಲೇ ಎದೆ ಡವಗುಟ್ಟಲು ಶುರುವಾಗುತ್ತದೆ. ಹಿಂದಿನ ಕಾಲದಲ್ಲಿ ಮದುವೆಯ ಫೋಟೋ ಅಂತ ಒಂದಿಷ್ಟು ಫೋಟೋ ತೆಗೆದು ಮುಗಿಸುತ್ತಿದ್ದರು. ಹಾಗಾಗಿ ಆ ಕಡೆ ಈ ಕಡೆ ನೋಡುತ್ತ ಪುಟ ಎಗರಿಸಿ ತಿರುವಿ ಹಾಕಿದರೆ ಹೇಗೋ ಮುಗಿಯುತ್ತಿತ್ತು. ಆದರೆ ಈಗೆಲ್ಲ ಒಂದು 4–5 ಆಲ್ಬಮ್‌ಗಳಿರುತ್ತವೆ. ಒಂದೊಂದರಲ್ಲೂ ನೂರಾರು ಫೋಟೋ! ಮದುಮಗಳ ಅಂಗೈ ಮತ್ತು ಮುಂಗೈನ ಮೆಹಂದಿಯದ್ದೇ ಒಂದು ರಾಶಿ ಫೋಟೋ ಒಟ್ಟಿರುತ್ತಾರೆ. ಇನ್ನು ಶಾಸ್ತ್ರಗಳದ್ದು ಇನ್ನೊಂದು ರಾಶಿ. ಮದುಮಗನ ಹೃದಯದಲ್ಲಿ ಮದುಮಗಳು ರಾರಾಜಿಸುವ, ಮದುಮಗಳ ಮುಷ್ಟಿಯಲ್ಲಿ ಮದುಮಗ ಹಿಡಿಯಲ್ಪಟ್ಟಿರುವ, ನಕ್ಷತ್ರಗಳ ನಡುವೆ ಇಬ್ಬರೂ ವಿಹಾರ ಮಾಡುವ, ಹಾರ ಹಾಕುವ, ಪ್ರೇಮದಿಂದ ಒಬ್ಬರನ್ನೊಬ್ಬರು ನೋಡಿಕೊಳ್ಳುವ, ಉಂಗುರ ಹಾಕುವ, ಕುಂಕುಮ ಇರಿಸುವ ಸಾವಿರಾರು ಫೋಟೋಗಳು!

ಎಲ್ಲಕ್ಕಿಂತ ನಡುಕ ತರಿಸುವುದು ರಿಸೆಪ್ಷನ್‌ನ ಫೋಟೋಗಳು! ಬಂದವರನ್ನೆಲ್ಲ ಸಾಲು ಸಾಲಾಗಿ ನಿಲ್ಲಿಸಿ ಒಬ್ಬೆ ಒಬ್ಬೆಯಾಗಿ ಗ್ರೂಪ್ ಫೋಟೋ ತೆಗೆಸಿಬಿಟ್ಟಿರುತ್ತಾರಲ್ಲ ಅವುಗಳು! ಅದರಲ್ಲಿರುವವರು ಅರ್ಧಕ್ಕರ್ಧ ಜನ ಯಾರು ಅಂತ ಗೊತ್ತೇ ಇರುವುದಿಲ್ಲ. ಆದರೆ ಆ ಮನೆಯವರು ಅಷ್ಟು ಸುಲಭಕ್ಕೆ ಸೋಲೊಪ್ಪಿಕೊಳ್ಳಲು ತಯಾರಿರುವುದಿಲ್ಲ. ನಿಮ್ಮ ಮಂಡೆಗೆ ಅವರ ಇಡೀ ವಂಶವೃಕ್ಷವನ್ನೇ ತುರುಕುವ ಶಪಥಗೈದುಬಿಟ್ಟಿರುತ್ತಾರೆ! ಹಾಗಾಗಿ ಹಿಟ್ಲರ್‌ನ ನಾಝಿ ಕಾನ್ಸನ್ಟ್ರೇಷನ್ ಕ್ಯಾಂಪ್‌ನಂಥ ಶಿಕ್ಷೆ ಶುರುವಿಟ್ಟುಕೊಂಡುಬಿಡುತ್ತಾರೆ!

– ಅಲ್ಲಿ ಹಿಂದೆ ಹಸಿರು ಸೀರೆ ಉಟ್ಟಿದಾಳಲ್ಲ ಅವಳು ನನ್ನ ದೊಡ್ಡ ತಾತನ ಎರಡನೆಯ ಸೊಸೆ.

– ಅವಳ ಪಕ್ಕ ನೀಲಿ ಶರ್ಟ್ ಹಾಕಿ ನಿಂತಿದಾನಲ್ಲ, ಅವನು ನನ್ನ ಮೂರನೆಯ ತಮ್ಮನ ಹೆಂಡತಿಯ ಎರಡನೆಯ ಅಣ್ಣ.

– ಅಲ್ಲಿ ಕೆಂಪು ಸೀರೆಯವಳು ನನ್ನ ತಾತನ ಮೊದಲನೆಯ ಹೆಂಡತಿ

– ಅದೇ ದಾವಣಗೆರೆಯಲ್ಲಿದಾರೆ ಅಂದಿದ್ದೆನಲ್ಲ, ಅವರ ಎರಡನೆಯ ಮಗಳ ಮೂರನೆಯ ಮಗಳು

– ಇನ್ನು ಆ ಬೆಳ್ಳಗಿರೋ ಹುಡುಗಿ ಇದ್ದಾಳಲ್ಲ, ಅವಳು ನನ್ನ ಸೋದರತ್ತೆಯ ಮೂರನೆ ಮಗ – ಅದೇ ಮೊನ್ನೆ ಮೊನ್ನೆ ಮೈಸೂರಲ್ಲಿ ಮದುವೆ ಆಯ್ತು ಅಂದಿದ್ನಲ್ಲ, ಅವನ ಹೆಂಡತಿ

– ಅವನು, ಅದೇ ಆ ಹಿಂದಿನ ಸಾಲಲ್ಲಿ ನಿಂತಿದಾನಲ್ಲ ಬೆಳ್ಳಗೆ, ಬಿಳಿ ಶರ್ಟಿನವನು, ಅವನು ಯಾರು ಗೊತ್ತಾ? ನಮ್ಮ ಅಕ್ಕನ ದೊಡ್ಡ ವಾರಗಿತ್ತಿಯ ಮಗಳಿಗೆ ಮೊದಲು ನೋಡಿ, ಒಪ್ಪಿಕೊಂಡು ಆಮೇಲೆ ಮದುವೆ ಆಗಲ್ಲ ಅಂದುಬಿಟ್ಟಿದ್ದನಲ್ಲ... ಅವನು!

– ಆ ಕಡೆ ಪಕ್ಕ ನಿಂತಿರೋಳು ಅದೇ ಅತ್ತೇನ ಮನೇಲಿಟ್ಟುಕೊಳ್ಳದೇ ವೃದ್ಧಾಶ್ರಮ ಸೇರಿಸಿದಳಲ್ಲ ನನ್ನ ಗಂಡನ ಅಕ್ಕನ ಮಗಳು, ಅವಳು...

ಹೀಗೇ ಒಬ್ಬೊಬ್ಬರ ಬಗ್ಗೆಗೂ 10 ಮಾರ್ಕಿಗೆ ಉತ್ತರದಷ್ಟು ಫುಟ್‌ನೋಟ್ ಸಮೇತ ಪರಿಚಯಿಸಲು ಶುರು ಮಾಡುತ್ತಾರೆ!

ಅಯ್ಯೋ! ನನಗಂತೂ ಮೊದಲೇ ಇಂಥ ಕಥೆಗಳೆಲ್ಲ ಮಹಾ ಬೋರು. ಈಗಂತೂ ಅದರಲ್ಲೆಲ್ಲ ಯಾವ ಸ್ವಾರಸ್ಯವೂ ಉಳಿಯದೇ ಸೀಟಿನಲ್ಲಿ ತಿಣುಕಲು ಶುರು ಮಾಡಿರುತ್ತೇನೆ. ಅವರಿಗೆ ಅದರ ಕಡೆ ಗಮನವೇ ಇರುವುದಿಲ್ಲ. ಇದು ಬರೀ ಒಂದು ಆಲ್ಬಮ್‌ನ ಕಥೆಯಾದರೆ ಇನ್ನೂ ರಿಸೆಪ್ಷನ್‌ನ ನೂರಾರು ಫೋಟೋಗಳಲ್ಲಿರುವ ಎಲ್ಲರ ಪರಿಚಯದ ಮೂಲ, ಬಾಲ ಎಲ್ಲವೂ ಎಲ್ಲಿರುತ್ತದೋ, ಎಷ್ಟು ಉದ್ದವಿರುತ್ತದೋ ಅಂತ ನಾನು ಮನಸ್ಸಿನಲ್ಲೇ ಬೆಚ್ಚಲು ಶುರು ಮಾಡಿರುತ್ತೇನೆ. ಹೇಗಾದರೂ ಮಾಡಿ ಅದರಿಂದ ತಪ್ಪಿಸಿಕೊಳ್ಳೋಣ ಅಂತ ಮನಸ್ಸು ಮಾರ್ಗ ಹುಡುಕಲು ಶುರು ಮಾಡುತ್ತದೆ. ಇನ್ನೊಂದಿಷ್ಟು ಫೋಟೋಗಳನ್ನು ತಿರುವಿ ಹಾಕಿದ ನಂತರ ಇದ್ದಕ್ಕಿದ್ದ ಹಾಗೆ survival instinct ಜಾಗೃತಗೊಂಡು, ತಪ್ಪಿಸಿಕೊಳ್ಳುವ ಮಾರ್ಗೋಪಾಯಗಳನ್ನು ಯೋಚಿಸಲು ಶುರು ಮಾಡುತ್ತದೆ! ಇದ್ದಕ್ಕಿದ್ದಂತೆ ನಾನು ಬಿಕ್ಕಳಿಸಲು ಶುರು ಮಾಡಿ 'ನೀರು ಬೇಕು' ಅನ್ನುತ್ತೇನೆ. ಅವರು ಪಾಪ ಕರುಣಾಮಯಿಗಳಂತೆ ಒಳಗೆ ಹೊರಟ ಕೂಡಲೇ ಒಂದಿಷ್ಟು ಪುಟಗಳನ್ನು ಒಟ್ಟಾಗಿ ಮುಂದಕ್ಕೆ ಮಗುಚಿ ಹಾಕಿಬಿಟ್ಟು ಆಲ್ಬಮ್‌ನ ಕೊನೆಕೊನೆಗೆ ಬಂದು ಬಿಟ್ಟು ಒಳಗೊಳಗೇ ನನ್ನ ಬೆನ್ನು ನಾನೇ ತಟ್ಟಿಕೊಳ್ಳುತ್ತೇನೆ! ಒಳ ಹೋದವರು ನೀರು ಹಿಡಿದು ಬರುತ್ತಾರೆ. 'ಓಹ್! ಇಷ್ಟೊಂದು ನೋಡಿ ಆಗೋಯ್ತಾ' ಅಂತ ಉದ್ಗಾರವೆಳೆಯುತ್ತಾರೆ. ಬಹುಶಃ ಮನಸ್ಸಿನಲ್ಲೇ ಅಂದುಕೊಂಡಿರುತ್ತಾರೆ – 'ನೀನು ಮಾಡಿದ ಕೆಲಸ ನನಗೆ ಗೊತ್ತಿಲ್ವಾ! ಬಾ ನಿನಗೆ ಮಾಡ್ತೀನಿ' ಎಂದು! ಆದರೂ

ಅರ್ಥವೇ ಆಗದವರಂತೆ ಮತ್ತೆ ಪರಿಚಯ ಮುಂದುವರೆಸುತ್ತಾರೆ. ಅವರನ್ನು ಏಮಾರಿಸಿದ ಖುಷಿಯಲ್ಲಿ ನಾನು ಒಳಗೊಳಗೇ ನಗುತ್ತಿರುತ್ತೇನೆ.

ಮತ್ತೆ ವಂಶವೃಕ್ಷದ ಪರಿಚಯಕ್ಕೆ ಇಳಿಯುತ್ತಾರೆ. ಒಂದು ಫೋಟೋ ನೋಡಿ ಇದು ನನ್ನ ಮೂರನೆಯ ಅತ್ತಿಗೆಯ ಎರಡನೆಯ ಅಣ್ಣ ಅಂತ ಹೇಳುವಷ್ಟರಲ್ಲಿ ಅವರಿಗೆ ಆ ಮೂರನೆಯ ಅತ್ತಿಗೆಯ ಫೋಟೋ ಎಲ್ಲೂ ಸಿಗಲಿಲ್ಲವಲ್ಲ ಅಂತ ನೆನಪಾಗಿ ಬಿಡುತ್ತದೆ. 'ಅಯ್ಯೋ ಅದೆಲ್ಲಿ ಮಿಸ್ ಆಯ್ತು ಆ ಫೋಟೋ! ನಿಮಗೆ ಅವರನ್ನ ತೋರಿಸಲಿಲ್ಲ ಅಂತ ಕಾಣುತ್ತದೆ...' ಅಂತ ಅವರು ಶುರು ಮಾಡಿದ ಕೂಡಲೇ ಕಂಗಾಲಾದ ನಾನು 'ಅಯ್ಯೋ ಪರವಾಗಿಲ್ಲ ಬಿಡಿ, ಆಗ್ಲೇ ನೋಡಿದೆ ಅನ್ಸತ್ತೆ' ಅಂತ ಮಾತು ಮರೆಸಲು ನೋಡುತ್ತೇನೆ. ಹಾರ್ಟ್ ಅಟ್ಯಾಕ್ ಆಗುವ ರೀತಿ ಬೆವರಿಳಿಯಲು ಶುರುವಾಗುತ್ತೆ. ಅವರು 'ಇಲ್ಲ ನೀನು ಅವರನ್ನ ನೋಡಿಲ್ಲ ಅನ್ನಿಸತ್ತೆ. ಅತ್ತಿಗೇನೇ ನೋಡದೇ ಅವರ ಅಣ್ಣನನ್ನು ಹೇಗೆ ಪರಿಚಯ ಮಾಡೋದು' ಅಂತ ಮತ್ತೆ ಪುಟ ಹಿಂತಿರುಗಿಸಲು ಶುರು ಮಾಡುತ್ತಾರೆ! ನಾನು ಹತಾಶೆಯ ತುತ್ತ ತುದಿ ತಲುಪಿರುತ್ತೇನೆ ಇಷ್ಟು ಹೊತ್ತಿಗೆ. ಆ ಪುಟ ತುಂಬ ಹಿಂದೆ ಇಲ್ಲದಿರಲಿ ಅಂತ ಬೇಡಿಕೊಳ್ಳುವುದು ಮಾತ್ರ ನನಗಿರುವ ಒಂದು ಮಾರ್ಗ ಅಷ್ಟೇ. ತುಂಬ ಹಿಂದೆ ಹೋದರೆ ಮತ್ತೆ ಅಲ್ಲಿ ಇನ್ಯಾರು ಸಿಗುತ್ತಾರೋ, ಮತ್ತೆಷ್ಟು ಪರಿಚಯಗಳು ಮಾಡಿಸಲಿಕ್ಕೆ ಹೊಸದಾಗಿ ಕಂಡುಬಿಡುತ್ತದೋ ಅಂತ ಆಲ್ಬಮ್‌ನತ್ತಲೇ ದೃಷ್ಟಿ ನೆಡುತ್ತೇನೆ ಆತಂಕದಿಂದ. ಅಂತೂ ಒಂದು ರಾಶಿ ಪುಟಗಳನ್ನು ಹಿಂತಿರುಗಿಸಿದಾಗ ಅಲ್ಲಿ ಅವರ ಮೂರನೆಯ ಅತ್ತಿಗೆಯ ಫೋಟೋ ಸಿಗುತ್ತದೆ! ಅವರನ್ನು ತೋರಿಸಿ, ಅವರ ಎರಡನೆಯ ಅಣ್ಣನಿರುವ ಫೋಟೊ ತಲುಪುವ ಮಾರ್ಗದಲ್ಲಿನ, ನಾನು ಎಗರಿಸಿದ ಪುಟಗಳ ನೂರಾರು ನೆಂಟರ ಪರಿಚಯ ಶುರುವಾಗುತ್ತದೆ! ನಾನು ಸತ್ತಂತೆ ಕಿವಿ ಮತ್ತು ಮನಸ್ಸು ಬ್ಲಾಕ್ ಮಾಡಿಕೊಂಡು ಬ್ಲ್ಯಾಂಕ್ ದೃಷ್ಟಿ ಬೀರುತ್ತ ಆಲ್ಬಮ್‌ನ ಕೊನೆ ತಲುಪುತ್ತೇನೆ. ಅಬ್ಬಾ! ಈ ನರಕ ಶಿಕ್ಷೆ ಮುಗಿಯಿತು ಅಂತ ನಿಟ್ಟುಸಿರು ಬಿಡುವಷ್ಟರಲ್ಲಿ ಅವರ ಕೈಗೆ ಮತ್ತೊಂದು ಡಿಕ್ಷನರಿ ಬಂದಿರುತ್ತದೆ... ಅಲ್ಲಿ ಗಂಡಿನ ಕೈಲಿ ಹೆಣ್ಣು, ಹೆಣ್ಣಿನ ಹೃದಯದೊಳಗೆ ಗಂಡು, ಹೂಬಳ್ಳಿಯಲ್ಲಿ ಅವಳು-ಅವನು... ಆರಾರು, ಏಳೇಳು ಮುಖಗಳ ಕೊಲಾಜ್... ವರಪೂಜೆಯಲ್ಲಿನ ಕೊಬ್ಬರಿ ಬಟ್ಟಲು ಮಾಡಿದವರ ವಿಳಾಸದ ವಿವರ... ಅರಿಶಿನ-ಕುಂಕುಮದ ಕಾಗದದ ಹೂಗಳ ಕ್ಲೋಸಪ್... ಮತ್ತೆ ಅಲ್ಲಿ ಕೂತ ನೆಂಟರ ಪರಿಚಯ ಎಲ್ಲದರ ಫೋಟೊಗಳ ಮೆಗಾ ಸೀರಿಯಲ್ ಶುರುವಾಗುತ್ತದೆ.

ಅಷ್ಟರಲ್ಲೇ ನನ್ನ ತಲೆ ತಿರುಗಲು ಶುರುವಾಗಿರುತ್ತದೆ. ಹೇಗೋ ಸಂಭಾಳಿಸಿ ಕೂತವಳ ಮುಂದೆ ಬೀಗರ ಮನೆಯ ಫೋಟೋ, ಅಲ್ಲಿನ ಸ್ಟೀಲ್ ಪಾತ್ರೆಗಳ ವಿವರ,

ಬೀಗರ ಔತಣ ಮತ್ತು ಸತ್ಯನಾರಾಯಣ ಪೂಜೆಯ ಡಿಕ್ಷನರಿ ಎದುರಾಗುತ್ತದೆ! ಮಂಗಳಾರತಿ ತಟ್ಟೆ ಮಾಡಿದವರ, ಹೂವಿನ ದಂಡೆ ಮಾಡಿದವರ, ರಂಗೋಲಿ ಹಾಕಿದವರ ಎಲ್ಲರ ಹೆಸರು, ಪ್ರವರ, ಗೋತ್ರ, ಜಾತಕ, ನಕ್ಷತ್ರ, ರಾಶಿ ಎಲ್ಲ ಮತ್ತೆ ಶುರುವಾಗುತ್ತದೆ! ಹುಡುಗನ ಸೂಟು, ಹುಡುಗಿಯ ಸೀರೆ, ಲೆಹೆಂಗಾ ಅಂಗಡಿಗಳ ಅಡ್ರೆಸ್, ಟೈಲರ್ ಅಡ್ರೆಸ್, ಅಡಿಗೆಯವರ ಡೀಟೈಲ್ಸ್... ಅಂತೂ ಕೊನೆಗೊಮ್ಮೆ ಎಲ್ಲ ಆಲ್ಬಮ್‌ಗಳನ್ನು ನೋಡಿ ಮುಗಿಸುವಷ್ಟರಲ್ಲಿ ಬದುಕು ನಶ್ವರ ಅನ್ನುವಂಥ ವೈರಾಗ್ಯದ ಹಂತಕ್ಕೆ ತಲುಪಿ ಬಿಟ್ಟಿರುತ್ತದೆ ನನ್ನ ಮೆತ್ತಗಾದ ಜೀವ! ಇದಿಷ್ಟೆಲ್ಲ ಅನುಭವಿಸುವುದು ಸಾಲದಂತ ಸ್ವಲ್ಪ ಹತ್ತಿರದ ಸಂಬಂಧಿಗಳಾಗಿಬಿಟ್ಟರೆ ಮದುವೆಯ ವೀಡಿಯೋ ಹಾಕಿ ಕೂರಿಸಿಬಿಡುತ್ತಾರೆ. ಅದು ಇನ್ನೊಂದು ಶಿಕ್ಷೆ. ಗಂಡು-ಹೆಣ್ಣು ಹಾರ ಬದಲಿಸಿಕೊಳ್ಳುವುದೇ ತನಗಾಗೇನೋ ಅನ್ನುವ ಭ್ರಮೆಗೆ ಬಿದ್ದ ವೀಡಿಯೋಗ್ರಾಫರ್ ಹುಚ್ಚು ಹಿಡಿಸುವ in charge ತೆಗೆದುಕೊಂಡಿರುತ್ತಾನೆ. ಊಟಕ್ಕೆ ಕೂತವರ ಸಾಲು ಸಾಲು, ಅಡುಗೆಯ ವರ್ಣನೆ... ಮುಗಿಯುವ ಕಥೆಯಲ್ಲ ಇವೆಲ್ಲ!

ಒಂದು ಸಲ ಹೀಗಾಯಿತು:

ನನ್ನ ಹತ್ತಿರದ ಸಂಬಂಧಿಯ ಮದುವೆಯ ವೀಡಿಯೋ ಹಾಕಿ ಕೂರಿಸಿದ್ದರು. ಯಥಾಪ್ರಕಾರ ತೂಕಡಿಸುತ್ತ ನೋಡುತ್ತಿರುವಾಗಲೇ ಊಟದ ಸೀನ್ ಶುರುವಾಯ್ತು. ಆ ಮನೆಯವರು 'ಮೊದಲನೆಯ ಬ್ಯಾಚ್‌ಗೆ ಯಾರು ಕೂತು ಊಟ ಗದುಕಿದರೋ, ಯಾರು ಕೆಲಸ ಮಾಡೋದಿಕ್ಕೆ ಬಂದಿದ್ರೋ ಎಲ್ಲ ಈಗ ಗೊತ್ತಾಗುತ್ತೆ ಅಂದರು. ನನ್ನ ದುರಾದೃಷ್ಟಕ್ಕೆ ಅವತ್ತು ಮದುವೆಯ ದಿನ ಸಿಕ್ಕಾಪಟ್ಟೆ ಹಸಿವಾಗಿಹೋಗಿ ಮೊದಲನೆಯ ಬ್ಯಾಚ್‌ಗೆ ಕೂತು ಊಟ ಮಾಡಿದ್ದ ನಾನು-ಮತ್ತೊಬ್ಬಳು ಕಸಿನ್ ಸ್ಥಿತಿ ಹೇಗಾಗಿರಬೇಕು ಯೋಚಿಸಿ! ಈ ರೀತಿ ಯಾವ ಯಾವುದೋ records ಮತ್ತು statistics ಎಲ್ಲ ಅಲ್ಲಿ ತಯಾರಾಗುತ್ತ ಹೋಗುವಾಗ ಸಂಬಂಧ ಪಟ್ಟವರ ಗತಿ?

Every cloud has a silver lining ಅನ್ನೋದು ಇದಕ್ಕೇ ನೋಡಿ! ಈ ರೀತಿ ಎಲ್ಲ ಕಷ್ಟ ಅನುಭವಿಸಿದ್ದರಿಂದ ಮತ್ತೆ ಯಾರಿಗೂ ಈ ರೀತಿಯ ಕಷ್ಟ ಕೊಡಬಾರದು ಅನ್ನುವ ಜ್ಞಾನೋದಯವಾಗಿದೆ ನನಗೆ. ಹಾಗಾಗಿ ನನ್ನ ಮಗನ ಮದುವೆಯಾದ ನಂತರ ನೀವು ಧೈರ್ಯವಾಗಿ ನಮ್ಮ ಮನೆಗೆ ಬರಬಹುದು ಎಂದು ಈ ಮೂಲಕ ಪ್ರಮಾಣೀಕರಿಸುತ್ತೇನೆ!

ಇದರಷ್ಟೇ nightmare ಅನ್ನುವಂಥದ್ದು ಇನ್ನೊಂದೆಂದರೆ ಮಕ್ಕಳಿರುವ ಮನೆ! ಅದು ಯಾಕೆ ಎಲ್ಲ ಮಕ್ಕಳೂ ಹುಟ್ಟುತ್ತಲೇ ಅಷ್ಟು ಪ್ರತಿಭಾವಂತರಾಗಿರುತ್ತಾರೆ ಅನ್ನುವುದು ನನಗೊಂದು ಯಕ್ಷಪ್ರಶ್ನೆ! ಆ ಪ್ರತಿಭೆ ನಮಗೆ ತಿಳಿಯಲೇಬೇಕು ಅಂತ ಅದರ ಅಪ್ಪ-ಅಮ್ಮ ಯಾಕೆ ಟೊಂಕಕಟ್ಟಿ ನಿಂತಿರುತ್ತಾರೆ ಅನ್ನುವುದು ಅದಕ್ಕಿಂತ ದೊಡ್ಡ ಯಕ್ಷಪ್ರಶ್ನೆ!

ನನ್ನ ಗಂಡನ ಗೆಳೆಯನೊಬ್ಬ ಇದ್ದ. ಮದುವೆಯಾದ ಹೊಸದರಲ್ಲಿ ಊಟಕ್ಕೆ ಕರೆದ. ಅಲ್ಲೇನು ಕಾದಿದೆ ಅಂತ ಊಹಿಸದ ನಾನು, ಗಂಡನ ಬಳಗವನ್ನೆಲ್ಲ ನನ್ನ ಬಳಗವಾಗಿಸಿಕೊಳ್ಳುವ ಸಾಧ್ವಿಯಾಗಿ ಅವನ ಹಿಂದೆ ಹೋದೆ. ಗೆಳೆಯನಿಗೆ ಆಗ 3 ವರ್ಷದ ಮಗುವಿತ್ತು. ನಾನು ಅದರ ಹೆಸರು, ಯಾವ ಕ್ಲಾಸ್‌ನಲ್ಲಿ ಓದುತ್ತಿದೆ ಅಂತೆಲ್ಲ ಕೇಳಿದೆ. ಅದೂ ಪಾಪ ಮುದ್ದು ತೊದಲು ಭಾಷೆಯಲ್ಲಿ ಮುದ್ದಾಗಿ ಉತ್ತರಿಸಿತು. ಅದರ ಆಟದ ಸಾಮಾನುಗಳನ್ನು ತೋರಿಸಿತು. ಅಲ್ಲಿಯವರೆಗೂ ಜೀವನ ಚೆನ್ನಾಗಿಯೇ ಇತ್ತು. ಇದ್ದಕ್ಕಿದ್ದ ಹಾಗೆ ಅದರ ಅಪ್ಪನಿಗೆ ಮಗಳ ಪಾಂಡಿತ್ಯವನ್ನು ನಮ್ಮೆದುರು ಬಿಚ್ಚಿ ಹರಡಬೇಕೆನ್ನುವ ಉಮೇದು ಶುರುವಾಯಿತು. 'ಅಯ್ಯೋ! ಇವಳ ಸ್ಕೂಲು ತುಂಬ ಚೆನ್ನಾಗಿದೆ. ಸಿಕ್ಕಾಪಟ್ಟೆ ಫೀಸು. ತುಂಬ ಚೆನ್ನಾಗಿ ಹೇಳಿಕೊಡ್ತಾರೆ (ಆ ಕಾಲಕ್ಕೆ 30 ಸಾವಿರ ಫೀಸಿನ ಸ್ಕೂಲು ಅದು) ಅಂತ ಬಡಾಯಿ ಕೊಚ್ಚಿಕೊಂಡು 'ಸ್ವೀಟಿ Twinkle Twinkle ಹೇಳಮ್ಮಾ' ಅಂತ ಶುರು ಹಚ್ಚಿಕೊಂಡ. ಅಪ್ಪ-ಅಮ್ಮನ ಗೆಳೆಯರು ಬಂದಿರುವುದರಿಂದ ಹೋಮ್‌ವರ್ಕ್ ಕಾಟವಿಲ್ಲ ಅಂತ ಸುಖವಾಗಿದ್ದ ಮಗುವಿಗೆ ಅದರ ಅಪ್ಪ ಹೀಗೆ ಕಾಟ ಕೊಡಲು ಶುರುವಿಟ್ಟುಕೊಂಡರು. ಮೂರು ಸಲ ಆ ದಯಾಮಯಿ ಮಗು ಅಪ್ಪನ ಮಾತಿಗೆ ಕ್ಯಾರೆ ಅನ್ನದೇ ಎಲ್ಲೋ ನೋಡುತ್ತ ಕೂತಿತ್ತು. ಕೊನೆಗೊಮ್ಮೆ ಕಾಟ ತಡೆಯಲಾರದಾದಾಗ 'ಬಾ ಮಾಡ್ತೀನಿ ನಿನಗೆ' ಅನ್ನೋ ಥರ ಶುರು ಮಾಡಿತು! ಅದರ ಅಪ್ಪನಿಗೆ ಬುದ್ಧಿ ಕಲಿಸೋದೇನೋ ಸರಿ, ನಮಗ್ಯಾಕೆ ಆ ಶಿಕ್ಷೆ? (ಮತ್ಯಾಕೆ, ಆ ಮಗುವಿನ ಅಪ್ಪನ ಫ್ರೆಂಡ್ ಆಗಿದ್ದಕ್ಕೆ!)

ಎಷ್ಟೊಂದು ಸಲ 'ತ್ವಿಂಕಲ್...ತ್ವಿಂಕಲ್...ತ್ವಿಂಕಲ್...' ಅಂತ ಹೇಳಿದ್ದೇ ಹೇಳುವುದು, ಹಾಡಿದ್ದೇ ಹಾಡುವುದು ನಂತರ ಅಲ್ಲೇ ನಿಂತುಬಿಡುವುದು, ಇದೇ ಆಗಿಹೋಯಿತು. ಮಗುವಿನ ಅಪ್ಪನಿಗೆ ಅವಮಾನವಾಗಿ ಹೋಯಿತು. ಅಷ್ಟೆಲ್ಲ ಒಳ್ಳೆ ಸ್ಕೂಲು, ಫೀಸು ಅಂತ ಜಂಭ ಹೊಡೀತಿರುವಾಗ ಮಗು ಈ ರೀತಿ ಕೈಕೊಡ್ತಲ್ಲಾ ಅಂತ ಜಿದ್ದಿಗೆ ಬಿದ್ದು 'ಹೋಗ್ಲಿ ಹಂಟಿ ಡಂಟಿ ಸ್ಯಾಟ್ ಆನ್ ಅ ವಾಲ್ ಹೇಳಮ್ಮಾ' ಅಂದ. ಅದಕ್ಕೆ ಪಾಪ ಪೂರ್ತಿ ಕನ್ಫ್ಯೂಸ್ ಆಗಿ ಹಂಟಿ ಡಂಟಿ ತ್ವಿಂಕಲ್ ತ್ವಿಂಕಲ್ ಜೊತೆ ಸೇರಿ ಪಾಪ ಮತ್ಯಾವುದೋ ಚಿತ್ರಾನ್ನದ rhyme ಶುರು ಮಾಡಿಬಿಟ್ಟಿತು. ಈಗ ಅಪ್ಪನಿಗೆ ಈ ರೂಟು ಸರಿ ಇಲ್ಲ ಅನ್ನಿಸಿ ಮತ್ತೊಂದು ವೇದಿಕೆ ಸಿದ್ಧವಾಯ್ತು!

'ಇವಳಿಗೆ advertisement ಎಲ್ಲ ಬಾಯಿಗೆ ಬರುತ್ತೆ... ಬೋರ್ನ್‌ವಿಟಾದು ಹೇಳು ಪುಟ್ಟಾ' ಅಂತ ಶುರು ಮಾಡಿ ಬೋರ್ನ್‌ವಿಟಾ, ಹಾರ್ಲಿಕ್ಸ್, ರಸ್ನಾ ಅಂತ ಒಂದಿಪ್ಪತ್ತೈದು ಆಯ್ತು.

ಅಷ್ಟರಲ್ಲಿ ಅಡುಗೆ ಮುಗಿಸಿ ಪಾಪುವಿನ ಅಮ್ಮ ಫ್ರೀ ಆದರು. ಈಗ ಡಬಲ್ ಅಟ್ಯಾಕ್ ಶುರುವಾಯ್ತು. ಅವರು 'ಆ ಕಾರ್ಟೂನ್‌ದು ಹಾಡು ಹೇಳಮ್ಮಾ, ಆ ಸೀರಿಯಲ್‌ದು title song ಹೇಳು ಕಂದಾ' ಅಂತ ಶುರು ಮಾಡಿದರು! ಇದು ಅಮ್ಮನಿಗೂ ಬೆಲೆ ಕೊಡದೇ ಬಾಯಿಗೆ ಬಂದಿದ್ದು ಹೇಳುತ್ತಾ ಕೂತುಬಿಟ್ಟಿತು. ಅಷ್ಟರಲ್ಲಿ ಅವಳ ಅಪ್ಪ ಹೇಗಾದರೂ ಮಾಡಿ ಮಗುವಿನ ಪಾಂಡಿತ್ಯ ನಮಗೆ ತೋರಿಸಲೇ ಬೇಕೆನ್ನುವ ಛಲದಲ್ಲಿ ಸರಿ, 1–2–3 ಹೇಳಮ್ಮಾ ಅಂತ ಶುರು ಮಾಡಿದರು. ಆ ಮಗು ಅಪ್ಪನ ಮಾನ ತೆಗೆಯುವ ಛಲಕ್ಕೆ ಬಿದ್ದ ಹಾಗೆ ಬೇಕಂತ ಒಂದಾದ ಮೇಲೆ ಎಂಭತ್ತು, 9 ಆದ ಮೇಲೆ 100 ಅಂತ ಬಾಯಿಗೆ ಬಂದಿದ್ದು ಹೇಳಲು ಶುರುವಿಟ್ಟುಕೊಂಡಿತು. ಅಂತೂ ವರ್ಣಮಾಲೆ–ಗಣಿತ–ಭಗವದ್ಗೀತೆ ಶ್ಲೋಕಗಳು ಎಲ್ಲ ವಿಷಯ ಎತ್ತಿ ಅದು ಹೇಳು, ಆಂಟಿಗೆ ಇದು ಹೇಳು ಅಂತ ಕೂತಲ್ಲೇ ನಮ್ಮನ್ನು ಒರಳಿಗೆ ಹಾಕಿದ ಚಟ್ನಿಯ ಥರ ನುಣ್ಣಗೆ ರುಬ್ಬಿ ಬಿಟ್ಟರು. ಆಮೇಲೆ ಅರ್ಧ ಜೀವವಾದ ನನಗೆ flying kiss ಕೊಡಪ್ಪಾ ಅಂತ ಶುರುವಾಗಿ, ಬೈ ಹೇಳಪ್ಪಾ ಅಂತ ಪ್ರಾಣ ತಿಂದು, ಗುಡ್ ನೈಟ್ ಅಂತ ಸಲ್ಯೂಟ್ ಮಾಡಿಸಿ (ಗುಡ್ ನೈಟ್ ಹೇಳುವಾಗ ಯಾರು ಸಲ್ಯೂಟ್ ಮಾಡುತ್ತಾರೆ ಅನ್ನುವ ಯಕ್ಷಪ್ರಶ್ನೆಗೆ ಇವತ್ತಿಗೂ ಉತ್ತರ ಸಿಕ್ಕಿಲ್ಲ!) ನಮ್ಮನ್ನು ಬೀಳ್ಕೊಡುವಷ್ಟರಲ್ಲಿ ನಾನು ಸತ್ತ ಕೋಳಿ! ಅದಾದ ನಂತರ ನಾನು ಅವರ ಮನೆಗೆ ಹೋಗೋಣ ಎಂದು ನನ್ನ ಗಂಡ ಕರೆದಾಗಲೆಲ್ಲ ಹೌಹಾರುತ್ತಿದ್ದೆ. ಆದರೂ ಕೆಲವೊಂದು ಅನಿವಾರ್ಯ ಸಂದರ್ಭಗಳಲ್ಲಿ ಅವರ ಮನೆಗೆ ಹೋಗಿ ಬೇರೆ ಬೇರೆ ರೈಮ್ಸ್, ಸೀರಿಯಲ್ ಹಾಡು ಅಪ್‌ಡೇಟ್ ಆಗುತ್ತಿದ್ದೆ...

ಇಂಥ ಹಲವಾರು ಘಟನೆಗಳಲ್ಲಿ ಸಿಕ್ಕಿಕೊಂಡು ಅನುಭವಿಸಿ ಸುಸ್ತಾದ ನಾನು ನನ್ನ ಮಗ ಹುಟ್ಟಿದ ಮೇಲೆ ಎಷ್ಟು ಬುದ್ಧಿ ಕಲಿತಿದ್ದೆನೆಂದರೆ, ಮನೆಗೆ ಯಾರಾದರೂ ಬಂದಾಗ ನನ್ನ ಮಗ ತಾನಾಗಿಯೇ ಏನಾದರೂ rhymes, ಅದೂ, ಇದೂ ಅಂತ ಪಾಂಡಿತ್ಯ ಪ್ರದರ್ಶನ ಶುರು ಮಾಡಿದರೂ 'ಬಂಗಾರ ಒಳಗೆ ಹೋಗಮ್ಮಾ... ಆಮೇಲೆ ಮಲಗುವಾಗ ನನ್ ಹತ್ರ ಅದೆಲ್ಲ ಹೇಳುವಿಯಂತೆ' ಅಂತ ಒಳಗೆ ಕಳಿಸುತ್ತಿದ್ದೆ. ನನ್ನ ಮಗನ ಮುಖ ಒಂದೊಂದು ಸಲ ನಾನು ಈ ಥರ ಒಳಗೆ ಕಳಿಸಿದಾಗಲೂ ಸಿಟ್ಟಿನಿಂದ ಉರಿಯುತ್ತಿತ್ತು. ಆದರೂ ಪರವಾಗಿಲ್ಲ, ನಾನು ಅನುಭವಿಸಿದ ಕಷ್ಟ ಜಗತ್ತಿನ ಇನ್ನು ಯಾರಿಗೂ ನಾನು ಕೊಡಲೇಬಾರದು ಅಂತ ತೀರ್ಮಾನಿಸಿದ್ದರಿಂದ ನನ್ನ ಮಗನಿಂದ ಯಾರಿಗೂ ರೈಮ್ಸ್ ಹೇಳಿಸಲೇ ಇಲ್ಲ.

ಮಕ್ಕಳನ್ನು ಅವರ ಪಾಡಿಗೆ ಸುಮ್ಮನೆ ಬಿಟ್ಟರೆ ಅವು ಅದ್ಭುತ entertainment ಕೊಡುತ್ತವೆ. ಕೆಲವು ಮುದ್ದು ಮಾತುಗಳನ್ನು ನೆನೆಸಿಕೊಂಡು ವರ್ಷಗಳ ಕಾಲ ನಗುತ್ತಿರುತ್ತೇನೆ.

ನನ್ನ ಗೆಳತಿಯ ಮಗನಿಗೆ ಜ್ವರಕ್ಕೆ ಗಂಟಲು ಕಟ್ಟಿ ಗೊಗ್ಗರಾಗಿತ್ತು. ಅವನ ಅಣ್ಣನಿಗೆ ಗಂಟಲು ಒಡೆದಿದ್ದಕ್ಕೆ ದೊಡ್ಡವನಾದ ಅಂತ ಮಾತಾಡೋದು ಕೇಳಿಸಿಕೊಂಡಿದ್ದ ಅವನು 'ನಾನೂ ದೊಡ್ಡೋನಾದೆ ಅನ್ಸತ್ತೆ ಅಲ್ವಾಮ್ಮಾ?' ಅಂದಿದ್ದ!

ಇನ್ನೊಂದು ಗೆಳೆಯನ ಅಕ್ಕನ ಮಗು ನಾನು ಫೋನ್ ಮಾಡಿದರೆ ತಾನೂ ಕಿತ್ತುಕೊಂಡು ಹಲೋ ಅನ್ನುತ್ತಿದ್ದೇನೆ ಅನ್ನುವ ಭ್ರಮೆಯಲ್ಲಿ 'ಅದೋಓಓಓಓಓ...' ಅಂತ ಕೂಗುತ್ತಿತ್ತು.

ಗೆಳತಿಯ ಮಗನೊಬ್ಬ ಅವರ ಅಣ್ಣನಿಗೆ ಫೋನ್ ಮಾಡಿ ದನಿ ಗೊಗ್ಗರು ಮಾಡಿಕೊಂಡು 'ನಿಮ್ಮ ತಮ್ಮನ್ನ ಕಿಡ್ನ್ಯಾಪ್ ಮಾಡಿದೀವಿ' ಅಂತ ಫೂಲ್ ಮಾಡಕ್ಕೆ ಪ್ರಯತ್ನಿಸಿ, ಕೊನೆಗೆ ಫೋನ್ ಇಡುವಾಗ ಬೈ ಅಂತ ಹೇಳಿ ಫೋನ್ ಇಟ್ಟ ಕಥೆಯಂತೂ ವಾಲ್ಮೀಕಿಯ ರಾಮಾಯಣದಂತೆ ಸೂರ್ಯ-ಚಂದ್ರರಿರುವರೆಗೂ ಉಳಿಯುವಂಥ ಕಥೆ!

ಮಕ್ಕಳು ತುಂಬ ಖುಷಿ ಕೊಡುತ್ತವೆ. ಅಪ್ಪ-ಅಮ್ಮ ಮಕ್ಕಳಿಗೆ ಗಿಣಿಪಾಠ ಒಪ್ಪಿಸುವಂತೆ ಪ್ರಾಣ ತಿನ್ನಬೇಡಿ. ಅವರ ಪಾಡಿಗೆ ಅವರನ್ನು ನೆಮ್ಮದಿಯಾಗಿ ಬದುಕಲು ಬಿಡಿ... ಹಾಗೆಯೇ ನನ್ನನ್ನು ಮತ್ತು ನನ್ನಂಥವರನ್ನೂ!

ಛಂದ ಪುಸ್ತಕ ಬಹುಮಾನ

ಪುಟ್ಟ ಪಾದದ ಗುರುತು - ಸುನಂದಾ ಪ್ರಕಾಶ ಕಡಮೆ - ₹ 120
ಈ ಕತೆಗಳ ಸಹವಾಸವೇ ಸಾಕು - ಅಲಕ ತೀರ್ಥಹಳ್ಳಿ - ₹ 60
ಹಟ್ಟಿಯೆಂಬ ಭೂಮಿಯ ತುಣುಕು - ಲೋಕೇಶ ಅಗಸನಕಟ್ಟೆ - ₹ 180
ಗೋಡೆಗೆ ಬರೆದ ನವಿಲು - ಸಂದೀಪ ನಾಯಕ - ₹ 60
ಮೊದಲ ಮಳೆಯ ಮಣ್ಣು - ಕಣಾದ ರಾಘವ - ₹ 140
ಆಟಿಕೆ - ಬಸವಣ್ಣೆಪ್ಪಾ ಕಂಬಾರ - ₹ 100
ಮಾಯಾಕೋಲಾಹಲ - ಮೌನೇಶ ಬಡಿಗೇರ - ₹ 165
ಕೇಪಿನ ಡಬ್ಬಿ - ಪದ್ಮನಾಭ ಭಟ್, ಶೇವ್ಕಾರ - ₹ 150
ಮನಸು ಅಭಿಸಾರಿಕೆ - ಶಾಂತಿ ಕೆ ಅಪ್ಪಣ್ಣ - ₹ 230
ದೇವರು ಕಚ್ಚಿದ ಸೇಬು - ದಯಾನಂದ - ₹ 140
ಧೂಪದ ಮಕ್ಕಳು - ಸ್ವಾಮಿ ಪೊನ್ನಾಚಿ - ₹ 130
ಡುಮಿಂಗ - ಶಶಿ ತರೀಕೆರೆ - ₹ 130
ಬಯಲರಸಿ ಹೊರಟವಳು - ಛಾಯಾ ಭಟ್ - ₹ 120
ಮಾಕೋನ ಏಕಾಂತ - ಕಾವ್ಯಾ ಕಡಮೆ - ₹ 130

ಕಥಾಸಂಕಲನ

ಶಕುಂತಲಾ - ಗುರುಪ್ರಸಾದ್ ಕಾಗಿನೆಲೆ - ₹ 80
ಜುಮುರು ಮಳೆ - ಸುಮಂಗಲಾ - ₹ 220
ಶಾಲಭಂಜಿಕೆ - ಡಾ. ಕೆ. ಎನ್. ಗಣೇಶಯ್ಯ - ₹ 180 (7ನೇ ಮುದ್ರಣ)
ಕಾರಂತಜ್ಜನಿಗೊಂದು ಪತ್ರ - ಸಚ್ಚಿದಾನಂದ ಹೆಗಡೆ - ₹ 150
ಹಕೂನ ಮಟಾಟ - ನಾಗರಾಜ ವಸ್ತಾರೆ - ₹ 80
ಕಾಲಿಟ್ಟಲ್ಲಿ ಕಾಲುದಾರಿ - ಸುಮಂಗಲಾ - ₹ 80
ಹುಲಿರಾಯ - ಕೀರ್ತಿರಾಜ್ - ₹ 80
ನಿರವಯವ - ನಾಗರಾಜ ವಸ್ತಾರೆ - ₹ 125
ಹನ್ನೊಂದನೇ ಅಡ್ಡರಸ್ತೆ - ಸುಮಂಗಲಾ - ₹ 170
ಗಾಳಿಗೆ ಮೆತ್ತಿದ ಬಣ್ಣ - ಕರ್ಕಿ ಕೃಷ್ಣಮೂರ್ತಿ - ₹ 180
ಕನ್ನಡಿ ಹರಳು - ಪದ್ಮನಾಭ ಭಟ್, ಶೇವ್ಕಾರ - ₹ 130
ಒಂದು ಚಿಟಿಕೆ ಮಣ್ಣು - ಲಕ್ಷ್ಮಣ ಬಾದಾಮಿ - ₹ 130
ಬಂಡಲ್ ಕತೆಗಳು - ಎಸ್ ಸುರೇಂದ್ರನಾಥ್ - ₹ 160
ದೇವರ ರಜಾ - ಗುರುಪ್ರಸಾದ್ ಕಾಗಿನೆಲೆ - ₹ 225 (2ನೇ ಮುದ್ರಣ)
ಕಟ್ಟು ಕತೆಗಳು - ಎಸ್ ಸುರೇಂದ್ರನಾಥ್ - ₹ 210
ಮಡಿಲು (ನೀಳ್ಗತೆ) - ನಾಗರಾಜ ವಸ್ತಾರೆ - ₹ 15
ತಿರಾಮಿಸು - ಶಶಿ ತರೀಕೆರೆ - ₹ 210

ತೊಟ್ಟು ಕ್ರಾಂತಿ - ಕಾವ್ಯಾ ಕಡಮೆ - ₹ 180

ಪ್ರಬಂಧ

ಪೂರ್ವ ಪಶ್ಚಿಮ - ಎಂ. ಆರ್. ದತ್ತಾತ್ರಿ - ₹ 80
ರಾಗಿಮುದ್ದೆ - ರಘುನಾಥ ಚ. ಹ. - ₹ 120
ಕುಟ್ಟವಲಕ್ಕಿ / ಗೊಜ್ಜವಲಕ್ಕಿ - ಪ್ರಶಾಂತ ಆಡೂರ - ₹ 170 / ₹ 170
ಕಿಲಿಮಂಜಾರೋ - ಪ್ರಶಾಂತ್ ಬೀಚಿ - ₹ 80
ಮಿಸಳ್ ಭಾಜಿ - ಭಾರತಿ ಬಿ ವಿ - ₹ 190
ನೀ ಮಾಯೆಯೊಳಗೋ... - ವಿಕ್ರಮ ಹತ್ವಾರ - ₹ 150
ಸಾವೆಂಬ ಲಹರಿ - ಗುರುಪ್ರಸಾದ ಕಾಗಿನೆಲೆ - ₹ 140
ವೈದ್ಯ, ಮತ್ತೊಬ್ಬ - ಗುರುಪ್ರಸಾದ ಕಾಗಿನೆಲೆ - ₹ 120
ಅಪ್ಪನ ರ್‍ಯಾಲೀಸ್ ಸೈಕಲ್ - ದರ್ಶನ್ ಜಯಣ್ಣ - ₹ 110
ಇಮೋಜಿ ಭಾಷೆ - ಕರ್ಕಿ ಕೃಷ್ಣಮೂರ್ತಿ - ₹ 150

ಅನುವಾದ

ದಿ ಚಾಯ್ಸ್ - ಈಡಿತ್ ಎವಾ ಎಗರ್ (ಜಯಶ್ರೀ ಭಟ್) - ₹ 280
ದೇಹವೇ ದೇಶ - ಗರಿಮಾ ಶ್ರೀವಾಸ್ತವ (ವಿಕ್ರಮ ವಿಸಾಜಿ) - ₹ 250
ಪರ್ಸೆಪೊಲಿಸ್- ಮಾರ್ಜಾನ್ ಸತ್ರಪಿ (ಪ್ರೀತಿ ನಾಗರಾಜ) - ₹ 395
ಗಾಳಿ ಪಳಗಿಸಿದ ಬಾಲಕ - ವಿಲಿಯಂ ಕಾಂಕ್ವಾಂಬಾ (ಕರುಣಾ ಬಿ ಎಸ್) - ₹ 180
ಅಮೋಸ್ ಫಾರ್ಚೂನ್ - ಎಲಿಝಬೆತ್ ಯೇಟ್ಸ್ (ಜಯಶ್ರೀ ಭಟ್) - ₹ 110
ನವ ಜೀವಗಳು - ವಿಲಿಯಂ ಡಾಲ್ರಿಂಪಲ್ (ನವೀನ ಗಂಗೋತ್ರಿ) - ₹ 250
ಮೈಕೆಲ್ ಕೆ - ಜೆ.ಎಂ. ಕುಟ್‌ಸೀ (ಸುನಿಲ್ ರಾವ್) - ₹ 170
ಲೇರಿಯೊಂಕ - ಹೆನ್ರಿ ಆರ್. ಓಲೆ ಕುಲೆಟ್ (ಪ್ರಶಾಂತ ಬೀಚಿ) - ₹ 140
ಅರೆಶತಮಾನದ ಮೌನ - ಯಾನ್ ರಫ್-ಓ'ಹರ್ನ್ (ಅರುಣ್) - ₹ 310
ಪರ್ವತದಲ್ಲಿ ಪವಾಡ - ನ್ಯಾಂಡೊ ಪರಾಡೊ (ಸಂಯುಕ್ತಾ ಪುಲಿಗಲ್) - ₹ 340
ಚಂದಿರ ಬೇಕೆಂದವನು - ಮಿಮಿ ಬೇರ್ಡ್ (ಪ್ರಜ್ಞಾ ಶಾಸ್ತ್ರಿ) - ₹ 180
ಬಂಡೂಲ - ವಿಕಿ ಕಾನ್‌ಸ್ಟಂಟೇನ್ ಕ್ರುಕ್ (ರಾಜ್ಯಶ್ರೀ ಕುಳಮರ್ವ) - ₹ 425
ರೆಬೆಲ್ ಸುಲ್ತಾನರು - ಮನು ಎಸ್ ಪಿಳ್ಳೈ (ಸಂಯುಕ್ತಾ ಪುಲಿಗಲ್) - ₹ 420
ಫಾಲೋಯಿಂಗ್ ಫಿಶ್ - ಸಮಂತ್ ಸುಬ್ರಮಣಿಯನ್ (ಸಹನಾ ಹೆಗಡೆ) - ₹ 280
ಜಗವ ಚುಂಬಿಸು - ಸುಬ್ರೊತೋ ಬಾಗ್ಚಿ (ವಂದನಾ ಪಿ ಸಿ) - ₹ 240
ಪರ್ದಾ ಅಂಡ್ ಪಾಲಿಗಮಿ - ಇಕ್ಬಾಲುನ್ನೀಸಾ ಹುಸೇನ್ (ದಾದಾಪೀರ್) - ₹ 380
ವಾಡಿವಾಸಲ್ - ಚಿ. ಸು. ಚೆಲ್ಲಪ್ಪ (ಸತ್ಯಕಿ) - ₹ 100
ನಾಲ್ಕನೇ ಎಕರೆ - ಶ್ರೀರಮಣ (ಅಜಯ್ ವರ್ಮಾ ಅಲ್ಲೂರಿ) - ₹ 100
ಮಾವೋನ ಕೊನೆಯ ನರ್ತಕ - ಲೀ ಕ್ವಿನ್‌ಶಿಂಗ್ (ಜಯಶ್ರೀ ಭಟ್) - ₹ 340
ಕೋಬಾಲ್ಟ್ ಬ್ಲೂ - ಸಚಿನ್ ಕುಂಡಲ್‌ಕರ್ (ಸಪ್ನಾ ಕಟ್ಟಿ) - ₹ 150

ವಿದ್ಯಾವಂತ ವೇಶ್ಯೆಯ ಆತ್ಮಕಥೆ - ಮಾನದಾ ದೇವಿ (ನಾಗ ಹುಬ್ಳಿ) - ₹ 240
ದಿ ಲೈಟ್‌ಹೌಸ್ ಫ್ಯಾಮಿಲಿ - ಫಿರಾತ್ ಸುನೇಲ್ (ಮಾಧುರಿ ಕುಲಕರ್ಣಿ) - ₹ 230
ನನ್ನ ತಂಗಿ ಈಡಾ - ಕಾರೊಲೀನ ವಾಲ್ (ಹರ್ಷ ರಘುರಾಮ್) - ₹ 260
ಸತ್ತವರ ಸೊಲ್ಲು - ಆಶುತೋಷ್ ಭಾರದ್ವಾಜ್ (ಕಾರ್ತಿಕ್ ಆರ್.) - ₹ 380

ವಸುಧೇಂದ್ರ

ಮನೀಷೆ - ಕತೆಗಳು - ₹ 120 (8ನೇ ಮುದ್ರಣ)
ಯುಗಾದಿ - ಕತೆಗಳು - ₹ 190 (9ನೇ ಮುದ್ರಣ)
ಚೇಳು - ಕತೆಗಳು - ₹ 120 (8ನೇ ಮುದ್ರಣ)
ಹಂಪಿ ಎಕ್ಸ್‌ಪ್ರೆಸ್ - ಕತೆಗಳು - ₹ 195 (9ನೇ ಮುದ್ರಣ)
ಮೋಹನಸ್ವಾಮಿ - ಕತೆಗಳು - ₹ 270 (7ನೇ ಮುದ್ರಣ)
ವಿಷಮ ಭಿನ್ನರಾಶಿ - ಕತೆಗಳು - ₹ 280 (4ನೇ ಮುದ್ರಣ)
ಕೋತಿಗಳು - ಪ್ರಬಂಧ - ₹ 120 (8ನೇ ಮುದ್ರಣ)
ನಮ್ಮಮ್ಮ ಅಂದ್ರೆ ನಂಗಿಷ್ಟ - ಪ್ರಬಂಧ - ₹ 80 (26ನೇ ಮುದ್ರಣ)
ರಕ್ಷಕ ಅನಾಥ - ಪ್ರಬಂಧ - ₹ 110 (5ನೇ ಮುದ್ರಣ)
ವರ್ಣಮಯ - ಪ್ರಬಂಧ - ₹ 225 (6ನೇ ಮುದ್ರಣ)
ಐದು ಪೈಸೆ ವರದಕ್ಷಿಣೆ - ಪ್ರಬಂಧ - ₹ 280 (5ನೇ ಮುದ್ರಣ)
ಹರಿಚಿತ್ತ ಸತ್ಯ - ಕಾದಂಬರಿ - ₹ 200 (6ನೇ ಮುದ್ರಣ)
ತೇಜೋ-ತುಂಗಭದ್ರಾ - ಕಾದಂಬರಿ - ಉತ್ತಮ/ಸಾದಾ (₹ 500/₹ 450) (15ನೇ ಮುದ್ರಣ)
ಮಿಥುನ - ಶ್ರೀರಮಣರ ಕತೆಗಳು - ₹ 135 (8ನೇ ಮುದ್ರಣ)
ಎವರೆಸ್ಟ್ - ಜಾನ್ ಕ್ರಾಕೌರ್ - ₹ 420 (4ನೇ ಮುದ್ರಣ)

ಕಾದಂಬರಿ

ಎನ್ನ ಭವದ ಕೇಡು - ಎಸ್ ಸುರೇಂದ್ರನಾಥ್ - ₹ 75
ನ್ಯಾಸ - ಹರೀಶ ಹಾಗಲವಾಡಿ - ₹ 250
ಗುಣ - ಗುರುಪ್ರಸಾದ್ ಕಾಗಿನೆಲೆ - ₹ 150
ದ್ವೀಪವ ಬಯಸಿ - ಎಂ. ಆರ್. ದತ್ತಾತ್ರಿ - ₹ 320
ತಾರಾಬಾಯಿಯ ಪತ್ರ - ದತ್ತಾತ್ರಿ ಎಂ ಆರ್ - ₹ 160
ಅಗೆದಷ್ಟೂ ನಕ್ಷತ್ರ - ಸುಮಂಗಲಾ - ₹ 230
ಪ್ರಿಯೇ ಚಾರುಶೀಲೆ - ನಾಗರಾಜ ವಸ್ತಾರೆ - ₹ 380
ಋಷ್ಯಶೃಂಗ - ಹರೀಶ ಹಾಗಲವಾಡಿ - ₹ 125
ಅಂತು - ಪ್ರಕಾಶ ನಾಯಕ್ - ₹ 200
ಚುಕ್ಕಿ ಬೆಳಕಿನ ಜಾಡು - ಕರ್ಕಿ ಕೃಷ್ಣಮೂರ್ತಿ - ₹ 200
ದೀಪವಿರದ ದಾರಿಯಲ್ಲಿ - ಸುಶಾಂತ್ ಕೋಟ್ಯಾನ್ - ₹ 160

ದಾರಿ - ಕುಸುಮಾ ಆಯರಹಳ್ಳಿ - ₹ 395

ಬರೀ ಎರಡು ರೆಕ್ಕೆ - ಸುನಂದಾ ಪ್ರಕಾಶ ಕಡಮೆ - ₹ 260

ಕವಿತೆ

ಮದ್ಯಸಾರ - ಅಪಾರ - ₹ 90
ಪೂರ್ಣನ ಗರಿಗಳು - ಪೂರ್ಣಪ್ರಜ್ಞ - ₹ 70
ಹಲೋ ಹಲೋ ಚಂದಮಾಮ - ರಾಧೇಶ ತೋಳ್ಪಾಡಿ - ₹ 50

ಪದಚರಿತೆ

ಸರಿಗನ್ನಡಂ ಗೆಲ್ಗೆ - ಅಪಾರ - ₹ 390

ಓದಿ ಓದಿ ಮರುಳಾಗಿ!

ಛಂದ ಪುಸ್ತಕ ಬಹುಮಾನ

ಹೊಸ ಕತೆಗಾರರನ್ನು ಗುರುತಿಸುವ ಸಲುವಾಗಿ ನಮ್ಮ ಪ್ರಕಾಶನ ಸಂಸ್ಥೆಯು ಕಳೆದ ಹದಿಮೂರು ವರ್ಷಗಳಿಂದ ಕತೆಗಳ ಹಸ್ತಪ್ರತಿ ಸ್ಪರ್ಧೆಯನ್ನು ನಡೆಸುತ್ತಾ ಬಂದಿದೆ. ಈವರೆಗೆ ಒಂದೂ ಕಥಾಸಂಕಲನವನ್ನು ಪ್ರಕಟಿಸದವರು ಈ ಸ್ಪರ್ಧೆಯಲ್ಲಿ ಭಾಗವಹಿಸಬಹುದು. ಇತರ ಪ್ರಕಾರಗಳಲ್ಲಿ ಒಂದೆರಡು ಪುಸ್ತಕಗಳನ್ನು ಪ್ರಕಟ ಮಾಡಿದವರೂ ಇದರಲ್ಲಿ ಭಾಗವಹಿಸುವ ಅವಕಾಶವಿರುತ್ತದೆ. ಮೊದಲ ಸುತ್ತಿನ ಆಯ್ಕೆಯನ್ನು ಪ್ರಕಾಶನದ ಸದಸ್ಯರು ಮಾಡಿ, ಕೊನೆಯ ಆಯ್ಕೆಗಾಗಿ ಸುಮಾರು ಹತ್ತು ಹಸ್ತಪ್ರತಿಗಳನ್ನು ನಾಡಿನ ಹಿರಿಯ ಸಾಹಿತಿಗಳಿಗೆ ಒಪ್ಪಿಸುತ್ತಾರೆ. ಆಯ್ಕೆಯಾದ ಹಸ್ತಪ್ರತಿಯನ್ನು ಪುಸ್ತಕ ರೂಪದಲ್ಲಿ ಪ್ರಕಟಿಸಿ, ಪ್ರಶಸ್ತಿ ಪತ್ರ, ಫಲಕ ಹಾಗೂ ಮೂವತ್ತು ಸಾವಿರ ರೂಪಾಯಿ ಬಹುಮಾನವನ್ನು ನೀಡಲಾಗುತ್ತದೆ. ಈವರೆಗೂ ಈ ಪ್ರಶಸ್ತಿಯಲ್ಲಿ ಬಹುಮಾನ ಪಡೆದವರ ವಿವರಗಳ ಪಟ್ಟಿಯನ್ನು ಮುಂದಿನ ಪುಟದಲ್ಲಿ ನೀಡಿದ್ದೇವೆ.

ಇವರಲ್ಲಿ ಮೌನೇಶ ಬಡಿಗೇರ, ಶಾಂತಿ ಕೆ ಅಪ್ಪಣ್ಣ, ಪದ್ಮನಾಭ ಭಟ್ ಶೇವ್ಕಾರ ಮತ್ತು ಸ್ವಾಮಿ ಪೊನ್ನಾಚಿ ಅವರಿಗೆ ಕೇಂದ್ರ ಸಾಹಿತ್ಯ ಅಕಾಡೆಮಿಯ ಯುವ ಪುರಸ್ಕಾರ ದೊರೆತಿದೆ. ವಿನಯಾ, ಶಾಂತಿ ಕೆ ಅಪ್ಪಣ್ಣ ಮತ್ತು ಪದ್ಮನಾಭ ಭಟ್ ಶೇವ್ಕಾರರ ಪುಸ್ತಕಗಳಿಗೆ ಕರ್ನಾಟಕ ಸಾಹಿತ್ಯ ಅಕಾಡೆಮಿಯ ಪುಸ್ತಕ ಬಹುಮಾನ ಅಥವಾ ದತ್ತಿ ಬಹುಮಾನಗಳು ಸಂದಿವೆ. ಇನ್ನೂ ಹಲವಾರು ನಾಡಿನ ಪ್ರಮುಖ ಪ್ರಶಸ್ತಿ ಮತ್ತು ಬಹುಮಾನಗಳೂ ಈ ಕೃತಿಗಳಿಗೆ ಲಭ್ಯವಾಗಿವೆ.

ನೀವು ಈ ಸ್ಪರ್ಧೆಯಲ್ಲಿ ಭಾಗವಹಿಸಬೇಕೆ? ಹಾಗಿದ್ದರೆ ನಮ್ಮ ಮುಂದಿನ ವರ್ಷದ ಸ್ಪರ್ಧೆಯ ಆಹ್ವಾನವನ್ನು ಖ್ಯಾತ ಕನ್ನಡ ನಿಯತಕಾಲಿಕಗಳಲ್ಲಿ ಅಥವಾ ಸಾಮಾಜಿಕ ಜಾಲತಾಣಗಳಲ್ಲಿ ನಿರೀಕ್ಷಿಸಿರಿ. ಹೆಚ್ಚಿನ ವಿವರಗಳಿಗೆ 98444 22782 ಗೆ ಸಂದೇಶ ಕಳುಹಿಸಿರಿ.

ಓದಿ ಓದಿ ಮರುಳಾಗಿ!

ಛಂದ ಪುಸ್ತಕ ಬಹುಮಾನ ಪಡೆದ ಕೃತಿಗಳು

ಕತೆಗಾರರು	ಕಥಾಸಂಕಲನ	ತೀರ್ಪುಗಾರರು
ಸುನಂದಾ ಕಡಮೆ	ಪುಟ್ಟ ಪಾದದ ಗುರುತು	ಅಶೋಕ ಹೆಗಡೆ/ ಸುಮಂಗಲಾ
ಅಲಕ ತೀರ್ಥಹಳ್ಳಿ	ಈ ಕತೆಗಳ ಸಹವಾಸವೇ ಸಾಕು	ಕೇಶವ ಮಳಗಿ/ ಸುಮಂಗಲಾ
ಲೋಕೇಶ ಅಗಸನಕಟ್ಟೆ	ಹಟ್ಟಿಯೆಂಬ ಭೂಮಿಯ ತುಣುಕು	ಬೊಳುವಾರು
ವಿನಯಾ	ಊರ ಒಳಗಣ ಬಯಲು	ನೇಮಿಚಂದ್ರ
ಸಂದೀಪ ನಾಯಕ	ಗೋಡೆಗೆ ಬರೆದ ನವಿಲು	ಅಮರೇಶ ನುಗಡೋಣಿ
ಕಣಾದ ರಾಘವ	ಮೊದಲ ಮಳೆಯ ಮಣ್ಣು	ಕೆ. ಸತ್ಯನಾರಾಯಣ
ಬಸವಣ್ಣೆಪ್ಪಾ ಕಂಬಾರ	ಆಟಿಕೆ	ಕುಂ. ವೀರಭದ್ರಪ್ಪ
ಮೌನೇಶ ಬಡಿಗೇರ	ಮಾಯಾಕೋಲಾಹಲ	ಓ.ಎಲ್.ಎನ್. ಸ್ವಾಮಿ
ಪದ್ಮನಾಭ ಭಟ್	ಕೇಪಿನ ಡಬ್ಬಿ	ಎಂ. ಎಸ್. ಆಶಾದೇವಿ
ಶಾಂತಿ ಕೆ ಅಪ್ಪಣ್ಣ	ಮನಸು ಅಭಿಸಾರಿಕೆ	ಎಚ್.ಎಸ್.ಆರ್
ದಯಾನಂದ	ದೇವರು ಕಚ್ಚಿದ ಸೇಬು	ನಾ. ಡಿಸೋಜಾ
ಸ್ವಾಮಿ ಪೊನ್ನಾಚಿ	ಧೂಪದ ಮಕ್ಕಳು	ಎಂ. ಎಸ್. ಶ್ರೀರಾಮ್
ಶಶಿ ತರೀಕೆರೆ	ಡುಮಿಂಗ	ಲಲಿತಾ ಸಿದ್ಧಬಸವಯ್ಯ
ಛಾಯಾ ಭಟ್	ಬಯಲರಸಿ ಹೊರಟವಳು	ತಾರಿಣಿ ಶುಭದಾಯಿನಿ
ಕಾವ್ಯಾ ಕಡಮೆ	ಮಾಕೋನ ಏಕಾಂತ	ಟಿ.ಪಿ. ಅಶೋಕ

www.ingramcontent.com/pod-product-compliance
Lightning Source LLC
LaVergne TN
LVHW090359051026
849518LV00006B/2176